Ang Misteryo ng TATLONG HARI

ANG NAWAWALANG SINAUNANG KAPANGANAKAN

Ang Dokumento ng Vatican ay nagpapatunay Isa sa Pinakamalaking Kasalanan sa Kasaysayan ng Simbahan

Isang Dokumentong Paglalakbay Mula sa Ophir, Tarshish & Sheba, Pilipinas

PINAGMULAN? KAILAN? ANONG STAR? ANO ANG ISANG MAGI? ANG KANILANG MGA PANGALAN AT NUMERO? KAILAN IPINANGANAK SI HESUS? ISANG BUONG PARADIGM NA DATING KILALA NGAYON AY IBINALIK.

Timothy Schwab
Anna Zamoranos, Lisa George

MGA KONTRIBYUTOR:
VIVIEN CRUZ, RICHIE B. CUBOS, ZEN GARCIA, MARVIN & ARLENE LEONARDO

Pagsasalin ng Dokumento ng Vatican Mula sa
"Revelation of the Magi: The Lost Tale of the Wise Men's Journey to Bethlehem."
Ni Brent Landau. HarperOne, Isang Imprint ng Harper-Collins Publishers. New York. 2010. Mga Kabanata at Talata na binanggit sa bawat reperensya. Sa labas o paggalang, maglalathala lamang kami ng mga sipi ng pagsasalin at hindi ilalathala ang tekstong ito sa kabuuan nito. Hinihikayat namin ang lahat na makakuha ng kopya ng buong pagsasalin ng Landau sa Amazon at iba pang mga outlet. Ang aming paggamit ng mga fragment na ito ay nasa alinsunod sa Fair Use Act.

Library Of Congress Control Number: 1-14436697531
Numero ng ISBN: 979-8-346-12032-2

www.OphirInstitute.com
Ang Kultura ng Diyos
TheGodCulture@gmail.com
Facebook: Ang Kultura ng Diyos - Orihinal
www.TheGodCulture.com

Nilalaman

Tagalog:
7" x 10"
The Book of Jubilees:
7" x 10"
First Enoch:
7" x 10"
2nd Esdras:
7" x 10"
Bible History Illustrated:
7" x 10"
Apocrypha: Vol. 1:
7" x 10"
Lost Isles Small Group Study Guide
15 Books in 4 Years!
MIND-BLOWING
REVELATIONS

The Full Case:
6" x 9" Paperback
SOLOMON'S TREASURE
the lost isles of gold & the garden of eden
The Monumental Case For The Philippines No One Can Disprove.
History, Geography & Prophecy Restored
TIMOTHY SCHWAB | ANNA ZAMORANOS
KAYAMANAN SOLOMON
TIMOTHY SCHWAB | ANNA ZAMORANOS
Tagalog:
6" x 9" Paperback
GAMENG SOLOMON
TIMOTHY SCHWAB | ANNA ZAMORANOS
Ilokano:
6" x 9" Paperback
OPHIR
PHILIPPINES
A Visual Expedition of The Isles of Gold Restored
COFFEE TABLE PROJECT
Coffee Table Book:
10" x 12" Hardcover
The Mystery of the THREE KINGS
Vatican Document Proves One of the Largest Blunders In Church History
A Proven Journey From Ophir, Tarshish & Sheba, Philippines
Timothy Schwab, Anna Zamoranos, & Lisa George
Three Kings:
7" x 10"
Resolving Ancient Testimony Marking the Far East
Hidden But Not Lost!
GARDEN OF EDEN REVEALED
THE BOOK OF MAPS
TIMOTHY SCHWAB
ANNA ZAMORANOS
Garden of Eden
Revealed: 7" x 10"
APOCRYPHA
Wisdom of SOLOMON
The Book of TOBIT
Apocrypha: Vol. 2:
7" x 10"
REST
The Case For Sabbath
Bible Proof No Theologian Can Dispute And Every Believer Should Know
TIMOTHY SCHWAB
ANNA ZAMORANOS
REST: Sabbath:
6" x 9" Paperback
the GOD culture יהוה
YouTube The God Culture
The God Culture - Original
www.OphirInstitute.com

Paunahan ni Lisa George, BEd, MSCP

Mas maraming paghihirap ang dinanas ng mga mamamayan ng Pilipinas bilang isang buong kultura kaysa sa iba pa sa lupa. Ito ay kasama ng kaalamang ito, at pagsaksi sa kanilang mga pakikibaka first hand, na iginuhit ang aming interes sa pananaliksik ng kanilang mga pinagmulan bago ang pagdating ang mga Espanyol sa sinaunang kapuluan. Walang ibang pambansang grupo ang lumawak sa naninirahan nang mapayapa sa bawat bansa, madalas na nagtatrabaho sa ibang bansa sa mababang uri at matrabaho mga hanapbuhay na umaasa sa mga kanluranin, ngunit maliit ang binabayaran para sa kanilang mapagkaibigang serbisyo.

Sa Hawaii, libu-libong Pilipino ang orihinal na bahagi ng organisadong paggawa ng alipin mga kampo, na binuo at ni-recruit ng Dole, Del Monte, at mga kumpanya ng C & H, nang direkta mula sa kanilang sariling bansa, at sumakay sa mga barko na nag-aalok ng libreng paglalakbay at tuluyan para sa mga nagiisa, malusog na lalaki. Sila ay nanirahan sa maliliit na barung-barong sa loob ng mga kampo, sa Oahu, Maui, at Kauai, at ang kanilang suweldo ay humigit-kumulang sampung sentimo kada araw para sa matrabahong larangan gawain sa pagtatanim,pagdidilig, pag-aani, at pagproseso ng sariwang pinya at tubo. Ang mga migranteng manggagawang ito ay nag-ipon ng kaunting pera na kaya nila, at nagpadala ng malakingbahagi ng kanilang mga suweldo sa kanilang mga pamilya pabalik sa Pilipinas. Ang karamihan ng ang mga manggagawang ito ay mula sa Ilocos Norte, Luzon, at kalaunan ay magdadala ng kanilang mga pamilya na manirahan din sa Hawaii, kadalasang pinapalawak ang kanilang paglalakbay at trabaho upang isama mga larangan ng agrikultura sa California. Hindi lihim na ang mga Pilipino ay may mahusay na kasanayan sa nag-aalaga sa mga halaman.

Nakabisita na kami ng mahigit isang daang dayuhang bansa sa pamamagitan ng cruise ship noong nakaraan dalawang dekada, at nakatagpo ng mga Pilipinong nagtatrabaho sa bawat isa sa kanila. sila ay ang mga waiter, chef, at housekeeping staff na nakasakay sa araw, at ang entertainment crew sa gabi. Sila ang staff ng restaurant at hotel, ang tawag center voices, ang mga tagapag-alaga para sa mga bata, matatanda at may kapansanan. Ang kanilang pagtanggap, Ang mga magagandang ngiti at palakaibigang disposisyon ay nagpapahusay sa kanilang mga personalidad mga posisyong ito.

Matapos mamuhay sa isang pamilyang Pilipino sa halos buong buhay ko, natuto akong magpahalaga ang kaligtasan at katatagan sa loob ng kanilang mga yunit ng pamilya na kulang sa karaniwang USA mga pamilya. Sa halip na paalisin ang kanilang mga anak kapag nasa hustong gulang, niyakap ang kanilang mga young adult, na nagbibigay ng walang-renta na pamumuhay sa isang karagdagang tahanan, na matatagpuan sa loob ng compound ng pamilya, hanggang sa nakaipon ng sapat na pera ang mga batang mag-asawa para magbigay ng sariling tirahan at pagkain.

Nakakaaliw malaman na kung naging ako rin may sakit sa trabaho, o nag-aalaga sa aking bahay o mga anak, na hindi namin kailangang tumira sa kalye, bilang bahagi ng pamilyang Pilipino. Bihira nilang ipadala ang kanilang mga matatanda upang manirahan sa isang matanda pangangalaga sa bahay; sa halip, sila ang mga tagapag-alaga ng maraming matatanda at foster home na nakatrabaho ko dito sa Hawaii. Ang kanilang mga kaugalian ay tila biblikal, at ako ay hindi maunawaan kung bakit hanggang kamakailan lamang.

Noong 2018, sa isang partikular na broadcast ng isang malaking channel sa Youtube na dati naming ginagawa enjoy, inilarawan ng host ang isang pamilyar na kuwento ng mga pantas na naglakbay mula sa Silangan sa Bethlehem, upang makita ang pinakahihintay na Mesiyas. Ang pagkakaroon ng isang sarcastic na tono, ang host binanggit din ang ilang kamakailang katawa-tawang pananaliksik ng isa pang ministeryo sa Youtube, na sinasabing nagpapatunay na ang mga haring ito ay naglakbay mula sa Pilipinas patungong Israel, kung saan Ipinanganak ang Mesiyas. Umupo ako ng tuwid at hiniling sa aking asawang Pilipino na i-rewind ang video, upang mapansin namin kung saan matatagpuan ang impormasyong ito. Kami agad hinanap ang katawa-tawang channel, at natisod sae *The God Culture.*

Mula noong araw na iyon, nanood na kami ng daan-daang mga video ng TGC, basahin ang bawat isa sa kanilang nai-publish na mga gawa, binili ang kanilang mga sinulat para sa mga kaibigan at pamilya, at nagsagawa ng sariling pananaliksik sa kasaysayan ng Pilipinas. Nakarating na kami sa parehong mga konklusyon bilang *The God Culture* team, na nagpapatunay na ang kanilang pananaliksik ay talagang HINDI katawa-tawa. Nanalangin kami para sa higit pang katotohanan na maihayag mula noon, at si Yah ay tapat.

Noong nakaraang taon, kami ay ipinakilala sa isang hindi kilalang maliit na libro na naging patas kamakailang isinalin sa Ingles ni Brent Landau, *Revelation of the Magi.* Kaibigan natin at may-akda, si Zen Garcia, isang awtoridad sa mga sinaunang kasulatan, ay nagbahagi ng isang buod bersyon nito sa amin, at agad naming nalaman na ang libro ay magiging kahanga-hanga karagdagan sa pananaliksik na ginawa ng *The God Culture.* Gamit ang dating kaalaman ng pinagmulan ng mga Hari ng Silangan, madaling mapagtanto na ang Magi ay isa at ang parehong mga banal na lalaki na naglakbay sa Bethlehem. Sa aming pinakahuling pagbisita sa Pilipinas, na tinatawag naming Ophir, Sheba, at Tarshish, nagdala ako ng kopya ng Revelation of the Magi para ibahagi sa The God Culture koponan ng personal, upang magkaroon sila ng higit pang ebidensya para sa mahusay pananaliksik na natuklasan na nila. . Ito ay isang kamangha-manghang paglalakbay upang simulan, dahil nakadalo kami sa isang malaking kumperensya, nakilala ang koponan, at nakabiyahe sa ang Bundok ng Silangan, ang Bundok Hibok Hibok, ang ating sarili. Nagpapasalamat tayo sa Kataas-taasan para sa patuloy na pagtupad ng propesiya sa mga huling panahon, habang ginalugad natin ang sinaunang ito lupain, gaya ng inilarawan sa Daniel 12:4, "Marami ang maglalakbay pabalik-balik (bilang mga marinero sa dagat), at ang kaalaman ay lalago (sa mga huling araw)." (Concordance ni Strong)

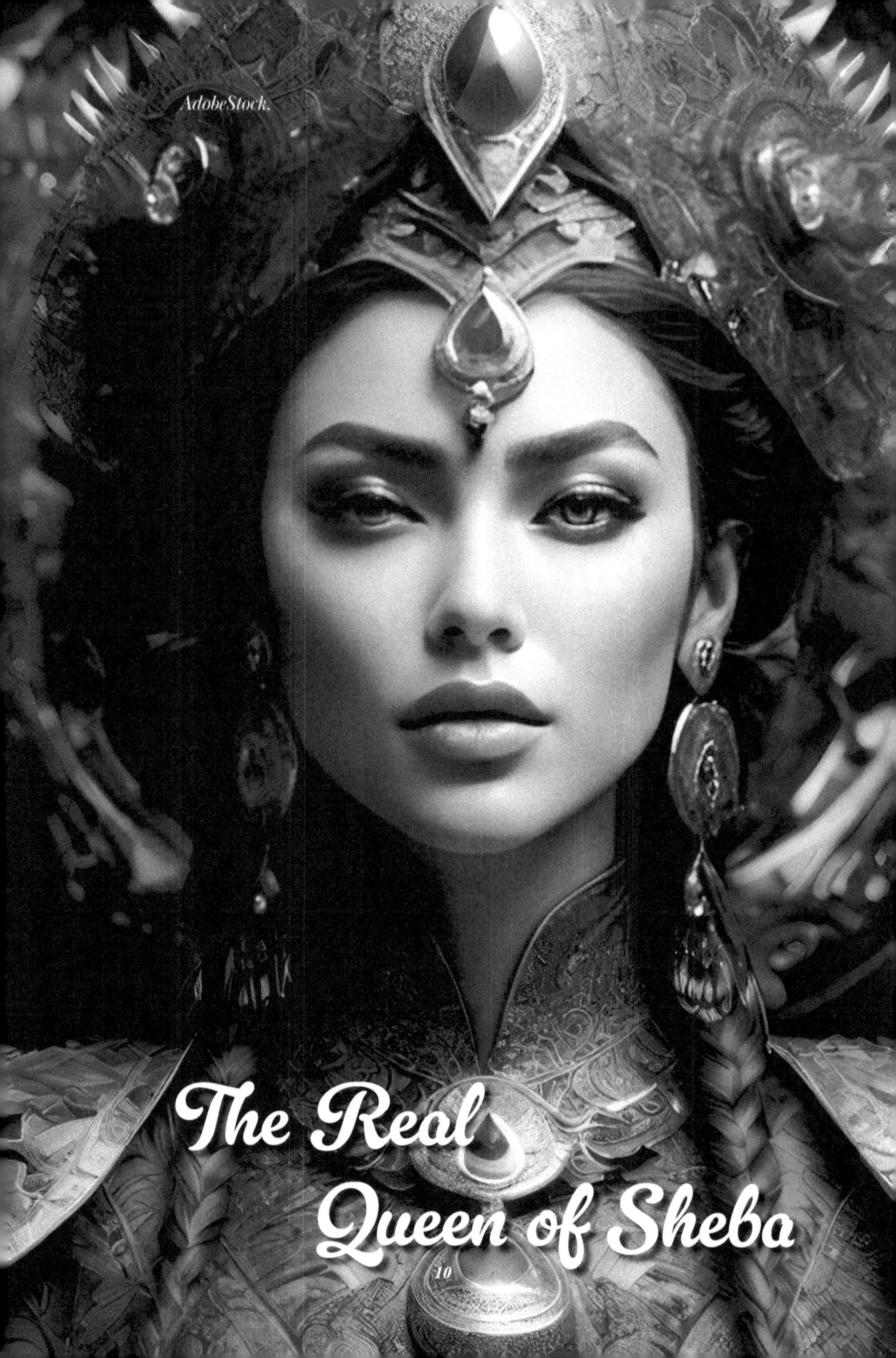
AdobeStock.

The Real Queen of Sheba

Pagpapakilala KILALANG LOKASYON NG OPHIR, SHEBA, TARSHISH, AT ANG HARDIN NG EDEN

Noong 2017, inilabas ng *The God Culture* ang viral nitong *Solomon's Gold Series* sa YouTube, sinusundan ng dalawang internasyonal na libro, na nagdodokumento sa posisyong ito sa pananaliksik, din sinusuportahan ng isang 300-pahinang Sourcebook. Habang lumalalim ang pag-aaral, natagpuan nila ang Ebanghelyo ni Mateo ay hindi lamang ang pinagmulan ng Bibliya ng ulat ng mga Mago. sa halip, Binigyan tayo ni Haring David ng heograpiya ng mga Haring ito, na nakadokumento na sila ay, sa totoo lang, Kings kahit. Bawat taon, sa panahon ng Pasko, nakakakita kami ng mga artikulo at nakikinig mga sermon na hindi napapansin ang mga katotohanang ito sa Bibliya, sa kamangmangan sa kasulatan. Ang mga iyon ay hindi mga posisyon sa Bibliya.

Ang pag-unawa na ito ay hindi bago, ngunit isang sinaunang pananaw, na kilala sa libu-libo taon, na hindi dapat mawala. Ang isa ay magpupumilit na makahanap ng isang solong iskolar na kahit alam ang katotohanang ito, maliban kung sila ay isang manonood o mambabasa ng mga posisyon ng *The God Culture*. Gayunpaman, noong nagsagawa kami ng kumperensya sa Davao City, Pilipinas noong 2024, dumating ang mga kaibigan mula sa Hawaii na may dalang aklat, na ni-review sa Zen Garcia sa U.S. radio at social media program, na nagpatibay sa mga natuklasang ito sa hindi kapani-paniwalang lakas. Bagama't ang mga kilalang Haring ito ay nagsimula sa kanilang paglalakbay mula sa Pilipinas na hindi mapag-aalinlanganan sa kasulatan, nasa atin na ngayon, a kamakailang pagsasalin sa Ingles ng isang dokumento sa Vatican Library na lubos na nagpapatunay dito paghahayag. Ito ay hindi isang fragment at hindi maliit.

Ayon sa tagasalin, ***Revelation of the Magi (RoTM)***, mula sa Aklatan ng Vatican ay napetsahan noong ikalawang siglo A.D. Ito ay kamakailang isinalin sa English sa unang pagkakataon, mula sa Syriac na wika, at inilathala ni HarperCollins Publishers noong 2010. Ang monumental na dokumentong ito ay isinalin at inilabas ni Brent Landau sa tulong ng maraming Harvard, Cambridge at iba pa mga propesor sa unibersidad. Kahit na hindi isang tiyak na petsa, pinatunayan ng Landau ang dokumentong ito umiral nang hindi bababa sa bago ang 500 A.D., na talagang lahat ng kailangang malaman. Ito Nangangahulugan ito na nauna sa Katolikong alamat ng Caspar, Melchior, at Balthasar bilang huwad, gawa-gawang pangalan gayundin ang huwad na salaysay ng kanilang pagmula sa Persia, Arabia, at India gaya ng inaangkin pa rin sa kamangmangan. Ang sulat na ito ay naglilista ng kanilang mga pangalan bilang pati na rin ang kanilang lupang pinagmulan, at walang tumutugma sa mas bagong alamat. Ito ay hindi Bibliya sa katunayan, ngunit labag sa itinuturo ng Bibliya, at itinatago ang kanilang rehiyon ng mga ninuno ng Magi. Ang mga mapanlinlang na pangalan na ito ay hindi dapat ulitin ng alinmang simbahan.

Alam ng Simbahang Katoliko na ang alamat na ito ay hindi totoo mula pa sa simula nito, na sumasakop up ang tunay na lupain para sa ilang tila hindi magandang dahilan. Bakit ayaw nila para malaman natin ang mga Wise Men ay nagmula sa Pilipinas? Dahil ba nasakop nila rehiyong iyon, na nagnanakaw ng mga mapagkukunan nito sa loob ng maraming siglo? Alam nating lahat na ang Espanya ay bahagi ng Banal na Imperyong Romano, tulad ng Estados Unidos, na mananakop sa Pilipinas pagkatapos nun. Ang Treaty of Paris of 1783 ay nilinaw na ang Hari ng England at ang United States of America, gayon din ang Arch-Treasurer at Prince Elector para sa Banal na Imperyong Romano, sa pangunguna ng Papa, sa huli.[1] Ang ibig sabihin ba nito ay ang Simbahang Katoliko Alam niyang ninanakaw nito ang parehong mga mapagkukunan mula sa parehong lupain ng 3 Hari, na nagkataon ding ang lupain sa ibabaw ng Halamanan ng Eden, maging ayon sa itong dokumento sa Vatican Library? O kahit na mas malaki, ito ay magsasakdal sa Katoliko Simbahan bilang hindi aktwal na nagdadala kay Hesus (Yahusha) sa Pilipinas, ngunit pinipigilan ang orihinal, tunay na relihiyon sa Bibliya ng isang lupain na konektado sa kaugnayan sa Kanya para sa hindi bababa sa 1,500 taon bago? Sinasagot ng dokumentong ito ng Vatican ang tanong na iyon sa sang-ayon. Ano ang sinasabi nito sa Relihiyong Katoliko, kapag pinipiga nito ang aktwal pagsasagawa ng Bibliya at pinapalitan ito bilang isang malinaw na huwad? Well, tiyak na hindi namin gagawin asahan o hilingin ang pag-endorso ng Papa sa pananaliksik na ito. Gayunpaman, patunayan ang lahat mga bagay at panghawakan ang mabuti *(1 Th. 5:21).*

Hindi ito nakakagulat, dahil ayaw nilang malaman natin ang lupain ng Ophir, Sheba, Ang Tarsis at ang Hardin ng Eden ay natagpuan din sa Pilipinas nang higit 6,000 taon ng wastong kasaysayan at heograpiya. Kasama dito ang sikat na mapa ng Cosmas ang Indian Voyager, isang Katolikong monghe at manlalakbay na mangangalakal na nag-mapa ng Paraiso *(Hardin ng Eden)* sa Pilipinas noong 550 A.D.[2] sa kanyang aklat na Christian Topography *[p. 14]*. Ang mapang ito ay na-catalog at kilala sa Vatican Library, St. Catherine Monastery sa Sinai, at Laurenziana Library sa Florence nang higit sa 1,000 taon.

Sa kanyang nakasulat na mga direksyon, tinukoy ni Cosmas ang mapa bilang isa ay lalabas sa Indian Karagatan at mag-hang sa kaliwa, na may Hardin ng Eden sa kanan. Ang isa ay hindi iskolar kapag hindi nila alam ang mga pangunahing direksyon; na ang labasan ay nasa Malay Peninsula, at ang isa ay lumiliko sa Hilaga patungo sa South China Sea mula doon. Ang mga isla sa Silangan ng na kilala bilang arkipelago ng Pilipinas; huwag tayong magpanggap na alam nila ang kanilang kaliwa mula kanan, kahit. Ang mga direksyong iyon ay pinagtibay din sa ***Revelation of the Magi.***

---

[1] *Facsimile of Original Treaty of Paris 1783 mula sa U.S. Senate ay maaaring i-download sa: www.senate.gov/artandhistory/history/resources/pdf/TreatyofParis1783.pdf.*

[2] *Lahat ng mapa sa buong kulay, mataas na resolution sa Garden of Eden Revealed: The Book of Maps. Schwab/Zamoranos. 2024. www.OphirInstitute.com.*

Ang kilalang Katoliko, si Isidore ng Seville ay nag-alay ng maraming heograpiya sa kanyang mga talaan. Ang kanyang 600 A.D. na mapa[2] ay tumutukoy sa Paradise *(Hardin ng Eden)* sa Pilipinas sa timog-silangan ng Seriess, na siyang South China *[p. 15]*. Tylos o Thilis, ang Isle of Pearl ay nasa parehong rehiyon, na nagpapatunay na Palawan. Ito ay nakalilito na ang sinumang tumatawag sa kanilang sarili akademikong pakikibaka sa iyon. Ang Chryse at Argyre ay mga isla sa parehong arkipelago muli. Ito ay isang karaniwang tema sa buong kasaysayan, ngunit hindi nakuha ng karamihan sa mga PhD na hindi kailanman nagsagawa ng tunay na pananaliksik sa paksang ito.

Noong 650 A.D., ang Italian Ravenna Map[2] *[p. 16]* din ang label sa malaking isla ng Pilipinas Timog-silangan ng Tsina sa South China Sea bilang "Paraiso" kasama ng mga pulo ng Chryse *(Griyego para sa Ophir)* at Argyre *(Griyego para sa Tarshish)* na malapit sa parehong kapuluan ng Pilipinas ang tawag natin ngayon. Alam ng kasaysayan ng Katoliko na hindi ito isang misteryo.

Ang Catholic Beatus ng Liébana, isang Espanyol na monghe, teologo, at may-akda na nilikha ang isang pananaw sa pagmamapa na nagpatuloy sa loob ng maraming siglo. Ang paglalathala noong 800 A.D ay kasama sa pahina 17.2 Sa Halamanan ng Eden Nahayag: Ang Aklat ng mga Mapa,[2] mayroong ilang para sa pagsusuri, kabilang ang isang 787 A.D. na mapa[2] mula sa Espanyol na monghe, na napanatili sa Monastery of Silos mula noong 1109. Ito ay matatagpuan ang Paradise, Chryse at Argyre sa lugar ng Pilipinas. Ito ay hindi palaisipan sa paradigma ng Katoliko. Ang isang katulad na pananaw ay matatagpuan sa mga mapa sa 970, 975, 1047, 1086, 1175, 1185, 1220 at higit pa.[2]

Ang pag-iisip na ito ay hindi na bago sa ikaanim na siglo, ngunit isang pagpapatuloy ng heograpiyang itinakda sa 1 Enoch *[p. 120]*, Jubilees *[p. 118]*, at Mga Salita ng Arkanghel Michael *[p. 121]* na matatagpuan sa Dead Sea Scrolls, na lahat ay pinagsama-sama Genesis 2, at tumulong sa pagpapaliwanag nito, ayon sa nararapat. Tinukoy pa ni Enoch ang Pitong Bundok ng Eden, na kahanay ng pitong isla ng Visayas, Pilipinas sa heyograpikong oryentasyon at sa kanyang mga paglalarawan sa mapagkukunan. Siyempre, Genesis 2 tinukoy ang lupaing ito ng Havilah kung saan naninirahan sina Adan at Havah *(Eba)* sa pamamagitan ng tatlong mapagkukunan (Nangunguna ang Pilipinas sa mundo sa kasaysayan sa lahat ng tatlo); ginto, perlas at onyx bato. Ang fragment mula sa Arkanghel Michael ay tumutukoy sa paglipat na ito ng banal mga anak ni Joktan, kasama sina Ophir, Sheba at Havila, hanggang sa Siyam na Bundok ng Eden, na magdadagdag ng Luzon at Mindanao. Nagbibigay din ito ng heograpiyang angkop sa buong Pilipinas, kasama na ang pagbanggit sa lugar na tinitirhan ni Gabriel sa lupa. Ito ay nakumpirma sa 1 Enoc bilang ang Halamanan ng Eden *[1En. 20]*.

Enoch and Michael were eyewitness observers. Sina Enoc at Michael ay mga nakasaksing tagamasid. Walang modernong iskolar. Maaari silang subukang hamakin ang mga tekstong iyon, tulad ng pag-atake ng ilan sa Pahayag ng mga

Magi. Gayunpaman, sinusuri ng mga aklat na ito bilang wasto at mahalaga, hindi alintana kung ang isa ay mag-induct sila sa kanilang kanon ng Bibliya. Ang mga ito ay wastong kasaysayan bilang katotohanan, at ang kanilang katumpakan ay nakumpirma sa maraming paraan, na siyang pinakadakilang pamantayan ng katotohanan.

Nag-aalok ang mga Greek ng mga marker para sa lupain ng Chryse *(Gold of Ophir and the Garden)* sa loob ng 800 o higit pang mga taon ng kanilang Imperyo, dahil minana nila ang ruta ng mga barko ng Si Tarsis, na isang Griyego. Ang pag-iisip na ito ay humantong sa pananaw ng T-O Map, kung saan Ang Paradise ay matatagpuan sa pamamagitan ng Tropic of Cancer sa Silangan ng mainland Asia.[2] Iyon Pinatunayan na ang Pilipinas, dahil ito ay kilala sa buong panahon ng exegesis ng Bibliya.

Patuloy itong naunawaan noong 43 A.D. ni Pomponius Mela [p. 85],[2] isang Romano na nag-ingat sa rutang iyon mula sa "mga lumang manunulat" ng Greece, sa sarili niyang mga salita. Ang kanyang gawain ay ginamit, hanggang sa hindi bababa sa taong 1500 at higit pa.[2] Gaya ng unang pagkakakilanlan sa heograpiya at siyentipiko sa Genesis 2, ito mismo ang inaasahan ng isa. Noong 50 A.D., The Periplus of the Erythraean Sea *[p. 86]*[2] Pareho ang 2 tinutukoy. Noong 90 A.D., binigyang-kahulugan ni Josephus[2] ang Hebreo sa Genesis 2 upang basahin na ang Hardin ay nakatanim sa Silangan. Naunawaan ni Josephus at ng iba pa na ang Israel ay hindi ang Silangan ang pananaw ng Bibliya. Karamihan sa Bibliya ay isinulat sa Israel, at ito ay tiyak isang katawa-tawang panukala na ang isang pagsulat sa Israel ay nangangahulugang ang lupain ng Israel, noong tinukoy nila ang Harding nakatanim sa Silangan. Ang salitang Latin na ginamit ay Orient dahil ito ay ang Malayong Silangan.

Pinagtibay ito ni Dyonisius the Tourist noong 124 A.D. *[p. 87]*[2] gaya ng ginawa ng iskolar ng Aprika, Lucius Caecilius Firmianus Lactantius,[2] na sumulat ng ***Divine Institutes*** noong 310 A.D. Siya tinukoy ang Halamanan ng Eden sa mga rehiyon ng Silangan *(2.13)* na nangangahulugang Malayong Silangan. Ang tunay na tanong ay: Sino ang nawalan ng Lupain ng Ginto at Halamanan ng Eden? Ganun din inalis ng mga iskolar ang Magi at nakalimutan kung saan sila nanggaling; gayon pa man, ito ay kilala.

Ang tunay na tanong ay: Sino ang nawalan ng Lupain ng Ginto at Halamanan ng Eden? Ganun din inalis ng mga iskolar ang Magi at nakalimutan kung saan sila nanggaling; gayon pa man, ito ay kilala. Alam ng Vatican na nasa Pilipinas ang Hardin ng Eden, kaya naman inaprubahan nito ang pagpapadala ng mga explorer,

---

[1] "Magellan's voyage around the world; three contemporary accounts [by] Antonio Pigafetta, Maximilian of Transylvania [and] Gaspar Correa." Charles E. Nowell, Northwestern University Press, 1962. p. 21-22. [2] Garden of Eden Revealed: The Book of Maps. Schwab/Zamoranos. 2024. www.OphirInstitute.com. [3] "Katie Taylor, 'A brief history of globes' University of Cambridge, Whipple Museum of the History of Science. University of Cambridge, 2009.

gaya nina Columbus at Magellan, upang hanapin ang mga sikat na islang ito sa Pilipinas.[2] Ang kanilang mga journal at tala ay nagpapatunay na sila ay naghahanap ng Lupain ng Ginto ni Haring Solomon na kilala bilang Ophir *(Chryse sa Griyego)* at Tarshish *(Argyre sa Griyego)* gayundin ang Hardin ng Eden sa parehong rehiyon.[2] Tinutumbas pa ni Columbus ang Chinese na pangalan ng Isles of Gold, na iniulat ni Marco Polo bilang Zipangu, bilang ang mismong pag-iral ng Ophir. Sinundan niya ang mga mapa, at malamang lumikha ng kanyang sarili, na tinutukoy ang mga ito sa Pilipinas.[2] Ang Pambansang Aklatan ng Pinag-aralan ng France ang 1490 Columbus Map na iyon nang mga tatlumpung taon bago nagtapos at ang pagpapatunay nito ay gawa ng magkakapatid na Columbus noong 1490 *[p. 18]*.[2]

Siyempre, ito ay pinatunayan din sa dalawang mapa na ginamit[2] ni Columbus upang i-plot ang kanyang kurso para sa Pilipinas, ayon sa kanyang sariling mga salita sa kanyang journal, bilang Ophir, Tarsis, at ang Halamanan ng Eden. Kabilang dito ang unang mapa ng globo ng mundo kailanman nilikha–ang 1492 Portuges na kinomisyon ng pamahalaan na Behaim Globe[p. 23].[2] Kahit na Aleman sa kapanganakan, si Behaim ay nanirahan sa Portugal noong panahong iyon at noon inupahan upang itayo ang globo na ito ni Haring João ng Portuges, ayon kay Cambridge University's Whipple Museum of History.[3] Nagtaas siya ng karagdagang pondo mula sa kanya sariling bansa sa kanyang tatlong taong pananatili doon, ngunit kasama sa mapa na ito ang Portuges data ng pagsaliksik ng pamahalaan, na kumakatawan sa posisyon at talaan ng pamahalaan.

Ang pangalawa ay isang 1474 na Mapa ni Paolo Dal Pozzo Toscanelli [p. 22],[2] isang Katoliko mathematician, astronomer, at cosmographer mula sa Florence *(ayon kay Catholic.com)*. Ang mga ito ay parehong may tatak na Chryse at Zipangu bilang mahalagang Luzon Island ang Pilipinas, timog-silangan ng Tsina, Silangan ng Indochina, at Hilagang-silangan ng Borneo. Sa Behaim Globe, Mindanao, Pilipinas ay may label na Argyre, ang pangalang Griyego para sa Ang Tarsis, gaya ng lupain ng pilak. Isinama niya ang Thilis, ang sinaunang pangalan para sa Isle of Pearl, na kung saan ay mahalagang Palawan, na ipinagmamalaki pa rin ang pinakamalaking perlas sa Earth sa araw na ito. Sinumang tumatawag sa kanilang sarili bilang isang iskolar, o kahit isang kartograpo, na hindi Alam na ito ang Pilipinas, dapat maging isang tanga. Tiyak, hindi nila mabasa ang isang mapa kung hindi nila magawang tapusin ang ganoon.

Ito ay isinulat pa sa mga kontrata ng Hari ng Espanya, bilang isang emisaryo ng Pope, tulad ng pagkuha kay Sebastian Cabot noong 1525,[1] kung saan alam ng Hari na siya ay naroon hindi naninirahan sa Tarshish, anuman ang hindi marunong bumasa at sumulat na Rabbi babble na sinundan sa modernong scholarship. Alam ng Espanya na hindi ito Tarshish. Ang kontratang ito para sa pag-upa ay matatag na matatagpuan ang Ophir at Tarshish Hilaga ng Indonesia at Timog ng Tsina sa isang nakasulat na pamahalaang dokumento. Ang Spanish Government Document No. 98 ay nagbibigay pa nga ng mga detalye, na kapag nakamapa, nakarating din sa Pilipinas bilang Ophir at Lequios, gayundin ang Tarsis, makatarungan tulad ng natuklasan nina Columbus at Magellan sa kanilang pananaliksik. Mga mananalaysay, gaya ni Ama Francisco Colin, patuloy na sumangguni. sa Pilipinas bilang Ophir at Tarshish.

"At totoo nga, at ang pangunahing nanirahan sa mga kapuluan na ito [Pilipinas] ay Si Tarsis, anak ni Javan, kasama ang kanyang mga kapatid, gayundin sina Ophir at Hevilat (Havilah/Hawilat) ng India, makikita natin sa ikasampung kabanata ng Genesis..." –Padre Francisco Colin,, 1663 [1]

Sa katunayan, ang iba pang mga Katolikong iskolar ay nagsalaysay ng gayon din, gaya ni António Galvão, na ang akda ay nailathala sa Ingles noong 1601.[2] Nagsilbi si Galvão bilang Gobernador at Kapitan sa Holy Roman Empire. Bago ang 1627, Dominican Gregorio Garcia ng isinulat ng Catholic Order ang Pilipinas bilang Ophir at Tarshish.[3] Kahit isang dating Punong Ministro ng Pilipinas, na isa ring makata at nobelista, si Pedro Alejandro Paterno y de Vera Ignacio, naitala noong 1891 na ang Pilipinas ay Ophir.[4] Siya ay iginawad din ang Order of Isabella the Catholic noong 1893, at siya ang unang Pilipino Direktor ng Museo Biblioteca de Filipinas, ang Pambansang Aklatan. Ang mga ito ay ngunit ang ilang mga halimbawa na alam ng Simbahang Katoliko na ang Pilipinas ay ito Sinaunang Lupain ng Ginto, Halamanan ng Eden, at tahanan ng mga Mago. Anumang claim ito ay kailanman ang isang aktwal na misteryo ay hindi marunong bumasa at sumulat sa kasaysayan.

Tulad ng hinihiling ng ilang arkeolohiya mula sa sinaunang pagmimina ng ginto, na nangangailangan ng hindi kagamitan na mag-iiwan ng archaeological signature,[5] huwag tayong magkunwari sila ay kumikilos nang lohikal, o kahit na bilang matatanda. Ang application ay ginto, at ang Pilipinas ay nagra-rank ng pangalawa sa hindi pa nagamit na mga deposito ng ginto sa lupa,[6] at numero 1 sa kasaysayan. Ang South Africa ay napakabago sa gold arena, hindi man lang nagkaroon ng gold rush hanggang 1886.[1] Ang pag-aaral na binanggit namin ay hindi produksyon ng ginto, (na walang kabuluhan), ngunit sa halip ang aktwal na ginto sa lupa. Kahit na ang China ay isang pangunahing tagagawa ng ginto, sa higit sa 30 beses ang laki ng Pilipinas, mayroon pa rin itong mas kaunting ginto sa lupa kaysa sa Pilipinas. Hindi yan paligsahan.

Gayunpaman, ang mga deposito ng gintong alluvial ay tumutukoy sa sinaunang salaysay na walang moderno kagamitan. Ang malalaking deposito ay dapat na umiiral sa mga islang ito ng unang panahon, kaya naman Ang South Africa, (na hindi mga isla at umiiral sa teritoryo ni Ham) ay maling nabigo sa naturang mabilis na.Sa katunayan, ang Land of Gold ay naidokumento ni Pomponius Mela *(43 A.D.)*[2] at Solinus *(300 A.D.)*[3] upang magkaroon ng ginto at pilak na literal sa lupa nito. (hindi sa mga bundok), at ang Hari ng Butuan ay nagdala ng isang malaking gintong nugget kay Magellan na nakuha niya sa simpleng paghahanap sa lupa.4 Nakadokumento ang kasaganaan sa lahat ng mga sulatin ng Espanyol sa Ika-16 at ika-17 siglo. Ang mga lokal, oral legend sa Pilipinas ay nagdetalye din ng ganyan.

Sa wakas, ang Haring ito ng Butuan ay nagyabang din ng kanyang palasyong ginto, na angkop kay Marco Polo account ng Zipangu, na hindi kailanman naging Japan.[4] Kahit na ang mga kolonyalista pinalitan ng pangalan ang bansang iyon sa pandaraya, dahil tinatawag pa rin nito ang sarili nitong Nippon/Nihon. Ang mga Isla ng ginto ay dapat na Timog-silangang bahagi ng Timog Tsina, at ang Pilipinas lamang ang may yaman nabanggit sa lupaing ito, hindi Japan.[5] Maging ang mga alamat ng kanibal ay nananatili sa Zipangu, at Ang Japan ay walang ganoong alamat, habang ang Pilipinas ay marami, kahit na talaan ng mga Chinese.[5] Iyon ay isa pang ganap na hindi pang-akademikong posisyon na madaling maalis tunay na pagsusuri.

Ang Reyna ng Sheba mula sa Pilipinas

Gayundin, ang kapanganakan ng Reyna ng Sheba, na nagdala ng ginto at iba pang mga regalo kay Solomon, ay napakahusay na napanatili sa banal na kasulatan. Gayunpaman, ang kabuuan ng modernong Karaniwang pinaniniwalaan ng iskolar na nagmula siya sa Ethiopia, dahil nakalimutan nila doon ay dalawang Shebas sa Genesis 10. Hindi nila pinapansin ang isa at tinatawag ang iskolarship na iyon, ginagawa namin hindi. Nangangailangan ito ng hindi pinag-aralan na pananaw, o hindi bababa sa maling paaralan, na hindi kailanman siniyasat maging ang mga pangunahing kaalaman ng kanyang kuwento. Ang maharlikang ito ay dumating kay Solomon pagkatapos marinig tungkol sa kanyang karunungan at sa pangalan ng Kanyang Elohim sa sariling lupain ng Ophir *(Genesis 10:1, 6)*. Ang kanyang kuwento ay isang pagpapatuloy ng pagtatayo ni Solomon ng hukbong-dagat sa Dagat na Pula *(1Hari 9:26)*. Pumunta sila sa Ophir upang kumuha ng ginto at mga mapagkukunan *(9:28)*. At pagkatapos, ang Reyna ng Sheba ay nakarinig mula kanino *(10:1)?* Siya ay binisita ng hukbong-dagat ni Solomon sa Ophir *(9:28)* bilang iyon ay si Sheba mula kay Shem *(10:25-30)*, hindi kailanman si Ham. Siya ay dapat na mula sa pamilya ni Ophir, at Ophir ang susi. Mayroon lamang isang Ophir sa lahat ng kasulatan *(10:25-30)*, at siya ay supling ni Shem, na lumipat kasama ng kanyang

---

[1] Department of Archeology, University of Cape Town Rondebosch 7701. By Duncan Miller, Nirdev Desai & Julia Lee-Thorp. South Africa Archeology Society Doodwin Series 8, 91-99, 2000. University of the Witwatersrand, Johannesburg. p. 1-2. [2] "Pomponius Mela, Chorographia Bk II, from Pomponius Mela's Description of the World." Translated by Frank E. Romer. University of Michigan Press. 1998. Sections 3.67-3.71. [3] Solinus, Polyhistor, 52.17 -ca. 300 CE. [4] "The First Voyage Round the World by Antonio Pigafetta." 1522, translated by Lord Stanley of Alderley. p. 40, 110, & 114. "Magellan's Voyage Around the World By Antonio Pigafetta" By James Alexander Robertson. Vol. 1. U.S. 1906. pp. 111, 117-119. [5] All maps in full color, high resolution in Garden of Eden Revealed: The Book of Maps. Schwab/Zamoranos. 2024. www.OphirInstitute.com.

A map of the world by Cosmas Indicopleustes "Indian Voyager" in a medieval manuscript of the "Christian Topography": Rome, Biblioteca Apostolica Vaticana, Vat. gr. 699, fol. 40v. Wikimedia Commons. Public Domain. Randall wrote that Cosmas "had great popularity among even the educated till the twelfth century." See John Herman Randall, Jr., The Making of the Modern Mind: A Survey of the Intellectual Background of the Present Age (Boston: Houghton Mifflin, 1926), 23.

THE BIBLE ONCE INCLUDED AN ACCURATE MAP TO THE GARDEN OF EDEN IN THE PHILIPPINES! COSMAS' MAP OF THE EARTH ONCE APPEARED IN THE CODEX SINAITICUS GRAECUS 1186, FOL. 66V NOW AT ST. KATHERINE'S MONASTERY, SINAI.

Cosmas was likely an eyewitness observer to the areas of Southeast Asia as he pictures "The hog-deer I have both seen and eaten." In Greek, this is χοιρέλαφον: babyrousa. babi is the Malay and Indonesian word for 'pig' and rusa means 'deer'. This genus of pigs is present only in the Indonesian islands of Sulawesi, Lembeh, Sula, Malenge and Buru. The Garden is beyond there to the Northeast in the Philippines. Those claiming he did not have knowledge that far cannot read. This was not the Indian variety!

Cosmas illustration of the pig-deer he saw and ate. The Indian hog-deer looks like a deer.

Babyrousa togeanensis from Indonesia. Wikimedia Commons. Public Domain.

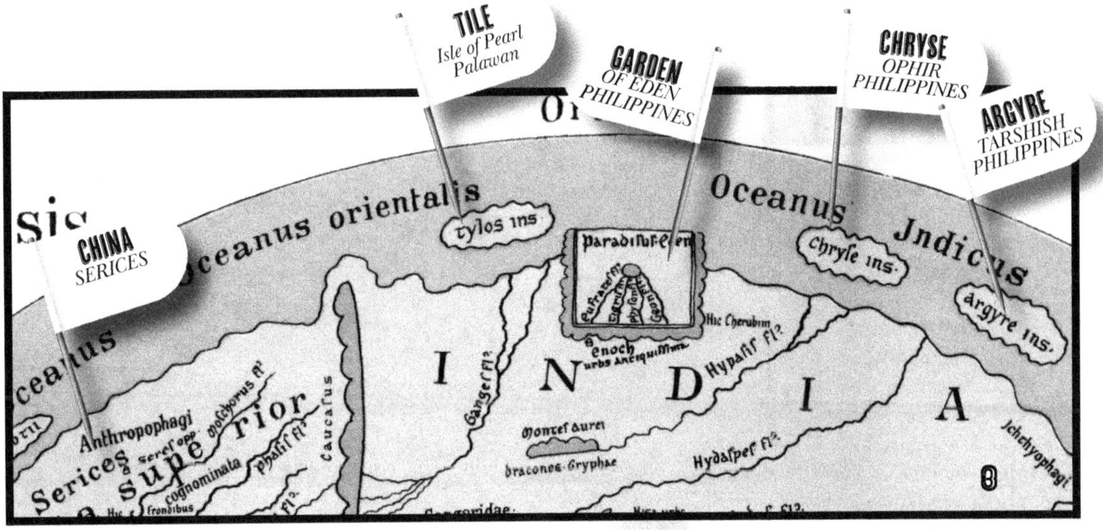

Miller Mappaemundi VI.
Taf. 2.

Weltkarte des Isidor von Sevilla. Mappae Mundi Bd. Vi. "Rekonstruierte Karten." Reconstructed in 1898 by Dr. Konrad Miller. [3]

650 A.D.
RAVENNA MAP

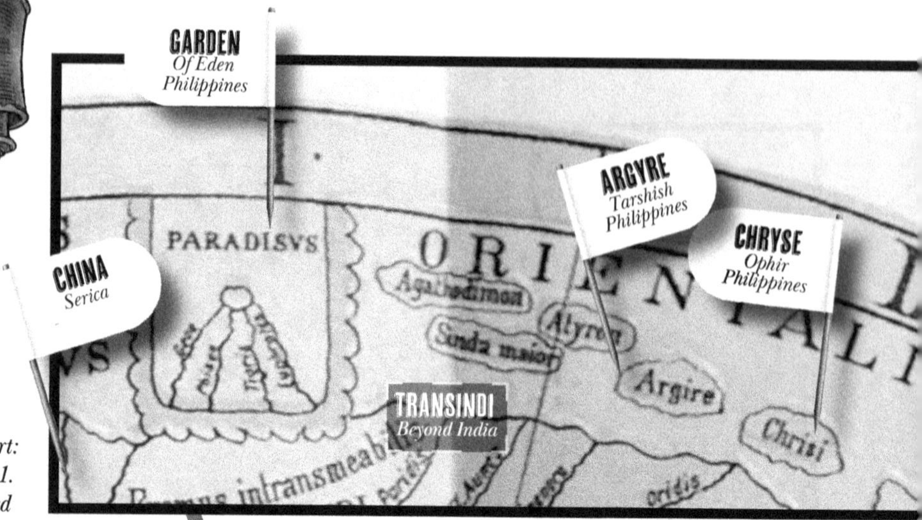

Reconstruction of a mappa mundi from the notes of an anonymous geographer from Ravenna (Italy), c. 650 AD, also known as the "Ravennate" mappa mundi. The reconstruction was printed in Konrad Miller (1898) 'Mappaemundi: Die ältesten Weltkarten, Stuttgart: Roth'sche. Volume VI, table 1. The map is unusually gridded by a rare 24-wind compass (or, more precisely, a classical 12-wind compass strangely partitioned into "day" and "night" segments, yielding 24 rays.). Wikimedia Commons. Public Domain. Note: Enoch's mindset is also foud here.

GARDEN SOUTHEAST OF SERICA (CHINA), EAST OF TRANSINDIA (BEYOND) WHICH IS INDOCHINA. CHRYSE (OPHIR) & ARGYRE (TARSHISH) NEARBY. ALL IN THE FAR EAST IN THE SOUTH CHINA SEA (OCEANUS SERICUS).

GARDEN & LAND OF GOLD SOUTHEAST OF CHINA
PHILIPPINES

800 A.D.
PAINTED 1050

GARDEN OF EDEN ISLE BY SOUTH CHINA (SERES) WITH ARGYRE AND CHRYSE WITH THE RIVERS FROM EDEN SOUTHEAST OF CHINA. GANGES FLOWS INTO INDIAN OCEAN. THIS INDIA IS INDOCHINA BEYOND GANGES.

East of the Garden of Eden, a text evokes India ***"famous for its gems and elephants... where gold and silver abound****. The land, it is said,* ***produces two crops a year****. There are men of all colours, huge elephants and dragons, as well as monoceross, parrots, ebonywood, cinnamon... These are all native resources to the Philippines including elephants as their bones are found there as well as dinosaur or dragon bones. However, if in fact mythical creatures were intended, they aren't found anywhere else either. Translation by Bibliothèque nationale de France.*

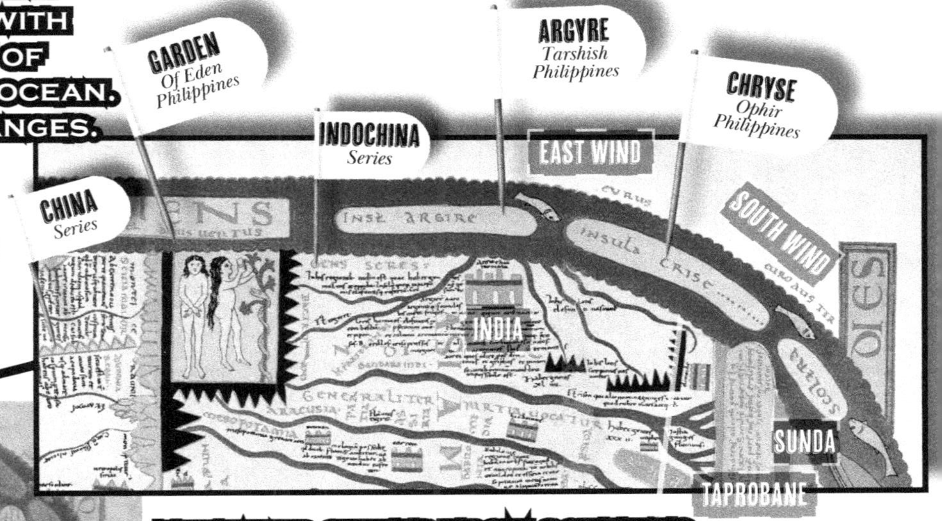

THE WIND SHIFTS FROM SOUTH TO EAST DENOTING THE MALAY TIP.

750-800 A.D. Beatus Map from the Spanish monk Beatus of Liébana, produced in Saint-Sever Abbey, France. Inset enlargement from Konrad Miller's 1895 reconstruction. The map is faced eastwards, and not northwards, as usual in modern cartography. For this reason, it is said that the map is oriented. Wikimedia Commons. Public Domain. Hi resolution inset licensed thru Alamy.

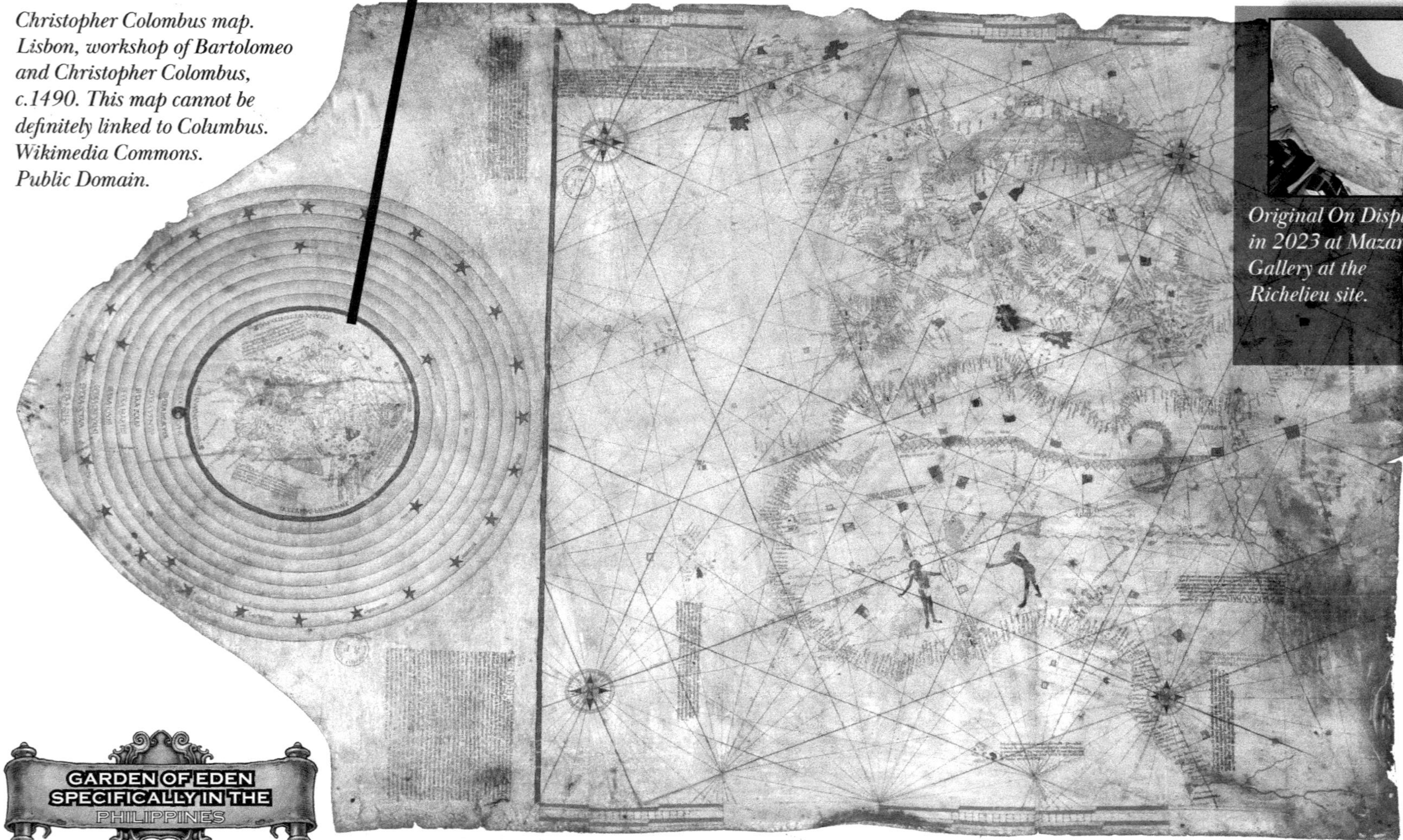

Christopher Colombus map. Lisbon, workshop of Bartolomeo and Christopher Colombus, c.1490. This map cannot be definitely linked to Columbus. Wikimedia Commons. Public Domain.

Original On Display in 2023 at Mazarin Gallery at the Richelieu site.

GARDEN OF EDEN SPECIFICALLY IN THE PHILIPPINES

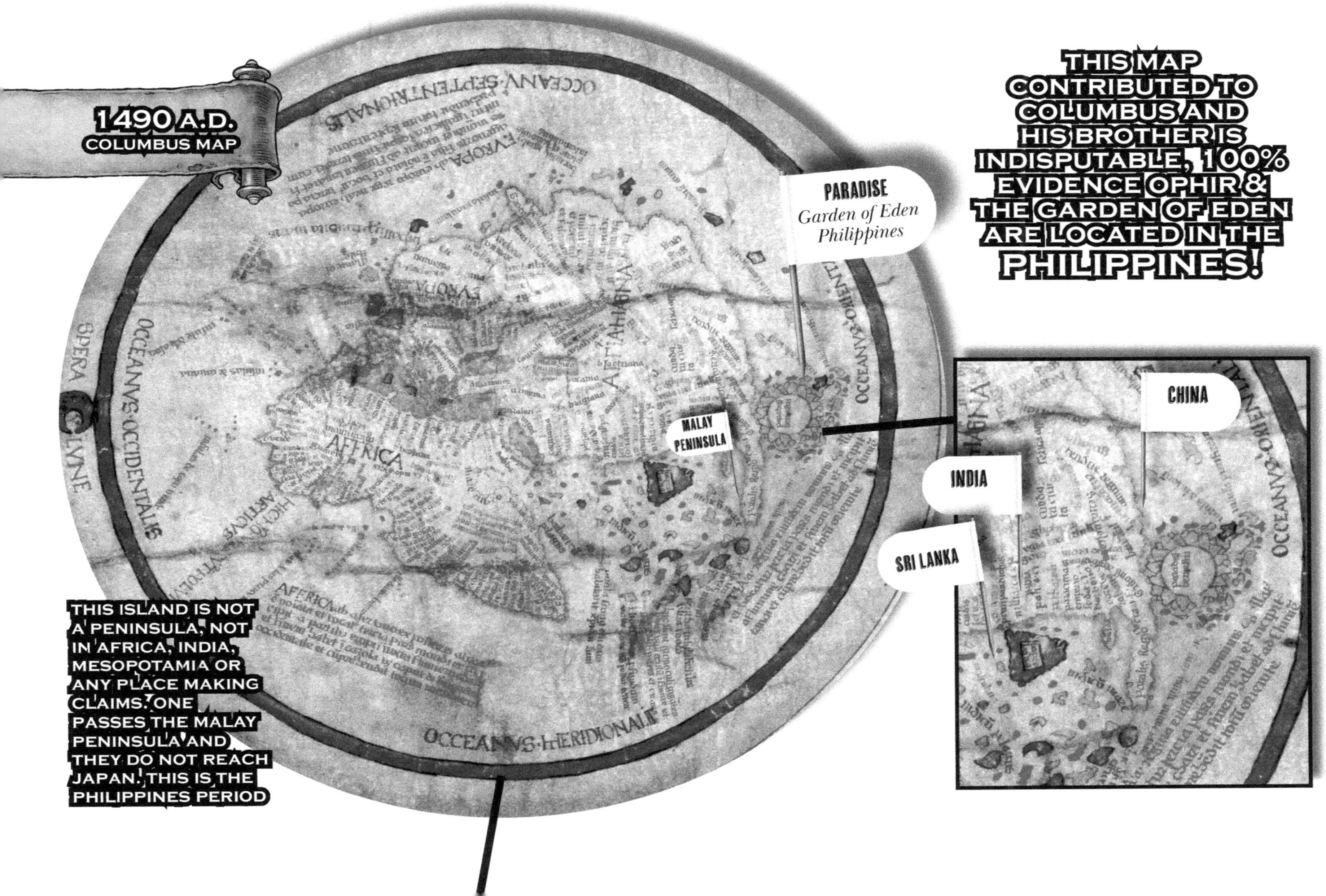
1490 A.D.
COLUMBUS MAP
OCCEANV SEPTENTRIONALIS
EVROPA
AFFRICA
OCCEANVS OCCIDENTALIS
OCCEANVS MERIDIONALIS
OCCEANVS ORIENTALIS
SPERA LVNE
PARADISE
Garden of Eden
Philippines
MALAY
PENINSULA
CHINA
INDIA
SRI LANKA
THIS ISLAND IS NOT A PENINSULA, NOT IN AFRICA, INDIA, MESOPOTAMIA OR ANY PLACE MAKING CLAIMS. ONE PASSES THE MALAY PENINSULA AND THEY DO NOT REACH JAPAN. THIS IS THE PHILIPPINES PERIOD
THIS MAP CONTRIBUTED TO COLUMBUS AND HIS BROTHER IS INDISPUTABLE, 100% EVIDENCE OPHIR & THE GARDEN OF EDEN ARE LOCATED IN THE PHILIPPINES!

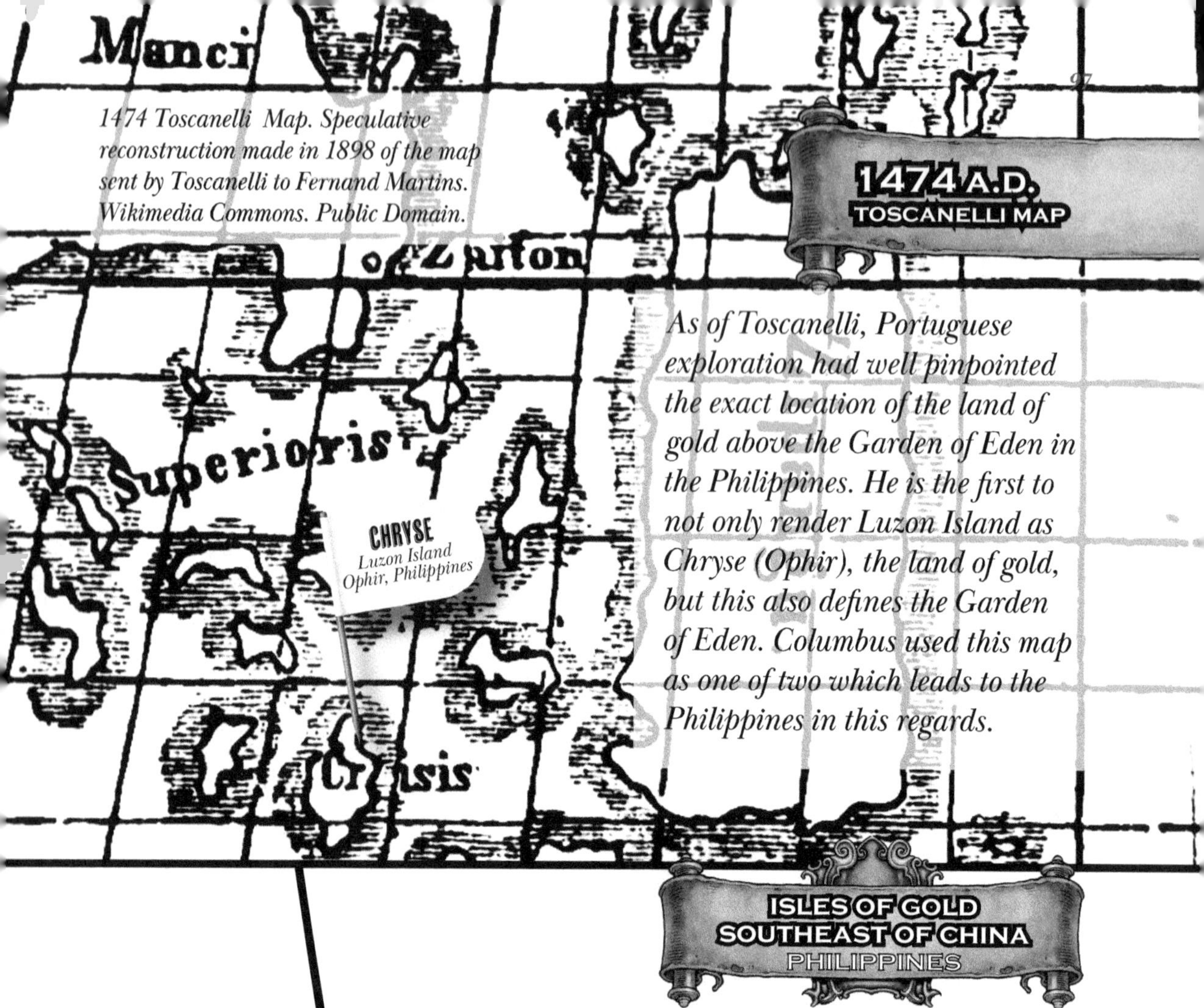

1474 Toscanelli Map. Speculative reconstruction made in 1898 of the map sent by Toscanelli to Fernand Martins. Wikimedia Commons. Public Domain.

As of Toscanelli, Portuguese exploration had well pinpointed the exact location of the land of gold above the Garden of Eden in the Philippines. He is the first to not only render Luzon Island as Chryse (Ophir), the land of gold, but this also defines the Garden of Eden. Columbus used this map as one of two which leads to the Philippines in this regards.

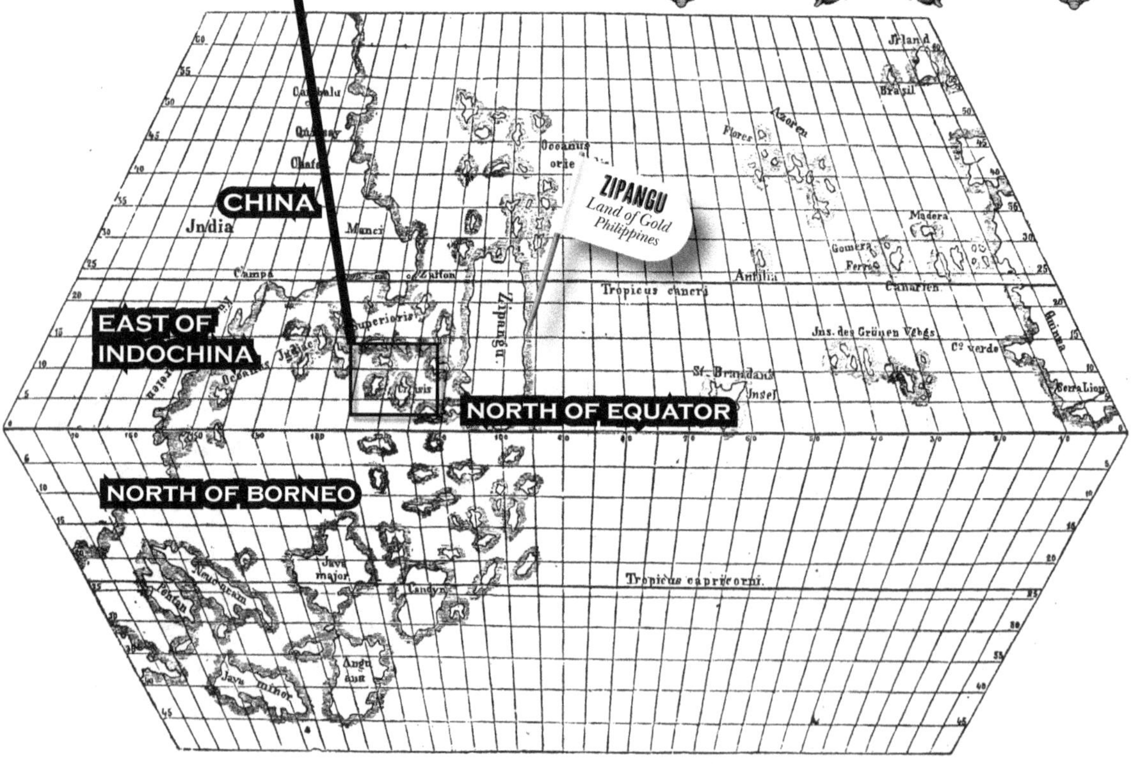

1492 A.D. BEHAIM GLOBE

UNANG GLOBONG MAPA NG MUNDO! KINIKILALA ANG PILIPINAS BILANG MGA PULO NG GINTO NOONG UNANG PANAHON

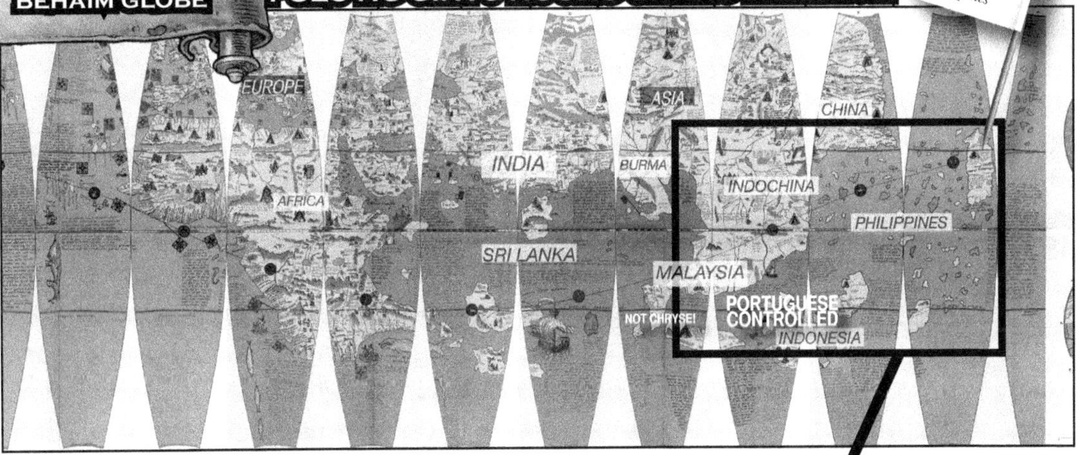

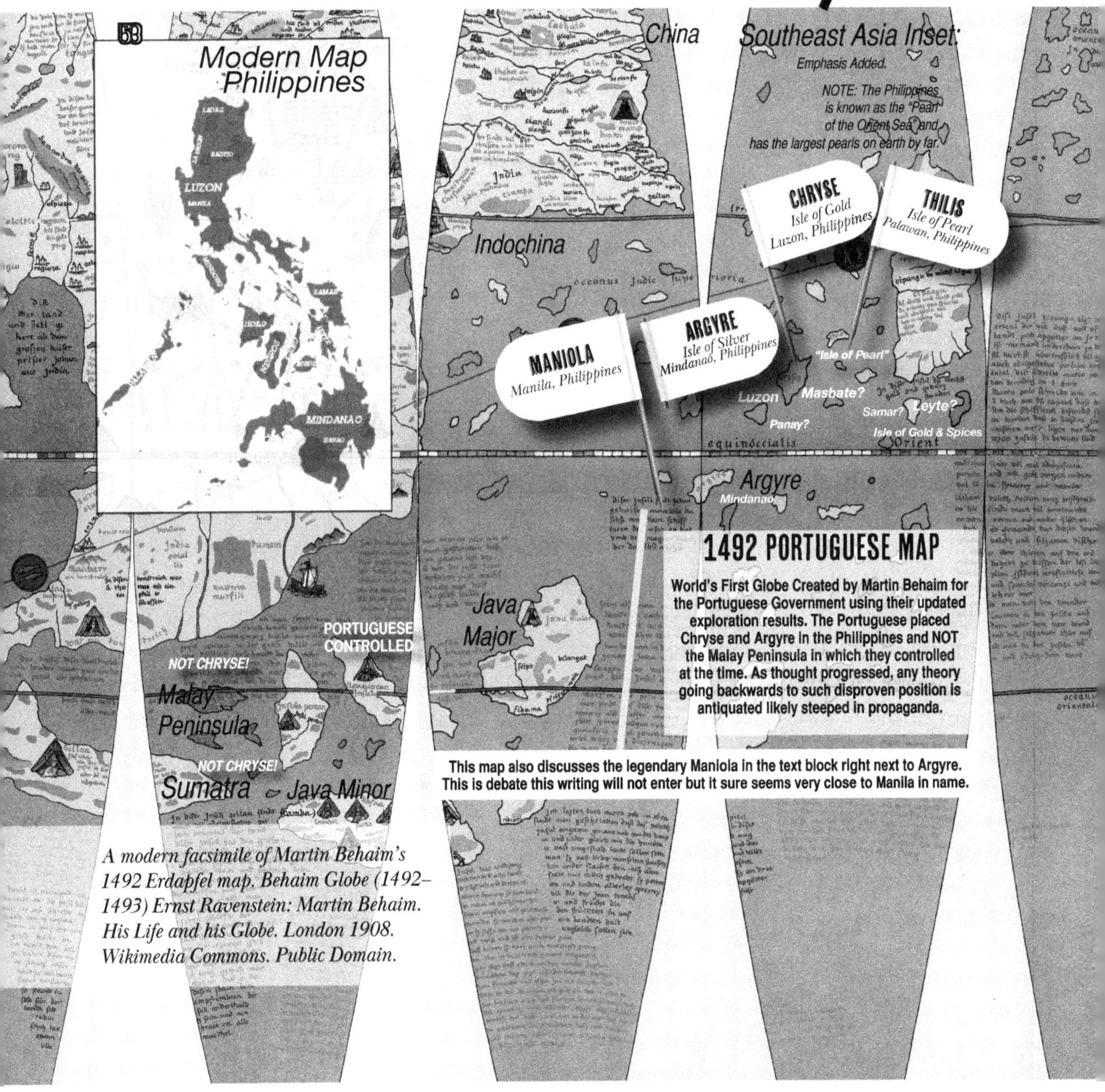

A modern facsimile of Martin Behaim's 1492 Erdapfel map. Behaim Globe (1492–1493) Ernst Ravenstein: Martin Behaim. His Life and his Globe. London 1908. Wikimedia Commons. Public Domain.

mga kapatid *(kabilang ang Sheba)*, sa Pilipinas. Kaya, si Sheba, na ang mga supling nang maglaon ay nagbunga ng isang maharlikang Reyna, ay hindi ang Sheba mula kay Ham!

1 Hari 10:1 KJV
At nang marinig ng reyna ng Sheba ang kabantugan ni Salomon tungkol sa pangalan ng Panginoon LORD, naparito siya para patunayan siya sa mahihirap na tanong.

Ang Reyna na ito ay tinuruan sa tipan, na nagbibigay ayon sa Bibliya sa Templo, nagdadala ng parehong mga mapagkukunan mula sa parehong lupain na inaalok ni Adan sa kanyang unang sakripisyo, at dinala ng mga Pantas sa paanan ng Mesiyas (1 Hari 10:10). Ang mga ito ay hindi coincidences. Inihandog niya itong alay na ginto, kamangyan, mira at mga hiyas kasabay ng ipinakita ng hukbong-dagat ni Solomon ang kanilang mga nakuha mga mapagkukunan bilang Sheba (1 Hari 10:10-11). Ito ay dahil nagpunta sila sa Ophir, Sheba at Tarshish, na pawang bahagi ng iisang kapuluan, kung saan nagmula ang Reyna na ito Kapatid ni Ophir: Sheba.

Matapos iharap ang kanyang mga handog, ang Reyna ng Sheba ay umalis, na walang pakikipag-ugnayan at hindi bata. Si Solomon ay matalino at banal sa panahong ito, pati na rin ang masayang kasal sa isang Egyptong royal. Basahin ang Awit ni Solomon at ito ay malinaw. Hindi, ang Reyna ng Sheba ay hindi ang itim na asawa ni Solomon doon *(Awit ni Sol. 1:5-6)*. Iyan ang kanyang asawang Ehipsiyo; may isa pang illiteracy na tinangka. Ang ilan ay nalilito kay Solomon sa kanya, na sinasabing siya sabi niya ay itim at maganda, kapag iyon ang kanyang pagsusulat. Wala siyang relasyon noong panahong iyon, noong itinatayo ang Templo, na muli, ay hindi banal na kasulatan.doon ay walang kapani-paniwalang rekord na si Solomon at ang Reyna ng Sheba ay nagkaroon ng pag-iibigan. Ito ay isang kahiya-hiyang alamat ng okultismo na hindi dapat pumasok sa mga bulwagan ng pag-aaral ng Bibliya. Ito ay mula sa okultong *Kebra Nagast*[1] sa Ethiopia at dinampot sa mapanlinlang na Quran, gayundin ang mas bagong Talmud. Ni ang banal na kasulatan sa anumang kahulugan, at pareho ay puno ng okultismo na mga kamalian.

Kapag nakita natin ang kademonyohang salaysay na nakakalusot sa Bible scholarship, sinasaway natin iyong mga posisyon bilang mangmang. Ang isang iskolar ng Bibliya ay hindi maaaring maging mas kaya kapag sila infuse ang okultismo at hindi kailanman mag-abala sa pagsasaliksik nito. Hindi mahalaga kung ano ang nauna sa PhD sa kanila, ito ay palaging hangal. Hindi mahalaga kapag naabot ang isang pinagkasunduan na maging mapurol. Ang isang tumpok ng katangahan ay higit na kamangmangan. Dapat nating patunayan ang lahat ng bagay sa panahong ito.

Sa kaso ng Reyna ng Sheba, ang pag-angkin ng Etiopia ay nagmula sa *Kebra Nagast.*[1] Sa mapanlinlang na alamat na ito, ang kanilang Reyna ay may mga binti at kuko ng isang kambing. Iyan ay Ma-a-a-a-d! Ito ay umabot sa kahulugan ng baliw kapag modernong mga iskolar tanggapin na hindi lamang inaliw ni Solomon ang isang Nefilim hybrid goat lady, kundi siya rin diumano ay natulog sa kanya, at naging ama ng isang magandang maliit na hybrid na anak ng kambing sa kanya. Ngayon makikita mo kung bakit tayo gumagamit ng ganoong kalakas na pagsaway. Nakipaglaban si Haring David upang alisin ang lupain ng Nephilim at ngayon ay pumasok na sila sa kanyang bloodline sa pamamagitan ng kanyang anak, at sa panahon nang si Solomon ay naitala sa banal na kasulatan bilang banal. Ito ay hindi Bibliya sa lahat. Ang Sinasabi ng Bibliya na ang Reyna ng Sheba ay dumating, nagtanong, nagbigay at umalis.

Gayundin, talagang ipinako ni Propeta Jeremias ang heograpiyang ito sa isang sipi kung saan siya iniuugnay ang kamangyan ng Sheba sa tubo. Ito ay isang napakalaking problema para sa alamat mula sa Ethiopia, mula sa maling anak ni Noe at maling teritoryo. Hindi man lang nagtanim ng tubo ang Ethiopia hanggang sa ipinakilala ito sa ikalabing-anim na siglo.[2] Gayunpaman, ang Pilipinas ay nagkaroon na ng katutubong tubo mula nang hindi bababa sa 1,000 taon bago si Haring Solomon, Ayon sa Departamento ng Agrikultura sa Republika ng Pilipinas.[3]

Jeremias 6:20 KJV
Sa anong layunin dumarating sa akin ang ***insenso (לבונה: lᵉbôwnâh: frankincense) mula sa Sheba****, at ang matamis na tungkod mula sa malayong bansa? ang iyong mga handog na susunugin ay hindi katanggap-tanggap, ni ang iyong mga sakripisyong matamis sa akin.*

Oo, ang Pilipinas ay may insenso mula sa puno ng Pili na may label na "poor man's frankincense."[3] Ang Manila elemi ay nagmula sa puno ng Pili at ang Egyptian archaeology ay nagpapatunay na ang ang kamangyan at mira ng sinaunang Ehipto noong panahon ng Bibliya ay sumusubok sa siyensiya bilang elemi.[4] Kahit ang tinatawag nating frankincense o mira sa modernong panahon, partikular. Maaaring gumana ang alinman, ngunit ang mga tuntunin ay higit na inklusibo kaysa sa inaangkin ng mga Rabbi na gumagawa ngb hindi kumakatawan sa paradigma ng Bibliya. Tinawag iyon ng Mesiyas na "lebadura."

Gayunpaman, walang paghula ang kinakailangan sa paksang ito. Ang Sheba ay nakamapa sa Pilipinas bilang Sheba/Saba/Seba Island; isinalin bilang Saba o Seba Dibae (isla sa sanskrit at "Ito ba?" sa Tagalog). Natagpuan namin ito sa mga

---

[1] "The Queen Of Sheba." By Michael Wood. BBC News. Last updated 2011-02-17. [2] "Research Article: Sugarcane Landraces of Ethiopia: Germplasm Collection and Analysis of Regional Diversity and Distribution." Hindawi Advances In Agriculture, Aug. 14, 2018. Vol. 2018, Article ID 7920724, 18 pages. [3] Sugar Regulatory Administration. Republic of the Philippines. Department of Agriculture. Retrieved Dec. 17, 2019. [4] a. "Poor Man's Frankincense" Manila Elemi. "Young Living sees growing demand for essential oils." By Zsarlene B. Chua. Business World. Apr. 22, 2019. b. "Canarium luzonicum. Manila Elemi." Stuart Xchange. Godofredo U. Stuart Jr., M.D. Updated June 2017. c. "Perfumery Material: Elemi." By Elena Vosnaki. Perfume Shrine. Dec. 2012.

mapa nang higit sa 6 na siglo, mula sa hindi bababa sa 1100 hanggang 1752 *[pp. 26-29]*. Napakaraming napatunayan ng pangkat ng Kultura ng Diyos ang Sinaunang Lupain ng Ginto, na kilala bilang Ophir, Sheba at Tarsis at ang Halamanan ng Rehiyon ng Eden sa modernong Pilipinas. Kahit na hindi namin muling ginawa ang posisyon na ito dito, maliban sa madaling sabi, magsisilbi itong interpretasyon sa mga sikat na lokasyong ito kung saan Nagmula ang mga Wise Men, na inilarawan sa Aklat ni Mateo. Ang heograpiyang ito ay palaging nasa banal na kasulatan at hindi kailanman naging tunay na misteryo sa sinaunang talaan. Ito ang bago, kakaibang doktrina kung saan nawala ito. Ang Ebanghelyo ni Mateo ay hindi man ang unang ulat ng mga Pantas na ito na ipinropesiya sa Mga Awit ni David bilang mga Hari, maging dokumentado sa mga kanta tungkol sa paksa, at sa buong Vatican ay nagtataglay ng a dokumentong nagpapatunay sa pananaliksik na ito, nang buo. Ang lahat ng ebidensya ay ipapakita magkasama dito sa sulating ito.

Ang huling paksa para sa pagsasaalang-alang ay ang Land of the Garden of Eden, na matatagpuan din sa Pilipinas, tulad ng ipinakita dito sa Panimula, sa pamamagitan ng mga mapa na rin. Sa katunayan, alam natin na ito ay isang pamalo ng kidlat para sa ilan na humihingi ng pampulitikang pananaw na tinatawag Zionism, na hindi nagmula sa alinmang kasulatan. Pinapalitan ang itinatag ayon sa Bibliya ang doktrinang may bago, pampulitikang plataporma ay sumisira sa kanilang kredibilidad at pagwawasak ng propaganda. Ang Israel, na nadungisan ng libu-libong taon bago si Abraham, ay kahit papaano ay isang Holy Land? Mababasa ba nila ang lahat? Walang pastor ang dapat maging Zionist kapag sinabihan silang paniwalaan ang mga Rabbi sa malinaw na sinasabi ng Bibliya. Isang pastor na Pilipino na gumagawa ng gayon, ay isa pang kolonyal na propagandista, na umaakay sa kanilang mga tao pabalik sa pagkaalipin. Ang sinaunang Israel ang pinanggalingan ng "Watcher/Fallen Angel Oath," at ang kanilang mga supling, ang mga Nephilim, mula sa mga araw ni Jared, ang ika-5 henerasyon mula sa Adan tungo sa Baha. Di-nagtagal pagkatapos ng Delubyo, nagkaroon muli ng mga higanteng dumudungis sa lupain, maging sa mgaaraw ni Abraham at higit pa. Iyan ang sinasabi ng kasulatan. Kung Ang Rabbi ay hindi sumasang-ayon sa banal na kasulatan, (mga 15% ng Hudaismo ay hindi sumasang-ayon sa Zionism alinman), kung gayon, hindi iyon iskolar ng Bibliya, at hindi isa na nararapat pansinin.

Sa katunayan, ang unang tanong na lumitaw sa puntong ito ay: Paano ang tungkol sa mga Ilog mula sa Eden? Hindi ba sila nasa Mesopotamia? Iyan ay ang Occult Creation Myth, hindi ang Bibliya na naglalagay ng Hardin sa Malayong Silangan. Hindi ba ang isa sa mga Ilog na ito ay ang Tigris? Well, hindi kahit malayo, dahil iyon ay isang kapalit na salita, hindi isang pagsasalin, at ito ay pandaraya. Ang salitang Hebreo ay Hiddekel, at ang ilog na iyon ay Silangan ng Asiria. Anong Bible scholar ay hindi alam na ang Tigris ay ang Kanluraning hangganan ng Sinaunang Assyria sa Bibliya beses, at sa gayon, ay hindi maaaring maging Silangan ng Assyria, na tumutukoy sa Kanluran. Iyan ay Kamangmangan. Lahat ng 5... Oops!...

Ang mga iskolar ay hindi makabasa, sinasabing mayroong apat, dahil hindi nila nakuha ang pinakamalaki na pinagmulang ilog, na kung saan ay Nahar (נהר) pa rin, (hindi mula sa mga takip ng niyebe, isang geyser, isang bukal, o isang lawa). Kapag ang isang iskolar ay hindi makasunod sa mga simpleng salita sa kahulugan, sila ay walang silbi ganyang paksa. Para sa mga nag-iisip na ang Gihon Springs ay maaaring ang Gihon River, sila ang dapat gumamit ng simpleng lohika na hindi pinagkakaabalahan ng mga Zionist. Dapat maintindihan nila kung ano ang isang ilog at kung ano ang isang bukal ay bilang nakalilito ang mga iyon ay napakapurol lalo na nang palibutan ng Ilog Gihon ang buong lupain ng Etiopia. Kapag kailangan nila ikaw na ilipat ang Ethiopia sa Israel, tumakas. Sinasaklaw namin ito sa parehong mga libro at sa aming *Mga ilog mula sa Eden Series.*

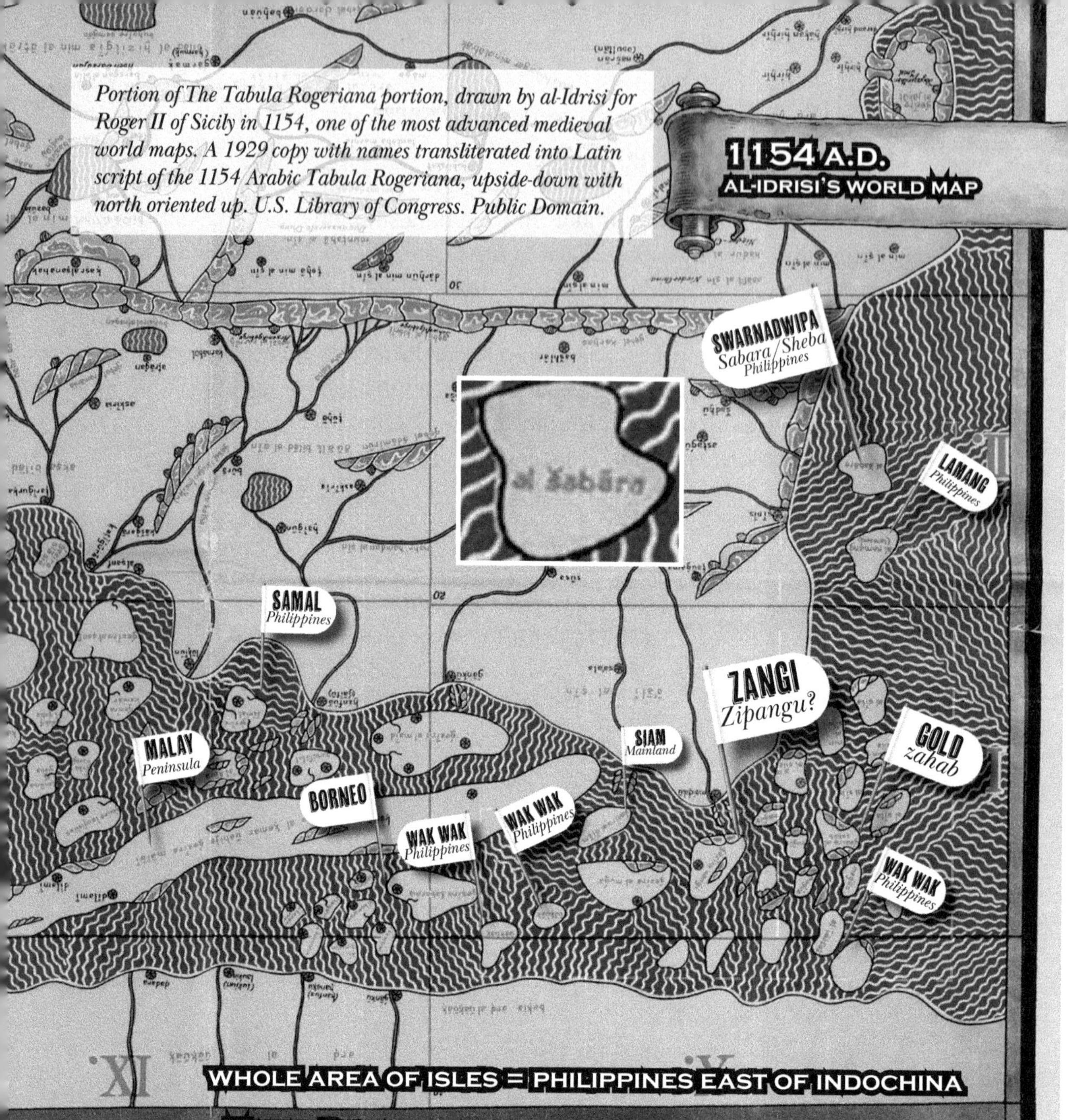

Portion of The Tabula Rogeriana portion, drawn by al-Idrisi for Roger II of Sicily in 1154, one of the most advanced medieval world maps. A 1929 copy with names transliterated into Latin script of the 1154 Arabic Tabula Rogeriana, upside-down with north oriented up. U.S. Library of Congress. Public Domain.

East of Malay Peninsula Clearly Marked
North of Borneo Identified

Philippine Isles Labeled Zangi (Zipangu), 3 as Wak Wak Muslim Land of Gold, Zahab as Gold Isle in Arabic/ Hebrew, With Samal Too Far South, and Lamang Philippines.

Sabara, the Indian Swarnadwipa is likely the same as Shebabibae or Sheba, That Could Also Be the Origin of the Chinese Isle of Gold Named Shebo/Shepo the muslims call zabag. North China is labeled just above the mountain range at the top as Sin or Sina labeled multiple times.

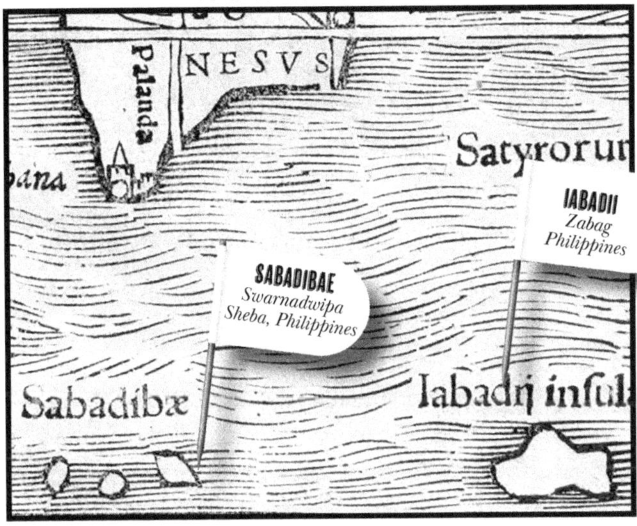

Sabadibae. Portion of 1545 Tabula Asiae XI. Ptolemy, 2nd cent. Geographia universalis.Heinrich Petri. Wikimedia Commons. Public Domain.

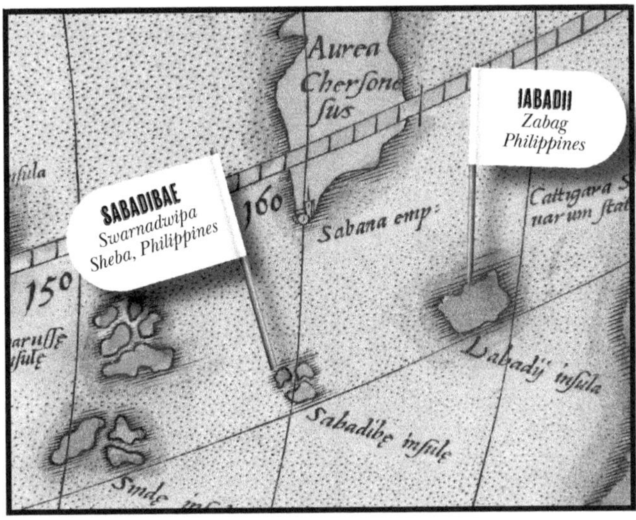

Sabadibae. Portion of Universalis Tabul Iuxta Ptolemaeum. 1578 Ptolemy, 2nd cent. Tabulae geographicae. Coloniae Agrippinae typis Godefridi Kempensis, 1578. Wikimedia Commons. Public Domain.

Portion of Typus Orbis Terrarum Ad Imitationem Universalis Gerhardi Mercatoris. Circa 1600. Matthias Quad / Johann Bussemachaer. Wikimedia Commons. Public Domain.

1657 A.D. SWARNADWIPA

69

Portion of 1657 Orbis vetus et orbis veteris utraque continens, terrarumq[ue] tractus arcticus et antarticus ex Platone, Theopompo sive Aeliano, Manilio &tc. U.S. Library of Congress. Public Domain.

1695 A.D. SWARNADWIPA

69

Nicolas Sanson. Portion of "Mappe-Monde, ou Carte Generale Du Monde." Paris: N. Sanson, 1651. Published in 1695. 14 x 21. Engraving. Original hand color. Hemispheres of Earth. Wikimedia Commons. Public Domain.

1752 A.D. SWARNADWIPA

70

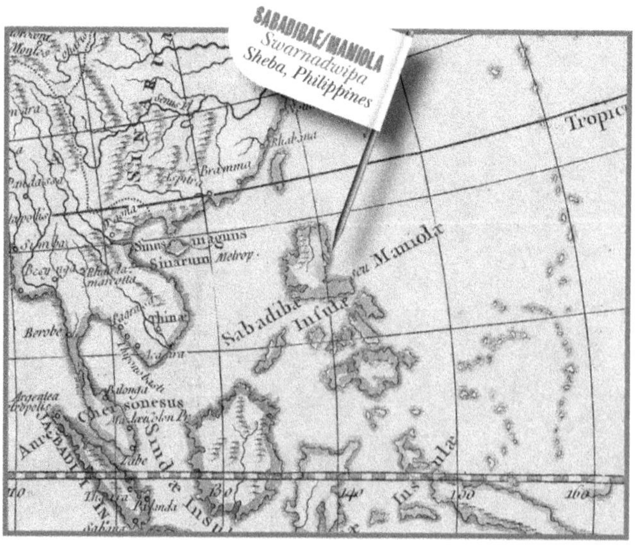

Robert De Vaugondy, Didier, Cartographer. Portion of Map of the Old World. Paris: Didier Robert de Vaugondy and Antoine Boudet, 1752.U.S. Library of Congress. Public Domain.

Portion of 1720 Asia Vetus. Weigel Christoph. Published by Norimberga. AdobeStock.

Nicolas Sanson. Portion of "Mappe-Monde, ou Carte Generale Du Monde." Paris: N. Sanson, 1651. Published in 1695. 14 x 21. Engraving. Original hand color. Hemispheres of Earth. Wikimedia Commons. Public Domain.

Maligayang Mithras! Isang Malaking Maling Pagkakatawan sa Kapanganakan ng Mesiyas. *Bakit ito lumilitaw na kumakatawan sa isang muling pagsasalaysay ng isang okultong kuwento ni Mithra, ang araw diyos, kasama ang kanyang walong sinag ni Ishtar, sa halip na ang ulat ng Bibliya tungkol sa kapanganakan ng ating Mesiyas ? Paano ito naging katanggap-tanggap sa sinumang pastor na nagpoprotekta sa kanilang kawan?*

Kailan tayo magigising at ibabalik ang salaysay na ito sa Bibliya?

Detail from a Neapolitan presepe, currently on display in Rome.
By Howard Hudson (2006),
Wikimedia Commons. Public Domain.

Kabanata 1: Ang mga Mago Ayon kay Mateo

Ang ulat ng mga Mago, gaya ng inilarawan sa Ebanghelyo ni Mateo, ay nasuri paulit-ulit ng mga iskolar sa nakalipas na ilang siglo. Ang pangkalahatang konklusyon ay iyon Ang salaysay ni Matthew ay nag-iiwan ng malalaking gaps ng oras sa loob ng kuwento. Bilang mga mananaliksik ng katotohanan, sumasang-ayon kami sa partikular na pagtatasa na ito, dahil makikita mo ang katibayan ng kabuuan ang kabanatang ito. Gayunpaman, ang salaysay ni Matthew na naglalarawan sa naglalakbay na Wise Men ay hindi nag-iisa, kahit sa modernong Canon ng Bibliya. Nakakaawa ang pagpapanggap ng ilang iskolar magsalita bilang mga dalubhasa sa isang paksang halatang hindi sila nagsagawa ng malalim na pananaliksik Sa kabanatang ito, susuriin muna natin ang kuwento, at pagkatapos ay bubuo ng pundasyon kung ano talaga ang sinasabi ng banal na kasulatan, na tinutukoy kung saang mga elemento ang nalilihis na ang katotohanan sa modernong pag-aaral, at humahantong sa maling mga konklusyon.

Mateo 2:1-2 KJV
Nang ipanganak nga si Jesus sa Bethlehem ng Judea sa mga araw ni Herodes na hari, narito, dumating mga pantas mula sa silangan hanggang sa Jerusalem, na nangagsasabi, Saan nandoon ang ipinanganak na Hari ng mga Judio? para meron tayong nakita ang kanyang bituin sa silangan, at naparito upang sambahin siya.

Tatalakayin natin ang panahon ng paghahari at kamatayan ni Herodes sa susunod na kabanata. gayunpaman, alam natin na kailangang buhayin si Herodes para sa account na ito. Sa abot ng mga Hudyo, walang ganoong mga tao, o salitang kailanman isinalin sa alinman sa mga Bibliyang Hebreo o Griyego. Ang titik "J" ay hindi maaaring isaalang-alang sa sinaunang Hebrew, Greek, Aramaic, Latin, Old French, Old German, o Old English hanggang 1500s o higit pa. Walang Bibliya ang dapat magsama nitong salita, lalo na dahil ang salita ay Yahudi, sa parehong Hebrew at Griyego, parepareho. Ito ay isang literal na pagkakakilanlan ng mga tao ni Yah, na walang sinumang makatuwiran o makatuwiran ay bawasan sa salitang "Hudyo." Ang Hari ng Yahudim ay ang Hari ni Yah Mga tao, na hindi lamang Israel. Sa Exodo, mahusay na ipinahayag ni Moises ang isang batas para sa katutubong-ipinanganak na Israelita mula kay Jacob, gayundin sa dayuhan na naninirahan sa kanilang gitna *(Ex. 12:49; Num. 15:16)*. Ito ay tunay na kathang-isip na mag-set up ng isang lahi bilang superior sa anumang kahulugan. Iyon ay tinatawag na racism sa anumang iba pang konteksto. Ang prinsipyo ng master lahi ng Hudyo ay isa sa sinagoga ni satanas, na nagsasabing sila'y mga Hudyo at hindi kundi nagsisinungaling *(Apoc. 2:9, 3:9)*.

***Griyego: 'Ιουδαίων**: Yahudi, pangmaramihang Yahudiahs.*
***Hebreo:** יהודי or ביהודי: Yahudi, pangmaramihang Yahudim. Jer. 34:9 ; Si Zec. 8:23.*

Pansinin, ang mga Mago ay dumating upang sambahin ang Mesiyas. Ang Magoi ng Babylon at Persia, na hindi man lang prominente sa panahong iyon, ay ninanais na siyang patayin at tiyak na hindi kilala bilang mga mananamba ng Bibliya. Mga gumagawa ng kwento ng kanilang pagbabalikloob sa mga araw ni Daniel ay nabigo na basahin ang Bagong Tipan, na sinasaway pa rin ang mga Magoi na iyon bilang mga mangkukulam (Mga Gawa 13:6, 8). Alam nating lahat kung paano nila Inatake si Daniel. Gaano pa kaya ang Mesiyas? Worse, sino ang dunderhead na nakalimutan na kasama nila ang Saudi Arabia at India bilang bahagi ng kanilang listahan, kapag ang mga ito ang mga bansa ay walang katibayan ng isang kulto ng Magoi? Ito ay pareho sa mga buto ng Katoliko Sinasabi ng Simbahan na may pandaraya, gayunpaman, lahat ay mula sa Persia, na nalilimutan ang kanilang sariling katangahan at nangangailangan ng tatlong magkakaibang bansa. Hindi man lang nila maabot ang sarili nilang pamantayan.

Ang Magi ay isang grupo ng mga dedikadong mananamba sa isang antas na, makikita mo, ay na ng tipan. Alam nila ang Bibliya at iningatan ang tradisyong ito ng pagsamba, tungkol sa ang darating na Bituin ng Mesiyas, sa loob ng maraming siglo. Sisirain din natin kung ano ang Bituin ng Mesiyas na ito ay nasa paparating na kabanata, at sasagana ang paghahayag.

Mateo 2:3-6 KJV

Nang marinig ni Herodes na hari ang mga bagay na ito, siya ay nabagabag, at ang buong Jerusalem na kasama niya. At nang matipon niya ang lahat ng mga punong saserdote at mga eskriba ng bayan, ay nagtanong siya sa kanila kung saan dapat ipanganak si Kristo. At sinabi nila sa kaniya, Sa Bethlehem ng Judea: sapagka't ganito ang nasusulat sa pamamagitan ng propeta, At ikaw Betlehem, sa lupain ng Juda, ay hindi ang pinakamaliit sa mga prinsipe ng Juda: sapagkat sa iyo magmumula ang isang Gobernador, na mamamahala sa aking mga tao na Israel.

Si Herodes ay pinagbantaan ng isang tunay na Hari. Pansinin, tinipon niya ang LAHAT ng pinuno mga pari at mga eskriba. Wala siyang kamalay-malay na anumang Bituin na lumitaw sa kanyang nasasakupan. Kung mayroong isang "Bituin ng Bethlehem" (na hindi kailanman binanggit kahit isang beses sa alinman sa banal na kasulatan), makikita niya ito at ng kanyang mga astronomo/astrologo. Alam niya wala, dahil hindi lumitaw ang Bituin sa Israel hanggang sa dumating ang mga Pantas. Ito ay lumitaw lamang sa Malayong Silangan, sa simula. Sa oras na ito, pagkatapos ng Hasmonean Assault at panahon ng Dinastiya, ito ay mga Pariseo, atbp. mula sa Sanhedrin, mula sa ano at binigyang-kahulugan ni Jesus (Yahusha) bilang Sinagoga ni Satanas (Apoc. 2:9, 3:9). Hindi sila aktwal na mga Levita, ngunit mga kapalit, ayon sa Dead Sea Scrolls. Hindi sila mga lehitimong Temple Priest, at wala sila sa listahan para sa mga dapat malinaw na ipaalam kay Yahuah. Wala silang nakitang Bituin, at walang karapatan na makita ito. ginawa nila, gayunpaman, alamin kung saan ipanganganak ang Mesiyas sa Bethlehem. Wala silang pakialam, as walang alok sa salaysay para samahan nila ang mga Mago.

Kapag Messiah inilunsad ang Kanyang ministeryo, hindi Niya ginawa ito sa Templo ng Jerusalem na kanilang dinungisan. Sa halip, sinubukan nilang patayin Siya at sa huli ay hiniling nila ang Kanyang pagpatay, ipinahahayag na ang Anak ni Yahuah ay makasalanan. Hindi siya. Sila noon at hanggang ngayon.

Mateo 2:7-8 KJV

Nang magkagayo'y si Herodes, nang tawagin nang lihim ang mga pantas, ay tinanong sila ng buong sikap kung anong oras ang bituin ay lumitaw. At kaniyang sinugo sila sa Bethlehem, at sinabi, Yumaon kayo at hanapin ninyong mainam ang bata; at kapag nasumpungan na ninyo siya, muling ibalita sa akin, upang ako ay pumaroon at sambahin din siya.

Maliwanag, walang intensyon si Herodes na sambahin ang inaasam niyang karibal. Mauunawaan ito ng mga Wise Men mamaya. Gusto niyang malaman kung anong oras taon na lumitaw ang Bituin, at gaano katagal ang nakalipas. Alam natin, mula sa pagbabasa ng banal na kasulatan, iyan

kumilos siya laban sa mga batang nasa ganoong edad at pababa para lang matiyak na pinatay niya ito Hari. Mabibigo siya, ngunit sa talata 16, ito ang oras na gagamitin niya upang matukoy na kailangan niya na patayin ang lahat ng bata sa lugar na iyon na dalawang taong gulang pababa. Ang Hindi babalik ang Wise Men.

Mateo 2:9-11 KJV

Nang marinig nila ang hari, sila'y nagsialis; at, narito, ang bituin, na kanilang nakita sa silanganan, ay yumaon sa harap nila, hanggang sa dumating ito at tumayo sa kinaroroonan ng bata. Nang makita nila ang bituin, sila aynagalak na may labis na kagalakan. At pagpasok nila sa bahay, nakita nila ang bata kasama ni Maria na kaniyang ina, at nagpatirapa, at siya'y sinamba: at nang kanilang mabuksan ang kanilang mga kayamanan, naghandog sila sa kanya ng mga regalo; ginto, at kamangyan, at mira.

Ang Bituin ay hindi isang konstelasyon o planetary alignment, dahil maaari itong lumipat mula sa Jerusalem hanggang Bethlehem. Hindi mahanap ng Stellarium software ang Star na ito. Ang buong ruta nito ay mula sa Pilipinas, kung saan ito unang lumitaw, sa Indian Ocean kung saan sinundan ito ng mga Magi sa kanilang barko, sa loob ng halos 2 taon. Kapag natuto ang isa, sila ay nagmula sa Malayong Silangan, ito ay may katuturan. Lumibot sila sa Africa, sa Mediterranean, at sa wakas ay nakarating sa Israel. Ang Bituin ay tila nawala sa ang puntong iyon at muling lilitaw sa salaysay (na pagtitibayin). Ito ang dahilan kung bakit sila nagalak, dahil hindi nila nakita ang Bituin mula nang dumating sila, at ang paglalakbay pagkatapos ay magpapatuloy. Hindi sila pupunta kay Herodes para sa direksyon kung ang Bituin ay nagpakita sa oras na iyon. Hindi sana nila kailangan ang tulong niya.

Dinala sa Bethlehem, nakilala nila ang Anak ni Yahuah na matagal na nilang hinihintay na sambahin. Sila ay nahulog at iniharap ang kanilang mga regalo mula sa kabang-yaman na kanilang na-curate mula noong mga araw ni Adan. Oo, ang Magi ay nauuna kahit ang Baha sa pagsasagawa, at nalilito sila sa mga mangkukulam ay pilay. Aabot tayo diyan. Ang account na ito ay higit na maganda, banal at maging makasaysayan kaysa sa napagtanto ng sinumang iskolar.

Sa kasamaang palad, may mga kapanganakan na naka-display kung saan naroroon ang Wise Men. Iyon ay hindi marunong bumasa at sumulat. Ito ay makalipas ang dalawang taon. Ang Messiah ay isang paslit, hindi isang bagong silang. Herodes pinatay ang mga iyon batay sa oras kung kailan nakita ng Magi ang Bituin, na kanilang ipinaalam siya ay dalawang taon na ang nakalilipas. Ang salitang Griyego na ito ay hindi tiyak sa edad. Kahit na maaari maging isang bagong panganak, (tulad ng inilalarawan sa Juan 1:52 ang walong-araw na gulang na si Juan Bautista), ito ay karaniwang ginagamit upang ilarawan ang isang batang bata, kahit hanggang sa hindi bababa sa 12 taong gulang (tulad ng tulad ng sa Marcos 5:39-42, na tumutukoy sa anak ni Jairo). Gayunpaman, ang naturang pagtitiyak ay hindi kailangan sa salita, gaya ng malinaw kay Mateo; sinabi ng mga Pantas na si Herodes ang Mesiyas 2 taong gulang (v. 16). Maayos ang paggamit ng salitang ito at pagsasalin.

παιδίον: *paidíon, pahee-dee'-on; neuter diminutive ng G3816; isang anak (ng alinmang kasarian), i.e. (sa tamang paraan), isang sanggol, o (sa pamamagitan ng extension) isang kalahating gulang na lalaki o babae; sa makasagisag na paraan, isang immature na Kristiyano:–(maliit, bata) bata, dalaga (G3813).*
bata (25x), maliit na bata (12x), batang bata (10x), dalaga (4x).

Mateo 2:12-13 KJV
At palibhasa'y binalaan ng Dios sa panaginip na sila'y huwag nang magsibalik kay Herodes, ay nagsiuwi sila sa kanilang sariling bansa sa ibang gawi. At nang sila'y makaalis, narito, ang anghel ng Panginoon ay nagpakita sa Si Jose sa panaginip, na nagsasabi, Bumangon ka, at kunin mo ang bata at ang kaniyang ina, at tumakas kayo sa Egipto, at manatili ka roon hanggang sa sabihin ko sa iyo ang salita: sapagka't hahanapin ni Herodes ang bata upang patayin siya.

Ito na ba ang katapusan ng kanilang kwento? Hindi. Aabot tayo diyan. Ito ang kanilang ministeryo sa paglipas ng mga siglo. Sila ang mga tagapag-ingat ng lihim ng Bituin ng Mesiyas, na Kanyang liwanag, hindi isang anghel, at hindi isang bagay na karaniwang matatagpuan sa langit. Sila ay dapat paalalahanan, at kakaunti ang. Ang mga Magi na ito ay tunay na matuwid na mga pari sa kanilang sariling karapatan. Dinala nila ang kayamanan na kakailanganin ni Jesus (Yahusha) upang simulan ang Kanyang ministeryo. Binalaan sila ng anghel na huwag bumalik kay Herodes, kaya umalis sila at bumalik sa kanilang tinubuang-bayan. Hindi na kailangang ipagpatuloy ni Mateo ang salaysay at hindi na maging privy sa naturang impormasyon sa kabila.

Gayundin, linawin natin ang isa pang hindi tamang pagpuna mula sa mga iskolar na tila hindi basahin. Pagkatapos ay binalaan si Jose sa isang panaginip, at tumakas sa Ehipto, palayo kay Herodes paparating na patayan. Hindi sinabi ni Luke na hindi nangyari iyon. Sundin na lang niya mamaya ang kuwento nang bumalik sila sa Nazareth, na sang-ayon kay Mateo. wala pong salungatan o hindi pagkakasundo sa dalawang account. Iyan ay panlilibak, hindi scholarship. Siya ayhindi rin nagbibigay ng salaysay ng mga Pantas na Lalaki, at maaaring hindi man lang alam ito (na hindi isang kinakailangan na dapat ilagay sa kanya ng sinuman). Ang ganitong uri ng lamok na pagpipilit sa isang huwad na paradigm ay sumisira sa kredibilidad ng mga iskolar na nagtatangka ng ganoon, habang sinusubukan din nilang salakayin ang Bibliya. Kung nagsaliksik lang sila ng kaunti at ginamit ilang sentido komun, hindinghindi sila magsusulat ng ganoong katarantaduhan.

Mateo 2:16-18 KJV
Nang magkagayo'y si Herodes, nang makita niyang siya'y tinutuya ng mga pantas, ay nagalit na mainam, at nagsugo, at pinatay ang lahat ng mga bata na nasa Bethlehem, at sa lahat ng mga hangganan nito, mula sa dalawang taong gulang pababa, alinsunod sa panahon na masigasig niyang nagtanong sa mga pantas na tao. Noon ay natupad ang sinalita ni Jeremy na propeta, na nagsasabi, Sa Rama ay narinig ang isang tinig, Panaghoy, at pagtangis, at dakilang pagdadalamhati, si Raquel ay umiiyak para sa kaniyang mga anak, at hindi na naaaliw, dahil hindi sila.

Sa paanuman, ganap na binalewala ng tradisyon ang talatang ito sa timing. Ang Magi ay wala roon para sa kapanganakan ni Jesus (Yahusha). Nakilala ni Herodes ang bata naipanganak na at pinatay niya ang dalawang taong gulang na bata pababa. Ang edad na ito partikular na kumakatawan sa oras na sinabi ng Magi na nakita nila ang Bituin, at Siya ay ipinanganak, na dalawang taon na ang nakalilipas. Hindi tayo binibigyan ng kanilang sagot kay Herodes inquiry kanina, pero andito kami, yun ang basehan niya ng dalawang taon pababa. Ito ay "ayon sa panahon na masigasig niyang nagtanong sa mga pantas."Naging malinaw si Matthew; ang panahong ito nang makita nila ang Bituin ay 2 taon na ang nakalilipas. Kahit anong belen yan kasama ang mga Matalinong Haring ito, ay walang pakialam sa banal na kasulatan. Wala sila doon.

Nagtatanong ito, bakit ang tagal nilang nakarating sa Bethlehem? Ito hindi magkakaroon ng anumang kahulugan para sa mga dapat na mangkukulam sa Persia, Arabia at India upang maabisuhan man lamang tungkol sa pagsilang ng ating Tagapagligtas. Ang kabisera ng Persia noong unang siglo B.C. ay Persepolis, Iran mga 2,100 km. malayo sa Jerusalem. Ang pinakamahusay na paraan para sa naturang ang paglalakbay ay malamang na ang kamelyo, bagaman ang salaysay ay walang mga kamelyo partikular. Iyon ay dahil ang Magi ay kumuha ng mga barko sa halip. Mga pagtatantya ng bilis ng kamelyo ay karaniwang nasa pagitan ng 40-48 km. bawat araw. Kahit na ang mas mabagal na pagtatantya ay magkakaroon ng mga ito dumating sa humigit-kumulang 53 araw (7.5 na linggo). Ang 53 araw ba ay katumbas ng dalawang taon ngayon? Mga iskolar talagang dapat isaalang-alang ang isang maliit na pagsubok bago magsulat ng kahit ano. Nabigo ito sa lahat ng posibleng pagsubok para sa katumpakan. Para sa iskolar na gumawa ng kathang-isip na teorya na ang Magi ay naantala, ngunit hindi nagbibigay ng mapagkakatiwalaang makasaysayang pinagmulan para sa ganoong hangal na pag-angkin, lumago bumangon at kumilos na parang matanda.

Isipin, narinig ng Magoi ng Persia ang kapanganakan ng Anak ni Yahuah at Tagapagligtas ng mundo, ngunit nagpasya na maghintay ng halos 2 taon upang makarating sa isang 8-linggong paglalakbay. Mukhang hindi sila masyadong motivated na magsimula sa ganoong paglalakbay, at bumagsak na sa pagsusulit ng isang karapat-dapat na maabisuhan. Ito ay katawa-tawa na awry. Ang prospect mula sa Saudi Arabia (na ang pamagat ng 'Magoi' ay hindi kahit na angkop), ay mas malapit sa Israel, at samakatuwid ay nabigo ang bawat pagsubok sa pagiging tunay.

Ang India ay halosdalawang beses ang layo mula sa Israel bilang Persia, at nabigo pa rin ito sa lokasyonbatay sa mga pagsubok. Ito ay humigit-kumulang 4,500 km. sa Jerusalem mula roon. Tagal ng paglalakbay mga 180 araw, batay sa aming pananaliksik, o wala pang 6 na buwan. Hindi yan dalawang taon. Sige at humanap ng dahilan para doblehin ang pagtatantya, at nabigo pa rin ito sa lahat ngmga account. Alam nating tiyak na naglakbay ang Magi nang hindi bababa sa isang taon, ayon sa ***Revelation of the Magi*** account, na ating tatalakayin. Ang Ebanghelyo ni Mateo ay ang talaan ng oras, at sinabi ng kanyang account na ito ay 2 taon. Sana, tayong lahat ay maniniwala kay Mateo sa isang modernong iskolar.

Kung nagpaplano ng paglalakbay mula sa Pilipinas, ito ay kailangang mangyari sa pamamagitan ng bangka. Kung nagtagpo ang mga hari, mga anak ng Hari, at mga Pantas sa rehiyon ng Visayas; siguro sa Cebu o malapit, magkakaroon sila ng mas mahabang paglalakbay, na nagbibigay-katwiran sa dalawang taon. Ang Pulang Sea Port, sa Ezion-Geber, ay hindi magagamit ng Israel sa panahong iyon. Kailangan ng isang circumnavigate Africa, na ang mga Greeks ay naisakatuparan nang higit sa 800 taon sa puntong iyon. Walang opsyon sa Suez Canal noon. Noong unang siglo B.C., isang barkong yumakap sa mga baybayin (gaya ng kanilang kaugalian sa pagsasanay), ay maglalakbay sa paligid ng tatlo hanggang apat na buhol. Sa apat na buhol, kahit na walang mga break, isa ay darating ang 8,000 nautical miles ang layo sa Capetown, South Africa sa loob ng humigit-kumulang 100 araw (ayon sa sa Ports.com). Habang umaasa sila sa hangin at paggaod sa panahong iyon, gagawin nila kailangan ng mga pahinga sa pagitan, at karaniwan ay hindi sila tumulak sa gabi.

Ang South Africa hanggang Tanger, Morocco ay magiging isa pang 5,700 nautical miles. Tayo na magdagdag ng isa pang 58 araw sa katumbas ng 158 araw, sa ngayon. Sa wakas, ang huling bahagi ng paglalakbay mula Morocco hanggang Tel Aviv, ang Israel ay magiging isa pang 2,300 nautical miles, o mga 23 na araw sa dagat. Ang kabuuang kabuuan sa dagat, nang walang pahinga, ay nasa isang lugar sa paligid ng 181 na araw sa dagat lang maglakbay mag-isa. Kakailanganin ng isa na doblehin iyon, batay sa sinaunang paraan ng hindi paglalayag sa gabi, na mahalagang isang taon sa dagat.

Ang isa ay magdaragdag ng mas maraming oras kung may mga bagyo, at ang mga barko ay dumaong sa coastline harbors upang maiwasan ang pinsala sa barko. Kasama ng mga hinto para ipagpalit ang mga supply, pagkukumpuni, atbp. ito ay malamang na magdagdag ng 6 pang buwan. Kaya, ang oras ng paglalakbay ay maaaring humigit-kumulang isang taon at 4 na buwan bago makarating sa baybayin ng Israel. Pagkatapos, kailangan nilang maglakbay patungong Jerusalem, (mga 66 milya ang layo), kung saan sila nanatili, naghihintay ng mga tagubilin at mga direksyon. Pumunta sila kay Herodes noong panahong iyon.

Ang paghahayag ng mga Magi ay nag-time na dumating sila sa Jerusalem mga dalawang buwan bago ang kaarawan ni Hesus (Yahusha). Tatakpan natin yan. Kaya, ang kabuuang oras ng paglalakbay ay a paglalakbay ng isang taon at sampung buwan mula sa Pilipinas patungong Jerusalem. Naghintay sila doon, at pagkatapos ay nagtungo sila sa Bethlehem, nang muling lumitaw ang Bituin, isang paglalakbay ng mga sampung milya lamang o higit pa. Siyempre, ang gayong paglalakbay ay mangangailangan din ng pagpaplano bago umalis, na hindi namin isinasaalang-alang sa magaspang na matematika na ito. Ang punto ay, ang paglalakbay mula sa Pilipinas ay sumasama sa ulat mula sa Aklat ni Mateo. Lahat ng iba pang mga oras at lokasyon ay nabigo nang husto.

Hindi ito cryptic. Sinasabi sa atin ng katwiran na ang mga mananamba ni Yahuah ay dapat magkaroon ng a koneksyon sa Israel at sa relihiyon nito, at kaugnayan kay Yahuah, gayun paman sila ay matatagpuan sa Malayong Silangan. Ang lupaing iyon sa Bibliya ay malawak na kilala bilang Ophir, Sheba, at Ang Tarsis bilang tinukoy ni Haring David gayundin ang Halamanan ng Eden, sa Pilipinas. Maaaring ito lang talaga ang lugar sa Earth na tunay na nakipag-alyansa sa orihinal na Tribes ng Israel. Pumunta doon si Solomon upang kumuha ng ginto para sa Templo. Ang Reyna ng Sheba ay nagmula sa parehong rehiyon sa Pilipinas, nag-aalok ng parehong mga regalo tulad ng kay Solomon sabay na navy. Himala, ito ang parehong mga handog na hatid ng Tatlong Hari sa Ebanghelyo ni Mateo. Hindi iyon nagkataon. Sa katunayan, ang mga item na ito ay binanggit sa unang sakripisyo ni Adan, sa pagkatapon mula sa Hardin, hanggang dito lupain ng Havila/Elda, na tatawaging Ophir, Sheba at Tarsis, Nag-alay si Adan ng ginto, kamangyan, at mira. Siya rin ang pinagmulan ng mga Mago magsanay dahil una niyang isinantabi ang mga mapagkukunang ito para sa Mesiyas.

Ang kuwento ng Reyna na ito ay natapos sa paglalakbay sa Ophir upang kumuha ng ginto, at ang pag-aalay ng mga kaloob na ito ni Hiram, ang admiral ni Solomon, kasabay ng Reyna ng Sheba. Iyan ay hindi India, o Persia, o Arabia. Kaya naman hindi ginawa ng mga Mago lumitaw sa kapanganakan, ngunit makalipas ang dalawang taon.

Ang Jeremias 31:15 ay binanggit din ng Aklat ni Mateo sa kuwentong ito bilang propesiya ng ang pangyayaring ito noong pinatay ni Herodes ang napakaraming bata. Kapag sinipi ng sipi ang ganyan isang talatang may pagpapatungkol sa propeta, hindi lohikal na i-claim ang account ay hindi matatagpuan saanman sa banal na kasulatan, nang sabihin ni Mateo na iyon nga. Gayunpaman, si Haring David ay ganap na tumpak tungkol sa Wise Men sa kanyang heograpiya; iyon ay hindi mapag-aalinlanganan. Tatalakayin natin iyon sa susunod.

Sa kasamaang palad, hindi lamang ang Simbahang Katoliko ang ganap na napinsala ang salaysay ng pasko. Si John Calvin ay nagkasala ng pareho sa kamangmangan. Pinili niya ang isang salaysay ng ganap na kamangmangan tungkol sa mga Mago. Sa kanyang labis na kamangmangan, si Calvin inaakusahan ang Simbahang Katoliko ng ganoon sa paksa, ngunit siya rin ay sumusunod sa kanilang kathang-isip na salaysay. Ito ay isang papet na palabas na may gawa-gawang debate sa wala kung saan ang magkabilang panig ay puno ng pagkakamali. Sila ay mga Hari, sa katunayan, ayon kay Haring David, bilang gayundin ang Pahayag ng mga Mago.

"Sa kasamaang palad, hindi lamang ang Simbahang Katoliko ang ganap na napinsala ang salaysay ng pasko. Si John Calvin ay nagkasala ng pareho sa kamangmangan. Pinili niya ang isang salaysay ng ganap na kamangmangan tungkol sa mga Mago. Sa kanyang labis na kamangmangan, si Calvin inaakusahan ang Simbahang Katoliko ng ganoon sa paksa, ngunit siya rin ay sumusunod sa kanilang kathang-isip na salaysay. Ito ay isang papet na palabas na may gawa-gawang debate sa wala kung saan ang magkabilang panig ay puno ng pagkakamali. Sila ay mga Hari, sa katunayan, ayon kay Haring David, bilang gayundin ang Pahayag ng mga Mago. –John Calvin[1]

Sa wakas, saan at kailan ginawa itong Catholic account ni Melchior, Caspar, at kung saan Nagmula si Balthazar? Kahit na ang Wikipedia ay nagbibigay-kredito sa dalawang akda noong ikawalong siglo, pareho mula sa orihinal na manuskrito ng ikaanim na siglo. Ito ay higit sa isang siglo pagkatapos ng tiyak, dokumentadong pinagmulan ng Revelation of the Magi na ating tatalakayin. Ang Katoliko Alam ng Simbahan na ang koneksyon ng Persia ay kathang-isip, at ang pamunuan ng simbahan ay nananatili pa rin mulat sa kanilang mga katha hanggang ngayon.

Ang mga pangalang ito ay unang lumitaw sa isang ikawalong siglo na relihiyosong salaysay, Excerpta Latina Barbari, na ay isang pagsasalin sa Latin ng isang nawawalang manuskrito ng Griyego na malamang na binubuo sa Alexandria halos dalawangmga siglo na mas maaga. Isa pang teksto sa ikawalong siglo, ang Collectanea et Flores, na isang Latin din pagsasalin mula sa orihinal na salaysay sa Griyego, ay nagpatuloy sa tradisyon ng tatlong hari at ang kanilang mga pangalan at nagbibigay ng karagdagang detalye.[2]

Sinusubukan ng parehong mga intelektuwal na bata ang mga etimolohiya mula sa Mga Gawa ni Tomas, pagpuna sa isang Indian na hari, na nabuhay nang matagal pagkatapos ng mga Wise Men ay malamang na patay, at hindi niyakap ng haring iyon si Thomas sa Gnostic account. Kung siya ay isang Magi o nagmula sa isa, makikilala niya sana kung sino si Tomas at niyakap siya. At saka, paanong hindi man lang nila mabasa ang pangalan niya para makitang hindi ito tugma? Siya ang nauna hari ng kanyang pangalan, at hindi man sa kapangyarihan sa panahon ng mga Magi.

Wala itong kinalaman sa pagbisita ng mga Magi isang siglo bago. Sa katunayan, ang hindi man lang kumonekta ang pangalan. Sinasabi ng mga iskolar na si Gondophares I ay Caspar, ngunit iyon ay katawa-tawa. Hindi rin siya Gudaphar, na Hebrew, at kasama ang pangalan Ophir. Duh! Maling bansa ang hinahanap nila dahil nawalan sila ng tirahan ng mga Mago, ang Lupain ng Ginto, at ang Halamanan ng Eden. Kapag ang mga iskolar na ito ng Vatican, pati na ang mga Protestante, ay walang pundasyon, wala silang ibabahagi iyon ay kapani-paniwala. Parang gusto nilang magmaneho ng sasakyan na walang kalsada at gulong. sila hindi humantong saanman. Gayunpaman, inaakay tayo ng mga sinaunang Wise Men sa mismong lupain ng propesiya.

---

[1] *Calvin, John. Calvin's Commentaries, Vol. 31: Matthew, Mark and Luke, Part I, tr. by John King. Retrieved 2010-05-15. Quote from Commentary on Matthew 2:1–6.* [2] *"Biblical Magi." Wikipedia. Retrieved Oct. 2025. Credibly citing:* ***a.*** *Excerpta Latina Barbari, page 51B: "At that time in the reign of Augustus, on 1st January the Magi brought him gifts and worshipped him. The names of the Magi were Bithisarea, Melichior and Gathaspa."* ***b.*** *Hugo Kehrer (1908), Die Heiligen Drei Könige in Literatur und Kunst (reprinted in 1976). Vol. I, p. 66. Online version.* ***c.*** *Collectanea et Flores in Patrologia Latina. XCIV, page 541(D) Online version.*

Nabigo ang Propaganda Map!

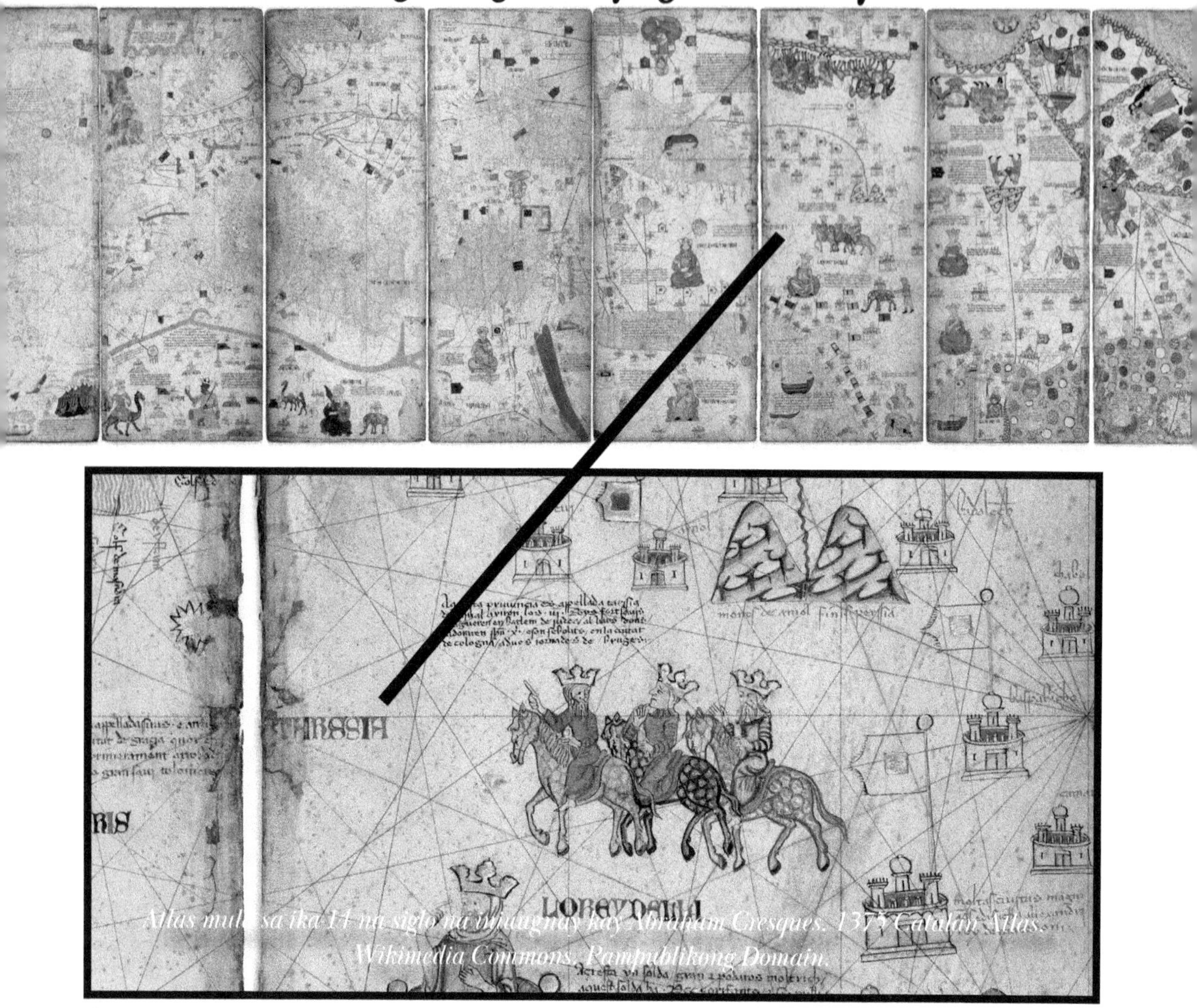

Atlas mula sa ika-14 na siglo na iniugnay kay Abraham Cresques. 1375 Catalan Atlas. Wikimedia Commons, Pampublikong Domain.

Ito ay isang Jewish propaganda map na naglalagay ng Tarshish sa Persia kung saan nagmula ang tatlong hari doon. bakit naman Tinukoy ng Awit 72 ang mga hari ng Tarshish, ang mga pulo (Ophir), at ang Sheba na nagdadala ng mga handog sa Mesiyas. Kaya bakit hindi na lang baguhin ang mga mapa at kasaysayan upang umangkop sa isang hindi marunong magbasa na teorya na walang batayan? Nagtayo si Solomon ng hukbong dagat upang pumunta sa Gitnang Asya? talaga? Sa Talmud, ang mga Hudyo ay hinihikayat na manlinlang ang mga goyim sa gayong mga paraan, at ito ay malinaw na propaganda ng pinaka-hindi tamang uri. Ang problema ay ito hindi marunong bumasa at sumulat dahil walang kahit isang pag-aangkin na ang Persia ay Tarshish para sa malinaw na mga kadahilanan. Ang Tarshish ay isang isla (Is. 23:6, 60:9; Awit 72:10). Oops! Iisipin ng isang kartograpo na ang Central Asia ay hindi isang isla, at hindi rin ang Tartessus, Spain. Ang Tarshish ay may mga mapagkukunang katutubong sa Pilipinas at Timog Silangang Asya, hindi matatagpuan sa Persia, o sa mas masahol pang hula; sa Espanya. Ang Tarshish ay nakamapa sa libu-libo ng mga taon sa Pilipinas at hindi kailanman kapani-paniwala sa Persia, o Espanya. Nang umupa ang hari ng Espanya explorer upang pumunta sa Tarsis sa Malayong Silangan, paano ito iskolar upang angkinin ang Espanya o Persia ay Tarsis?

Kabanata 2: Ang Hula ni David tungkol sa mga Mago: Heograpiya Ilang Iskolar Kahit Alam

***We Three Kings of Orient Are** By John H. Hopkins, Jr. (1857)*[1]
*We three kings of **Orient** are;*
bearing gifts we traverse afar,
field and fountain, moor and mountain,
following yonder star.

Refrain:
O star of wonder, star of light,
***star with royal beauty bright**,*
westward leading, still proceeding,
guide us to thy perfect light.
– United Methodist Hymnal, 1989

Ano ang ibig sabihin ni John Hopkins nang isulat niya ang Magi na nagmula sa Silangan sa *We Three Kings Of Orient Are*? Siya ay hindi lamang isang manunulat ng kanta, ngunit isang teologo na kilala bilang isang ecclesiologist noong ika-19 na siglo. Siya ay may layunin sa gayong paggamit, at siya ay. Saan niya nakuha ang kaalamang ito? Mula sa "mga sanggunian sa banal na kasulatan" (sa Hymnary.org), ginamit ni Hopkins ang Awit 72:10 bilang batayan para sa teolohiyang ito. ipakita sa iyo na ang Bibliya ay palaging nakikilala ang rehiyong ito nang napakahusay. Bakit nagkaroon ng isang bagay na hindi kailanman naging isang palaisipan sa banal na kasulatan sa mga sinaunang lumilitaw na napakalabo at muling binibigyangkahulugan sa pag-aaral ng Bibliya, kapag may direktang sanggunian na hindi kailanman humantong sa Persia, Arabia, o India bilang pinagmulan ng Magi? Iyon ay gawa-gawa lamang ng ang Simbahang Katoliko noong ika-6 na siglo.

Kahit na ang sikat na Christmas song na O Holy Night[1] ay may kasamang "Wise Men from Orient lupain" ngunit kung sino man ang sumulat niyan ay hindi man lang nabasa ng mabuti ang Ebanghelyo ni Mateo. Ang mga Pantas na Lalaki ay wala doon para sa kapanganakan sa banal na gabing iyon, ngunit makalipas ang dalawang taon. Gayunpaman, ang kamangmangan na iyon ay inulit ng maraming iskolar ngayon. Dumating ang Star nila sila mula sa Silangan kung saan ito unang lumitaw. Hindi ito nagmula sa Bethlehem at wala doon sa kapanganakan, ayon sa *The Gospel of Mateo* and the Vatican dokumentong aming ibubunyag. Gayunpaman, makikita ng isang tao na inuulit ni Hopkins ang mga Wise Men mula sa Orient sa kanyang Spanish version na Del Oriente Somos Los Tres[1] din. Ano ang ang Orient sa kontekstong ito sa Hopkins? Walang paghula ay kinakailangan.

---

[1] *hymnary.org.*

Tinukoy niya ang terminong Orient sa isa pang kanta na isinulat niya na nagpapakitang alam niya kung ano ang mga modernong iskolar ay nawala–ang Awit 72 na heograpiya ng pinagmulan ng mga Mago. Ito ay hindi Persia, Arabia o India. Ito ang dahilan kung bakit si Paul, isa sa mga pangunahing teologo sa lahat ng panahon, pinayuhan tayo na "...patunayan ang lahat ng mga bagay, panghawakang mahigpit ang mabuti" *(1 Th. 5:21).* Mayroong maling mapanlinlang na kasamaan doon, at ito ay inaamag na lebadura sa ilang mga kaso, taong 2,000. Ang pag-iisip na ang hindi marunong bumasa at sumulat na tradisyon sa paanuman ay nakakakuha ng kredibilidad dahil ito ay nakaligtas na hindi nasubok ng napakaraming napakatagal, ay katibayan lamang ng isang paradigma na nabigo sa ating lahat at nananatiling sira. Bakit nila itinatago ang lupaing ito?

When from the East the Wise Men Came *By John H. Hopkins, Jr. (Adopted 1892)*[1]
1 When ***from the East the wise men came,***
Led by the Star *of Bethlehem,*
The gifts they bro't to Jesus were
Of ***gold****, and* ***frankincense****, and* ***myrrh****.*
2 ***Bright gold of Ophir****, passing* ***fine****,*
Proclaims a King of ***royal line****;*
For ***David's son*** *in David's town,*
Is born the ***heir*** *of* ***David's crown****.*

Paano nalaman ni Hopkins, isang teologo ng ika-19 na siglo na nagmula ang mga Wise Men ang Isles of Ophir sa Malayong Silangan? Nagbabasa siya ng kanyang Bibliya. Mahirap paniwalaan halos isang buong gaggle ng PhD ang nakaligtaan ang propesiya ng Wise Men mula sa Si Haring David sa Awit 72, na nag-aalok ng heograpiya na taliwas sa kanilang kasalukuyang mga posisyon, batay sa fiction. Maaari nating ilantad ang lebadura na nakakubli sa kanilang pag-iisip. Kami ay paglalahad ng sinaunang pag-unawa sa pinagmulan ng Magi, dahil ang makabago view ay batay sa Catholic fiction mula sa ika-6 na siglo, at hindi tugma sa Bibliya. Ang kanilang maling doktrina ay tinanggap na ng buong mundo. tradisyon nagiging mapanganib kapag ito ay maling batayan.

Awit 72:10-15 ***KJV***
Ang mga hari ng Tarsis at ng mga pulo ay magdadala ng mga regalo: ang mga hari ng Sheba at Seba mag-aalok ng mga regalo. Oo, lahat ng mga hari ay magpapatirapa sa harap niya: lahat ng mga bansa ay maglilingkod sa kaniya. Sapagka't kaniyang ililigtas ang mapagkailangan pagka siya'y humihiyaw; ang dukha naman, at ang walang katulong. Kaniyang patatawarin ang dukha at mapagkailangan, at ililigtas ang mga kaluluwa

[1] *hymnary.org. The Hymnal: revised and enlarged as adopted by the General Convention of the Protestant Episcopal Church in the United States of America in the year of our Lord 1892.*

ng mapagkailangan. Siya ay tutubusin ang kanilang kaluluwa mula sa pagdaraya at karahasan: at magiging mahalaga ang kanilang dugo sa kaniyang paningin. At siya ay mabubuhay, at sa kaniya ay ibibigay ang ginto ng Sheba: dasal din naman para sa kaniya patuloy; at araw-araw ay pupurihin siya. Magkakaroon ng isang dakot ng mais sa lupa sa tuktok ng mga bundok; ang bunga niyaon ay manginginig gaya ng Libano: at sila sa ang lungsod ay mamumukadkad na parang damo sa lupa. Ang kaniyang pangalan ay mananatili magpakailan man: ang kaniyang pangalan ay mananatili habang may araw: at pagpapalain sa kanya ang mga tao: tatawagin siya ng lahat ng bansa pinagpala. Purihin ang Panginoong Diyos, ang Diyos ng Israel, na tanging gumagawa ng mga kamangha-manghang bagay. At purihin ang kaniyang maluwalhating pangalan magpakailan man: at mapuno nawa ang buong lupa ng kaniyang kaluwalhatian; Amen, at Amen. Ang mga panalangin ni David na anak ni Jesse ay natapos na.

מלך: *melek; hari:–Hari, royal (H4428).*

Una, sinabi ni Haring David na ang mga Pantas ay magiging mga Hari. tama yan. Bawat iskolar na nagsulat ng isang libro, artikulo o blog sa paksang ito, na nagsasabing hindi sila mga hari (dahil ang Mateo ay gumagamit ng salitang Magos), ay nagpapatunay na indoctrinated at walang pinag-aralan. Kahit papaano, napagpasyahan nila na ang isang Hari ay hindi maaaring maging isang Matalino, na nagpapatunay na sila hindi kailanman aktwal na nasubok ang salaysay, ni sila ay tunay na nakakaalam ng Hebrew o Ingles, parang. Ang sinumang nag-aangkin sa The Gospel of Matthew ay ang tanging pagbanggit ng kuwentong Magi,ay hindi kwalipikadong magturo ng paksang ito. Nagbibigay din si Haring David ng heograpiya, sa ang kanyang aklat ng Mga Awit, na hindi kailanman tinanong ng mga iskolar, nang lehitimo. David pinapanatili din ang pinagmulan ng mga Mago bilang Tarsis, na pinatu-tunayan ng aming pananaliksik ay Mindanao Pilipinas (tingnan ang Panimula). Ang mga pulo ay malinaw na Ophir sa pamamagitan ng pagsasamahan, at iyon ay ang buong kapuluan, pati na rin ang isang direktang sanggunian na nakamapa bilang Isla sa Luzon, sa Pilipinas (tingnan ang Panimula). Ang Sheba, kung saan nagmula ang Reyna ng Sheba, ay nakatala sa mga mapa bilang Cebu/Sebu o Visayas, Pilipinas (tingnan ang Panimula).

Ang Seba sa Hebrew ay Saba o Sabah, (na tila hindi napapansin ng mga iskolar), ay matatagpuan sa sinaunang Pilipinas, ngayon ay bahagi na ng Malaysia sa mga mapa. Yaong mga dapat na iskolar na nagsasabing ang Sheba ay ang mga Sabaean sa Yemen ay hindi kailanman nagsaliksik kahit isang mababaw na halaga ng Biblikal at makasaysayan mga account tungkol dito. Hindi nila napagtanto na ang kanilang paglalaro ng salita ay nagpapakita lamang ng kamangmangan. Tinatawag ng Bibliya ang mga Sabaean at hindi kailanman Sheba. Oops! Ang etimolohiya ng mga Sabaean ay hindi kahit na si Sheba, ngunit nagmula kay Seba, ang tiyuhin ni Sheba sa angkan ni Ham, ayon kay Josephus.

"Sabas (Seba in Latin, not Sheba), who founded the Sabeans (Yemen)"
–Flavius Josephus, Antiquities, Book 1, 6.2

Ang mga Sabaean ay naitala nang maraming beses sa banal na kasulatan, ngunit ni minsan hindi kailanman tinawag na Sheba. Totoong ang Hebreong anyo ng Sheba ay S-B-A at ang Saba ay talagang isang angkop na rendering, marahil. Gayunpaman, ang Pilipinas ay may Sabah, isang teritoryo nakamapa sa Malaysia ngayon. Patuloy na pinapanatili ng mga awtoridad ng gobyerno ang lupaing iyon ay ang Pilipinas. Anuman, tiyak na ito ay noong sinaunang panahon. Ang Pilipinas din may isa sa pinakamaraming bunga nito–saba. Kaya, ang paniwala na ang Yemen lamang (sa sa buong Mundo), ay maaaring ang Sheba ng Reyna ng Sheba, batay sa malabong Scholar Scrabble, ay walang katuturan, lalo na kapag ang mga Sabaean ay hindi man lang nagmula na ang ibang Sheba, mula kay Ham, na hindi kaanib sa anumang account. Iyon lang ang katibayan na kanilang ipinakita. Iyan ay hindi isang posisyon, at hindi isang hypothesis.

Sa katunayan, ang Havila ay binanggit sa Genesis 10 bilang pangalan ng mga supling ni Ham, ngunit ito rin ang pangalan ng supling ni Shem. Tila nakakalimutan ng mga iskolar na sina Ophir at Si Sheba (mula sa linya ng dugo ni Shem) ay mayroon ding kapatid na lalaki na nagngangalang Havilah, na nag-iisa Havila na maaaring magkasya sa heograpiya ng Reyna ng Sheba. Ang mga anak na ito ni Sem ay hindi kailanman nanirahan sa Saudi Arabia o India, kundi sila ay nanirahan sa Eastern Iran sa Una, at lumipat sa Far East ng 2.300 B.C. Magkasama sila sa Pilipinas sa mga araw ng Reyna ng Sheba. Walang claim o posisyon sa anumang kahulugan na Si Sheba ay nagmula sa Persia. Ito ay mga pulo sa banal na kasulatan, hindi sa Gitnang Asya.

Sa katunayan, ang Arabia ay teritoryo ni Sem kung saan kinokontrol ito ng mga inapo ni Ham, na kung saan ginagawa silang sumpain ayon sa paghahati ni Noe sa Lupa mula sa Aklat ng Jubilees 8-9. Ang ibig sabihin ng Seba ay "kunin ang bihag" o "splinter."[1] Kapag isinama sa ibang teritoryo gaya ng Sheba, ito ay teritoryo, putol-putol, o sa diwa ay bihag ng Sheba; kabilang sa ito. Ang Reyna ng Sheba ay dapat bumaba mula sa Sheba ni Sem, ang kapatid ni Ophir, hindi kailanman ang mula kay Ham (na wala man lang sa angkan ng mga Sabaean). Ang mga ito ay hindi mga iskolar sa paksang ito. Kinakabahan nila ang bawat aspeto ng salaysay sa kamangmangan. Kaya, ang Seba ay Sheba gaya ng teritoryo ng Sheba.

Ang mayroon tayo dito ay partikular na tatlong teritoryo ng pamumuno, kung saan sa hindi bababa sa anim na hari ang dumating upang sambahin ang Mesiyas, na nagdadala ng mga regalo, 2 taon pagkatapos ng Kanyang kapanganakan. Sinusundan nila ang Bituin na lumitaw sa Silangan, hindi sa Bethlehem, na ang Hindi nakita ng mga Pariseo sa Israel (ayon sa Ebanghelyo ni Mateo). Bagama't

---

[1] *"Sheba."* **שבה** *(shaba/sabah) "to take captive;"* **שבא** *(seba/saba) "used in the Aramaic Talmud to mean splinter." Abarim Publications.*

naroon ay hindi bababa sa anim sa kabuuan (dahil ang 'mga ito' ay maramihan), mayroong eksaktong tatlong pinuno sa mga Hari, maging sa Awit 72: Tarshish, Ophir (ang mga pulo), at Sheba. Ito nagpapaliwanag kung bakit isinulat ni Hopkins ang We Three Kings of Orient Are. Ang 3 Hari ay nangunguna at talagang tumpak kapag naiintindihan ng isa ang account at paradigm ng lupang nauugnay. Hindi talaga siya nagkamali sa puntong iyon sa kanta; gawain ng mga modernong iskolar. Malinaw na alam niya kung paano basahin ang hindi bababa sa Awit 72. Ang lahat ng ito ay makumpirma at karagdagang ipinaliwanag sa sinaunang dokumento ng Vatican; Revelation of the Magi, kamakailan isinalin sa Ingles. Ang mga sanggunian na ito ay nagbubuklod at nagpapatibay sa isa't isa. Ito ay mangyayari kapag nalaman ng isang tao ang katotohanan. Dalangin namin na ang lahat ng mga iskolar ay balang araw gumising sa katotohanan, tulad ng mayroon tayo.

Anong ginto ang ibinigay kay Jesus (Yahusha)? Ang Ginto ng Sheba, tulad ng Hopkins inilarawan ang matingkad na ginto ng Ophir. Ito ang Sheba na nauugnay sa Ophir at Ang Tarsis, gaya ng isinulat ni Haring David nang makahulang, gayundin sa makasaysayang mga awit na mayroon tayong nirepaso. Ang kamakailang manuskrito ng Vatican ay kumpirmahin ang aming pananaliksik, na hindi mapagtatalunan. Walang pakialam kung anuman ang sabihin ng isang iskolar o naiintindihan ang mga isinulat kahit 1000 taon na ang nakalilipas?

Una, dapat banggitin ng isa ang simula ng Awit 72 sa King James Version, na lumilitaw din sa orihinal, awtorisadong 1611 na bersyon, ang Brenton Greek Septuagint, at ang Geneva Bible bilang "[Isang Awit para kay Solomon.]]" o "[[Para kay Solomon.]]." meron tayong isang napakalaking isyu sa pag-render sa mga double bracket na binibigyang-kahulugan na ito ay isang propesiya ni Solomon dahil wala iyon. Nabigo siya sa maraming antas ng maraming beses dahil ang anak na ito ni David ay ang nag-iisang Mesiyas. Pansinin, tinukoy ni Hopkins ang Mesiyas bilang anak ni David na alam nating lahat ay angkop dahil siya nga ay nagmula sa kanya. Sinasabi nito na isinulat ni David ang Awit "PARA kay Solomon," hindi na si Solomon ang paksa, na hindi siya maaaring maging, dahil ang Mesiyas lamang ang umaangkop sa paglalarawan sa talatang ito.

Ang malamang na pinagmulan ng matinding interpretasyon at kalapastanganan na ito ay ang Bibliyang Katoliko. Sa bersyon mula sa United States Conference of Catholic Bishops, inalis nila ang mga bracket at isalin ang "Ni Solomon" na pinapalitan ang "PARA." Binabago nila ang text sa pandaraya. Ang isang Awit na isinulat para maunawaan ni Solomon ay tiyak na hindi pareho bilang pagpasok kay Solomon bilang Mesiyas at paksa, na madaling masuri. Hindi sumulat si David para malaman ni Solomon kung sino siya, ngunit nais niyang malaman niya ang Mesiyas mula sa kanyang angkan. Ito ay nagiging napakalinaw, dahil mayroong marami Mesiyanikong mga propesiya sa sipi na hindi akma kay Solomon, at hindi ito makatarungan iilan, ngunit marami na gagawing imposible ang maling interpretasyong ito, o kahit iisipin man lang ng isa.

Mula sa mga bersikulo 10-15 lamang, makikita natin na ang anakni David na ito ay hindi maaaring si Solomon. Hindi maililigtas ni Solomon ang mga kaluluwa ni matubos man ang mga kaluluwa. Ang Mesiyas lang ang makakagawa. malay natin na sinusubukan ng Zionismo na iunat ang mga pagsasamantala ni Solomon sa pagkakamali, ngunit ang 1 Hari 10:15 at Tinukoy ng 2 Cronica 9:14 ang teritoryo ni Solomon bilang "Mga Hari ng Arabia" lamang at "Mga Gobernador ng Israel" na nagbibigay pugay. LAHAT ng mga bansa at LAHAT ng mga hari ay hindi kailanman yumukod si Solomon at hindi kailanman naglingkod sa kanya, at hindi kailanman. Ang Zionismo ay hindi isang posisyon sa Bibliya ngunit isang ideolohiya ng pamahalaan, na walang kaugnayan sa banal na kasulatan sa anumang kahulugan. Mayroon itong isang racist platform na nagtatangkang ilagay ang dugong Hudyo sa lahat ng iba pa. Ang Bibliya hindi kailanman ginagawa. Nakalulungkot na ang racist political ideology ay pumasok sa moderno iskolarship sa Bibliya. Gayunpaman, bumalik tayo sa simula ng Kabanata 72.

Awit 72:1-9 KJV

[[Isang Awit para kay Solomon.]] Ibigay mo sa hari ang iyong mga kahatulan, O Diyos, at ang iyong katuwiran sa anak ng hari. Hahatulan niya ang iyong bayan ng katuwiran, at ang iyong dukha ng kahatulan. Ang mga bundok ay magdadala ng kapayapaan sa mga tao, at ang maliliit na burol, sa pamamagitan ng katuwiran. Siya ay dapat hatulan ang dukha sa bayan, ililigtas niya ang mga anak ng mapagkailangan, at sisibak pirapiraso ang nang-aapi. Matatakot sila sa iyo habang nananatili ang araw at buwan, sa buong panahon lahat ng henerasyon. Siya'y bababa na parang ulan sa tinabas na damo: gaya ng mga ambon na nagdidilig ang lupa. Sa kaniyang mga kaarawan ay yumayabong ang matuwid; at kasaganaan ng kapayapaan hangga't ang nagtitiis ang buwan. Siya ay magkakaroon din ng kapangyarihan mula sa dagat hanggang sa dagat, at mula sa ilog hanggang sa dulo ng daigdig. Silang nagsisitahan sa ilang ay yuyukod sa harap niya; at ang kanyang mga kaaway ay dilaan ang alikabok.

Bilang karagdagan sa ito ay isinulat para kay Solomon upang maunawaan, hindi isang propesiya ni Solomon, ito ay patuloy na malinaw na hindi maaaring maging si Solomon ang paksa dito. Si Solomon ay humatol at kung minsan sa katuwiran, ngunit siya nga ay hindi kailanman ang matuwid na hukom at hindi nanatili sa landas. Tanging si Jesus (Yahusha) ang matuwid na hukom. Siya ay magdadala ng kapayapaan sa mga tao sa pamamagitan ng katuwiran, at si Solomon ay nabigo. Walang makalupang hari ang makapaghahatid ng pangmatagalang kapayapaan sa Araw ng Paghuhukom.

Tanging si Jesus (Yahusha) lamang ang ipinropesiya na dudurog sa maniniil (Awit 2:9). na alam ni David, dahil isinulat din niya iyon. Hindi ipinaglaban ni Solomon ang nangangailangan alinman, kinakailangan. Ang timeline ay naitatag dito para sa magiging anak na ito ni David, bilang Siya ay katakutan habang nananatili ang araw at buwan, na siyang Araw ng Paghuhukom. Pinatutunayan nito ang sarili na ito ay sa lahat ng henerasyon. Talaga, si Solomon nananatiling iginagalang ngunit hindi kinatatakutan, hindi sinasamba, hindi ipinagdarasal, at hindi buhay. Iyon ay magiging katawa-tawa pati na rin kalapastanganan sa palagay.

Si Solomon ay hindi bumaba, ngunit ang Mesiyas ay bumaba. Hindi kinontrol ni Solomon ang dagat sa dagat hanggang sa dulo ng Earth. Nakipagkalakalan siya sa Ophir sa Malayong Silangan, ngunit hindi kailanman nagkaroon ng kapangyarihan sa ibabaw nito. gagawin ng Mesiyas. Walang nakakaalam tungkol sa pagbabago nito sipi sa interpretasyon, upang tukuyin si Haring Solomon bilang paksa ng hulang ito. Isa lamang ang makakapuno ng mga sapatos na iyon; ang Mesiyas. Samakatuwid, nang ang anak na ito ni David ay ipinanganak, ang mga hari ng Tarshish, Ophir at Sheba ay darating upang dalhan siya ng mga regalo. Tiyak na hindi akademiko ang pag-angkin na ang Reyna ng Sheba ay talagang isang Hari, at anong mga Hari ang dinala ng Reyna ng Sheba noong mga araw ni Solomon? Mayroon nabasa na ba nila ang kwento? Walang sinumang hari ang sumama sa kanya at dapat ay mayroon ay hindi bababa sa 6, upang tumugma sa hula ni David. Gayunpaman, ang mga teritoryong ito ay hindi magkaroon ng claim sa Persia. Ang maling pagtatangka na ipasok ang Saudi Arabia (kung saan hindi kailanman nabuhay) at India (na nabigo sa bawat heograpikal na pagsubok), ay hindi kailanman naging magkakaugnay ang mga pagbasa ng alinmang sipi. Karamihan sa mga komentaryo ay nakakalimutan na mayroong tatlong rehiyong kasangkot na hindi nila maaaring pagsamahin.

Ang Tatlong Hari ay tatlong pinuno sa pangunguna at oo, sila ay mga Hari. Nagmula sila sa Ophir, Sheba at Tarshish sa tinatawag nating Pilipinas ngayon. Napatunayan na namin ang koneksyon na ito sa nakaraang pananaliksik, at mayroon napatunayan ito sa aklat na ito, sa ngayon. Gayunpaman, suriin ang aming buong posisyon sa ***The Search for King Solomon's Treasure: Ang Nawalang Mga Isla ng Ginto at Halamanan ng Eden*** [5] at ***Halamanan ng Eden Revealed: The Book of Maps*** [6], pati na rin ang ating mga video na pagtuturo sa ating Solomon Serye ng Ginto, Serye ng Hanapin ang Hardin ng Eden, Serye ng Mapa ng Hardin ng Eden, at Kailan Ipinanganak si Jesus? Serye. Bukod pa rito, sa sandaling natuklasan namin ang bagong pagsasalin ng Dokumento ng Vatican Library, ***Revelation of the Magi***, ito ngayon ay ganap na napatunayan, at ang Vatican ay nakalantad, dahil mayroon silang ebidensyang ito sa lahat ng panahon.

Nawala ang Pagsasalin ng Bibliya!

Sa Verse 10, nagbago na ang English Catholic Public Domain Version (CPDV). Napalitan na ang Sheba hanggang Arabia sa kamangmangan. Muli, si Sheba mula kay Ham ay ang maling Sheba (na dapat ay mula kay Shem), ngunit gayunpaman, ang maling Sheba ay Ethiopia, hindi Yemen o Arabia. Binago muli ng CPDV ang salaysay, tungkol sa ginto ng Sheba. Sa Verse 15, pinalitan nito ang Sheba ng Arabia (sa masamang heograpiya at Biblical exegesis). Bakit Arabia? Una, ang Arabia ay hindi mga isla. Ang Simbahang Katoliko ba ay gustong itago ang isang baagay dito?

Sa Contemporary English Version, Second Edition (CEV), nakikita natin ang maliwanag na pandaraya na humahantong sa isang kolonyal na pag-iisip ng isang mananakop, na mayroon ang posisyon ng Papa ay laging pinapaboran. Ang Magi ay hindi na nagdadala ng alay sa Mesiyas sa mahirap na ito rendering. Sa halip, nagbabayad sila ng buwis sa isang mananakop (na hindi kailanman ni Solomon noon), at si Jesus (Yahusha) ay tiyak na hindi kailanman. Illiterate propaganda ito sa pinakamasamang antas, hindi inspiradong kasulatan. Upang ipasok ang kanilang masamang doktrina ng pagpatay, pagnanakaw at pagsira, nilalapastangan nila ang Mesiyas. Satanismo lang ang tunay atangkop na paraan upang masuri ang ganitong uri ng pagkilos at ang Simbahang Katoliko ay isinumpa bilang isang resulta. Hindi kataka-taka na ang Papa ay nagtataguyod ng isang Doktrina ng Infallibility na ipinaglalaban kapag ang kasulatan ay hindi sumasang-ayon sa kanya; mali ang Bibliya, at tama ang Papa. Tanging si satanas lang ang magpahayag ng ganyan.

Awit 72:10-11 CEV
Pilitin ang mga tagapamahala ng Tarsis+ at ng mga isla na magbayad sa kaniya ng buwis. Gawin ang mga hari ng Sheba at ng Seba+ magdala ng mga regalo. Iyukod mo ang ibang mga pinuno at paglingkuran siya ng lahat ng bansa.

Sino ang kukuha ng mga salitang ito mula sa Hebreo at ganap na muling isusulat ang teksto sa doktrinang Nephilim ng pananakop. Hindi na bago sa Simbahang Katoliko iyon ngunit umiral na mula noong ito ay nagsimula. Ang salitang "puwersa" ay hindi ginamit sa talatang ito, hindi rin ang "buwis," at ang salitang "gumawa" (na nangangahulugang puwersa), ay isang katawatawang paraan upang tingnan ang isang sipi tungkol sa mga pinunong nagdadala ng mga regalo sa Mesiyas upang pagaganangin ang Kanyang ministeryo. Ito nangangailangan ng isang napakabaluktot, kahit na nakakabaliw, iskolar ng mga walang kakayahan. Wala silang kaunting pag-unawa kung sino ang Mesiyas at kung sino. Pati pagsingit kay Solomon bilang isang mananakop ay magiging kahila-hilakbot at mali, dahil siya ay hindi kailanman isang mananakop. Lahat Ang mga hari ay hindi kailanman naglingkod sa kanya, hindi kailanman sumamba sa kanya, hindi kailanman yumukod sa kanya, ngunit tanging ang mga Hari ng Arabia, na malamang kung bakit binago ng Simbahang Katoliko ang mga isla sa Arabia sa ganap na kamangmangan. Gayunpaman, nabigo itong pumasa sa katumpakan ng pagsasalin mga pagsubok, kakila-kilabot.

Mga regalo sa Awit 72:10 sa Hebreo:
minchâh, min-khaw'; mula sa hindi nagamit na kahulugan ng ugat hanggang sa paghahati-hati, ibig sabihin, ipagkaloob; isang donasyon;
Euphemistically, (maingat) pagkilala; partikular na isang handog na sakripisyo (karaniwang walang dugo at kusang-loob):–regalo, alay, (karne) alay, regalo, sakripisyo. (H4503)

Mag-alok ng mga Regalo sa Awit 72:10 sa Hebreo:
אֶשְׁכָּר: eshkâr: isang pabuya:–regalo, regalo. (H814)

Nakita namin ang pagsingit na ito ng binagong doktrina sa Latin Vulgate (VUL) bilang "Arabiae et Saba" sa Verse 10, sa pandaraya. Ganoon din ang ginagawa ng English Septuagint (BES) ni Brenton. Ang Jesuit Douay-Rheims 1899 American Edition ay sumusunod sa parehong Katolikong propaganda, ngunit siyempre, ang mga Heswita ay ibinaon ang kanilang sarili sa loob at bilang ang mga mananakop na kumokontrol sa Pilipinas, na nagpapatuloy sa ilang anyo hanggang ngayon. Hindi iyon nakakagulat. Ni walang ganoong pangunguna.

Gayunpaman, kung pupunta tayo sa Pilipinas at titingnan ang kanilang mga Bibliyang Tagalog, ang panlilinlang ay nagiging mas malaki sa ilang maling pagsasalin ng mga sipi. Sa Magandang Balita Biblia Awit (Psalm) 72:1 ay nagkamali kaagad, na nagsasabing "Panalangin para sa Hari: Katha ni Solomon" o "Panalangin para sa Hari: Alamat ni Solomon." Paano sila aangat mula sa isang mensahe para kay Solomon na maliwanag sa orihinal na Hebreo, 1611 KJV at Geneva Bible sa pagiging isang panalangin para sa, propesiya tungkol sa, at maging alamat ng Solomon? Buweno, malinaw, ang sinumang gumawa nito ay hindi makakabasa, dahil ang sipi ay inaalis si Haring Solomon bilang Hari, nang direkta, ilang beses. Walang sinuman ang maaaring maging ganitong katanga.

Pagkatapos, mayroon tayong malaking kasalanan na ginawa ng Philippine Bible Society, na inilathala ang kanilang Tagalog, na binabago ang bersyon ng kasulatan, sa inept exegesis. Paano eksakto maaari bang humantong sa kanilang pagbabago ang kanilang pag-aangkin na isinalin mula sa tekstong Masoretic tungo sa ganap na pagbabago ng kanilang mga salita.Ang Lipunan ay dapat na nagsulat ng kanilang sarili. Unawain, Ang Biblia Ang Dating (1905) ay hindi gumagawa ng mga pagbabagong ito ngunit sumusunod sa pagsasalin ng KJV.

Awit (Psalm) 72:10-11 Magandang Balita Biblia(Tagalog)
*Mga haring nasa pulo at naroon sa **Espanya**, maghahandog ng kaloob upang parangalan siya. Pati rin ang mga hari ng **Arabia** at **Etiopia**, may mga kaloob ding ibibigay sa kanya.*

Maging ang mga Bibliyang Espanyol ay hindi nagsasaad na ang Tarsis ay Espanya. Ang Hari ng Espanya, kahit na sa pamamagitan ng pagsulat, ay nakatala sa paghahanap ng Tarsis sa Malayong Silangan sa Pilipinas, at hindi sa kanilang sariling bayan. Ang Tarsis na kinilala bilang Espanya ay batay sa propaganda, hindi isang teorya o katotohanan. Madalas nilang kinikilala ang Sheba bilang Saba, ngunit Ipinapakita ng mga mapa ng Espanyol ang Pilipinas bilang (mga) Isla ng Saba sa loob ng maraming siglo (Tingnan ang Panimula). Ang pag-aangkin sa Yemen ay ang tanging lugar na umiral ang Saba dahil ang tanging opsyon ay hindi scholarship. Sa Sinaunang Hebrew, isinalin ito sa Ingles bilang S-B-A, kung saan

'Saba' ay isang mahusay na pagsasalin. Lumilitaw na ang batayan para sa partikular na Bersyon ng Tagalog na ito ay ang Bagong Tipan na Pagsasalin, na nagsasalin sa Espanya para sa Tarsis, bagaman iyon ay kasuklam-suklam na kapabayaan lahat.

Ang New Living Translation (NLT) ay gumawa ng pag-amin sa Verse 10 na ang Sheba at Ang Seba ay kumakatawan sa "Eastern Kings." Nasaan ang mga hindi marunong bumasa at sumulat na nag-iisip kay Haring David isinulat ito mula sa Israel at tinawag ang Yemen: Silangan? Ang malala, may mga sumusubok ipasok ang Africa sa formula na ito, gayunpaman, kailan lumipat ang Africa sa Silangan ng Israel? Ito rin sinubukang palitan ang salitang isles sa mga baybayin, gaya ng ginagawa ng iba, mas bagong pagsasalin, na lahat batay sa ika-19 na siglo, mga manuskrito ng Westcott at Hort. Ang mga okultismo-admited isinusulat ng mga tagapagsalin sa kanilang sariling mga liham na ang kanilang tiwaling mga manuskrito ay 'sinadya upang baguhin ang Bibliya'. Ginawa nila. Ipinakilala rin ng NLT ang pandaraya ng Katoliko na "Ng Solomon" sa Talata 1.

Ang Hebrew Names Version ay aktwal na nagpapaliwanag ng paradigm ng Kabanata 72 mula sa isang Hebreong pananaw, at malamang na ang pinakatumpak sa bagay na iyon. Ang Kabanata ay hindi aktuwal na isinulat kay, para sa, o kahit tungkol kay Solomon. Isinulat ni Solomon,"Sa pamamagitan ng Shlomo", na talagang pinakamay katuturan. Marahil si Solomon talaga ang nagsulat nito. Hindi Niya hinulaan ang Kanyang sarili sa ikatlong panauhan, kung gayon. Gayunpaman, nilang i-render ang Yiddish bilang Sheva at Seva, para palitan ang mahusay na itinatag na "Bet" ng "Vet". Walang ganoong mga tuntunin sa sinaunang Hebreo, Griyego, Aramaic, o Latin, gaya ng wala sa mga wikang ito kahit na naglalaman ng isang titik "V" hanggang sa mga 1500's, kung kailan Ang mga Hudyo ng Ashkenazi ay lumipat sa Europa, na nagsasalita ng isang infusion na wika, na hindi kailanman angkop na kumakatawan sa Hebreong Bibliya. Pati yung mga mukhang nakakaintindi magambala sa lebadura ng Pariseo. Ang Kumpletong Jewish Bible ay sumusunod sa pattern na ito, rendering Yiddish sa halip ng Sinaunang Hebrew, ngunit din proyekto Solomon bilang ang may-akda ng kabanata na pinaguusapan, na tila malamang.

Ginawa noong 1995 ng God's Word to the Nations Bible Society, ang kanilang SALITA NG DIYOS Ang pagsasalin ay kinuha din sa Awit 72 bilang akda ni Solomon. Ang Orthodox Ang Jewish Bible ay sumasalungat sa mambabasa sa Catholic insertion na "Ni Solomon" sa halip ng paggamit ng "para sa," o "sa pamamagitan ng" bilang iba pang mga likhang Hudyo, ang KJV at talagang malayo mas kapani-paniwalang mga pagsasalin. Ang Orthodox Jewish Bible ay nagpapahayag din ng Yiddish sa text, na may "Sh'va at S'va" sa halip na "Sheba at Seba". Walang ganoong mga orihinal na karakter, dahil ang mga titik ay hindi maaaring i-render.

Ang Wycliffe Bible ay nagpahayag na ito ay isinulat "Kay Solomon" hindi na ito ay isang propesiya tungkol sa kanya, na hindi maaaring, anuman ang mga salita ng anumang pagsasalin, kahit papaano. Gayunpaman, ito pagkatapos ay patungo sa pandaraya, sa mga bersikulo 10 at 15, na may Inilagay ang Sheba sa Arabia, gamit ang maling lohika.

Sa madaling salita, ang nasa itaas na pinangalanang mga bersyon ng Bibliya ay puno ng lebadura ng Pariseo at masamang pananaliksik. Ang mga ito ay hindi mga teorya (na hindi kabilang sa mga Bibliya, hindi alintana). Ang mga ito ay panlilinlang at kalituhan, na nagpapahirap na basahing ang Bibliya nang walang kapani-paniwalang pangunguna. Ito ang dahilan kung bakit napakaraming mga konkordansya at Bibliya ang mga iskolar ay patuloy na nagpapahayag ng mga opinyon sa kamangmangan. Alam nila ang scholarship sa paksa minsan, ngunit hindi nag-abala na subukan ito kahit kaunti. Hindi dapat napakahirap. Dapat nilang malaman ang teksto kaysa iposisyon ang kanilang sarili bilang mga bulag nangunguna sa bulag. Si Haring David ay sumulat tungkol sa heograpiya, at hindi niya binalak ang mga iyon para sa matatag na direksyon upang maging nababaluktot o nagbabago sa hangin ng interpretasyon ng mga hindi man lang makabasa o makapagsabi ng mga direksyon, tila.

Alam ng mga Sinaunang Ang Magi ay Mga Hari:

Ang sinumang sumipi sa isang Ama ng Simbahan, na hindi alam ang Awit 72, ay masyadong walang kaalaman na humawak ng posisyon dito. Sinabi ni Haring David, "ang mga hari ng Tarsis, at ang mga pulo (Ophir), at ang mga Hari ng Sheba at Seba..." Ang mga iyon ay sumasama hanggang sa hindi bababa sa 6 na Hari. Sa Revelation of the Magi, binigyan tayo ng kanilang mga pangalan, at mayroon talagang 12, ngunit hindi lahat ng 12 ay Hari. Sa katunayan, ang pagsulat ng mga remedyo ang buong track ng panlilibak. sila ay hinati sa 3 kategorya: Ang ilan ay mga Hari; hindi bababa sa anim sa kanila, ayon kay Haring David. Ang ilan ay mga prinsipe (o mga anak ng mga Hari), at ang ilan ay mga Pantas na Lalaki. Iyon ay tila medyo simple, at lahat ng mga account na ito ay nagsasama-sama. Sinisira namin ang mga ito mga pangalan, na maraming nagmula sa mga wikang Filipino maging pati na rin sa Hebrew sa isang susunod na kabanata. Ang lupain ng Malayong Silangan ay ang lupain ng kanilang kapanganakan, kung saan ang nagmula ang salitang Magi. Taliwas sa popular na paniniwala at pagtuturo, ito ay hindi isang Griyegong salita. Sa kaso ni Haring David, hindi siya gumamit ng anumang kaduda-dudang salita, na nag-iwan ng anuman sa malayong silid para sa anumang iba pang kahulugan, tuldok. Ginamit niya ang kilalang salitang Hebreo para kay King, na ginamit upang tugunan ang kanyang sarili. Duh!

מלך: *melek, meh'-lek; mula sa H4427; isang hari:–Hari, maharlika (H4428).*

Ang salitang ito sa Hebreo ay ang salita para sa "Hari" sa pagsasalin ng Bibliya. Sa 2,523 beses ito ay ginamit sa King James Version, ito ay "Hari" 2,519 beses at "harial" dalawang beses. Ang mga hari ay lalaki, at bilang isang maharlikang tumutukoy sa mga Hari o mga prinsipe, ang Bibliya ay naaayon sa Pahayag ng mga Mago. Ang iba pang 3 gamit ay mga pangalan ng mga Hari, at minsang binigyang-kahulugan bilang si Moloch, na si Ba'al, isang diyos at hari ng mga naglilingkod sa kanya. Kahit sinong umaangkin upang maging isang Hebrew scholar, na kumukuha ng salitang ito sa ibang lugar, kapag ito ay Hari, 100% ng oras, ay walang iskolar. Kahit na ang salitang-ugat ay nagsasaad ng Hari, Reyna, paghahari (ng isang pinuno), at hindi Magi o Wise Men. Para i-dismiss iyon ng Catholic Encyclopedia, (parang mayroon silang ganyang karapatan), ay pangkukulam. Gayunpaman, muli itong ginagawa ng mapanlinlang na ensiklopedya, kapag sinabi nito sa amin na walang sinuman ang nag-iisip na sila ay mga Hari. Siyempre, ito ay pagkatapos nila aminin isinulat ni Haring David na sila ay mga Hari. Nagkataon na alam niya kung ano ang isang Hari, at hindi siya nalilito. Sila ay.

"Walang Ama ng Simbahan ang naghahawak ng mga Magi na naging mga hari."
–Catholic Encyclopedia

Ito ay isang pag-amin, na marahil ay dapat naisip ng may-akda noon pa man ang paglalagay nito sa sulat. Inamin lang ng Simbahang Katoliko na hindi ama si Haring David ng kanilang relihiyon. Kahit na hindi ang layunin ng may-akda, iyon ang kanyang isinulat. Aray! Sa kasamaang palad, hindi nila maaaring sabihin ang totoo sa mga bagay na tulad nito kapag sinubukan nila upang takpan ang kanilang mga landas. Binanggit ng parehong artikulo sa Catholic Encyclopedia ang Ama ng simbahanna sa katunayan ay tinukoy ang Magi bilang mga Hari, [gaya ng Caesarius ng Aries, sa kanyang *Sermo 139 (PL,39. 2018)]*.

Sinasabi rin nila na ang Awit 72 ay hindi tungkol sa heograpiya, at hindi natin dapat pansinin sa eksaktong heograpiyang inaalok sa sipi. Wag na lang natin pansinin yun kasi ay hindi komportable para sa kanilang posisyon? Hindi, salamat. Siguro dapat natin silang pilitin upang mag-alok ng isang tunay na posisyon, o manatiling tahimik sa paksa, at ihinto ang panlilinlang sa mga tao. Sa pinakamataas na hanay ng RCC, sadyang ginagawa ito ng mga pinuno impormasyon, at ipapakita namin sa iyo kung bakit, sa susunod na kabanata.

Nahulaan ni Tertullian *("Adv. Marcion.", III, xiii)* na sila ay "malapit-lapit" na mga Hari, ibig sabihin halos Kings sila. Tinakpan namin ang salitang Hebreo at ito ay ang salitang Hari, hindi halos hari. Bakit kahit na iyon ay isang punto sa unang lugar? Tertullian tumutol kay Haring David sa Libro ng Salmo, muntik na....?Kailangang mahalin ng isa ang malabong wika ng mga iskolar na hindi makapag-commit sa isang posisyon dahil mayroon sila hindi sinaliksik ang paksa. Ang pag-quote sa kanila, hindi pa rin sinusubukan, ay mas masahol pa. Hayaan na natin hindi tratuhin ang lalaki bilang halos kapani-paniwala sa exegesis ng Bibliya. Maaaring hawak nila si Tertullian bilang isang Ama ng Simbahan, ngunit siya ay walang kabuluhan kay Haring David, na isang tunay na propeta at bantog na may-akda ng bahagi ng ating Bibliya. Hindi si Tertullian! Gayunpaman, wala siya kaalaman sa tunay na pinagmulan ng mga Magi, at ang katotohanang ang salita ay hindi kahit Griyego sa derivation. Ang hindi pagkaalam ni Tertullian ay hindi isang posisyon.

Si Pliny the Elder ay nagsalaysay tungkol sa kathang-isip na Magi na mga dakilang salamangkero, na parang may hawak siyang posisyon sa Disney. Wala siyang alam sa account. Si John Calvin noon hindi marunong bumasa at sumulat sa paksa at manglilibak sa sinumang tatawag sa kanila, The 3 Kings, bilang tinutuya ngayon ng mga iskolar sa kamangmangan. Sinumang nag-aangkin na noong 440 B.C., si Herodotus ang sumulat tungkol sa mga Mago noong unang siglo ay walang akademiko sa anumang kahulugan. Ang Persian Magoi ay wala na sa kapangyarihan, ni isang puwersa sa oras na iyon, at paano ito nakakalayo sa hindi pagpansin na ang Arabia at India ay walang Magi din? Lahat ng tatlong teritoryo ay gagawin kailangang maging kuwalipikado, ngunit, sa kanilang sariling pananaw, alam na nila na sila ay higit sa 60% na mali, kahit alam natin na 100% ang kamalian nila. Ang mga ito ay hindi magkakaugnay na mga ramblings, hindi mga posisyong itinakda sa anumang uri ng pananaliksik.

Alam ng Simbahang Katoliko na Ito ay Walang Buto ng mga Mago!

Nangangahulugan din ito na alam na alam ng mga nasa pinakamataas na antas ng Simbahang Katoliko na wala silang mga buto ng Magi, na hindi nagmula sa Persia, Arabia, o India. Sinasabi ng RCC na nasa Cologne ang kanilang mga labi ngayon. magkakaroon sila ng natuklasan ang mga butong ito sa Persia, diumano, ngunit kahit ang kanilang sariling mga alamat ay may kamalayan mayroong 3 magkakaibang lokasyon, at ang ilan ay may kasamang ika-4. Ang lahat ay mali at madaling pinabulaanan. Kaya, nakakalimutan nila sa kanilang sariling pagpapaganda (sa pandaraya), na sila nga dapat na kumakatawan sa lahat ng 3 lugar, hindi bababa sa. Nakakalokang claim. Nakuha nila sila mula sa maling bansa, at mas alam nila. Siyempre, ang ina ni Constantine hindi, bilang siya render ang pinaka-idiotic heograpiya at dapat na arkeolohiya namin natagpuan. Hindi siya iskolar, at tila hinamon na basahin ang mga salaysay. Walang dapat umasa sa kanya na mauunawaan niya, ngunit nang gumawa siya ng ganoong mga pahayag, kailangan niyang magkaroon ng mga sagot. Wala siya. Wala pa rin sila sa mga paksang iyon.

"Ang katedral ng Cologne ay naglalaman ng sinasabing mga labi ng Magi; ang mga ito, sabi nga, ay natuklasan sa Persia, dinala sa Constantinople ni St. Helena, inilipat sa Milan noong ikalima siglo at sa Cologne noong 1163 (Acta SS., I, 323)." –Catholic Encyclopedia

Isaias 60: Ang Kapanganakan ng Mesiyas o ang Nawawalang Tribo ay Magbabalik sa mga Huling Araw?

Ang isa sa pinakamahirap na interpretasyon na nakita natin ay ang pag-aangkin na tinutukoy ng Isaias 60 sa pagsilang ng Mesiyas. Sa kabanatang ito, si Isaias ay gumawa ng isang pangako sa propesiya sa Nawawalang Tribo ng Israel, na sila ay ibabalik ng mga Barko ng Tarsis sa Huli Mga Araw *(60:9)*. Hindi iyon ang kapanganakan ni Jesus (Yahusha) at gayundin ang Awit 68:29 (na ang ilang mga iskolar ay nalito), dahil iyon ay isang propesiya ng mga araw ni Solomon. Paano eksakto kayang malito ng isang iskolar ng Bibliya ang mga ito? Hindi sila nagbabasa ng malinaw, kahit na buo mga pangungusap. Muli, ito ay lumilitaw na Katoliko sa pinagmulan, at ang paradigma na iyon ay tila upang manipulahin ang banal na kasulatan sa tuwing hindi ito akma sa kanilang pangkalahatang pananaw. Kapag ang mga Barko ng Tarshish, Pilipinas ang pagbabalik ng Lost Tribes, dala ang kanilang pilak at ginto kasama nila, tatayo sila laban sa kaayusan ng mundo, kasama na ang Simbahang Katoliko. Ang mga hindi nakakaalam ng mayamang kasaysayan ng paggawa ng barko ng sinaunang Pilipinas, na may mga barko na kasing laki ng sa mga Espanyol, ay hindi eksaktong kapani-paniwala.

Isaias 60:1-22 KJV

Bumangon ka, sumikat; sapagkat ang iyong liwanag ay dumating, at ang kaluwalhatian ng Panginoon ay sumikat sa iyo. 2 Sapagkat, masdan, ang tatakpan ng kadiliman ang lupa, at ang kadiliman sa mga tao: nguni't ang Panginoon ay sisikat sa iyo, at ang kanyang kaluwalhatian ay makikita sa iyo. 3 At ang mga Gentil ay lalapit sa iyong liwanag, at ang mga hari sa ningning ng iyong pagsikat. 4 Itingin mo ang iyong mga mata sa palibot, at tingnan mo: silang lahat ay nagpipisan, sila'y dumating sa iyo: ang iyong mga anak na lalaki ay magmumula sa malayo, at ang iyong mga anak na babae ay aalagaan sa iyong tabi. 5 Kung magkagayo'y makikita mo, at aagos na magkakasama, at ang iyong puso ay matatakot, at lalawak; dahil ang kasaganaan ng dagat ay mababago sa iyo, ang mga puwersa ng mga Gentil ay darating sa iyo. 6 Ang karamihan ng mga kamelyo ay tatakpan ka, ang mga dromedario ng Madian at Epha; lahat sila galing Ang Sheba ay darating: sila'y magdadala ng ginto at kamangyan; at kanilang ipahahayag ang mga papuri sa iyo Panginoon.7 Lahat ng kawan ng Kedar ay mapipisan sa iyo, ang mga lalaking tupa ng Nebaioth ay mapipisan maglingkod sa iyo: sila'y sasampa na may pagtanggap sa aking dambana, at aking luluwalhatiin ang bahay ni aking kaluwalhatian. 8 Sino itong lumilipad na parang ulap, at parang mga kalapati sa kanilang mga bintana? 9 Tunay na ang mga pulo ay maghihintay sa akin, at ang mga barko ng Tarsis muna, upang dalhin ang iyong mga anak mula sa malayo, ang kanilang pilak at ang kanilang ginto kasama nila, sa pangalan ng Panginoon mong Diyos, at sa Banal ng Israel, dahil mayroon siya niluwalhati ka. 10 At itatayo ng mga anak ng mga dayuhan ang iyong mga kuta, at ang kanilang mga hari ay magsisipangasiwa sa iyo: sapagka't sa aking poot ay sinaktan kita, nguni't sa aking paglingap ay naawa ako sa iyo. 11 Samakatuwid ang iyong ang mga pintuang-bayan ay dapat na laging bukas; hindi sila isasara araw o gabi; upang dalhin sa iyo ng mga tao ang mga puwersa ng mga Gentil, at upang ang kanilang mga hari ay madala. 12 Para sa bansa at kaharian na hindi maglilingkod sa iyo ay mapapahamak; oo, ang mga bansang iyon ay lubos na mawawasak. 13 Ang kaluwalhatian ng Lebanon ay darating sa iyo, ang puno ng abeto, ang puno ng pino, at ang kahon na magkakasama, upang pagandahin ang dako ng aking santuwaryo; at aking gagawing maluwalhati ang dako ng aking mga paa. 14 Ang mga anak naman nila na nagdalamhati sa iyo ay darating yumuko sa iyo; at silang lahat na humamak sa iyo ay yuyukod sa mga talampakan ng iyong mga paa; at tatawagin ka nila; Ang lungsod ng Panginoon, Ang Sion ng Banal ng Israel. 15 Yamang ikaw ay pinabayaan at kinapootan, na anopa't walang taong dumaan sa iyo, gagawin kitang isang walang hanggang kadakilaan, isang kagalakan ng maraming henerasyon. 16 Ikaw ay sisipsipin din ang gatas ng mga Gentil, at sususo sa dibdib ng mga hari: at iyong malalaman na ako ang Panginoon ay iyong Tagapagligtas at iyong Manunubos, ang makapangyarihang Isa ni Jacob. 17 Para sa tanso ay magdadala ako ng ginto, at para sa bakal ay magdadala ako ng pilak, at para sa kahoy tanso, at para sa mga batong bakal: aking gagawin din ang iyong mga pinuno ng kapayapaan, at ang iyong mga maniningil ay katuwiran. 18 Ang karahasan ay hindi na maririnig sa iyong lupain, ang pagkawasak o pagkawasak sa loob ng iyong mga hangganan; ngunit iyong tatawagin ang iyong mga pader na Kaligtasan, at ang iyong mga pintuang-bayan ay Papuri. 19 Ang araw ay hindi na magiging iyong liwanag sa pamamagitan ng araw; ni sa liwanag man ay ang buwan ay magbibigay ng liwanag sa iyo: ngunit ang Panginoon ay magiging isang walang hanggang liwanag, at iyong Diyos na iyong kaluwalhatian. 20 Ang iyong araw ay hindi na lulubog; ni ang iyong buwan humiwalay: sapagka't ang Panginoon ay magiging iyong walang hanggang liwanag, at ang mga araw ng iyong pagluluksa ay magiging natapos. 21 Ang iyong bayan naman ay magiging lahat na matuwid: kanilang mamanahin ang lupain magpakailan man, ang sanga ng ang aking pagtatanim, ang gawa ng aking mga kamay, upang ako ay maluwalhati. 22 Ang isang maliit ay magiging isang libo, at ang maliit ay isang malakas na bansa: akong Panginoon ay pabilisin ito sa kaniyang kapanahunan.

Hindi ba alam ng mga iskolar na ang Southern Kingdom ay nasa Judea pa noong oras na yan? Nasaan ang Lost Tribes na bumalik kasama ang Magi? syempre, hindi nangyari yun. Gayundin, ang sipi na sinipi sa itaas ay kung saan ang ilang mga iskolar at ang mga pagsasalin ay nagpasok ng mga kamelyo sa account ng Magi nang mali. Walang pasok ang Ebanghelyo ni Mateo, o sa Mga Awit. Ang talatang ito ay isang sanggunian sa End Times. Ang mga estranghero ay magtatayo ng kanilang mga pader, ngunit, kakaiba, ang mga iskolar na ito ay tila walang kamalayan na ilang dekada lamang pagkatapos ng pag-akyat ni Jesus (Yahusha), ang Jerusalem at ang Templo ay nawasak, na hindi na muling itatayong hanggang sa araw na ito, para sa Templo. Tiyak, nagbibiro sila.

Paano nila masasabing ligtas ang Israel noong panahon ni Jesus na ang mga pintuan ay palaging mabubuksan (kapag hindi iyon totoo). Sinakop ng mga Romano ang Israel sa oras na iyon. Idagdag pa iyon sa nawawalang 10 tribo ng Northern Kingdom na pa rin ay wala sa Israel. Ang mga anak ng mga pumighati sa Israel ay darating upang yumukod sa harap sila. Ito ay inulit ni Jesus sa Apocalipsis 3:9-10 nang siya ay tumutukoy sa Sinagoga ni Satanas ang paggawa nito. Ang mga Magi ay hindi ganoon. Kailan ang Pilipinas pahirapan ang Israel, kailanman? Kahit na ito ay Persia, kailan pinahirapan ng Persia ang Israel noong sila pinalaya sila? Tumulong pa nga ang Persia sa pagpopondo sa muling pagtatayo ng templo. Nasaan ang tanso at bakal sa mga account ng Magi? Ang mga iyon ay hindi dinala sa kapanganakan ng Mesiyas. Sinong iskolar ang nag-iisip na nagwakas ang karahasan sa Judea noong unang siglo? Ang Jerusalem ay sinamsam ng Roma at ang Templo ay nawasak noong 70 A.D. Iyon ay magiging isang katawa-tawa na palagay.

Ang Sining ng Simbahan ay Nagkamali!

Sino ang nag-akala na angkop na isama ang walong nakatutok na Bituin ni Ishtar na may walong sinag ng liwanag bilang nagpapagana kay Mithra, na sinasabing ito ang kapanganakan ng Mesiyas sa maling araw ng taon, na may maling Magi ng mga maling lahi na dumarating nang napakaaga ng dalawang taon? Bakit ang mga kuripot na Haring ito ay nagdadala lamang ng maliliit na regalo kung sila ay dapat na mula sa Lupain ng Ginto at mga mapagkukunan?
Bakit si Mary ay may pabilog na diyos ng araw sa kanyang ulo, at bakit siya ay isang puting di-Hebreo na may isang puting bata?
Naniniwala ba talaga ang artista na dumalo ang mga sundalong Romano sa monumental na kaganapang ito?
Walang kahit isang tumpak na punto sa fresco na ito at pinaninindigan ito ng Simbahang Katoliko bilang sining. Kailan kaya makakahanap ang Simbahang Katoliko ng mga artistang talagang marunong bumasa?

Zurich, Switzerland - July 1, 2022:
The fresco of Three Magi in the church
Pfarrkirche Liebfrauen by Fritz Kunz (1906).
AdobeStock.

Kabanata 3: Vatican Document Sa wakas ay Inilabas sa Ingles

Nagtataka ka ba kung bakit napakaliit ng detalye ng Bibliya sa sikat na ulat na ito ng *The Gospel of Mateo's* Wise Men? Bilang karagdagan sa mga iskolar na binabalewala ang Awit 72 (na malinaw na nahihirapan silang magbasa ng plain Hebrew at English), isipin mo kung ang isang dokumento ay natagpuan sa Vatican Library na nagpapatunay kung ano mismo ang sinulat ni Haring David? Ang mga kanta, at maging ang mga likhang sining ay nagpahayag ng katotohanang ito sa loob ng maraming siglo. Ang mga iskolar ba ng Bibliya ay kukuha ng posisyon sa tapat ng pinagtibay na Salita? Nais namin maaari nating sabihin na ang sagot ay "hindi!" Gayunpaman, ito ang pamantayan sa isang paradigma ng panunuya at kawalan ng pananampalataya na kakaunti ang nagsasaliksik, ngunit nakakakuha ng mga hindi pinag-aralan na konklusyon base sa elementary level study, kung ganun. Ang buong kwento ng Pasko ay nasa panganib ng pagbabasa bilang fiction dahil sa kanilang pagpapaganda at mga additives (lebadura). Isa hindi maaaring pahinain ang kanilang pananampalataya na mas masahol pa, kaysa sa pag-atake sa mismong pundasyon ng kapanganakan ng Mesiyas. Linawin natin, ang simbahan ang gumawa nito. Walang Bibliya passage na kailanman kinukunsinti ang pag-uugali na iyon, ngunit daan-daan ang humatol dito.

Noong 2010, inilathala ni Brent Landau ang unang pagsasalin sa Ingles ng isang matagal na dokumento ng Vatican na pinamagatang ***Revelation of the Magi (RotM).*** Lumilitaw ang kanyang pagsasalin solid, at naglalathala lamang kami ng mga bahagi sa sulating ito bilang paggalang. Hinihikayat namin lahat na basahin ang buong isinalin na teksto na kanyang inilathala. Kanyang mga interpretasyon ay hindi sinaliksik, ngunit naiintindihan niya na ang matinding Silangan ay hindi kailanman Persia. Inakala ni Landau na ang pinagmulan ng lupain ay China, dahil siya ay hindi nakapag-aral sa mga mapa ng unang siglo, o maraming kasaysayan na mahusay na nagdodokumento sa katapusan ng Silangan bilang mga isla sa South China Sea (kilala ngayon bilang Pilipinas), na kilala sa kasaysayan bilang Ophir, Sheba, Tarsis at ang Halamanan ng Eden (Tingnan ang Panimula). Ang mga ito ang mga lupain ay napakalinaw na ipinahayag bilang mga pulo sa buong kasaysayan at sa Bibliya, at ngayon hindi China.

Gayunpaman, ibinigay ni Landau ang kadena ng pangangasiwa ng Apokalipsis sa nga Mago sa kanyang pananaliksik, na nagpapatunay dito bilang paninindigan ng heograpiyang ipinahayag ni Haring David sa Awit 72. Ang orihinal na teksto ay napanatili sa wikang Syriac na ginamit noong unang panahon ekklesias, at kakaunti pa nga ang may kakayahang magsalin. Mas masahol pa, mga modernong iskolar ay umiwas sa anumang bagay na hindi na akma sa kanilang kasalukuyang

---

"Revelation of the Magi: The Lost Tale of the Wise Men's Journey to Bethlehem."
By Brent Landau. HarperOne, An Imprint of Harper-Collins Publishers. New York. 2010.

paradigma. Iyon ay malamang na ang pinakamalaking dahilan kung bakit ang manuskrito na ito ay hindi naisalin nang higit sa 1,000 taon, gaya ng pag-aari ng Simbahang Katoliko.

Ang umiiral na manuskrito sa Vatican Library ngayon ay kinopya sa Zuqnin monastery sa timog-silangang Turkey ng isang hindi kilalang monghe, at tinukoy ni ang ilan bilang ***Chronicle of Zuqnin.*** Ang maling pamagat na ito ay walang merito, ngunit unawain iyon ang partikular na monasteryo ay mahusay na kilala, na naglalaman ng ilang iba pang mga sinaunang teksto, bilang isang tuntunin. Ang dokumentong ito ay inilipat sa ibang monasteryo sa Egyptian disyerto, at sa huling bahagi ng ikawalong siglo, inilipat ni G. S. Assemani ang dokumento sa Vatican Library sa Roma, kung saan ito nananatili ngayon. Noong 1950, sa wakas ang Vatican isinalin ang ***Revelation of the Magi*** sa Italyano at kamakailan lamang, noong 2010, Landau gumawa nitong unang pagsasalin sa Ingles. Ito ay isang paghahayag ng epikong sukat, talaga naman. Gaya ng inamin ni Landau, ang manuskrito na ito ay ligtas na napetsahan noong ikawalong siglo, ngunit nagsasagawa siya ng karagdagang pagsasaliksik, na nagpapahayag ng mas maagang petsa kung kailan ang tekstong ito kilala at sinipi. Ang hindi kilalang monghe na iyon ay hindi ang may-akda nito nang higit pa sinaunang dokumento.

Theodorus bar Kōnī *(Konai/Konay)*, isang Arabian Christian author ng ika-8 siglo, mula sa Kaškar sa Mesopotamia, ay nagbanggit din ng napakaespesipikong detalye mula sa Apocalipsis ng mga Mago. Hindi namin natatanggap ang impormasyon ng buwan ng pagdating ng Mago sa Jerusalem kahit saan pa. Alam natin ang Ebanghelyo ni Lucas, lalo na ang mga preserba Messiah's birth date well,, noong Hunyo, sa Araw ng Pag-renew ng Tipan: Pista ng Shavuot (Tingnan ang Kabanata 10). Gayunpaman, ang mga Mago ay dumating sa Jerusalem, hindi sa Bethlehem, noong Abril, ayon sa bar Konai (Landau, Footnote 11). Saan niya natutunan iyon? Ito ay umiiral lamang isang lugar na natuklasan ng sinuman, ***Revelation of the Magi.***

Ang Encyclopedia Brittanica at marami pang ibang pinagmumulan ay backdate ang Catholic Church Ang pagdiriwang ng Epiphany ng Wise Men bilang ika-anim ng Enero, simula noong mga 354 A.D. o kaya sa Roma na ang Silangan ay nagdiriwang nito kahit na mas maaga. Kaya, si April ay hindi isang Katoliko pagtalima sa petsa ng pinagmulan. Ang dokumentong ito ay hindi Katoliko. Siyempre, mayroon sila ang maling oras ng taon para sa kapanganakan din. Kahit na ang orihinal na pagsulat ng bar Wala na sa print si Kōnī, sinipi siya ng mga iskolar mula noon, bilang may hawak nitong posisyon.

Bakit darating ang Magi sa Abril? Iyan ang unang Hebreong buwan ng Abib (Nisan) kapag ipinagdiwang ng mga nasa tipan ang mga Kapistahan ng Tagsibol ng Paskuwa, Walang Lebadurang Tinapay, at ang Handog na Mga Unang Prutas. Hindi sila dumating sa taon ni Jesus (Yahusha) ay ipinanganak, ayon sa The Gospel of Matthew, ngunit makalipas ang dalawang taon, ang Apocalipsis ng mga Magi ay sumang-ayon sa timeline. Noong Abril, dumating ang mga Wise Men na ito, ngunit hindi iyon ang kapanganakan ng Mesiyas. Nakipagkita sila kay Herodes (tulad ng magkasundo sa dalawang teksto), na pagkatapos ay papatay Mga anak sa Bethlehem nang maglaon, sa paligid ng edad na ibinigay para sa kapanganakan ng Mesiyas, 2 taon kamakailan.

Pagkatapos ay naglakbay ang mga Mago mula sa Jerusalem patungong Bethlehem upang ihandog ang kanilang mga handog at sambahin ang Anak ni Yahuah. Maaga nilang ipinagdiwang ang Kanyang kaarawan sa Shavuot kamakailan sa Hunyo (Tingnan ang Kabanata 10). Ang timeline na ito ay ganap na naaayon sa aming pananaliksik, at ito ay pinabulaanan ang mga nagsasabing ang mga Pantas na ito ay naghintay ng isang taon at 10 buwan upang magawa ang dalawang buwang paglalakbay. Walang lohika na umuusad sa direksyong iyon.

RotM 11:6 *At tulad ng buwan na tumitingin sa araw sa mga araw ng Nisan, kapag ang araw ay sumisikat at ito ay hinihigop sa kanyang liwanag, gayundin ang araw ay tila sa amin kapag ang bituin ay tumaas sa ibabaw namin.*

Noong unang nagpakita ang Bituin sa mga Mago sa Malayong Silangan, isinulat nila ito bilang araw sa Springtime. Ipinapalagay ng tagasalin, Landau, na iyon ang buwan ng Nisan, ngunit inamin niya sa kanyang margin note, maaari din itong bigyang kahulugan "sa Springtime." Itong darating na Spring in Israel, 2025, ay magsisimula sa ika-20 ng Marso at magtatapos sa ika-21 ng Hunyo. talaga, kabilang dito ang buwan ng Nisan/Abib gayundin ang ikalawang buwan ng Zif at ikatlo buwan, na ang pangalan ng Babylonian ay Sivan. Ang pinakaangkop sa timeline para sa Messiah ang kapanganakan ay ang Pista ng Shavuot sa unang bahagi ng Hunyo, na Spring pa rin. Ito ay pinagtibay sa bandang huli sa ***Revelation of the Magi.***

Hindi maisip ni Landau ang dynamic ng buwan sa araw hinihigop ng liwanag ng araw, dahil hindi niya naiintindihan ang rehiyon na kasangkot. Ang ang araw sa Pilipinas ay pinakamainit at pinakamaliwanag sa mga buwan ng Abril at Mayo o Nisan/Abib at Zif. Sa katunayan, ang buwan ay wala sa araw sa buong mundo, ilang beses ng taon. Gayunpaman, ito ay isang tiyak na sanggunian sa lupain kung saan ang araw ay talagang sumisikat, ayon sa kasaysayan at sa Aklat ng 1 Enoc (Tingnan ang Panimula). Ang rehiyong ito ay literal na itinuturing na "subsolanus" sa ilang mga sinaunang mapa, bilang ang lugar kung saan nagmula ang araw at ang East Wind. Iyon ang kanilang pananaw sa unang siglo. Kahit na ang mga lugar tulad ng U.S. ay nakakaranas ng pinakamainit na araw sa tag-araw, Ang pinakamainit na buwan ng Pilipinas sa taon ay Abril/Abib/Nisan at Mayo/Zif. Sa sinabi na, ang Hunyo ay nananatiling halos kasing init doon, at ang parehong dynamic talaga mula Abril hanggang Hunyo, na tumutugma sa naaangkop na pagsasalin ng *Springtime.*

Ito ay pagkatapos, higit pang pinagtibay sa pagdating ng mga Mago sa Jerusalem. Ito ay maging Springtime muli, kaya, lumipas man lang ang isang taon sa panahon ng kurso ng Mahabang paglalakbay ni Magi. Binanggit ng Ebanghelyo ni Mateo ang 2 taon, at pinatutunayan ng manuskrito na ito ang kanilang pagdating, bilang hindi bababa sa isang taon pagkatapos ng kapanganakan ng Mesiyas. Ang dagdag na oras ay binibilang, dahil napakalayo ng lokasyon ng mga Wise Kings, at mayroon silang isang mahabang paglalakbay upang makarating sa Israel. Kung hindi, kung sila ay napakalapit gaya ng Persia at Arabia, magiging lubos na katawa-tawa na isipin ang kanilang paghihintay sa isang taon at 10 buwan simulan ang paglalakbay, nang ang Mesiyas ay isinilang na. Mga balahibo ng kabayo! Iba't ibang Bibliya commentaries subukan upang ipaliwanag ang oras na ito lumipas ang layo, speculating na dapat mayroon ay ilang dahilan kung bakit ang mga Magi ay pinigil, na walang wastong tekstong ebidensya kailanman nagpapaliwanag ng dahilan. Tinutukoy nito ang pangkukulam, hindi ang iskolarsip.

RotM 17:1 *At nang dumating kami sa rehiyon ng Jerusalem, sa buwan ng mga bulaklak...*

Alam ng sinumang pamilyar sa Israel na ang mga bulaklak ay namumulaklak doon mula sa huli Enero hanggang huli ng Abril, mahalagang. Itugma iyon sa sanggunian sa Springtime kapag ang Lumitaw ang bituin, na may diskuwento sa Enero hanggang huling bahagi ng Marso na landing sa Abib/ Nisan sa kanilang pagdating. Tandaan, ito ay noong dumating ang mga Mago sa Jerusalem, hindi ang kapanganakan, na nakatakda lamang bilang Springtime sa teksto. Nakipagkita sila kay Herodes at una sa mga opisyal, habang sinusubukan nilang malaman kung saan sila pupunta hanggang sa Muling nagpakita ang bituin, at pinatnubayan sila; kung saan sila ay nagalak.

Ang Magi ay nanatili sa Jerusalem mula sa dulo ng Abib hanggang sa mas malapit sa Shavuot. Pagkatapos, ang mga Haring ito ay nakipagsapalaran sa Bethlehem, pagdating sa kaarawan sa Shavuot ng ang lumalaking paslit, si Jesus (Yahusha). Sinusubaybayan pa rin nito ang Springtime at ang aming ang pagsilang ng Mesiyas sa Shavuot (Tingnan ang Kabanata 10). Gayunpaman, kinukumpirma rin nito na alam ng bar Kōnī ang ***Revelation of the Magi*** nang sabihin niyang pumasok sila ng Abril/Nisan/Abib. Partikular din niyang binanggit ang "buwan ng mga bulaklak", nang direkta pagsipi sa teksto sa ***Mimra 7.17.*** Ang petsang iyon sa buwan ay hindi matatagpuan saanman nalalaman natin, maliban sa ***Revelation of the Magi.***

Sa pamamagitan ng pangalawang saksi mula sa panahon ng ikawalong siglo, ito ay mapapahusay pa lampas sa parehong track na ito. Ang mga tala ni Clement ng Alexandria sa The Stromata,1 ay isinulat noong mga 198 A.D., na may mga noong panahon niya na naniniwalang isinilang ang Mesiyas noong Abril. Ginagamit niya ang Egyptian month na Pharmuthi na mula Abril 9 hanggang Mayo 8 noong ang kalendaryong Gregorian, na may mga petsang nauugnay sa mga Abril 20-21, ayon papuntang Landau. Walang alinlangan na iyon ang parehong petsa kung kailan dumating ang Magi, kahit na ito nakalimutan ng view na hindi sila agad nakarating kay Jesus (Yahusha).

"Dagdag pa, sinasabi ng iba na Siya (Ating Tagapagligtas) ay ipinanganak noong ikadalawampu't apat o ikadalawampu't lima ng Pharmuthi."[1]

Ang katotohanan na ang mindset na ito ay maaaring traced pabalik na malayo affirms na Apocalipsis ng ang Magi ay kilala noong 198 A.D. Ito ay mas malamang, dahil, gaya ng ipinapahayag ng teksto, ito ay orihinal na isinulat ng mga Magi mismo. Hindi, wala kaming orihinal na malamang na nakasulat sa Sinaunang Hebreo. Sa madaling salita, Pilipino isinulat ang kanilang makasaysayang salaysay mula sa Pilipinas, na nagpapatibay sa kuwento sa Bibliya ng Mga Magi, at mga iskolar ay naglalapat ng kapootang panlahi sa pagtanggi dito. hindi namin gagawin.

Para sa mga humihingi ng makasaysayang dokumentong ito ay matatagpuan sa Pilipinas, marahil dapat nilang turuan ang kanilang sarili. Walang kasaysayang isinulat ng mga Pilipino ang nakaligtas sa Katolikong pagsalakay sa pananakop. Hindi, wala ni isang talata ang natitira na nagsasabi marami kami. Dapat ay mayroong ilang mga pangunahing kahalagahan para sa Vatican na magkaroon sila ay nakatago o nawasak. Halimbawa, ang tekstong ito ay nagpapatunay na ang Vatican ay hindi dinala si Jesus, ngunit ang Pilipinas ay napanatili na ang isang relasyon sa Kanya, kahit papaano sa isang bahagi, mula sa panahon ng Kanyang kapanganakan. Dumating si Apostol Tomas sa sinaunang lupaing ito matagal na bago ang Simbahang Katoliko at ang kanilang mga Heswita explorer ay nakarating sa kanilang baybayin, makalipas ang 1400 taon. Oops! Mayroon pa tayong sapat na mga dokumento mula sa mga mananakop, mga explorer, at ang mga Intsik, Indian, at Griyego. Mayroon pa kaming mga detalyadong mapa 6000 taong gulang, ngunit ang lokal na kasaysayan ay inalis. Kahit na ang mga Pilipino ay kilala upang maging marunong bumasa at sumulat, magbasa at magsulat sa kanilang sariling wika, kasing dami ng isang daan porsyento sa ilang lugar, ang mga nakasulat na makasaysayang dokumento ay wala na; o marahil higit pa nakatago sa bituka ng Vatican Library.[2] Nandoon sila.

Hindi na kailangang ipasok ang ***Revelation of the Magi*** sa Bible Canon, na tayo hindi kailanman nagmungkahi. Sinusuri nito bilang isang wastong pangalawang suporta sa kasaysayan at iyon ay lahat ng kailangan ng sinuman sa atin. Pinatutunayan nito na tumpak ang Aklat ni Mateo, gayundin ang Hari Mga sinulat ni David. Gayunpaman, bilang isang makasaysayang teksto, pinagtitibay nito ang *The Gospel of Mateo*, *Ang Aklat ng Mga Awit*, at *Ang Aklat ni Jeremias*, sa mga heograpikal na konsepto, ang pinagmulan ng salitang 'Magi' (na hindi Griyego), at ang mga pangalan ng Matalino na Hari, na maaari lahat ay susuriin para sa katumpakan. Ang nilalaman nito ay hindi sketchy, tulad ng iba pang mga huling okultismo na

[1] *Clement of Alexandria, The Stromata, Book I, Chapter 21, 198 A.D.* [2] *a. "Baths in 16th Century Philippines." By Beth Ocampo. Philippine Daily Inquirer. July 30, 2013. b. "When Did Philippine History Begin? " American Historical Association.*

mga sulatin na sinipi ito, at lumihis sa iba pang mga direksyon ng okultismo tulad ng ***The Book of the Cave Of Treasures, Ang Aklat ng Pukyutan***, at ang ***Ikaapat na Aklat nina Adan at Eva.*** Lahat ng ito ng mga sulatin ay gumagamit ng mga elemento mula sa Revelation of the Magi, na nagpapatunay na ito ay nasa sirkulasyon. Kapag sinusuportahan ng isang may-akda ang okultismo sa Bibliya, at binabalewala ang makasaysayang suporta na nagpapatunay sa ulat ng Bibliya gaya ng nasusulat, iyon ang pinakamasama sa kaalaman.

Sa ***Revelation of the Magi***, isinalin din ni Landau ang isang tekstong Latin na pinamagatang ***Opus Imperfectum in Matthaeum*** sa Ingles.[1] Ngayon, iyon ay kapaki-pakinabang na scholarship. Kahit hindi napatunayan, ito ay pinaniniwalaan ng marami na isinulat ito ni John Chrysostom noong ikaapat na siglo. Ito Ang kopya ay isang ikaanim na siglong pagsulat sa simbahan na may sumusuportang detalye para sa Aklat ng Mateo. Sa sipi, direktang muling isinalaysay ng may-akda ang account mula sa ***Revelation of the Magi.*** Ginagamit nito ang account sa malaking bahagi sa dalawang pahina.

Ito ay malinaw na parehong account, dahil kabilang dito ang salitang 'Magi' (na hindi Griyego, ngunit nagmula sa lupain ng mga Matalinong Hari ng Malayong Silangan). Ito ay tumutukoy kay Adan propesiya mula kay Seth; pare-pareho ang mga geographic na marker, ang account ng Star ay isang tugma, ang himala ng kanilang pagkain ay hindi nauubusan ngunit replenishing sa dalawang taong paglalakbay, at pagbisita ni Apostol Thomas sa Malayong Silangan sa Pilipinas. Walang alinlangan; ang buong pinagmulan ng ulat na ito ay ***Revelation of the Magi.*** Tulad nito ang teksto ay sinipi sa malaking bahagi noong ikaanim na siglo, ito ay umiral bago ang Katoliko fiction ni Melchior, Balthasar at Caspar, na nagpapatunay din na mali ang kanilang heograpiya.

Bilang isang Syriac na eksperto, naniniwala rin si Landau sa wikang ginamit (tulad ng "Holy Spirit" sa anyong pambabae), ay nagpapakita ng isang kasanayan na naganap sa mga sulating Syriac mula sa ikalawa hanggang ikaapat na siglo. Simula noong ikalimang siglo, iyon ang pagsasanay ay inabandona, ayon sa kanya. Ito ay maaaring isa pang nakakahimok punto na humahantong sa isang pinagmulan bago ang ikalimang siglo.

Sa katunayan, may iba pang pinamagatang Infancy Gospels sa Unang Simbahan. gayunpaman, ang mga iyon ay malinaw na humihila ng isa mula sa banal na kasulatan sa halip na dito. Sa kasong ito ng ***Revelation of the Magi***, nakita natin na ito ay nagpapatunay sa Mateo gayundin sa Awit 72, gaya ng nararapat. Hindi kami naghahanap upang magsagawa ng isang payo upang iboto ito sa Biblical Canon, ngunit ang mga iyon ang mga hindi binabalewala ang kasaysayan ay nakatakdang

---

[1] *Opus Imperfectum in Matthaeum." From Migne's Patrologia Graeca, vlume 56, columns 637-638. "Revelation of the Magi: The Lost Tale of the Wise Men's Journey to Bethlehem." By Brent Landau. HarperOne, An Imprint of Harper-Collins Publishers. New York. 2010. pp. 103-105.*

ulitin ito. Subukan ito para sa iyong sarili; mahahanap mo wala sa nilalaman ng ***Revelation of the Magi*** na nakakabahala.[1] Anumang bagay na lumalabas sa simula, ay maaaring dalhin sa banal na kasulatan at pagtibayin.

Para sa sinumang iskolar (tulad ng Landau), na i-claim na ang kuwento ng Magi sa *The Book ng Mateo* ay hindi batay sa isang makasaysayang kaganapan, ay nangangailangan ng isang scoffing kawalan ng pananampalataya sa Bibliya. Ito ay dahil sa hindi nila nasubok ito, ngunit sila ay nakaupo sa upuan ng mga nanunuya, hindi kayang suriin ang mga bagay ayon sa nararapat. Ang account na ito ay hindi lumalabas sa ibang mga sinulat ng mga Apostol dahil ang mga Mago ay mula sa Malayong Silangan, malayong-malayo mula sa kanila. Ang pag-asa na dapat ay ang mga ito ay ang paglalapat ng false litmus test na nakatakda nang mabigo (aling pagsubok ang walang silbi at maaari lamang magkaroon ng maling resulta). Ganyan nananatili ang isa nakakahon sa kanilang kasalukuyang paradigma. Ito ay unscholarly sa pagsasanay.

Malalaman din ng isa kung ano ang isinulat ng Landau na Infancy Gospel X,[1] sa kalagitnaan ng huling bahagi ng ikalawang siglo, mayroon ding mga detalyeng tumutugma sa ***Revelation of the Magi.*** Syempre, sa karaniwang iskolar na pabilog na pangangatwiran, hindi niya magawang malaman kung alin ang pinanggalingan. Ang isang normal na layko ay maaaring magbasa at masuri ang halata, ngunit Landau pinipiling huwag maniwala na ang ***Revelation of the Magi*** ay maaaring ang pinagmulan, (o kahit papaano tumangging mangako, gamit ang scholarly side-step). Ang mga iskolar na tagasalin ay natatakot iba pang mga manlilibak, lalo na ang kanilang mga kapantay, na mahilig sumipi at kutyain ang bawat ginawa hindi sang-ayon sa kanilang mga review. Gayunpaman, ang Infancy Gospel X ay hindi isang wastong talaan ng kasaysayan, ngunit ito ay isang komentaryo ng isang naunang nag-aalok ng ama ng simbahan komentaryo. Nakapagtataka kung gaano karaming mga iskolar ang hindi maiintindihan ang pagkakaiba sa pagitan niyan, at isang detalyadong ulat na isinulat ng mga Magi mismo. gagawin nila itumbas ang dalawa, na mali.

Kahit na sa lohika, kapag mayroon kang isang 50-pahinang detalyadong dokumento, na sinasabing mula sa ang unang siglo, na isinulat ng mga Magi mismo, ay nagmula ba ito sa isang talata o maliit na detalye sa paghahambing, na isinulat noong ikalawang siglo? O ito ba ay sa ibang paraan sa paligid? Tinawag niya itong "malabong apokripal na Ebanghelyo ng Pagkakabataan" at pagkatapos ay itinutumbas ito sa timbang, sa isang mas kumplikadong account na may mahusay na detalye. Iyon ay isang hindi tapat pagtatasa. Sa kritikal na iskolar, ang gayong pagpapaganda ay karaniwan at inaasahan, bilang mga Pariseo ay kilala na

[1] *a. "Latin Infancy Gospels." M.R. James. Cambridge: Cambridge University Press, 1927.*
b. "Apocrypha Hiberniae I: Evangelia Infantiae." M. McNamara. Corpus Christianorum Series Apocryphorum 13-14. 2 vols. Turnhout: Brepols, 2001.

magdagdag ng lebadura, ayon sa ating Mesiyas. Mga Propeta at Ang mga apostol ay hindi nagdagdag ng lebadura, sa anyo ng mga palamuti at komentaryo. Ang mga normal na tao ay tinatanggihan iyon bilang hindi etikal. Ang ginagawa nila ay pinapanghina ang anuman naisip na ang teksto ay kapani-paniwala na may mindset na nagiging sanhi ng anumang pagsubok na mabibigo noon nagsisimula sila. Ang bitag na iyon ay inilabas na ngayon.

Oo naman, ang ***Revelation of the Magi*** ay hindi rin banal na kasulatan, ngunit ito ay sinusuri bilang wastong kasaysayan, kung saan ang sinaunang Ama ng Simbahan ay nagpapasuri bilang mga taong nakapasok nang hindi namamalayan. Mga iskolar tila nananatiling walang kamalayan sa naturang paglusot pagkatapos ng mahigit 2,000 taon. Ito rin hinihingi ng komunidad ng mga talino ang orihinal na teksto, sa paradigm na mahusay nila know ay nakadokumento upang regular na kopyahin ang mga scroll, para hindi mawala sa kanila ang nilalaman. Hinihiling nila ang lahat ng orihinal na patunayan kung kailan sila isinulat, na hindi marunong bumasa at sumulat. Ang mga tagapagsalin at istoryador ay nakipag-date ng mga kopya na natagpuan bilang ang petsa ng orihinal na may-akda, na hindi tapat.

Tandaan, ito rin ang iskolar na nag-aangkin na una sa ***Revelation of the Magi***'s - Ang seksyon ng tao ay nag-aalok ng kumpletong pag-iwas sa wastong pangalan na "Jesus Christ". Ang ilang beses itong binanggit sa bahagi ng aklat kasama ni Apostol Thomas, ngunit ang Landau ay hindi ibinilang ang lahat ng iyon. Kabalintunaan, ang partikular na account na iyon ang talagang kumukumpleto sa gawain ng mga Mago; maging ang pagtupad sa kanilang sariling propesiya. Sinasabi niya na ito ang ibig sabihin nito dapat ay idinagdag. Tulad ng sa Karunungan ng Sirac, kung saan tatlong henerasyon isinulat ang aklat na malapit sa parehong panahon, ang talaang ito ay isinulat nga ng marami Magi. Iyon ay walang diskwento sa anuman, at ang pangangailangan para sa isang may-akda sa isang grupo ng mga banal na pari, ay katarantaduhan.

Si Brent Landau ay isang iskolar ng Bibliya na tila hindi alam na si Jesu-Kristo hindi isang tamang pangalan, ngunit isang hindi tamang pagmamanipula ng Yahusha Messiah. ginagawa niya hindi man lang napagtanto na walang 'J' sa sinaunang Hebreo, at iyon ang aktwal na pangalan ng Yahusha ay nangangahulugang: Si Yah ay kaligtasan. Hindi rin niya napagtanto iyon kapag siya mismo isinalin sa Ingles, ang salitang Hebreo para sa kaligtasan ng maraming beses, dapat siyang bumalik sa Hebrew at isinalin ito bilang Yahusha o hindi bababa sa, Yahshua. Iyon ay ang wastong pagsasalin para sa kaligtasan, at mga iskolar ng Bibliya na may mas maraming pormal na edukasyon at karanasan sa pagsasalin tulad ng Landau ay, ay dapat na mas alam. Sinasaklaw namin ito konsepto sa paparating na kabanata, na may mga halimbawa. Isinalin niya ito sa Ingles kaligtasan, kapag ito ay malinaw na pangalan ng Mesiyas, ibig sabihin ay kaligtasan. doon walang masama sa pagsasalin nito sa ganitong paraan, ngunit hindi nauunawaan ang nararapat ang pagsasalin ng Messiah ay ang kaligtasan ay hindi marunong bumasa at sumulat lalo na kapag pinupuna ang ganoon.

Mayroong maraming mga halimbawa, ngunit isang perpektong halimbawa ay ang kanyang pagsasalin ng *"At ang pananampalataya ng ang kaligtasan ay lumago sa lupain ng Silangan sa mga nakarinig (28:6)."* Iyan ang pangalang Yahusha! Marahil ay dapat niyang subukang basahin ang Bagong Tipan, na isinulat sa parehong oras, bilang alam nating lahat na mababasa nito, *"ang pananampalataya ni, o sa (parehong salitang Hebreo) kay Yahusha, dumami sa lupain...."* Nagpatuloy siya sa iba pang katulad na pagsasalin ng salita, tulad bilang, *"Ang kalooban ng ganap na kaligtasan... (21:2)," "Itong dakilang kaloob at liwanag ng kaligtasan... (23:3),"* at, *"... ng tinig ng kaligtasan... (25:1)."* Ang lahat ng ito ay mas mahusay na natitira sa Hebrew, bilang Yahusha, at pareho silang bagay, anuman. Kahit sa section na nagtatampok ang Apostol Tomas, kung saan ilang beses binanggit si Jesucristo, ang Apostol ay tiyak na binanggit ang pangalan ni Yahusha, *"Ako ay isinugo sa kaligtasan...(Yahusha!)* (29:6)," at *"...ang pagsilang ng kaligtasan... (Yahusha!) (30:2-9)."* Walang mga isyu sa pag-alis sa pagsasalin ng kaligtasan, dahil ang Kanyang pangalan ay pareho. Gayunpaman, para hindi niya namalayan ay humakbang siya sa buong pangalan ng Mesiyas, at pagkatapos ay ginagamit ang kamangmangan na iyon upang punahin, ay hindi tumataas sa isang akademikong posisyon. Lubhang nakalulungkot na ang mga seminaryo ay kulang sa kanila pagsasanay.

Sinusubukan din ni Landau na i-claim na ang ***Revelation of the Magi*** ay hiniram mula sa Si Apostol Pablo, si Apostol Juan, at maging ang *Aklat ng Pahayag*. Hindi ba iyon isang indikasyon ng isang bagay na kapani-paniwala sa paradigm ng Bibliya? Kahit papaano, siya pa nga ang umangkin na ang Magi ay namatay isang dekada bago ang mga ito ay naisulat, na kung saan ay pangit na haka-haka na nakabatay sa wala. Hindi niya alam kung kailan ang mga Mago na bumisita sa Mesiyas ay namatay, lalo na hindi sa Asia, kung saan ang mga tao ay may posibilidad na mabuhay nang mas matagal kaysa saanman iba pa sa mundo. Nabigo rin siya na makilala ang Magi ay isang grupo, at isinulat ito bilang isang pamayanan, kabilang ang mga anak ng mga naglakbay, na sana ay nakarinig ang mga firsthand account. Siyempre, hindi niya napagtanto na alam na nila ang mga bagay na ito noon pa nangyari ang mga ito sa propesiya, mula kay Adan hanggang kina Seth at Enoc.

Gayunpaman, nang dumating si Apostol Tomas, hindi ba siya magsasalita sa katulad na mga salita kay Paul at John? Ang paniwala na hindi niya gagawin ay katawa-tawa, at hindi ito ang punto. Hindi niya alam at hindi niya kayang tapusin ito. Sa katunayan, ang wika ay magkatulad at iyon ay pagpapatibay lamang na ang ***Revelation of the Magi*** ay tunay na nakasulat sa Biblikal na pananaw at paradigm ng mga tapat na tao. Ito rin ay katibayan na si Apostol Thomas, Sa katunayan, binisita rin sila ni Thomas. Tumanggi si Landau na isaalang-alang ang ganoon.

Noong ikalabing isang siglo, inilabas ni Nestorian Bishop Shelêmôn o Solomon ***The Book of the Bee,***[1] na hindi mapag-aalinlanganang sumipi sa ***Revelation of the Magi*** sa maraming punto. Pansinin, na huli na upang ituring na banal na kasulatan, at kapag binasa ito ng isa, malinaw na ang ang may-akda ay walang iskolar sa paksa, at walang kahit elementaryang pagkaunawa. Kinopya niya ang mga pangalan ng Magi mula sa ***Revelation of the Magi***, na lumikha ng tiwaling ito pagmamanipula sa ***The Book of the Bee.*** Kahit na ang bilang ng labindalawang Hari ay nauulit. Isa pa, Kings din sila sa text na iyon. Sa madaling salita, nabasa niya ito, tulad noon inilathala maraming siglo bago, sa mga monasteryo ng Katoliko, at sa Vatican, sa puntong iyon. Kung hindi, ikinuwento niya ang iba pang nakabasa nito.

Karamihan sa mga pangalang inilista niya ay mula mismo sa ***Revelation of the Magi*** na pinanggalingan. Gayunpaman, ang iskolar na Obispo na ito mula sa Mesopotamia ay kailangang mag-iniksyon ng mga pangalan ng ang Magi, naglalakbay mula sa Persia, kung saan siya naninirahan. Katoliko na iyon posisyon sa kamangmangan, at sinundan lang niya ang lebadura na iyon, binago ang pananaw. Siya direktang gumagamit ng ***Revelation of the Magi*** sa Kabanata 38 at 39, at pagkatapos ay binago ang teksto upang mamuno sa ibang lugar, na karaniwan sa arena ng tiwaling iskolarsip.

Sinimulan niya ang Kabanata 38 ng, "May nagsasabi na ang bituing iyon ay nagpakita sa mga Mago kasabay ng pagsilang ng ating Panginoon." Sino ang ILANG? May nagsasabi na ang buwan ay ginawa ng keso, ngunit kapani-paniwala ba iyon? Ito ay isang sanggunian sa Apocalipsis ng mga Magi at sa mga iyon pagsasalaysay nito. Ginagawa niya na mayroong "ilang aksidenteng pagkaantala" sa isang mahinang pagtatangka upang ipaliwanag ang pagkakamali ng Persian Kings na naghihintay ng isang taon at 10 buwan upang tumagal ng dalawangbuwang paglalakbay at bisitahin ang Mesiyas. Ang mga iskolar at eskriba ay gumagawa ng mga kuwento na hindi matatagpuan sa loob ng tekstong kanilang isinasalin, upang bigyang-katwiran ang kanilang kamangmangan.

Binanggit din niya na si John Chrysostom, mula sa ikaapat na siglo, ay nagbabasa din ***Revelation of the Magi***, dahil alam niyang ang Bituin ay talagang pareho, noong sinaunang panahon pinanggalingan. Gayunpaman, si Chrysostom ay nagkasala rin sa pagsisikap na bigyang-katwiran ang kanyang mangmang na posisyon upang ipaliwanag ang ***Revelation of the Magi*** na malinaw niyang nalalaman. Sa sa katunayan, sa kanyang Homilies[2] sa usapin, nagpahayag siya ng pagkadismaya na ang kanyang panlilinlang pinangunahan ang ilan sa kanyang kongregasyon na bigyang-katwiran ang Astrolohiya. Ito ay kakaiba na hindi niya makita kung ano siya ang may-akda ng ganoon nang hilingin niya na ang mga Hari ay nagmula sa Persia.

Ang talababa para sa puntong ito ay nag-aalok ng isa pang kumpirmasyon na alam ng mga iskolar ang Nagpakita ang Bituin dalawang taon bago dumating

---

[1] *"The Book of the Bee: The Syriac Text Edited From the Manuscripts in London, Oxford, and Munich With an English Translation." By Ernest A. Wallis Budge, M.A. Oxford at the Clarendon Press. 1886. Chapters 38-39.* [2] *"Homilies on Matthew 6:1." John Chrysostom, Fourth Century.*

ang Wise Men sa Jerusalem. Alam nilangito ay hindi talaga isang Bituin, tulad ng nakikita natin sa kanila, ngunit mas maliwanag, na isang sipi sa konsepto mula sa ***Revelation of the Magi.*** Na karagdagang detalye ng isa pang punto, kung saan nagdudulot din ng pansin sa Pilipinas, dahil ang sabi ay lumitaw ang Bituin sa anyo ng isang agila. Iyan ang pambansang simbolo ng Pilipinas hanggang ngayon at ang agila na iyon lumilitaw sa propesiya. Ito ang pinakamalaking agila sa Earth. Sa loob ng Star ay ang anyo ng isang bata, (na isa ring direktang quote mula sa ***Revelation of the Magi***). Maaari isa tingnan ang mga pag-atake sa mahalagang impormasyong ito nang maaga sa tiwaling simbahan, na nagpapatunay nito kahit ang karamihan sa mga tinaguriang "Early Church Fathers" ay yaong mga nakapasok nang hindi namamalayan. Alam niyang ito ay isang "lihim na kapangyarihan" at hindi isang aktwal na Bituin. Iyon ang Liwanag ng Mesiyas Mismo na mula sa ***Revelation of the Magi***). Maaari isa tingnan ang mga pag-atake sa mahalagang impormasyong ito nang maaga sa tiwaling simbahan, na nagpapatunay nito kahit ang karamihan sa mga tinaguriang "Early Church Fathers" ay yaong mga nakapasok nang hindi namamalayan. Alam niyang ito ay isang "lihim na kapangyarihan" at hindi isang aktwal na Bituin. Iyon ang Liwanag ng Mesiyas Mismo na mula sa ***Revelation of the Magi.*** Ang pag-alam nito ay nagiging malinaw kung bakit itinago ng Vatican ang manuskrito na ito nang napakatagal.

*"Καὶ γὰρ πρὸ πολλοῦ χρόνου δοκεῖ μοι ὁ ἀδτὴρ φανῆται {Greek: Kaì gàr prò pollou xrónou dokei moi o aothr fanhtai}. Tingnan ang edit ni Migne's, vol. vii, col. 76. '**Dalawang Taon bago Si Kristo ay ipinanganak**, isang bituin ang nagpakita sa mga Magi; nakita nila ang isang bituin sa kalawakan ng langit na kumikinang na may liwanag na mas malaki kaysa sa iba pang bituin. Sa loob nito ay isang dalaga may dalang bata na may korona sa ulo.' Brit. Mus. Idagdag. 25,875, fol. 40 a, col. 1. Tingnan ang Bezold, Die Schatzhöhle, p. 56. Sinasabi ng isa pang alamat na ang bituin ay nasa hugis ng isang agila na nasa loob nito ang anyo ng isang maliit na bata, at sa itaas niya ang tanda ng krus. Sandys, Christmas Carols, London, 1833, p. lxxxiii foll."* [2]

Ang Kabanata 39 ng ***The Book of the Bee*** ay binanggit din ang Cave of Treasures, kung saan si Adan inilagay ang mga mapagkukunan para sa darating na kapanganakan ng Mesiyas. Na nagpapatunay na nagmula din sa Pahayag ng mga Mago. Sinipi ng ***The Book of the Bee*** na ibinigay ni Adan ang propesiya kay Seth, na ipinasa ito sa mga Magi sa loob ng maraming panahon. Ito ay isang sinaunang pagkasaserdote, tulad ng sa ***Revelation of the Magi.*** Ang pagkawala ng Star kapag sila nakarating sa Jerusalem at ang muling pagpapakita sa lalong madaling panahon ay mula mismo sa ***Apocalipsis*** ng ang Magi. Kahit na ang mga paglihis ay hindi kapani-paniwala, ***Ang Aklat ng Pukyutan***, sa ika-11 siglo, at John Chrysostom, 'maagang ama ng simbahan', noong ika-4 na siglo, pareho sinipi ang ***Revelation of the Magi.*** Ito ay malinaw na pinigilan ang kaalaman dahil ito hindi akma sa posisyong Katoliko, na batay sa kathang-isip.

Ang katotohanang ito ay mga Hari, at ang kanilang mga pangalan ay hindi Melchior, Caspar, at Balthazar, ay mahusay na pinatunayan sa buong kasaysayan. Gayunpaman, ***The Book of the Cave of Treasures,***[1] isang okultong katiwalian, (hindi rin banal na kasulatan), ay sumusubok sa mga pangalan ng Tatlong Hari. Again, Kings sila. Iyon ay isa pang medyo maagang teksto na naiugnay kay Ephraim na Syrian, na nabuhay noong ikaapat na siglo (306-373). hindi alintana ng occult embellishment, sinipi din nito ang ***Revelation of the Magi***, na nagpapatunay na ito ang pinaka tiyak sa sirkulasyon bago ang ikaapat na siglo. Maging ang pamagat at konsepto ng ang Cave of Treasures ay nagmula sa ***Revelation of the Magi.***

Ang mga Pantas na Lalaking ito ay, sa katunayan, mga Hari at mga anak ng mga Hari. Nagmula ang konseptong ito sa Pahayag ng mga Mago. Idinagdag din nito ang Persia, (sa kamangmangan), ngunit ang mga Hari ay mula sa Persia, Sabha (Seba), at Sheba, na nagpapatunay na ang Awit 72 ay aktuwal, wasto heograpiya at hindi kathang-isip, gaya ng isinulat ni Haring David ang katotohanan. Si Hormizdad ay isa sa 24 mga pangalan mula sa ***Revelation of the Magi.*** Ang dalawa pang pangalan ay mga katiwalian ng iba mga pangalan, sa parehong bagay. Gayunpaman, ang Sabha ay isang direktang quote mula sa ***Revelation of the Magi***, at ito ay Seba. Ang Cave of Treasures ay higit na nag-uugnay kay Perozadth bilang Hari ng Sheba, at heograpikal na matatagpuan nito ang Sheba sa Silangan ng Persia. Iyan ay kamangha-manghang, at ay sinisipi ang Awit 72, (pati na rin ang Apocalipsis ng mga Mago), ngunit hindi kasama ang pangalan sa Aklat ng Mga Awit. Susubukan namin ang 24 na pangalan. Mapapansin mo ang ilan ay Pilipino, ang ilan ay Hebreo, at ang ilan ay humahantong sa Ophir at sa kaniyang mga kapatid, kasama ang Tarsis.

"[Ang mga pangalan ng Magi.]
Ito ang mga nangagdala ng mga handog sa Hari, mga hari, mga anak ng mga hari:--

1. *HÔRMÎZDADH (Hormizd) ng Mâkhôzdî (maling pagbabago: Si Sanatruq ang kanyang ama), hari ng Persia, na tinawag na "Hari ng mga Hari," at tumira sa Lower Âdhôrghîn.*
2. *ÎZGARAD (Yazdegerd), ang hari ng Sâbhâ. (Ahširaš anak ni Sahban)*
3. *PERÔZÂDH, ang hari ng Sheba, na nasa Silangan." (Nasardîh na anak ni Baladan)"* [1]

Ang pangalang *Hormizd* ay unang makikita sa ***Revelation of the Magi.*** Si *Makhozdi* ay isang huwad magbago, dahil ang kanyang ama ay si *Sanatruq*. Hindi siya mula sa Persia; ang heograpiyang ibinigay na tumuturo sa malayo sa Persia, na sigurado kaming alam ng may-akda noong binanggit niya ang Sheba. Ang Sabha ay binago, mula sa Sahban na malapit. Si Perozadh ang Hari ng Sheba sa Malayong Silangan.

---

[1] *"The Book of the Cave of Treasures, A History of the Patriarchs and the Kings Their Successors from the Creation to the Crucifixion of Christ." Translated from The Syriac Text of the British Museum MS. ADD. 25875 By Sir E. A. Wallis Budge, Kt., M.A., Litt.D (Cambridge), M.A., D.Litt. (Oxford), D.Lit. (Durham), F.S.A. pp. 208-209. London Religious Tract Society. 1927.*

Wow! Kahit sinong hindi masyadong marunong sa heograpiya ay makakaalam na ang Africa ay hindi Silangan, dapat balewalain. Ito ang Sheba kung saan nagmula ang Reyna ng Sheba ay nagmula sa Pilipinas. Ito ay gumagawa ng asosasyon na Nasardih at si Baladan ay mula sa Sheba, silangan ng Persia. Hindi ito dapat maging mahirap.

Iba pang data na binanggit, na nagmula sa ***Revelation of the Magi***: Ang Tala ay mas maliwanag kaysa sa bawat iba pang Bituin; ito ay lumitaw sa Silangan (hindi sa Israel orihinal), at sinundan ito ng mga Hari hanggang sa Jerusalem, kung saan nawala ito ng maikling panahon, at pagkatapos ay muling lumitaw. Ang Bituin ay lumitaw sa kapanganakan ng Mesiyas, dalawang taon bago ang pagdating ng mga Mago sa Israel. Binanggit nito na natuto ang anak ng Hari ng Sheba mula sa isang Rabbi, na isang illiterate insertion. Ang katotohanan na kilala nila si Sheba kasangkot dito ay nagpapatunay na alam nila, noong ikaapat na siglo, ang Awit na iyon 72 ay isang propesiya ng Mesiyas; hindi kay Solomon. Ang okultong account na ito, mula sa ***The Cave of Treasures***, deviates in embellishment, which is not found in the ***Revelation of the Magi*** tulad ng kanilang pinangalanang Magi, dahil sa pananamit ng kanilang mago, na hangal na idagdag. Nakalimutan din ng teksto ang dalawang taong panahon, at inaangkin ang mga regalo ay iniharap noong si Jesus (Yahusha) ay walong araw na gulang. Iyan ay isang napakalaking salungatan sa kanilang sariling pagsulat. Isiningit din nila ang mga Nefilim na walang kaparararakan, na tinatawag ang Mesiyas na "higante ng mundo."

Gayundin, binanggit sa salin ni Sir Budge, sa ***Fourth Book of Adam***[1] ay tumutukoy din ang mga Magi na ito bilang Tatlong Hari, at inuulit na sila ay mula sa Persia, Saba, at sa Silangan (Sheba) katulad ng ***The Book of the Cave of Treasures.*** Ang konseptong ito ay orihinal na mula sa ***Revelation of the Magi***, at halatang manipulahin ng mga huwad na eskriba. *Hor* ay *Hormizd*, *Saba* ay *Sahban*, at ang mga Hari ay 12 (hindi tatlo), mula sa matinding Silangan.

Ang orihinal na bersyon ng Ethiopic ng ***The Fourth Book of Adam and Eve***[1] ay pinaniniwalaan na umiral noon pang ikaanim na siglo. Iyan ay hindi banal na kasulatan, ngunit ang aklat recounts ***Revelation of the Magi***, na may mga manipulasyon. Maaaring sinipi nito ang ***The Cave of Treasures***, ngunit kung gayon, ito ay orihinal na mula sa ***Revelation of the Magi***, dahil ito ay ginamit mula sa ikaanim na siglo at higit pa. Ang ***Ebanghelyo ni Mateo***, ang ***Aklat ng Mga Awit***, at ang ***Aklat ni Jeremias*** ay hindi nag-aalok ng mga pangalan ng mga Hari. ***Hor***, ***Saba***, at ***Hari*** ng Silangan ay lahat ng mga konsepto mula sa ***Revelation of the Magi.***

"Sa Aklat ni Adan (ika-4 na Aklat. 15) ang mga hari ay tinatawag na Hor, hari ng Persia, Basantar, hari ng Saba, at mga Karsunda, hari ng Silangan."[1,2]

---

[1] *"Fourth Book of Adam and Eve."* [2] *Verified from "The book of Adam and Eve books 3 and 4." By Peter Thompson. University of Notre Dame.*

Ang impormasyon sa ***Revelation of the Magi*** ay naglalantad na ayaw ng mga iskolar matuto, at isaalang-alang kung gaano sila naging mali sa loob ng maraming siglo. Sila ay hindi tapat, nilayon man nila o hindi. Personal naming kilala ang mga iskolar ng Bibliya, na hindi masasamang lalaki o babae, at walang ganoong layunin ng panlilinlang, ngunit isang tao kailangang maliwanagan tayo ng katotohanan, kung hindi gagawin ng mga iskolar. Kung binabasa mo ang librong ito, malamang na wala ka sa kategoryang ito. Gayunpaman, kahit na, patunayan ang lahat ng bagay na tayo magtapos para sa iyong sarili at huwag hayaan ang iyong sarili na malinlang.

Mag-aalok kami ng ebidensya at gagawa ng mga konklusyon, kung saan kami ay may karapatan, (hindi tulad ng karamihan sa mga iskolar sa paksang ito). Kapag kinuha mo ang mga natuklasan at subukan ang mga ito kahit na higit pa, ikaw din ay magiging kwalipikado upang mag-render ng isang konklusyon, kung aling antas ang pinaka ang mga iskolar ay tumangging tumaas sa paksang ito. Gayunpaman, ang kanilang pinagkasunduan na manatiling tanga bilang isang grupo sa paksang ito ay hindi isang punto ng debate. Oras na para harapin nila ang musika na nagpapahintulot sa buong kwento ng Pasko na madungisan ng kathang-isip na lebadura, upang hindi kailangan ng isa na maniwala sa ulat ng Bibliya.

Susunod, pumasok kami sa isang arena na sobrang halata. Ang paghahayag ng Magi ay ang ulat ng pinagmulan para sa pagbisita ni Apostol Thomas sa India. India, noong sinaunang panahon na pananaw na tinukoy sa maraming mapa, ay hindi lamang ang bansang tinatawag nating India ngayon. Ito ay malawak sa teritoryo, mula sa Afghanistan hanggang sa Malay Peninsula, kabilang ang Indochina, minsan kahit China, at higit sa lahat, ang Indies, na kinabibilangan ang Pilipinas. May mga Gnostic Gospel na gumagamit ng account na ito at humahantong sa modernong India sa fiction. Walang alam si Tomas sa lupaing iyon. Kilala niya ang Pilipinas (o sinaunang Ophir) ay ang Lupain ng mga Mago. Sinadya ni Thomas na kumpirmahin kung ano alam na ng mga Hari, pagkatapos nangako si Jesus (Yahusha) sa Magi, dalawang beses.

Maging ang ilan sa mga tribo ng Northern Kingdom ay lumipat sa Pilipinas, ayon kay Columbus, at Italian-Jewish scholar, Ferrisol, noong ika-15 at ika-16 mga siglo. Matagal na nating tinalakay iyan sa ***The Search for King Solomon's Treasure: The Lost Isles of Gold & the Garden of Eden*** as well as ***Garden of Eden Revealed: The Book of Maps.*** Ang sinumang iskolar ng Bibliya na hindi alam ang Northern Kingdom ay hindi kailanman bumalik sa Israel sa mga araw ni Hesus (Yahusha) ay hindi nagsagawa ng pananaliksik sa paksa. Lahat ay dinala sa Asiria at walang bumalik, ayon sa kasulatan.

Sinabi ni Jesus (Yahusha) na Siya ay partikular na ipinadala upang marating ang Bahay ni Israel, sa na may mga nawawalang tupa, hindi sa Judea. Nang sabihin ng Mesiyas na mayroon Siyang ibang mga tupa na kailangang maabot, partikular na tinutukoy niya ang Northern Tribes ng Israel, habang ang ilan ay nanatili sa Asiria

(2Esd. 13) at ang natitira ay lumipat sa Malayong Silangan, hanggang sa Ophir. Sa lahat ng mga destinasyon sa lugar na tinutukoy bilang India, Nangunguna sa listahan ang Sinaunang Ophir, Sheba, at Tarsis, Pilipinas. Alam namin na ito ay ang malamang na senaryo, at ngayon, mayroon kaming ebidensya ng pagbisitang ito.

Juan 10:15-16 KJV
Kung paanong nakikilala ako ng Ama, gayon din naman nakikilala ko ang Ama: at ibinibigay ko ang aking buhay para sa mga tupa. At yong aking ibang mga tupa, na hindi sa kulungang ito: sila rin ay kailangan kong dalhin, at kanilang diringgin ang aking tinig; at magkakaroon ng isang kawan, at isang pastol.

Mateo 15:24 KJV
Ngunit sumagot siya at sinabi, Hindi ako sinugo kundi sa mga nawawalang tupa ng sambahayan ni Israel.

Kahit na ang mga ekspedisyon ni Apostol Tomas ay nawala sa modernong Canon ng Bibliya, may record na naglakbay siya sa India. Tinukoy ng ***Revelation of the Magi*** ang kanyang destinasyon bilang ang matinding Silangan ng Daigdig, kung saan ang heograpiya ay nagtatakda bilang Silangan ng Persia, at modernong India, hanggang sa sikat na Isles of Gold, kung saan naroon ang Northern Lost Tribes kilalang nag-migrate. Sinabi rin sa atin ni Haring David ang migration na ito sa Awit 72 bilang si Propeta Ezra (2Esd. 13). Sa salaysay, dumating si Thomas sa Isles of the Ang Magi at isang mahusay na muling pagbabangon ay sumiklab. Narinig ng nawawalang tupa ang tinig ng Mesiyas sa mga turo ni Tomas na pinagtibay ang kanilang sarili. Ito ay isang nawawalang makasaysayang salaysay ng Ang mga komunidad ng Bagong Tipan ay hindi pinansin sa iskolarship. Ito ang dahilan kung bakit mas gusto nila upang panatilihing pinigilan ang aklat na ito. Nabigo sila.

Sa Gnostic Gospels, makikita natin ang isang pagpapatuloy ng heograpiya para sa mga Apostol, lalo na kay Tomas sa ***Acts of the Apostles In Asia: Judas Thomas Didi.*** marami basahin ang account at isipin na nagpunta lang siya sa mainland India ngunit mali iyon, kahit sa account. Sa katunayan, ito ay isang pagsulat na Gnostic at hindi banal na kasulatan. gayunpaman, bilang karagdagan sa India (hindi alintana kung paano tukuyin ng isang tao ang malawak na teritoryong iyon, ayon sa kasaysayan), narating ito ni Thomas hanggang sa Malayong Silangan, sa isang isla na pinaninirahan ng mga itim na lalaki, at maging sa Japan mula doon. Ang salaysay na ito ng mga paglalakbay ni Tomas ay nagmula sa Pahayag ng mga Mago at hindi sa kabaligtaran. Isang pangungusap dito ang teksto ay hindi naging pinagmulan ng isang makabuluhang account ng monumental na heograpiya.

Sa katunayan, madalas na ipinapasok ng Gnostic manipulation na ito ang

[1] *"The Gospels of Thomas With Acts of the Apostles In Asia." Full English Version. Filbluz Editions*

okultismo. ngunit ginagawa ng heograpiya nagsisilbi pa rin bilang affirmation na nakarating si Thomas sa Pilipinas. Gayundin, ang pangalang Hudas Unang lumitaw si Tomas sa ***Revelation of the Magi*** noong unang siglo, bago ang pagsulat na ito iniuugnay kay Thomas mula sa ikalawang siglo. Ito ay magiging pabalik na pangangatwiran kung hindi.

"Mamaya si Thomas ay nasa India at gayundin sa isang isla na tinitirhan ng mga itim na lalaki, at maging sa Japan kung saan gumawa siya ng mga hula tungkol sa kinabukasan ng relihiyon sa mga bansang ito." [1] *(p. 106)*
"Si Tomas ay lumipas nang ilang panahon sa Juda, na nangangaral ng ebanghelyo, at pagkatapos ay nagtungo sa malayong mga bansa, pinaninirahan ng mga ganid na lahi, gaya ng Parthia, Media, Persia, Hyrcania, at sa wakas ay dumating sa India." [1] *(p. 107)*
"Nakagawa siya ng pinakamalaking bilang ng mga nagbalik-loob sa India. Ang napakalawak na teritoryong ito ay kanyang tinahak sa bawat isa direksyon, at itinatag ang Kristiyanismo dito nang napakatatag, na ang mga bakas nito ay natagpuan doon noong ika-16 siglo, 1500 taon pagkatapos ng kanyang kamatayan. Maging sa Tsina, natuklasan ang hindi mapag-aalinlanganang mga palatandaan nito; siya nagtayo ng maraming simbahan, at naglagay ng mga Kristiyanong guro sa kanila, na ang pananampalatayang personal na taglay niya ipinangaral sa panahon ng kanyang buhay ay maaaring mapangalagaan pagkatapos ng kanyang kamatayan." [1] *(p. 107)*
"Ang kapalaran ay lumabas kay Thomas upang pumunta sa bansang India." [1] *(p. 107)*

Sa katunayan, ang kuwento sa Ebanghelyong ito ni Tomas ay lubos na naiiba sa ***Revelation of the Magi***. Ang Ebanghelyo ni Tomas ay napetsahan ng karamihan sa mga iskolar sa humigit-kumulang sa pangalawang siglo. Gayunpaman, ang detalye para sa mga pulo ng Malayong Silangan ay matatagpuan sa Apocalipsis ng ang Magi bilang pinagmulan ng pag-aangkin na iyon at hindi ang kabaligtaran. Hindi ito sumasakop makabagong India gaya ng ginagawa ng ***Revelation of the Magi***, kaya dapat ang focus ay ang Southeast Asian Isles.Sa account na ito, Thomas ay kinuha bilang isang alipin sa India, na kung saan ay hindi kahit na totoo. Sinusubukan nilang itugma ang isang hari ng India na nagngangalang Gundafore, na may pangalang Magi Si Gudaphar, na hindi mula sa India, at ang pangalang iyon ay Hebrew. Gayunpaman, ang India ay hindi kilala sa Gnostic account na ito bilang lupain ng Tatlong Hari, at nabigo iyon sa pagsubok ng pagiging epektibo. Ito ay katulad ngunit ang wordplay lamang ay hindi isang teorya. Dumating ang mga Wise Men noong unang siglo B.C. at Ang Ebanghelyo ni Tomas ay naganap pagkatapos ng pag-akyat ng Mesiyas. Ang posibilidad na si Gudaphar ay maging Hari ay hindi pa rin malaki, ngunit mas masahol pa, gagawin niya ito nakilala si Tomas at ang kanyang ipinangangaral at niyakap siya.

Ang bahagi ng kuwento na nakabase sa India ay isang malinaw na pagpapaganda, malamang na ginawa lahat sa isang Gnostic haze. Gayunpaman, ang heograpiya ni Thomas ay umabot sa Timog-silangan Mga beterinaryo ng mga islang Asyano na ang Revelation of the Magi ang pinanggalingan nito. Ang buong account ay umiiral sa Revelation of the Magi at walang detalyeng ibinigay sa Acts of the Apostles In Asia.1 Si Thomas ay diumano'y pinatay sa modernong India, na maaaring totoo pa rin, ngunit tinanggap ni Ophir sa kanya na may bukas na mga bisig, at iyon ang dahilan kung bakit ang pinakamalaking karamihan ng mga bagong mananampalataya nanggaling sa Asya. Ito ay nananatili hanggang ngayon. Ang Pilipinas ay napapaligiran ng mga bansa na may maliit na porsyento ng mga mananampalataya sa Bibliya habang ito ay nananatiling halos gayon.

Sa Gospel of the Infancy of Jesus 1 (p. 3) (maling naiugnay kay Tomas, gaya ng isinulat higit sa 1000 taon pagkaraan), ang ulat ng Magi sa loob ng Ebanghelyong ito ay nagmula sa Pahayag ng mga Mago. Kasama sa mga katulad na tampok ang: ang Bituin na lumitaw sa Silangan, na ginagabayan sila sa kanilang paglalakbay, ang mga titulong ibinigay bilang mga Hari at pinunong lalaki, at kanilang karanasan sa muling pagbabangon sa kanilang pag-uwi. Tiyak, ang Ebanghelyong ito ay nagsingit mga konsepto ng okultismo na may mga lampin na may mahiwagang kapangyarihan. Ang Bibliya ay hindi kailanman nangangailangan ng ganoon, at kapag ginamit ang isang bagay, ito ay isang tubo lamang para sa kapangyarihan ni Yahuah. Ang heograpiyang ito ay pinagtibay sa The Acts of Philip and Miriam, (isa pang Gnostic account, hindi banal na kasulatan), dahil ipinadala nito ang "Thomas sa India (p. 49)." 2 Kasama sa nasabing lugar ang Pilipinas sa pananaw ng panahong iyon.

Sa huli, ang pinagmulan ng lahat ng mga pagbanggit na ito ay talagang pinigilan sa Pahayag ng mga Mago. Ito ang mas detalyadong account, na sinasabing nakasulat ang unang siglo ng mga Mago mismo. Walang naglabas ng ebidensya na hindi isinulat ng Magi ang aklat na ito, at ang pasanin na iyon ay nananatili sa kanila kapag ang aklat nagsasabi sa iyo kung sino ang sumulat nito at kailan. Pagkatapos, kahit na higit pa, ito ay nagsusuri bilang tumpak. Gagawin namin galugarin ang nilalamang ito sa buong aklat na ito. Maaaring nakarating si Thomas sa India, ngunit ang kanyang destinasyon ay sa Ophir, hindi mainland India. Ang mga sumusunod na timeline inayos ang mga kaisipan sa kabanatang ito ayon sa pagkakasunod-sunod upang mas maunawaan ang pangunguna ng Pahayag ng mga Magi. Ito ay hindi banal na kasulatan, ngunit ito ay kapani-paniwalang kasaysayan na nagpapatunay na ang Ebanghelyo ni Mateo ay palaging nag-aalok ng isang makasaysayang ulat at Ang propesiya ni David ay natupad ayon sa kanyang hula at sa heograpiyang alam niya.

---

1 *"Gospel of the Infancy of Jesus." Acts of the Apostles In Asia. Full English Version. Filbluz Editions.*

2 *"The Gospels of Thomas With Acts of the Apostles In Asia." Full English Version. Filbluz Editions.*

TIMELINE

SECOND century

150: *Infancy Gospel X repeats several details from Revelation of the Magi. Acts of the Apostles uses geography from Revelation of the Magi.*

198: *Clement of Alexandria The Stromata uses the month and day of Jesus' birth from Revelation of the Magi.*

FOURTH century

300: *John Chrysostom cites data from Revelation of the Magi.*

350 or earlier: *Syriac Holy Spirit in feminine form dates to 2nd-4th centuries.*

350: *The Book of the Cave of Treasures quotes Revelation of the Magi on details.*

FIFTH century

450: *Opus Imperfectum in Matthaeum repeats the same story verbatim in large part directly from Revelation of the Magi.*

SIXTH century

500: *Fourth Book of Adam and Eve uses elements from Revelation of the Magi.*

550: Catholic fiction of Melchior, Balthasar, and Caspar fabricated.

EIGHTH century

700: *Theodorus bar Kōnī notes arrival month from Revelation of the Magi.*

775: *Chronicle of Zuqnin copied over existing Revelation of the Magi from an earlier text.*

NINTH century

800 or so: *relocated to a monastery in the Egyptian desert.*

ELEVENTH century

1200: *The Book of the Bee quotes portions of Revelation of the Magi.*

MODERN centuries

1700's:
G. S. Assemani transferred the document to the Roman Vatican Library where it remains.

1950:
Finally, translated into Italian.

2010:
Finally, translated into English.

** All dates are approximations.*

Revelation of the Magi Precedence

75+ TAGALOG VIDEOS

the GOD culture יהוה

The God Culture | @thegodculture

YouTube

rumble

odysee

substack

Brighteon

Pinterest

Instagram

The God Culture - Original

www.TheGodCulture.com

Kabanata 4:

AngMagi ay Hindi Isang Salita Mula sa Griyego

AdobeStock.

Ang Kapanganakan ng Anak Bawal ang Sorcerors!

*"**RotM 1:2** Isang ulat ng mga paghahayag at mga pangitain, na ginawa ng mga hari, [mga anak ng mga hari,] ng mga nagsalita ang dakilang Silangan, na tinawag na **Magi** sa wika ng lupaing iyon sapagkat sa katahimikan, walang a tunog, niluwalhati nila at nanalangin." **28:4** "... ang mga **maharlika na tinawag na Magi.**"*

Isa sa mga pinakadakilang paghahayag na kailangan mula sa ***Revelation of the Magi (RotM)*** ay iyon ang salitang Magi o Magos mula sa salaysay ng Wise Kings ay hindi nagmula sa wikang Griyego. Ang Greece ay hindi Silangan. Ang parehong masasabi tungkol sa Africa (na ang ilan sinusubukan ng mga iskolar na pilitin), ngunit para gumana ito, dapat kalimutan ng isa kung anong direksyon ang pareho kaliwa at kanan ay. Hindi mga teorya iyon. Oo, ito ay nakasulat sa Griyego sa Bagong Tipan (tulad ng iba sa mga kanonikal na aklat), ngunit ito ba ay Griyego ang pinagmulan? ano kung, sa halip, may katibayan na ang salita ay nagmula sa lupain nito at sa wika nito ng kapanganakan? Ito ay lumabas, mayroon, salamat sa tekstong ito. Ilang beses na tayong lahat narinig ang sermon ng Pasko tungkol sa kung paanong ang mga Wise Men ay hindi Hari? Iyon ay hindi totoo, sila ay tiyak na mga Hari. 12 sa kabuuan, mayroong higit sa tatlo sa bilang katunayan, ngunit tatlo pa rin ang nangunguna, gaya ng makikita mo.

Pagkatapos, kahit na ang pinakamataas na iskolar ay dinadala tayo sa maling palagay na Ang Babylonian at/o Persian Magoi ay tinurok ng The Gospel of Matthew. Hindi nila pinapansin na ang mga Magoi na iyon ay wala pa sa kapangyarihan noong unang siglo. Sila pa rin sinaway bilang satanic sorcerers sa parehong Bagong Tipan. Hindi kailangang pumunta ng isa sa Lumang Tipan upang matutunan kung paano basahin ang isang salita na mahusay na tinukoy sa Bago. Sila ay binabago ang Bibliya kapag ginawa nila ito, laban sa sarili nitong interpretasyon.

Gagawa sila ng kathang-isip, sa pag-aakalang ang mga mangkukulam ay nagbalik-loob sa relihiyon ng Daniel. Iyan ay hindi kailanman isang ulat sa Bibliya; ito ay hindi magandang palagay na hindi nila magagawa. Ang katotohanan na kailangan nilang gumawa ng ganoong kwento para magawa ang kanilang kasinungalingan maging maliwanag. Tiyak, si Daniel ang pinuno ng mga Pantas sa Bibliya, gaya ng Sadrach, Mesach, at Abednego, ngunit ang mga mangkukulam ang kanyang satanasnong kaaway. Para sa isang teologo na ipagpalagay na ang ganoong bagay ay walang kapararakan. Si Daniel ay hindi naging pinuno ng mga salamangkero. Siya ang pinuno ng *Sophos*; ang mga Pantas na Lalaki.

Ang mga Magi Sorcerer ba?

Isipin ang assertion na ipinaalam ni Yahuah ang napakakaunting kapanganakan ng Kanyang anak, at sa mga iyon, ang nangunguna sa listahan ay mga satanic sorcerors, kahit na hindi "karapat-dapat (17:9)" bilang Herodes. Kitang-kita na ang listahan ng imbitasyon ay tila baluktot. Maging ang mga Pariseo ay hindi naabisuhan, sa parehong dahilan walang satanic sorcerer. Sila ang mga nilito at itinuring ang mga Mago bilang Magianismo (17:2) na mapanlinlang na tatak ay nangyayari lamang ng isang beses sa pagsaway sa ***Revelation of the Magi*** dahil hindi ito ang pinagmulan ng kanilang pangalan; Magi, na hindi Griyego. Ang titulong iyon ay nagmula sa kanilang sariling bayan sa Malayong Silangan, at pinatutunayan ng linggwistika na tumpak ang katotohanang ito. Gayunpaman, ngayon na alam natin na ang salitang Magi ay walang koneksyon sa satanic kultong ito mula sa Babylon at Persia, ngunit nagmumula sa kanilang sariling lupain, maaari naming ganap na diskwento na ang sinumang iskolar inuulit na ang walang kapararakan ay hindi kumakatawan sa isang posisyon sa Bibliya, (sinadya o hindi).

HINDI Magi ang mga Pantas na Lalaki ni Daniel!

Ang paggamit ni Apostol Mateo ng salitang Griyego na Magos *(isinalin bilang Wise Men in Mateo 2:1, 2:7, at 2:16)*, ay hindi katulad ng mga kaaway ni Daniel na tinatawag na Magi. Kung iyan ay itinuturing na doktrina ng simbahan, ito ay gayon, hindi pa nasusubok. Anumang bagay anumang denominasyon itinataguyod na hindi ito sinusubok ay nananatiling pinaghihinalaan hanggang sa napatunayan. Walang mapagkakatiwalaang nagbabasa at ang pagbubuod ng mga sinaunang teksto ay nagtapos sa kakaibang bagong pananaw na ito.

Griyego: μάγος*: Magos:*
isang Magian, i.e. Oriental scientist; sa pamamagitan ng implikasyon, isang salamangkero -- mangkukulam, matalinong tao. (G3097).

Ang pagtukoy sa The Book Of Daniel's mautak na tao ni Daniel ng Daniel 5:8, halimbawa, ay hindi Magos. Ginamit ni Daniel ang salitang Hebreo na hakim, na isang pangkalahatang termino para sa mga iyon itinuturing na hawakan ang kaalaman kaysa sa karaniwang tao. Pagkuha na pangkalahatan at ipagpalagay na ito sa Matthew's Wise Men ay hindi marunong bumasa at sumulat. Gayunpaman, pinapagalitan niya ang iba isang listahan na naghihiwalay sa kanila. The King's Wise Men na inilalarawan sa Aklat ni Daniel ay hindi ang mga Mago na inilarawan sa Aklat ni Mateo. Kahit na ang panahon ay naputol, dahil ang mga Magi na iyon ay walang bahagi sa Bagong Tipan maliban bilang mga kaaway. Hindi na tatawaging a mangkukulam. Kakailanganin nilang lisanin ang satanic na paradigm na iyon.

Ang mga Pantas na Tao na inilarawan sa Aklat ni Daniel, gayunpaman, ay hindi Magos sa Griyego. Ayon sa salin ng Greek Septuagint, ang salita ay sophos na nangangahulugang matalino; hindi rin si Magos. Hindi mahalaga, gayunpaman, kung ito ay ang parehong salita; ito karamihan ay tiyak na hindi pareho ang konsepto sa Aklat ni Mateo. Sa katunayan, kabilang sa mga iyon ang Hari na itinuturing na matalino ay tiyak na mga mangkukulam, gayunpaman, hindi pa rin sila tinawag na Magos ni Daniel sa Greek Septuagint. Tinatawag pa rin silang sophos, sa halip, sa Daniel 2:12, 13, 14, 18, 24, 27, at 48. Inulit iyon ng Ebanghelyo ni Mateo sa 23:34, gamit din ang sophos; tumutukoy sa mga propeta, pantas at eskriba. Si Daniel ay hindi kahit tawagin silang Magos. Upang itumbas ang terminong iyon batay lamang sa isang hindi pagkakaunawaan ng a ibang salita ay hindi scholarship.

Hebreo: חכים*: chakkîym: Wise Men (Aramaic origin) (H2445).*
Griyego: σοφός: *sophós: Wise Men (G4680).*

Dito napupunta ang kalituhan. Ang tanging ibang panahon ay ang Bagong Tipan na Ginagamit ng Griyego ang salitang Magos, sa labas ng apat na beses sa Ebanghelyo ni Mateo, para itong mga Hari na nagdala ng mga regalo sa Mesiyas, ay nasa Aklat ng Mga Gawa. Iyon ay sinulat ni Lucas, hindi Mateo. Sa Mga Gawa 13:6, 8, si Lucas, ang may-akda ng Aklat ng Mga Gawa sinaway ang isang huwad na propeta, na ipinakilala siya sa katagang Magos. Kahit papaano, mga scholars makaligtaan ang terminong mali, at pagkatapos, subukang patahimikin ang isang hindi tamang pananaw na hindi kailanman nabibilang sa anumang talakayan sa Bibliya. Samakatuwid, hindi lamang ginagamit ng mga iskolar ang maling termino, ngunit maging ang pangkalahatang terminong Magos o Wise Men bilang mga mangkukulam mula sa Persia at Babylon. Pansinin, ang Babylon ay wala kahit sa listahan ng Tatlong Hari. Ang grupong ito ng banal pinarangalan ng mga tao ang kanilang pakikipagtipan kay Yahuah sa pamamagitan ng pagdadala ng Messiah mga regalo nang direkta mula sa Estate ni Adan, sa kanilang sariling bayan. Hindi sila dapat tinukoy ng isang tao na isang huwad (habang ipinapalagay ng mga iskolar na maling paggamit ng salita sa Aklat ni Daniel na wala pa doon). Kung si Daniel, sa katunayan ay nag-convert ng mga mangkukulam sa kanya pananampalataya, hindi na nila muling aakohin ang titulong mga salamangkero at mangkukulam. Ito ay makalipas ang mga 500 taon, nang nasakop na ng mga Griyego ang Persia, at ang mga Romano sinakop ang mga Griyego. Ang mga mangkukulam na iyon ay walang kinalaman sa account na ito at sa salitang, Magi, na ginamit sa Aklat ni Daniel, ay hindi nauugnay sa anumang paggamit sa ang Aklat ng Mga Gawa, at hindi rin ito nagmula sa wikang Griyego. Ang salita ay mula sa lupain ng kapanganakan ng mga Hari.

Kailangan munang ibalik ng isa ang heograpiya ng Awit 72, gayundin ang ***Revelation of the Magi***, at pagkatapos, ito ay halata. Ang pader ng mga pagtutol ay bumagsak sa lupa. Paano makikilala ng isang iskolar (tulad ng tagasalin) na ang salitang ito ay nagmula sa Timog-silangang Asya, ngunit hindi nag-abala sa pagsasaliksik sa sinaunang royal class o ang mga salita para sa panalangin' o katahimikan sa nasabing mga wika? Lahat ng tatlong konotasyon, sa Pilipinas, hango sa salitang, Magi. "Imposible yan!" sasabihin nila.

Sa katunayan, sumasang-ayon kami, ito ay posible lamang kung ito ay katotohanan. Ano ang tunay na hindi maisip kung sila ba ay nananatiling hindi marunong bumasa at sumulat, kusang-loob, at marami sa mga iskolar na iyon ay manglilibak at mangungutya sa ang katibayan na ito ay hindi nila alam at tumanggi pa ring subukan ito para sa bisa. Ang pananaliksik na ito ay karagdagang katibayan na ang akademiko at iskolar na klase ay nadulas sa kanilang mga racist na salamin kapag sinusuri ang mga mapa at kasaysayang nagtatago sa Pilipinas.

Filipino Ancient Royal Class Kilala bilang Magi!

Paano kung ang Pilipinas ay may isang dokumentadong klase ng mga royal na kilala bilang MAGI sa kanilang katutubong, sinaunang wika? Siyempre, imposible iyon. Walang ganoong bagay ang maaaring mangyari... maliban kung... ito ay mangyayari! Alam na ng mga Pilipino kung ano tayo ay nagpaparating dahil mayroong isang sinaunang royal classification na kilala bilang MAGInoo. Ito ang pinakamataas na kaayusang panlipunan, na kinabibilangan ng kung ano ang tinutukoy ng isa bilang Mga Hari at mga prinsipe. Pagkatapos, ang Pahayag ng mga Magi ay nagsasabi sa atin na sila ay mga Hari, mga anak ng mga Hari, at Wise Men. Hindi ito mahirap.

MAGInoo: Tagalog: *gentleman; maginoo; marangal.*[1]
maginoohin: *ng maginoong gawi o tindig. Ugat: ginoó: mister; ginoo; maginoo. Ang babaeng katapat ang "ginoo" ay "ginang."*[1] ***pagka-máginoó: Tagalog: kalidad ng pagiging marangal, karapat-dapat o marangal.***[1]

Ang titulong ito para sa royalty sa Pilipinas ay nauna sa pagdating ng mga Espanyol na naitala sa gamitin noong 1571 at 1690 bukod sa iba pang mga sanggunian. Mas mabuti pa, naitala ito sa una siglo ni Apostol Mateo, na gumamit ng wikang Griyego upang ipahayag ang isang salita hindi iyon nagmula sa Griyego. Nagsasalin siya ng Tagalog sa Griyego.

1571: *Isinalin ni Plasencia ang "Panginoong Diyos" bilang Panginoon Dios, at isa sa mga pinunong sumuko sa Port ng Maynila noong 1571 ay si* **Maginoo** *Marlanaway.*[2]
1690: *May tatlong uri at klase ng tao: ang mga pinuno, na tinatawag ng mga Bisaya na dato at ang Tagalog* ***maginoo;*** *ang mga timauas na karaniwang karaniwang tao, na tinatawag na maharlica sa mga Tagalog; at ang mga alipin, na tinatawag na oripuen ng mga Bisaya at alipin ng mga Tagalog.*[2]
1690: *Ang parusang kamatayan ay hindi kailanman ipinataw sa pamamagitan ng proseso ng batas, maliban kung ang mamamatay-tao at ang kanyang biktima ay mga karaniwang tao at walang ginto*

---

[1] *Tagalog.com, Retrieved Oct. 2, 2024.* [2] *William Henry Scott. Philippine Studies, Vol. 28, No. 2 (1980). p. 146.* [2] *The Philippine Islands: Explorations by Early Navigators, Descriptions of the Islands and their Peoples, their History and Records of the Catholic Missions, as related in contemporaneous Books and Manuscripts, showing the Political, Economic, Commercial and Religious Conditions of those Islands from their earliest relations with European Nations to the close of the Nineteenth Century. Edited and annotated by Emma Helen Blair and James Alexander Robertson, with historical introduction and additional notes by Edward Gaylord Bourne. Translated from the Originals. Vol. 40. Chapter 16.116. p. 85-86. 1690-1691. The Arthur H. Clark Company.* [3] *"Aparri." Wikipedia. Retrieved Oct. 2023.*

upang masiyahan ang pagpatay. Sa ganoong kaso, kung ang dato ng lalaki o hindi siya pinatay ni ***maginoo*** *(sapagkat iisa ang mga ito), ang iba pang mga pinuno ay ginawa, sinibat siya pagkatapos paghagupit sa kanya sa isang tulos.*[2]

Ito rin ay nagpapatunay na ang MAGInoo ay hindi isang uri ng Muslim (tulad ng sinubukan ng ilan upang i-claim), dahil nauna pa ito sa paglipat ng mga Muslim sa Pilipinas para sa higit pa kaysa sa isang libong taon pagkatapos isulat ang ***Revelation of the Magi.*** Hindi umiral ang Islam.

Ang Salitang Filipino Para sa "Panalangin" ay Nagmula sa Magi!

Gayunpaman, ang mapanuksong akademiko ay ignorante na mag-aangkin, "hindi iyon sapat." Hindi, hindi, at hindi iyon ang katapusan ng salaysay na ito. Paano naman itong dalawang kahulugan ng panalangin at katahimikan? Tiyak, alinman sa mga iyon ay hindi maaaring sa Pilipinas pinanggalingan. panlilibak! panlilibak! panlilibak! Snark! Oops! Silang dalawa! Sa Tagalog, ang pambansang Filipino wika, ang unlaping mag ay ginagamit sa magdasal, ibig sabihin ay magdasal. MAG at MAGI ay ang pinagmulan, ang mga salitang-ugat, na may napakaraming kumbinasyon sa linggwistika, na kilalanin maging ang iba pang katangian ng sinaunang Magi Filipino. Wow!

mag+root: [affix/verb] to do something; tgumawa ng isang trabaho; pumunta; gumamit ng isang bagay; magsuot isang bagay; upang gumawa ng isang katumbas na aksyon; maging..[1]

MAGdasál: Tagalog: to pray.[1]
MAGa-ampo: Ilonggo/Hiligaynon: *to pray.* ***managampo: Bisaya: ampo:*** *sumuko.*[1]

Ang Salita ng Filipino Para sa "Katahimikan" ay Nagmula sa Magi!

Pagkatapos, mayroong salitang Filipino Ibanag para sa manatiling tahimik na nagsisimula din sa MAGI, at kasama na rin ang iba pang asosasyon. Nang makalapit na kami kaibigang taga-Cagayan Province, para sa paglilinaw, agad nilang kinalampag ang salita, na aming nakumpirma sa isang kapani-paniwala, napakabihirang diksyunaryo ng Ibanag. Hihilingin iyon ng maraming iskolar dahil hindi nila iginagalang ang isang aktwal na Ibanag na malaman kanilang sariling wika.

Ang tribo ng Ibanag ay nagmula sa Northwest Luzon kung saan ang pasukan sa Ilog Cagayan ay kilala sa kanilang lokal na wika bilang "maraming pari"–Aparri.[3] Pansinin, isa sa mga pangalan ng Magi ayon sa ***Revelation of the Magi*** ay Gudaphar na mukhang masyadong katulad ng hindi pansinin. Mayroon ding maliwanag na kaugnayan sa salitang Ophir *(A-U-P-I-R: אופיר: H211).* Idagdag ang "ri *(רי: H7377)*" sa dulo ng salitang iyon at ito ay magiging "pagdidilig sa Ophir" na makatuwiran, dahil iyon ang pinakamahabang ilog sa Pilipinas, na nagmula sa mga gintong bundok. Pati ang salitang Cagayan lilitaw ang Hebreo sa pinagmulan bilang *"chaggayah: חגיה: Pista ni Yah, isang Levita. Pinagmulan ng pangalan Si Chaggay o si Haggai na propeta."*[1] Idagdag ang dulong "yan" na *"Yah's Grace" [H2282, H2291, babynames.merchant. com#70864].* Sa Sinaunang Hebreo, ang salitang ito ay naghahayag ng marami dahil ito ay literal na "Mga Kapistahan ni Yah" o "Mga Kapistahan ng Biyaya ni Yah." Tsaka intindihin mo diyan ay isang *Cagayan* sa lahat ng tatlong bahagi ng Magi ng Pilipinas sa Luzon *(Ophir)*, Visayas *(Sheba)*, at Mindanao *(Tarshish)*.

Siyempre, dapat nating ipagwalang-bahala ang mga tuwiran at simpleng asosasyon at payagan ang tinatawag na mga eksperto na patuloy na mag-alok ng mga mapanlinlang na etimolohiya ng mga salitang ito sa kamangmangan. hindi namin gagawin. Subukan ang mga ito para sa iyong sarili, dahil karaniwan mong maririnig "Panunuya! panlilibak! Snicker!" mula sa isang grupo na nawalan ng Land of Gold, nawala ang Hardin ng Eden, at nawala ang tahanan ng mga Mago. Sila ay napatunayang hangal na magpatuloy pagtakpan ang kasaysayan na kusang kinalimutan ng kanilang paradigma pabor sa sarili nilang mga bumihag. Pagkatapos, tumanggi silang tanggapin ang mga katotohanan na hindi nila sinusubok para sa bisa, kapag ito muling lumitaw ang mga katotohanan. Ang impormasyong ito ay mula sa isang dokumento ng Vatican kung saan ang "powers na" ay nagtago ng higit sa 1000 taon. Ang mga iskolar ay hindi nakakakuha ng panlilibak nang wala Kahit papaano pagsubok ito para sa katotohanan.

Nasa ibaba ang pangalawang kahulugan ng pinagmulan ng salitang Magi para sa katahimikan, eksakto kung ano ito tumpak na tinukoy sa ***Revelation of the Magi.***

MAGImammo: Ibanag: *tumahimik, tumahimik, pigil, kapayapaan.*[3] *tumahimik; upang manatili sa bahay.*[3]
Word Associations: MAGIbannag: Ibanag: *to rest.*[4] ***MAGImman: Ibanag:*** *to stop.*[2] ***MAGIdda: Ibanag:*** *humiga.*[3] ***MAGIlawa: Ibanag:*** *iniiwan ang ani sa mga sulok para sa mahihirap.*[2]

Magi Family of Tagalog Words:

Sandali lang! Ang ibig mong sabihin ay ang kasanayan mula sa Bibliya ng pag-alis sa mga sulok ng ang ani para sa mahihirap kahit papaano ay nakarating sa Pilipinas? Siyempre, ginawa nito, bilang nagsagawa ng pagtutuli, at maraming iba pang katulad na mga pagdiriwang, na hindi Katoliko sa pinagmulan, hindi pagano, at lalong nagpapatunay na hindi makatarungan ang mga Mago ng Pilipinas may kamalayan ngunit nagsasagawa ng mga tipan na mananampalataya. Ito ang lupain

---

[1] *"Chaggiyah." Strong's Concordance #2282 and 2291. BibleStudyTools.com.* [2] *Local Ibanag Viewer. Usage confirmed with Glosbe.com, Retrieved Oct. 14, 2024.* [3] *"An Ibanag-English Dictionary." Zorayda Beltran Ibarbia. Texas A&M University. 1969.* [4] *Tagalog.com, Retrieved Oct. 2, 2024.*

ng tipan na nakaalam ng Mesiyas mula sa Kanyang kapanganakan hanggang sa kanilang kamatayan, at ipinasa ang mga kuwentong ito sa kanilang mga henerasyon. Nakaranas sila ng dalawang pagbabagong-buhay sa Bagong Tipan noong unang siglo B.C. - A.D.. Sinubukan itong patayin ni Magellan at ng mga sumunod sa kanya. Nabigo sila, at ngayon tayo alamin muli ang mga katotohanang ito.

Marami pang ibang salita sa Tagalog na pinangungunahan ng MAG o MAGI, na nagdadala ng mga depinisyon na halos kapareho ng kwento ng mga Mago mula sa Pilipinas. Para sa mga nag-aalinlangan, ipagpatuloy ang pagbabasa habang ang katotohanang ito ay nagiging napakatibay. Siyempre, ang pinakamahalaga ay yaong umaayon sa sinaunang Pilipinong maharlikang uri ng MAGInoo, at ang dalawang kahulugan ng MAGI, mula sa Revelation of the Magi, ibig sabihin: magdasal at manahimik. Napakagandang trifecta dahil ang tatlo ay nagmula sa mga wika ng Pilipinas. Wow!!! Gayunpaman, ang iba pang mga asosasyon ay pangalawang ebidensya, na ginagawa ito talagang napakalaki.

MAGdalá: *magdala; dalhin; maghatid; upang ihatid; dalhin sa; upang ipagpatuloy.*[1]
MAGmág: *bait; pakiramdam; paghatol; praktikal na kahulugan; pag-unawa.*[1]
MAGising: *gumising.*[1]
MAGIsá: *mag-isa; gumawa ng isang bagay nang mag-isa; upang maging isa lamang; upang maging isa.*[1]
MAGIng: *to become; maging.*[1]
MAGIsíp: *mag-isip; mag-isip ng; mag-isip ng masinsinan; magplano; upang makabuo ng (isang plano); mag-isip (plano).*[1]
MAGIbâ: *to demolish; gumuho; upang masira.*[1]
MAGIpón: *magtipid; upang mangolekta; upang magtipon; upang maipon; magtaas.*[1]
MAGIwan: *to leave behind; upang lumikas.*[1]
MAGIngat: *mag-ingat; mag-ingat; mag-ingat; upang tumingin sa labas.*[1]
MAGhanáp: *maghanap; upang maghanap; upang hanapin.*[1]
MAGbigáy: *magbigay; magbigay; upang magbigay ng kasangkapan; mag-abuloy; upang payagan. mamigay.*[1]
MAG-ulat: *to report, mag-ulat.*[1]
MAG-aral: *mag-aral; upang matuto.*[1]
MAGInit: *magpainit ng isang bagay.*[1]
MAGInat: *mag-inat ng sarili.*[1]
MAGIwi: *mag-alaga ng mga bata.*[1]
MAGalak: *to rejoice, magsaya.*[1]
MAGaayos: *ordain, mag-orden.*[1]
MAGaang: *light, liwanag.*[1]
MAGaari: *nagtataglay; katiwala; magmana; ay magtataglay; magmamana.*[1]
MAGara: *maganda ang pananamit.*[1]
MAGIlas: *dynamic, dinamiko.*[1]
MAGImbak: *to conserve; mag-imbak; mag-imbak; upang itabi.*[1]
MAGaalas: *receive, tumanggap.*[1]

MAG-ulit: *to renew the action; upang ulitin.*[1]
MAGadya: *preserve, pangulagaan.*[1]
MAG-uurong: *to retreat; upang ilipat; upang umatras.*[1]
MAGalang: *polite; magalang.*[1]
MAGaaral: *learn to; natututo sila; mag-aaral; matuto.*[1]
MAGaling: *healed, gumaling.*[1]
MAG-upo: *to sit down; maupo.*[1]
MAGpadala: *send; upang maihatid.*[1]
MAGIlaw: *to light up.*[1]
MAGanda: *beautiful; maganda; maganda sa hitsura ng kalidad; kaibig-ibig; cute.*[1]

Gayunpaman, naniniwala kami na ang koneksyon dito ay magiging mas matindi at nagpapakita. Ang kasaysayan at arkeolohiya ay nakaayon sa mga lingguwistika na ito sa isang mahimalang paraan. Ito ay mahirap iwaksi ito sa anumang arena ng lohika.

Sikat na Filipino Kuwintas Natagpuan sa Egypt, Pinangalanan Din Magi!

Sa isang coffee table book, ***Ginto: History Wrought in Gold,***[2] na inilathala ng Bangko Sentral ng Pilipinas, ang natagpuan ay dokumentado na talagang nagdudulot ng pag-unawa na ito sa liwanag. Pagkatapos naming pag-usapan ito sa aming pagtuturo serye, inalis ng Bangko Sentral ang libro, at maging ang CD sa sirkulasyon. kailan nag-order kami ng isang kopya, itinago nila ang pera at hindi kailanman inihatid, sinasabi sa amin na wala na ito ng pag-print. Gayunpaman, sa kanilang kredito, pagkaraan ng mga taon, sa wakas ay naibalik nila ang pera at kamakailan lang, nag-upload na sila ngayon ng PDF file ng libro para ma-review ng lahat. Kami pahalagahan ang kilos na ito. Nakalulungkot, kinailangan naming tawagan sila, ngunit hindi bababa sa ginawa nila ang tama.

"Ang ilan sa mga di-Indian na hiram na mga disenyo ay matatagpuan lamang sa kanilang orihinal na mga mapagkukunan at sa Pilipinas ang lugar ay nagmumungkahi ng mga direktang ugnayan sa iba pang kultural na agos mula sa Indian Ocean. Kabilang sa mga ito ay mga kuwintas ng kamagi (Aldred 1978: 105) at pennular, barter ring na parehong nagpapakita ng Egyptian impluwensya (Aldred 1978: 20, 94). Ang pinakaunang insular na produkto ng Southeast Asian ay umabot sa Mediterranean sa pamamagitan ng isang daungan sa Arabian Gulf, na dinala sa lupa patungo sa puno ng tubig ng Nile, pagkatapos ay ipinadala sa Alexandria. Ang mga mangangalakal ng Austronesian ay kilala rin na umabot sa Madagascar (Miller 1969; Taylor 1976), kaya ang African connection ay isang itinatag katotohanan." – Ramon N. Villegas, Bangko Sentral[2]

---

[1] *Tagalog.com, Retrieved Oct. 2, 2024.* [2] *"Ginto: History Wrought in Gold." By Ramon N. Villegas. Manila: Bangko Central ng Pilipinas. 2004. p. 45.* *https://www.bsp.gov.ph/Media_And_Research/Publications/Ginto.pdf.*

1590 Mga Ilustrasyon ng Magi Generations

This is how the Magi actually appeared. Tagalog Maginoo couple wearing kaMAGI necklaces which were found in archeology in the Surigao Treasure. 1595 Boxer Codex. Lilly Library, Indiana University, Bloomington, Indiana (U.S.A.), Catalogue Record of the Boxer Codex. p. 119, 115, 23, 70, 123. C.R. Boxer..

Una, ano ang KA-MAGI na kuwintas? Ito ay dapat na mas sikat kaysa ito. Ito ay ang kuwintas ng Pilipinas na dokumentado na ikalakal hanggang sa Africa at ang Mediterranean mula noong sinaunang panahon, kahit bago ang unang siglo. Aba!

Narito ang link; ini-print namin ito dito sa aming libro, sa publiko, upang kung ito ay inalis muli, lahat ng nagbabasa ay magkakaroon nito sa kanilang pag-aari: *https://www.bsp.gov.ph/Media_And_Research/Publications/Ginto.pdf.*

Natakpan natin nang husto ang mga barko ng Philippine design of antiquity na pinaniniwalaan na naglayag hanggang sa Israel, kahit noong 200 B.C. pati na rin [Horridge [1]]. Ito Nakarating sa Gitnang Silangan ang kwintas ng ka-MAGI, na pinangalanan para sa mga Magi ng parehong lupain at Africa bilang isang bagay ng "itinatag na katotohanan" tulad ng Tatlong Hari at ang kanilang grupo ng Magi ay bumisita sa Mesiyas dalawang taon pagkatapos ng Kanyang kapanganakan sa Bethlehem. May isa pa nagpapatunay na pinagmulan sa akademya para sa kasaysayang ito rin.

"Bukod sa India at China, kilala ang Butuan na nagkaroon ng malawak na koneksyon sa kalakalan sa Arabia at sa lahat ng posibilidad sa Sumatra at Java. Ang mga lokal na gawa na gintong kuwintas na binubuo ng mga dentate interlocking beads ay tila nakarating na sa Egypt, nang maglaon ay nagkamali kinilala ng mga European collectors bilang Egyptian." –Laszlo Legeza, Arts of Asia [2]

"Ang mga Helenistikong trade bead ng Kanlurang Asya at Egyptian na pinagmulan ay matatagpuan sa mga unang libing sa maraming lugar sa Pilipinas, patunayan na ang gayong maagang pakikipag-ugnayan sa kalakalan, gaano man ka-irregular, ay umiral sa pagitan ang kapuluan ng Pilipinas at Kanlurang Asya noong unang mga siglo ng unang milenyo A.D." –Laszlo Legeza, Arts of Asia [2]

Nagmula ang kuwintas ng Magi na napagkamalan bilang palamuting dinisenyo ng Egyptian ang lupain ng mga Mago at tinawag sa kanilang pangalan na ka-MAGI. Wow! Ang bihirang ginto na ito disenyo, pangalan, at pinagmulan ng Magi ay hindi mapag-aalinlanganang napatunayan sa mga makasaysayang account, ni mga ilustrasyon mula noong 1590's (kanan), sa mga archaeological na natuklasan (tulad ng Surigao Kayamanan mula noong 1890's), at sa pisikal na pagpapakita sa Ayala Museum sa Makati Lungsod, Pilipinas. Kapag sinusuri natin ang linguistical na pag-unawa sa salitang ito, KA-MAGI, ito ay nagiging isang malakas na koneksyon, na kung saan ay dapat na ang kaso, sa lupain ng Tatlong Hari, ayon sa manuskrito ng Vatican na ito. May laban tayo. Hindi lang ito ba ay nagpapatunay ng Magi

---

[1] "The Austronesians: Historical and Comparative Perspectives." By Edited by Peter Bellwood, James J. Fox and Darrell Tryon. (Professor Adrian Horridge). A publication of the Department of Anthropology as part of the Comparative Austronesian Project, Research School of Pacific Studies. The Australian National University Canberra ACT Australia. 2006. p. 146. [2] "Tantric Elements in pre-Hispanic Philippines Gold Art," By Laszlo Legeza. Arts of Asia, July-Aug. 1988, pp.129, 131 and 137. [3] Tagalog.com, Retrieved Oct. 2, 2024. [4] 3NS Corpora Project Waray Dictionary. [5] Binisaya. com, Retrieved Oct. 2, 2024. [6] Kamayo Dictionary. http://kamayo-dictionary.blogspot.com.

etymology sa kanilang lupang pinagmulan, ngunit maging sa kalakalan. Ang ang mga natatanging alahas na ipinagkalakal ng mga Magi ay umikot sa parehong mga lugar na kanilang ginawa sikat na paglalakbay noong unang siglo. Sa madaling salita, mayroon ding matibay na ebidensya ang Ang mga Magi ay nagsagawa ng gayong paglalayag nang may tagumpay noong unang siglo, at matagal na bago. Ang mga kalakal na may pangalan ay naiwan sa Middle East at Africa noong ang parehong panahon. Walang debate.

kaMAGI:** malaking kwintas o kwelyo na gawa sa ginto; gintong kwelyo; gintong kuwintas (**Root: MAGI) ka+ugat.** ka: ikaw (pangalawang tao isahan). **termino ng address para sa mga matatanda at malalayong tiyuhin o tiyahin. Ang Magi ay karaniwang salitang ugat sa wikang Filipino. [3]

Kung titingnan natin ang iba pang katutubong wika sa buong Pilipinas, lalo na ang isa lumalabas bilang isang malakas na laban para sa magi. Sa wikang Waray ng Bisaya at Mindanao, Pilipinas, ginagamit nila ang salitang Maagi na angkop na angkop sa aksyon ng mga Magi na dumaan o bumaba sa Bethlehem upang mag-alay ng mga regalo sa Mesiyas.

***MAaGI: Waray:** dadaan. Darating (natural). Iba pang anyo: maagian, magigin.*[1]
***MiAGI: Bisayan:** ago; huling; pumasa; nakaraan; sumailalim.*[5]
***MAaGIan: Bisayan:** passable.*[5]
***MAGawI: Bisayan:** useful, kapaki-pakinabang.*[5]
***MAGIhud: Kamayo Barbaro:** go.*[6]
***maMAGI: Kamayo Davao:** dumaan.*[6]

Sa madaling salita, kung paanong ang Magi ay kumakatawan sa buong kapuluan ng sinaunang Ophir, Sheba at Tarsis, nabubuhay sila sa pinagmulan sa mga kilalang wika sa Luzon, Visayas at Mindanao tulad ng mga dokumento ng ***Revelation of the Magi***. Ito, kasama sa lahat ng maraming napapatunayang katotohanan sa dokumento ay nagpapatunay na ito ay wasto. Kung mayroon kami ang nakasulat na kasaysayan na ibinasura ng Vatican nang ilegal at imoral ***Revelation of the Magi*** ay naroroon, at malamang na nakasulat sa Sinaunang Hebreo, Baybayin, o katulad nito. Para sa isang akademiko na mag-claim na walang sinuman ang makakabasa nito o matrato ito bilang kapani-paniwala (kapag napatunayan nito tumpak sa bawat antas), ay isa pang hangal na paradigma ng mga nawalan ng Magi sa unang lugar. Who cares what they think or how they scout their way around ang mga katotohanang ito, umiwas sa kanilang sariling pagkakasala.

Chinese Document Filipinos bilang Magi!

"Ang isang kautusan ng 972 ay nagpapahiwatig na ang Mindoro (Ma-i) ay bahagi ng kalakalang iyon: Sa ikaapat na taon ng K'ai Panahon ni Pao [972], isang superintendente ng kalakalang

pandagat ang itinatag sa Kwangchow, at pagkatapos ay sa Hinirang din sina Hangchow at Mingchow na isang superintendente para sa lahat ng Arab, Achen, Java, Borneo, Ma-i, at Srivijaya barbarians, na ang kalakalan ay dumaan doon, kinuha nila ang ginto, pilak, mga string ng cash, lead, lata, maraming kulay na seda, at porselana..." –William Henry Scott[1]

"Ang unang misyon ng tribute ng Pilipinas sa China ay lumilitaw na nagmula sa Butuan noong 17 Marso 1001. Ang Butuan (P'u-tuan) ay inilalarawan sa Sung Shih (Sung History) bilang isang maliit na bansa sa dagat hanggang sa silangan ng Champa, mas malayo sa Ma-i..."
–William Henry Scott[1]

Papunta na ang Mindoro sa Butuan, at sinusuri pa namin iyon sa *The Search for King Solomon's Treasures: Ang Nawalang Mga Isla ng Ginto at Ang Halamanan ng Eden.* Gayunpaman, isa sa mga pinaka-kamangha-manghang mga katotohanan tungkol sa Mindoro o Ma-Yi, ang pangalan ng mga katutubong tribo nito ang MAGI! Ang Mindoro ay sikat sa kasaysayan dahil sa husay nito sa paggawa ng ginto sa katunayan.

Mangyan:
Mangyan ang generic na pangalan para sa walong katutubong grupo na matatagpuan sa Mindoro bawat isa ay may kanya-kanyang sarili pangalan ng tribo, wika, at kaugalian. Ang mga Mangyan lamang ang dating naninirahan sa Mindoro.[2]

Tiyak, ang ginto ay napakahusay na pinagtibay sa Pilipinas; pagkatapos ng higit sa 3,000 taong ginto nagmamadali, pinapanatili nito ang pangalawang pinakamalaking, hindi pa nagamit na mga reserbang ginto sa lupa ng anumang bansa sa Earth. Siyempre, ang manunuya ay maglalagay ng isang hindi pa sinaliksik na singil, na sinasabing iyon Ang kamangyan ay nagmumula lamang sa Ethiopia, at ang mira mula sa mga lugar tulad ng Yemen. Ito ay palaging ay isang lubhang hindi alam na posisyon. Hindi mga scholar yan.

Frankincense at Myrrh sa Pilipinas?

Jeremias 6:20 KJV
*Sa anong layunin dumarating sa akin ang insenso (**kamangyan: lĕbownah: לבונ**) **mula sa Sheba, at***

---

[1] "Filipinos In China Before 1500." By William Henry Scott. Asian Studies Journal. (Manila: De La Salle University China Studies Program, 1989), pp. 1 and 3. [2] "Mangyans." Wikipedia. Retrieved Oct. 2025. [3] "Research Article: Sugarcane Landraces of Ethiopia: Germplasm Collection and Analysis of Regional Diversity and Distribution." Hindawi Advances In Agriculture, Aug. 14, 2018. Vol. 2018, Article ID 7920724, 18 pages. [4] Sugar Regulatory Administration. Republic of the Philippines. Department of Agriculture. Retrieved Dec. 17, 2019. [5] a. "Young Living sees growing demand for essential oils." By Zsarlene B. Chua. Apr. 22, 2019. Business World. bworldonline.com. Confirmed by numerous distributor sites such as: theoildropper.com, essentialoilexchange.com, mountainroseherbs.com, bmvfragrances.com, butterflyexpress.com. b. "Reference Guide for Essential Oils." By Connie and Alan Higley. Abundant Health. Ninth Edition. Revised Oct. 2005. p. 66. c. "Canarium luzonicum. Manila Elemi." Stuart Xchange. Godofredo U. Stuart Jr., M.D. Updated June 2017.

ang matamis na tungkod mula sa malayong bansa? *ang iyong mga handog na susunugin ay hindi katanggap-tanggap, ni ang iyong mga hain ay matamis ako.*

Una, tinukoy ng propetang si Jeremias ang kamangyan sa Bibliya bilang nagmula sa isang lupain may tubo din yan. Ang Ethiopia ay walang sinaunang aplikasyon ng katutubong tubo hanggang sa ikalabing-anim na siglo. Samakatuwid, kahit na ang insenso nito ay mahalaga at isang multa kapalit nga, hindi ito ang pinagmulan ng kamangyan sa Bibliya. Ang Pilipinas ay mayroon nagkaroon ng kamangyan at tubo mula noong sinaunang panahon; kahit na bago kay Haring Solomon kapanahunan.

"Ang tubo ay nilinang ng mga maliliit na magsasaka mula noong ika-16 na siglo sa Ethiopia at nauna sa ang komersyal na produksyon." –Hindawi Advances In Agriculture, 2018 [3]

Dagdag pa rito, naitala ng kasaysayan ng Tsina na ang Pilipinas ay nakikipagkalakalan ng alak na gawa sa tubo noong 982 A.D. bago dumating ang mga Muslim at Espanyol, at ganoon ang tradisyon ay nagpapatuloy ngayon. Kaya, ito ay lumalago na doon sa katutubong. Ito ay akma sa Bibliya, ang Ethiopia ay hindi.

"Ang industriya ng asukal sa Pilipinas ay nagkaroon ng makulay at dramatikong kasaysayan. Nagsimula ang industriya mga dalawa hanggang apat na libong taon bago ang panahon ng Kristiyano kung saan dinala ang mga sasakyang-dagat mula sa Celebes pinagputulan ng tubo sa Mindanao. Sa kalaunan, kumalat ang mga halamang ito sa hilaga hanggang sa mga isla ng Bisaya at Luzon." –Republic of the Philippines, Dept. of Agriculture [4]

Pero walang frankincense ang Pilipinas di ba? Oo, ginagawa nito. Ito ay tinatawag "kamangyan ng taong maralita" (dahil sa hindi napagpala ng mga hindi marunong bumasa at sumulat), ito ay mas mura. Gayunpaman, nariyan ang agham at kasaysayan upang patunayan ito.

"Maynila elemi, mula sa Canarium luzonicum, isa sa pinakakilala at nag-iisang pinakamalaking pinagmumulan ng supply ng elemi sa mundo." [5]
Philippine frankincense and myrrh: Burseraceae family (katulad ng frankincense at myrrh)
Gum Elemi (Manila Elemi) (malambot): Canarium commune "Mula sa Pilipinas. Ang Elemi ay gumagawa ng a maliwanag na lemony, makahoy na halimuyak na may pahiwatig ng haras, kamangyan at damo. Si Elemi ay isang pinsan mira at kamangyan (Boswellia carterii) at madalas na tinutukoy bilang "kamangyan ng mahirap na tao," dahil ito ay medyo mas madali sa bulsa." [5]
Pili (Manila Elemi) (malambot): Canarium genera, Canarium ovatum, Canarium luzonicum Mula sa Pilipinas. Pinsan ni Myrrh at Frankincense. [5]
"Ang puno ng elemi ay nauugnay sa frankincense, mira at opoponax, lahat ay kabilang sa Burseraceae pamilya. Kapag lacerated, ang balat ay nagbubunga ng isang matalim, berde, at masangsang, puti o dilaw na oleoresin. Elemi may mga katangian at gamit na katulad ng Frankincense; ergo, na tinutukoy din bilang "Poor Man's Frankincense." Ang France ang naging pinakamalaking solong

merkado, na sinusundan ng Germany, at lalong lalo na ng Japan. "Parehong Canarium luzonicum at C. ovatum ay lokal na kilala bilang pili. Ang Manila elemi of commerce ay nagmula sa parehong species. Mayroong nakakalito na pagbabahagi ng mga karaniwang pangalan at pang-agham na pangalan sa pagitan ng Canarium ovatum (pili) at Canarium luzonicum (sahing)." –Dr. Stuart [1]

Sa katunayan, ang sari-saring ito ng kamangyan ay mira rin sa sinaunang pananaw. Paano alam ba natin ito? Sinubok na ngayon ng agham ang parehong frankincense at myrrh na natagpuan sa sinaunang Ehipto. Sinusuri nito ang siyentipiko bilang elemi at hindi ang tinatawag natin ngayon. Sa madaling salita, ang Philippine frankincense at myrrh mula sa pili tree ay kwalipikado bilang parehong mga pampalasa sa Bibliya. Kahit na nagbigay ng mga detalye tulad nito, nawala ang scholarship subaybayan ang mga elemento, ang wika, at maging ang kasaysayan na nagpapatunay dito. Ang akademiko sektor at mga pinuno ng relihiyon ay tila sadyang itago ang katotohanan mula sa iba pang mga mundo. Kahit ngayon, nangingibabaw ang Pilipinas sa elemi marketplace sa buong mundo. Hindi pa ito umusbong sa kahulugang iyon ngunit nananatiling wastong paradigma.

"Pagkatapos ng Middle Ages ang dagta mula sa puno ng Boswellia frereana, isang variant ng Somalian (Maydi) ng genus na nagbibigay bilang frankincense, ay tinukoy bilang "elemi." Ang pagsasama nito sa Coptic insenso (i.e. ang insenso na ginamit ng Coptic Christian church of Egypt), nakatulong sa kalituhan, dahil ang elemi ay madalas na kalahok sa paghahalo ng insenso." [2]

"Ang paggamit ni Elemi sa pag-embalsamo, na natagpuan sa sarcophagi na inilibing sa mga sinaunang libingan ay ipinagdiwang sa pamamagitan ng ang mga edad. Ipinaglaban ng mga sinaunang Egyptian ang elemi sa masalimuot na proseso ng pag-embalsamo..." [2]

Ang mga konklusyong ito ay sumasabog ngunit hindi maikakaila. Walang ibang paraan upang tingnan ang salaysay ng mga Mago. Hindi sila nagmula sa Persia, India, at Arabia. sila ay hindi pinangalanang Melchior, Caspar, at Balthazar at mayroong higit sa tatlo. Hindi sila kailanman mga salamangkero at mangkukulam kundi isang banal na pagkasaserdote sa Bibliya. Ang kanilang tatak ay hindi kailanman Babylonian o Persian ngunit nagmula sa kanilang lupain nativity sa Pilipinas, na nagpapatunay na totoo.

Kabilang sa mga katutubong wika ng Pilipinas ang maharlikang uri ng Magi, ang MAGInoo, eksakto sa nararapat upang magkasya sa salaysay na ito. Mayroon silang mga kahulugan ng MAGI, gaya ng nakabalangkas sa ***Revelation of the Magi*** bilang mga salitang pinagmulan sa MAGdasal na kahulugan "magdasal" pati na rin sa MAGIammo para sa "manahimik." Tiyak, walang pagtatalo laban sa mga napakadirektang salitang ito bilang pinagmulan ng salitang MAGI, gaya ng itinuro sa atin.

Kinumpirma ng Kasaysayan ng Lokal, Espanyol at Tsino ang Magi sa Pilipinas sa Mangyan ng Ma-Yi sa Mindoro. Kahit sa pangangalakal, mapapatunayan natin ang sikat na ka-MAGI kwintas na natagpuan hanggang sa Africa at Mediterranean ay nagmula sa Magi kung saan ito ay pinangalanan mula sa Pilipinas. Base lang sa chapter na ito, ganun inaayos ng time academia at scholarship ang kanilang mga pananaw upang maisama ang tekstong ito bilang tumpak account, at ibalik ang sinaunang, Biblikal na Magi bilang mga banal na pari mula sa Ophir, Sheba, at Tarshish, Pilipinas.

Iniharap lamang namin ang linggwistika ng salita, at sa totoo lang, ang ebidensya ay makabuluhan na. Gayunpaman, sa pagpasok natin sa heograpiya ng Revelation of the Magi, na nagpapatunay sa Awit 72, wala nang debate sa paksang ito. Ang mga iskolar ay magkakaroon upang subukan ang ganoon sa kamangmangan at tiyak na gagawin ng ilan. Ang aming pag-asa ay kahit iilan magigising ang mga iskolar sa katotohanang ipinakita rito, at maglalaan ng oras upang patunayan ito kanilang sarili. Hinihikayat namin ang lahat na gawin din iyon.

---

[1] a. "Young Living sees growing demand for essential oils." By Zsarlene B. Chua. Apr. 22, 2019. Business World. bworldonline.com. Confirmed by numerous distributor sites such as: theoildropper.com, essentialoilexchange.com, mountainroseherbs.com, bmvfragrances.com, butterflyexpress.com. b. "Reference Guide for Essential Oils." By Connie and Alan Higley. Abundant Health. Ninth Edition. Revised Oct. 2005. p. 66. c. "Canarium luzonicum. Manila Elemi." Stuart Xchange. Godofredo U. Stuart Jr., M.D. Updated June 2017. [2] "Perfumery Material: Elemi." By Elena Vosnaki. Perfume Shrine. Dec. 18, 2012.

Makasaysayang pandaraya ng mga Magi sa sining na binuo ng Katoliko. Ang maling Magi ng maling mga karera na alam ng simbahan na mali. Sa itaas: Basilica ng Sant'Apollinare Nuovo sa Ravenna, Italy: Ang Tatlong Pantas" (pinangalanang Balthasar, Melchior, at Gaspar). Detalye mula sa: "Maria at Anak, napapaligiran ng mga anghel", mosaic ng isang Ravennate italian-byzantine workshop, na natapos sa loob 526 A.D. ng tinaguriang "Master of Sant'Apollinare." Wikimedia Commons. Pampublikong Domain.

Alam ba ng Ravenna, Italy Kung Saan Umiral si Adam Dwelt at ang Malayong Silangan?

"...ito ay mga hari, mga anak ng mga hari sa Silangan, sa lupain ng Shir, na siyang panlabas na bahagi ng buong Silangan ng daigdig... sa Karagatan, ang malaking dagat sa kabila ng daigdig... ang lugar kung saan nanirahan si Adan..." – RotM 2:4

650 Ravenna Map Alam na and Malalang Silangan Ay ang Isla ng Paraiso

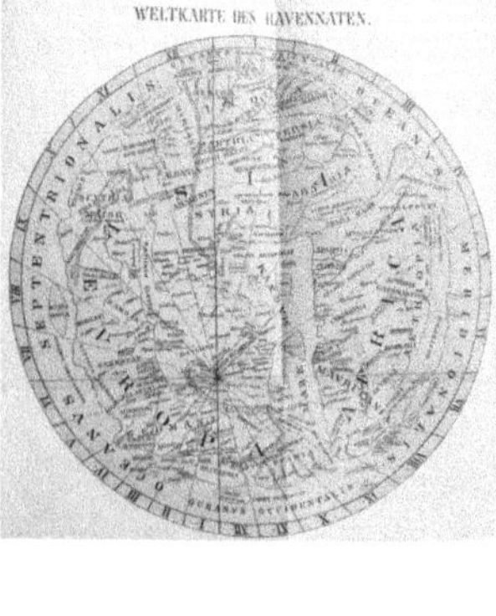

Kabanata 5: Heograpiya ng Lupain ng Shir

RotM 1:2: *"Isang ulat ng mga paghahayag at mga pangitain, na ginawa ng mga hari, [mga anak ng mga hari,] ng mga nagsalita ang dakilang Silangan, na tinawag na Magi..."*

RotM 2:4: *"Ito ang mga hari, mga anak ng mga hari sa Silangan, sa lupain ng Shir, na siyang pinakalabas na bahagi ng buong Silangan ng mundong pinaninirahan ng mga tao, sa Karagatan, ang malaking dagat sa kabila ng mundo, silangan ng lupain ng Nod, ang lugar kung saan naninirahan si Adan, pinuno at pinuno ng lahat ng pamilya ng mundo."*

RotM 4:1: *"At ang mga aklat na iyon ng mga nakatagong misteryo ay inilagay sa Bundok ng mga Tagumpay sa silangan ng Shir, ang ating bansa, sa isang kuweba, ang Yungib ng Kayamanan ng mga Misteryo ng Buhay ng Katahimikan."*

Nasaan ang "labas na bahagi ng buong Silangan ng mundo?" Alam ng Simbahang Katoliko kung nasaan ito noong nilikha nila ang mosaic art noong 527 A.D. sa Ravenna, Italya. Hindi lamang sila ang nangunguna sa mapa ng Cosmas noong 550 [p. 14], ngunit ang 650 Ravenna, Italy Map ay nagpapakita na alam pa rin nila ito makalipas ang isang siglo. Gayunpaman, ang mga kasinungalingang ito ay nagpatuloy hanggang sa kasalukuyan. Matagal ng alam na ng mga pinuno ng Katoliko bago ang kanilang panloloko ay ginawa mula sa mga mapa, kahit hanggang 196 B.C.. Alam nila sa Ravenna, at itinago ang ***Revelation of the Magi*** sa mahigit 1000 na taon mula sa mata ng publiko, upang pagtakpan ang kanilang kasamaan at matinding kapabayaan.

Ang sinumang sumagot lang ng "Persia ay ang matinding Silangan ng mundo noong panahong yon.," kailangang ibigay ang kanilang mga kredensyal ng scholar. Ito ay isang nakakatawang tugon, kapag iba ang sinasabi ng mga sinaunang mapa, heograpiya, Bibliya, at nakasulat na kasaysayan. Ang "Saudi Arabia" ay isang mas nakakatawang tugon. Malayo rin ang India sa dulo ng Daigdig, kahit na ang Indies ay bahagi ng pag-iisip ng mga sinaunang tao (bagaman hindi nauugnay sa anumang kahulugan sa modernong India). Sa puntong iyon, hindi iyon misteryo, gaya ng pinatutunayan ng mga mapa noong unang siglo na alam na alam ng mga sinaunang tao ang mga isla ng Timog-silangang Asya lalo na ang Pilipinas.[2] Gaya ng pagdating ng Bibliya sa Bagong Tipan sa atin sa wikang Griyego (sa pinagmulan, higit sa lahat), ang mga mapa ng unang siglo ay may tatak sa mga islang ito sa Griyego bilang Chryse (Gold sa Greek na kasingkahulugan ng Ophir sa Hebrew) at Argyre (Silver sa Griyego na kasingkahulugan ng Tarshish sa Hebrew). Hindi lamang ito ang ruta ni Solomon at ang mga sumunod sa kanya sa loob ng maraming siglo, ngunit minana rin ng mga Griyego ang mga direksyong ito mula sa ang Phoenician na mga mandaragat na nakuha nila sa kanilang imperyo, gayundin mula sa pamilya

---

[2] *Lahat ng mapa sa buong kulay, mataas na resolution sa Garden of Eden Revealed: The Book of Maps. Schwab/Zamoranos. 2024. www.OphirInstitute.com.*

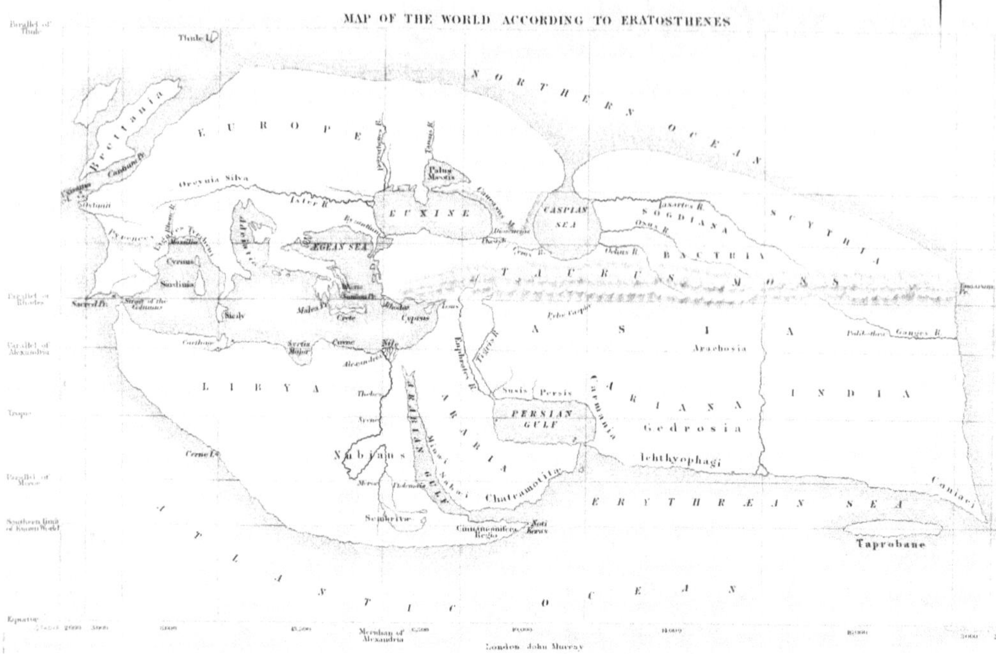

19th century reconstruction of Eratosthenes' map of the known world, c. 194 BC. Bunbury, E.H. (1811-1895), A History of Ancient Geography among the Greeks and Romans from the Earliest Ages till the Fall of the Roman Empire, page 667. London: John Murray, 1883. Wikimedia Commons. Public Domain.

Panlabas na Bahagi ng Buong Silangan: Malayong Silangan Sa Karagatan: South China Sea Great Sea Beyond the World: Pacific

2 ISLA SA TIMOG-SILANGAN NG SOUTH CHINA PENINSULA, TAMUS.

Ang Coniaci ay ang Malay Peninsula. Ang Tamus ay Southeast China. Ang mga isla sa pagitan ay tinatawag na Pilipinas ngayon. Kahit na 196 B.C walang label, ito ay Chryse (Ophir) at Argyre (Tarshish). Ang Indus River, bagama't hindi naka-label, ay tapos na kung Saan ang tunay na India. Ang India sa mga sinaunang label ay mas malawak Ang sinumang sumasamsam sa Ganges (wala sa lugar dito) ay hindi kaysa sa modernong India at kasama kasama ang parehong Indochina at ang Indies minsan, 196 B.C.Mapa ni Eratosthenes pati na rin. Ang dahilan kung bakit ang Ganges ay iginuhit na dumadaloy sa South China Sea patungo sa Pilipinas ay dahil kay Josephus nalito ang mga direksyong ito, na sinasabing ang Ganges Ay ang pison ilog. Ang pagmamapa na ito ay umaayon sa maling Maling konsepto ni Josephus sa pag-label habang iginiguhit ang Pison (ilogGanges) na umaagos patungo sa lupain ng halamanan ng Eden kungj ito ay dapat na. Ang Taprobane ay Sumatra, hindi Sri Lanka bilang Herodotus naitama para sa marami. Ang mindset na iyon ay sumisikat din at dapat matukoy ng mga permanenteng posisyon na hindi maaaring ilipat ng isang tao gaya ng China, Pilipinas, at Malay Peninsula. Brent Si Landau, ang tagasalin, ay malinaw na hindi nag-iisip nang tama kung kailan nahulaan niya na nasa Pacific Ocean ang China!

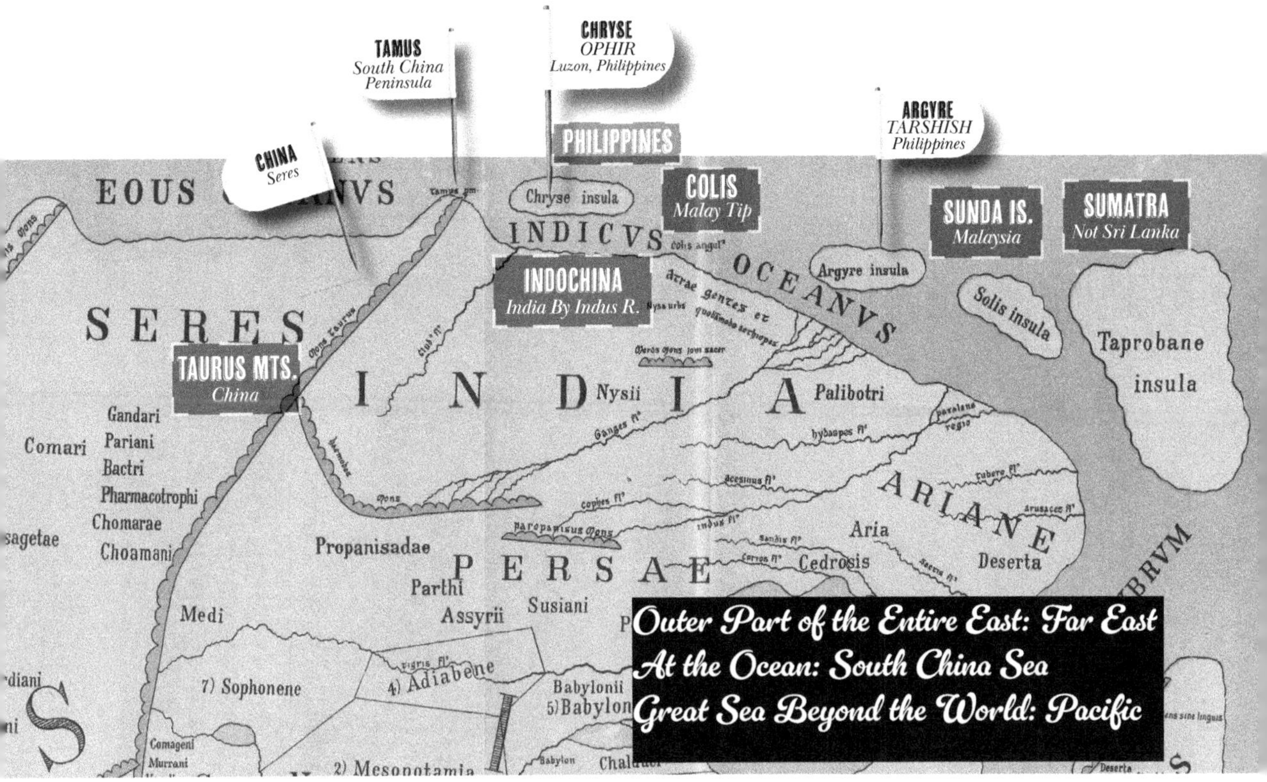

World Map of Pomponius Mela as reconstructed by K. Miller (1898). "Orbis habitabilis ad mentem Pomponii Melae", Mappaemundi, Heft VI. "Rekonstruierte Karten", Tafel 7. Dr. Konrad Miller. Wikimedia Commons. Public Domain.

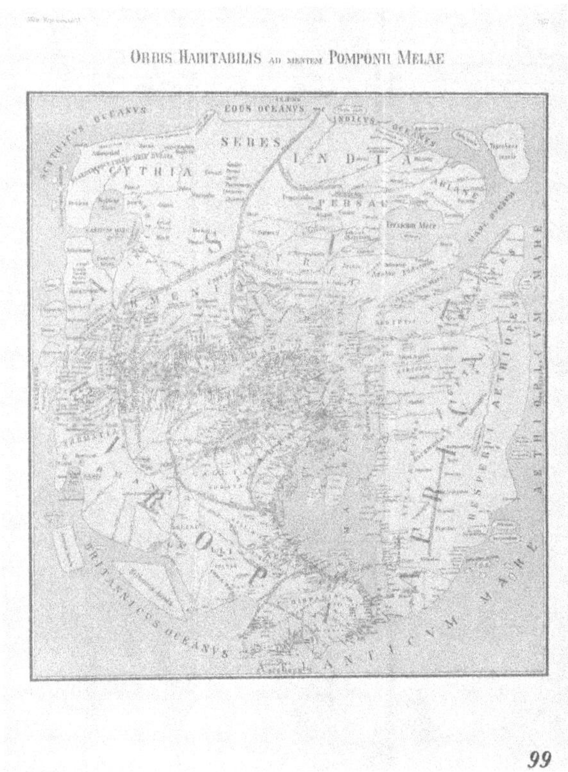

196 B.C.
POMPONIUS MELA, 43 A.D.

2 ISLA SA TIMOG-SILANGAN NG SOUTH CHINA PENINSULA, TAMUS.

Si Chryse (Ophir) ay malinaw at hindi mapag-aalinlanganan Isla ng Luzon, Pilipinas. Si Colis ay ang Malay Tip. Ang Argyre ay inilagay sa masyadong malayo sa Timog kaugnay sa Ganges River, ngunit ito ay pinagkasundo ng ang Sunda Islands, gaya ng ipinapakita sa Timog ng Ganges, na may Taprobane sa ibaba. Labas na lahat ng posisyon, ngunit may kaugnayan sa bawat isa; Ang Argyre ay Mindanao. Ito ay itinatama bilang mga mapa pagbutihin.

50 A.D.
GREEK MAP

ISLAND SOUTH AND EAST OF CHINA IN THE SOUTH CHINA SEA WHERE SUBSOLANUS IS PINPOINTED. TAPROBANE IS SUMATRA, NOT SRI LANKA HERE. UNDER THE VERY NORTH IS SOUTH OF THE TROPIC OF CANCER. THIS HAS ALWAYS BEEN THE PHILIPPINES!

ISLE OF GOLD
SOUTHEAST OF CHINA
PHILIPPINES

"The Periplus of the Erythraean Sea, Travel And Trade In The Indian Ocean By A Merchant Of The First Century." Translated from the greek and annotated by Wilfred H. Schoff, Secretary of the Commercial Museum, Philadelphia. Longmans, Green, And Co. New York. 1912. Section 63-64. Original housed at The British Museum (Add. MS 19391). Mapping By The God Culture. 2021.

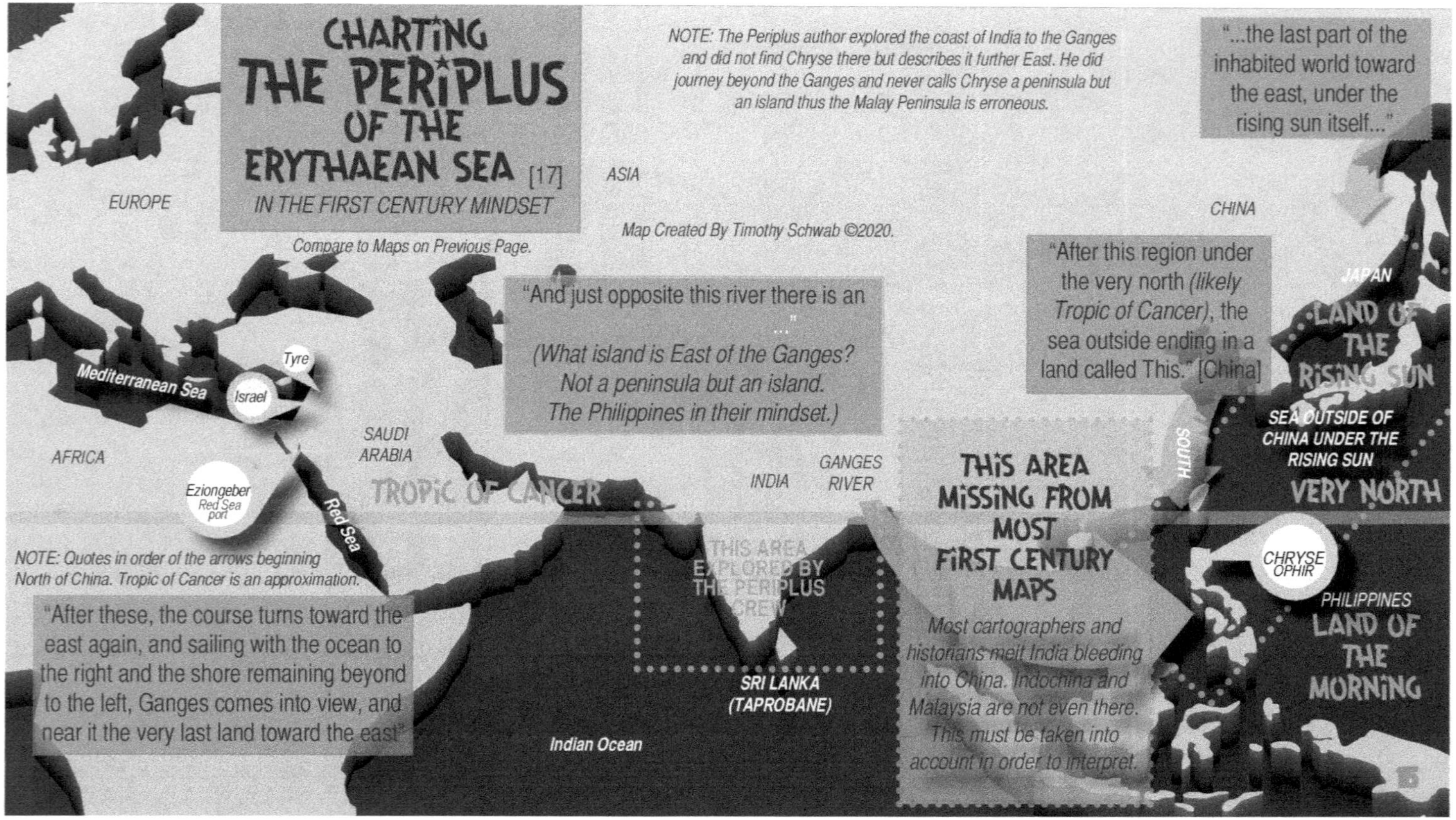

124 A.D. GREEK MAP

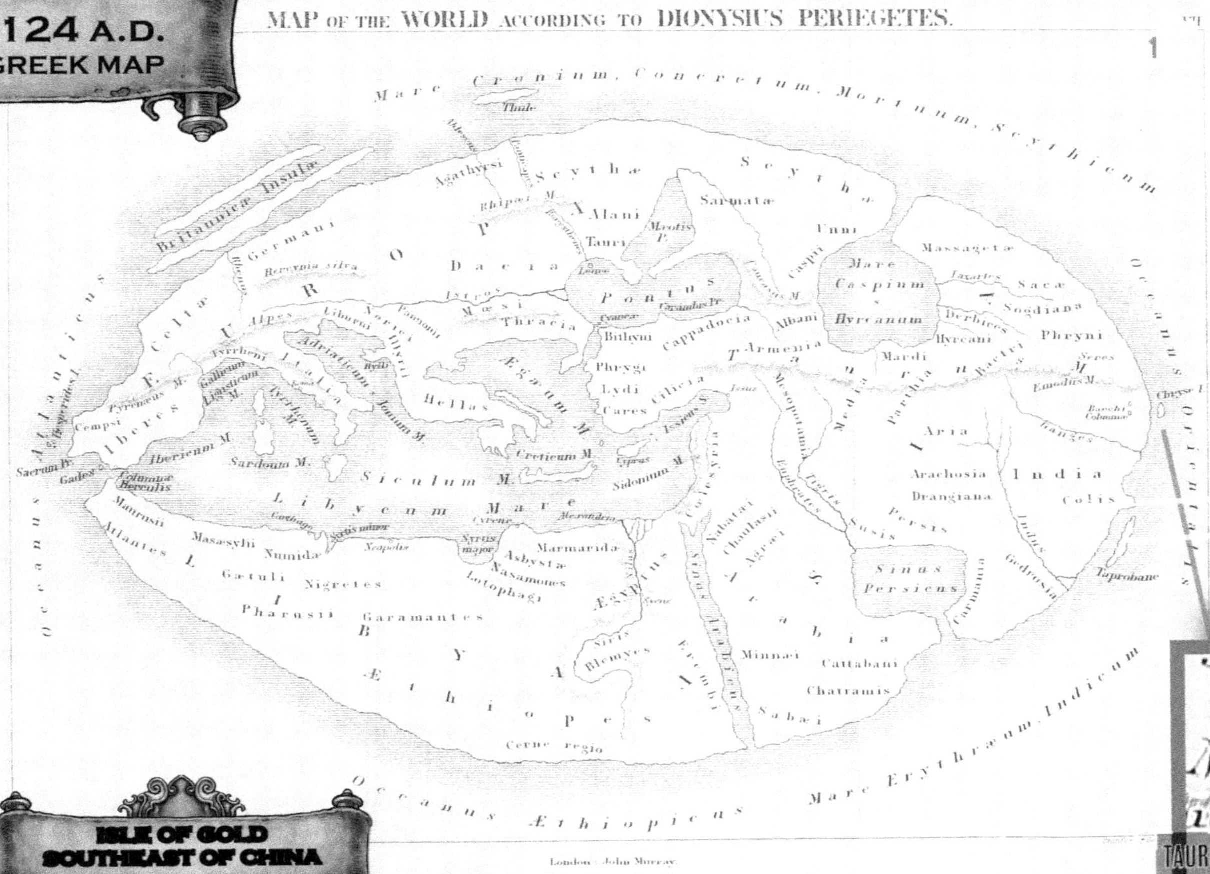

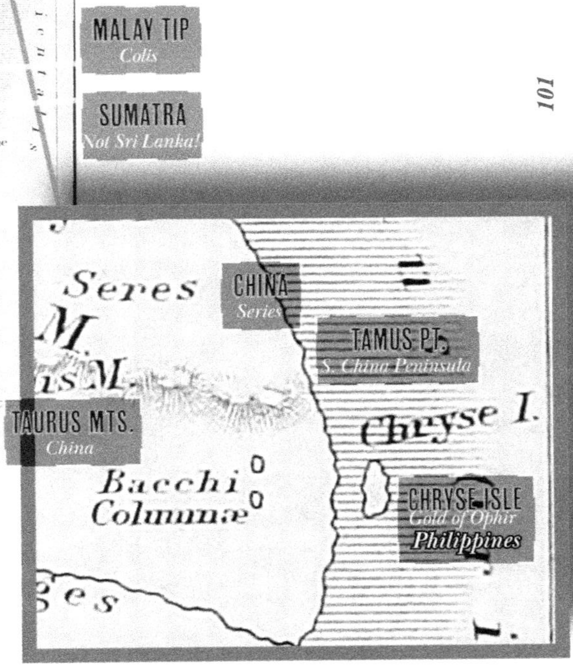

"The World According to Dionysius Periegetes, from Bunbury's A History of Ancient Geography Among the Greeks and Romans, From the Earliest Ages Till the Fall of the Roman Empire." 1879. High Resolution image licensed from Alamy. Public Domain.

ISLE OF GOLD SOUTHEAST OF CHINA PHILIPPINES

TO THE EAST, ONE PASSES TRUE INDIA, THE INDIAN OCEAN WHICH ENDS AROUND TAPROBANE WHICH IS SUMATRA. COLIS IS A NAME FOR THE MALAY TIP. IT IS SOUTHEAST OF SERES (CHINA), JUST BELOW THE SOUTH CHINA PENINSULA.

4000 B.C.
BEFORE THE FLOOD
ENOCH'S JOURNEY TO
THE GARDEN OF EDEN
ANCIENT PERSPECTIVE
TREE OF KNOWLEDGE OF GOOD AND EVIL
= LANZONES TREE OF THE PHILIPPINES
Remember, Enoch wrote this for us in the Last Days to understand because technology has afforded us a full perspective of this area from above as he did.
SEVEN ANCIENT MOUNTAINS
OF EDEN
THE 7 MAJOR ISLANDS OF VISAYAS, WERE 7 LARGE MOUNTAINS PRIOR TO THE FLOOD. THEY ARE LOCATED ABOVE THE GARDEN OF EDEN.
Dudael, same as Duidain [6]. Raphael opened and cast Azazel into Gehenna next to Havilah, Philippines.
LUZON
Apolaki Caldera, Benham Rise [23] "World's Largest Caldera" 10:4, 60:8.
BEFORE THE FLOOD:
ISLANDS = MOUNTAINS
VISAYAS
CEBU/SHEBA
ROMBLON
MASBATE
SAMAR
PANAY
CEBU
LEYTE
East of Garden
NEGROS
BOHOL
GARDEN OF EDEN
MINDANAO
1
2
3
4
5
6
7
NORTHEAST OF THE ERYTHRAEAN SEA (INDIAN OCEAN). BEYOND THE "MOUNTAINS OF FIRE" – GUNUNG GUNUNG API, INDONESIA. [34]
Where Enoch was taken from: East of the Garden where Adam was exiled and his righteous generations lived until the Flood, Havilah/Duidain/Dudael. (Cf. 60:8, 10:4; Gen. 3:24; 2:11, Jub. 3:32).
W
E
N
SOUTH
AUSTRALIA
GARDEN of Eden Visayas, Philippines
WHAT IS NORTHEAST OF THE INDIAN OCEAN? THE GARDEN OF EDEN IN THE PHILIPPINES
VISAYAS
GARDEN OF RIGHTEOUSNESS
HAVILAH
PHILIPPINES
INDONESIA
NORTHEAST OF INDIAN OCEAN
INDIES SPICES
GALBANUM
SARARA
STACTE
PILI
CHINA
ASIA
EAST
BEYOND THE INDIAN OCEAN
FAMOUS FOR CINNAMON
SRI LANKA
INDIA
GREAT INDIAN DESERT
EAST
EAST
EAST
ERYTHRAEAN SEA
INDIAN OCEAN
MT. SINAI
These directions are affirmed by Jubilees and the Words of the Archangel Michael from the Dead Sea Scrolls.
THE OLDEST MAP IN HISTORY
AFRICA
ISLES NORTHEAST OF MALAY PENINSULA
PHILIPPINES
"The Book of First Enoch: The Oldest Book In History." By Timothy Schwab, Anna Zamoranos. p. 123. Ophir Publishing. 2022. Methodology found in that full mapping.

GARDEN OF EDEN
SHEM'S SOUTHEAST BORDER

"The Book of Jubilees: The Torah Calendar." By Timothy Schwab, Anna Zamoranos. p. 82-89. Ophir Publishing. 2021.

2500 B.C.
PUBLISHED 1700 B.C.

Methodology found in that full mapping.

NOAH'S DIRECTIONS TO THE GARDEN OF EDEN FROM THE BOOK OF JUBILEES 8 & 9

ISLES NORTH OF SABAH, MALAYSIA
PHILIPPINES

THE OLDEST MAP OF THE WORLD

SHEM:

HAM:

JAPHETH:

FULL MAPPING WITH DATA AT BOOKOFJUBILEES.ORG

A QUMRAN FRAGMENT: WORDS OF THE ARCHANGEL MICHAEL

"The Complete Dead Sea Scrolls In English." By Geza Vermes. P. 556. [22]

(4Q529,6Q23), FR. 1

Bagaman hindi naingatang mabuti at isang fragment, ang Aramaic na sulating ito ay nagtala ng Arkanghel Michael bilang siya ay lumilitaw na banggitin ang gusali ng masamang Shinar sa panahon ng Tore ng Babel. Ito ay malinaw na isang migrasyon ng mga matuwid mula roon hanggang sa Silangan, sa lupain ni Gabriel, na nasa Halamanan ng Eden. Ang 9 na bundok na ito, ang lupain ng pilak (Tarshish) at ginto (Ophir) at ang Hardin ng Eden ay tugma sa modernong Pilipinas. Kahit Vermes Ipinapalagay na ito ay dapat na Sion o Sinai, sumasang-ayon kami na ito ay isang banal na bundok. Ito ay ang Bundok ng Silangan sa Halamanan ng Eden, malayo sa Shinar. [Tingnan Ang Hanapin ang Kayamanan ni Haring Solomon para sa Buong Posisyon].

Words of the book which Michael addressed to the angels... He said: I found there divisions of fire...

Volcanoes.

[and I saw there] **nine mountains**: two to the eas[t, and two to the west, and two to the north and two to the so]uth.

Cf. 1 En. 24-25, 32. Same 7 mountains plus 2.

I saw there the angel Gabriel . . .

Cf. 1 En. 20:7. Gabriel is in charge of the Garden of Eden known as the Angel from the East. Rev. 7:2-3; Who stands in the presence of Yahuah which is the Garden's Holy of Holies. Luke 1:19.

like a vision. [Then] I showed him the vision. And he said to me:...

in the books of my Master, Yahuah of the world, it is written: Behold,... [between] the sons of Ham and the sons of Shem. And behold my Master, Yahuah of the world... when they... the tear from... And behold **a city was built** to the name of my Master, [Yahuah of the world, and there] everything **that is evil** will be done before my Master, Yahuah [of the world]... And my Master, Yahuah of the world, will remember his creation... [and] my Master, Yahuah of the world, [will be] merciful to him and to him... the man will be in the **faraway province**... he, and he will say to him: Behold this... for me **silver and gold**... And he will say:... [and] the **righteous man**...

Only Shinar and the Tower of Babel fit this unification of the 3 sons of Noah building a city. They have been dispersed since.

This is not a place in the Middle East but a faraway province.

The land of silver (Tarshish) and gold (Ophir and Sheba).

Cf. Gen. 10:26-30. The Bible only records 1 migration at this time for the righteous and that is Ophir/Joktan.

"The Book of First Enoch: The Oldest Book In History." By Timothy Schwab, Anna Zamoranos. p. 124-125. Ophir Publishing. 2022. Methodology found in that full mapping.

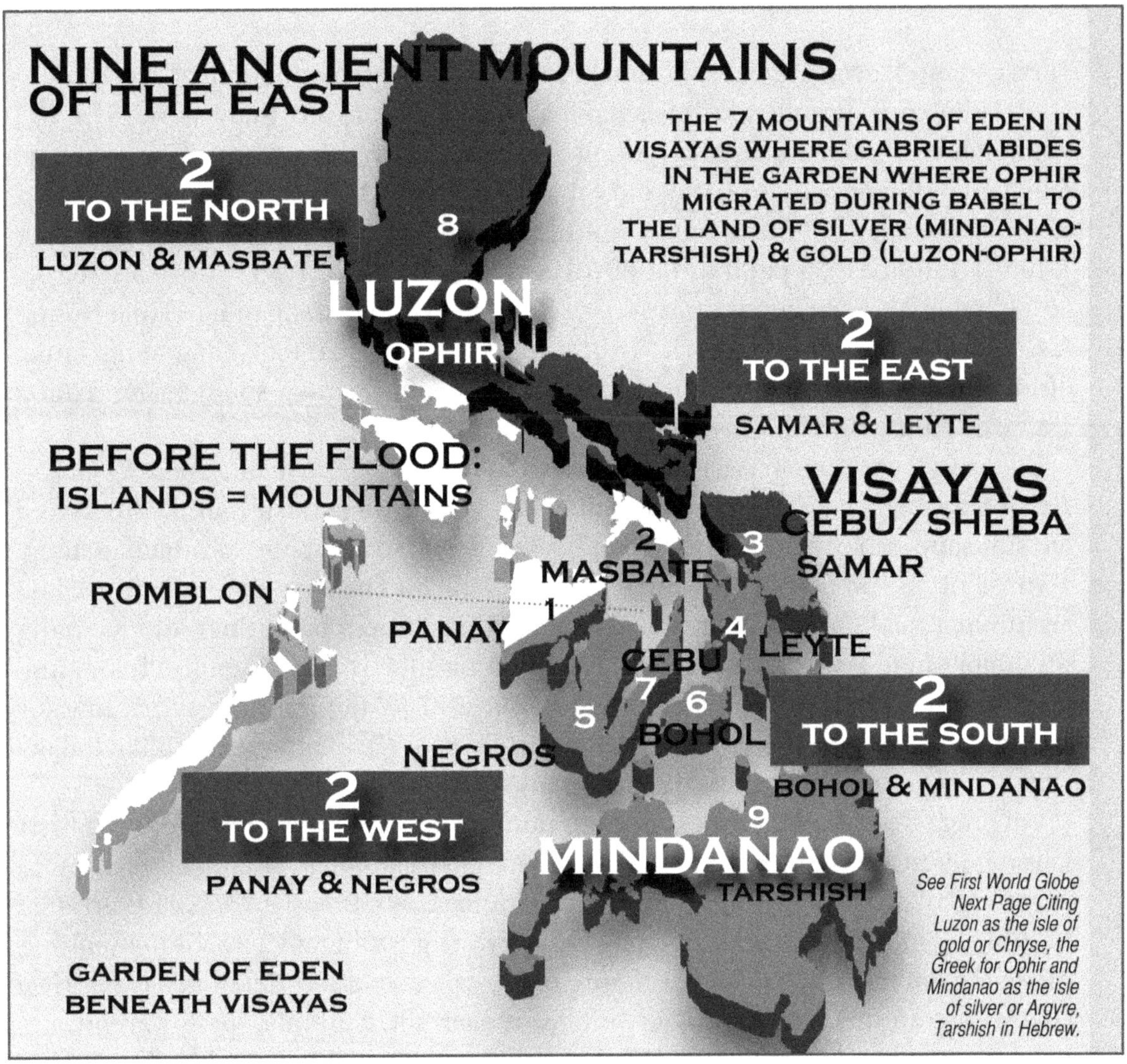

1. MICHAEL LAYS OUT 9 MOUNTAINS WHERE GABRIEL ABIDES IN THE GARDEN OF EDEN. GABRIEL IS IN CHARGE OF THE GARDEN ACCORDING TO ENOCH.

2. HE DEFINES THE LAYOUT JUST AS ENOCH WITH 7 VISAYAS MOUNTAINS OF EDEN PLUS 2 - LUZON AND MINDANAO ADDED. ISLANDS BEFORE THE FLOOD WERE MOUNTAINS.

3. HE MENTIONS SHINAR AND A MIGRATION OF THE RIGHTEOUS TO A FARAWAY LAND OF SILVER AND GOLD.

THIS IS THE MIGRATION OF OPHIR, SHEBA, AND TARSHISH TO THE FAMOUS LAND OF SILVER AND GOLD WHICH WOULD BE NAMED AFTER THESE PATRIARCHS. THIS OCCURRED AT THE TIME OF BABEL AND THEY WENT TO SEPHAR (TREE OF LIFE IN THE GARDEN OF EDEN) AND THE MOUNT OF THE EAST (HOLY MOUNTAIN IN THE GARDEN OF EDEN). GEN. 10:26-30.
THIS IS THE MODERN PHILIPPINES.

[See The Search For King Solomon's Treasure for Full Position].

Tarsis bilang kanyang ama, si Javan (Yavan/Ionan) ang nagtatag ng Greece.

Halimbawa, noong 196 B.C., ilang rendisyon ng Eratosthenes' Map [p. 84] dokumentado dalawang isla sa Timog-silangan ng China sa South China Sea na malalaman bilang Isles of Gold and Silver. Noong 43 A.D., si Pomponius Mela *[p. 85]*[1] hindi mapag-aalinlanganan tumutukoy sa dalawang isla sa Timog-silangang Tsina sa Pilipinas. Sa pagitan ng 50-70 A.D., ang Periplus ng Erythraean Sea *[p. 86]*[1] hinahanap sina Chryse at Argyre sa Pilipinas Timog-silangan ng Tsina. Noong 124 A.D., si Dionysius the Tourist *[p. 87]*[1] anchor Chryse Timog-silangan ng Tsina, direkta sa ibaba ng Tropiko ng Kanser; ibig sabihin Timog-silangan ng Timog Tsina, at Timog ng Taiwan.

Bago ang mga mapa na ito, ang *Unang Aklat ni Enoc [p. 88]*[1] at ang *Aklat ng Jubilees [p. 89]*[1] magbigay ng mga sinaunang mapa sa anyo ng mga nakasulat na direksyon, na sinusuportahan din ng mga Patay Sea Scroll fragment na pinamagatang, "Words of the Archangel Michael" *[p. 90].*[1] ni Joktan ang mga anak na lalaki ay lumipat sa Pilipinas; ang kanilang paghihiwalay ay pinagtibay din sa isang sinaunang manuskrito na kakaibang termino ng mga iskolar, Pseudo-Philo, kung saan labindalawang miyembro ng Ang pamilya ni Joktan, lalo na, ay naghiwalay bilang banal, na tinatanggihan ang lahat ng Tore ng Kinakatawan ang Babel. Baka iyon ang pinagmulan ng utos ng Magi pagkatapos ng Baha?

Ang mga ito ay naging pundasyon ng buong pananaw ng T-O Map para sa higit sa isang libong taon, kung saan higit na alam ng Simbahang Katoliko at ng mundo ang tungkol sa lokasyon ng Paradise sa Pilipinas, Southeast of China. Pati mga Katolikong mapa ipinakita ito. Kapag inilarawan ng isa ang mga ito, humahantong sila sa Hardin ng Eden sa ang eksaktong pagkakalagay na ang ***Revelation of the Magi (RotM)*** ay tumutukoy sa lupain ng Shir, kung saan sila nagmula. Ito ay pareho.

Sa katunayan, sa aming paglalathala ng ***Garden of Eden Revealed: The Book of Maps,***[1] kami suriin ang mahigit 80 makasaysayang mapa na humahantong sa Hardin ng Eden at Land of Gold sa Pilipinas sa loob ng 6,000 taon. Walang alam ang may-akda Landau sa maraming kasaysayan ang bagay na ito at ang kamangmangan ng

---

[1] Lahat ng mapa sa buong kulay, mataas na resolution sa Garden of Eden Revealed: The Book of Maps. Schwab/Zamoranos. 2024. www.OphirInstitute.com. [2] Department of Archeology, University of Cape Town Rondebosch 7701. By Duncan Miller, Nirdev Desai & Julia Lee-Thorp. South Africa Archeology Society Doodwin Series 8, 91-99, 2000. University of the Witwatersrand, Johannesburg. p. 1-2. [3] "The Old Testament Pseudepigrapha, Vol. 2: Pseudo-Philo." Edited By James H. Charlesworth. Doubleday, New York. 1985. p. 311. [4] "Miners Shun Mineral Wealth of the Philippines." By Donald Greenlees. NY Times. May 14, 2008. Citing The Fraser Institute. [5] "Trillion – Dollar Philippine Economic Goldmine Emerging From Murky Pit." By Ralph Jennings. Forbes Magazine. Apr. 5, 2015. [6] "The death of gold in early Visayan societies: Ethnohistoric accounts and archaeological evidences." By Victor P. Estrella. Archaeological Studies Program. University of the Philippines Diliman. Aug. 15, 2014. p. 234. Citing Villegas, R. N. (2004). Ginto: history wrought in gold. Manila: Bangko Sentral ng Pilipinas. pp. 15-16.

mga iskolar ay hindi umaangat sa antas ng hypothesis. Hinihikayat namin ang lahat na basahin ang kanyang mga talababa bilang interpretasyon at hatulan ang mga ito na may bigat ng Bibliya, kasaysayan, at heograpiya. Siya, bilang karamihan sa mga iskolar ngayon, may kaunting kaalaman sa arena na ito. Ang kanilang opinyon ay walang pakialam.

Kapag hindi alam ng isa ang dinamika ng kapuluan na ito, marami silang nalilito. Ang mga detalye ***"sa Karagatan, ang malaking dagat sa kabila ng mundo** (RotM 2:4)"* ay napakalinaw kapag alam ng isa kung saan nakatira ang lupaing ito. Ang South China Sea ang simula ng karagatan sa Kanluran ng Pilipinas. Ang Great Ocean, ang Pacific, ay sa Silangan ng kapuluang ito. Hindi iyon dapat maging napakahirap para sa isang iskolar na magtapos kahit sa simpleng pagbabasa.

Napagpasyahan ni Landau na ito ay China, ngunit nangangailangan ito sa kanya maling nabasa ang sarili niyang pagsasalin, na maraming beses niyang ginagawa sa interpretasyon. Ito ay napaka halatang hindi perpekto ang pagsasalin, dahil ang lupain ng Nod ay binanggit bilang Silangan ng ang lupain ng Havila, ayon sa *Aklat ng Genesis*, kung saan nanirahan lahat sina Adan at Eva ng kanilang mga araw pagkatapos ng pagkatapon. Ito ay isang malinaw na katiwalian sa syntax.

Gayunpaman, ang tirahan nina Adan at Havah (Eba) ay ligtas sa Hebreo wika, sa mga sinaunang mapa, at sa kasaysayan. Dahil lang sa hindi pinapansin ng Vatican ang mga iyon katotohanan, hindi nito binabago ang mga ito. Ang kanilang kamangmangan ay walang halaga. Adam at Si Havah (Eba) ay ipinatapon mula sa Halamanan ng Eden pabalik sa lupain ng kanilang Paglikha (Jub. 3:27; Gen. 3:23). Sa Genesis 2:11, ang lupaing ito ay tinatawag na Havila, na ipinangalan sa Iniiba ni Havah (Eve) ang kanyang pangalan upang isama ang kanyang sumpa, mula sa paghatol na ibinigay sa Hardin: panganganak/sakit sa panganganak. Ang Havilah ay ang Lupain ng Ginto, na kilala sa kasaganaan nito, kung saan numero uno ang Pilipinas sa buong kasaysayan hanggang sa ikalabinsiyam na siglo,[4,5] nang magkaroon ng unang gold rush ang South Africa.

Kahit ngayon, ang Frasier Institute (na nag-aaral ng mga mapagkukunan sa buong Earth), niraranggo ang Pilipinas bilang numero dalawa sa mundo, para sa hindi pa nagagamit na mga deposito ng ginto ang lupa.[4,5] Isang ulat ng Bangko Sentral, ang Bangko Sentral ng Pilipinas, nailalarawan ang Pilipinas bilang pangalawa sa produksyon ng ginto kada kilometro kuwadrado.[6]

Gayunpaman, hindi nito kailangang gumawa ng ginto sa anumang ranggo kapag mayroon na itong karamihan sa lupa, maliban sa isa pang bansa na napakabago sa negosyong ginto. Iyan ang istatistika na mahalaga, hindi pagmimina. Para sa mga mula sa outlet (tulad ng Rappler), na mukhang mahirap sa pandinig, uulitin namin ang mga pinagmulan para sa ulat na binanggit namin kung saan ay nasa ibaba ng pahina 92. Mangyaring suriin sa ibaba ng pahina 92 para sa tama ugat ng mga wastong istatistika. Tingnan ang mga iyon bago maghanap sa mga maling ulat at sinasabing nakapag-aral ka na bago ka muling magsinungaling sa publiko, Rappler.

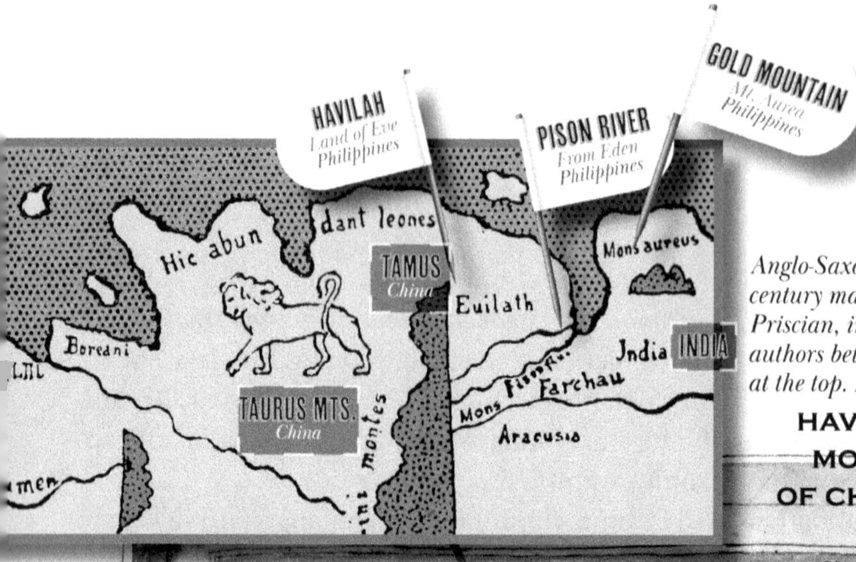

1050 A.D.
ANGLO-SAXON MAP

Anglo-Saxon World Map from a tenth century manuscript of the Periegesis of Priscian, included in a codex of diverse authors between 1025 and 1050. East is at the top. Both maps licensed thru Alamy.

HAVILAH, PISON & GOLD MOUNTAIN SOUTHEAST OF CHINA JUST SOUTH OF TROPIC OF CANCER.

GARDEN & LAND OF GOLD SOUTHEAST OF CHINA

PHILIPPINES

1475 A.D.
COLONNA MAP

HAVILAH (EVILATH), THE GEN. 2 LAND OF EVE AND THE GARDEN OF EDEN IN THE PHILIPPINES EAST OF INDIA, NORTH OF TAPROBANE (SUMATRA OR BORNEO). OPHIR IS MARKED IN SAUDI ARABIA WHICH IS ANTIQUATED AS OPHIR NEVER LIVED THERE. IT IS HAVILAH, THE LAND OF GOLD.

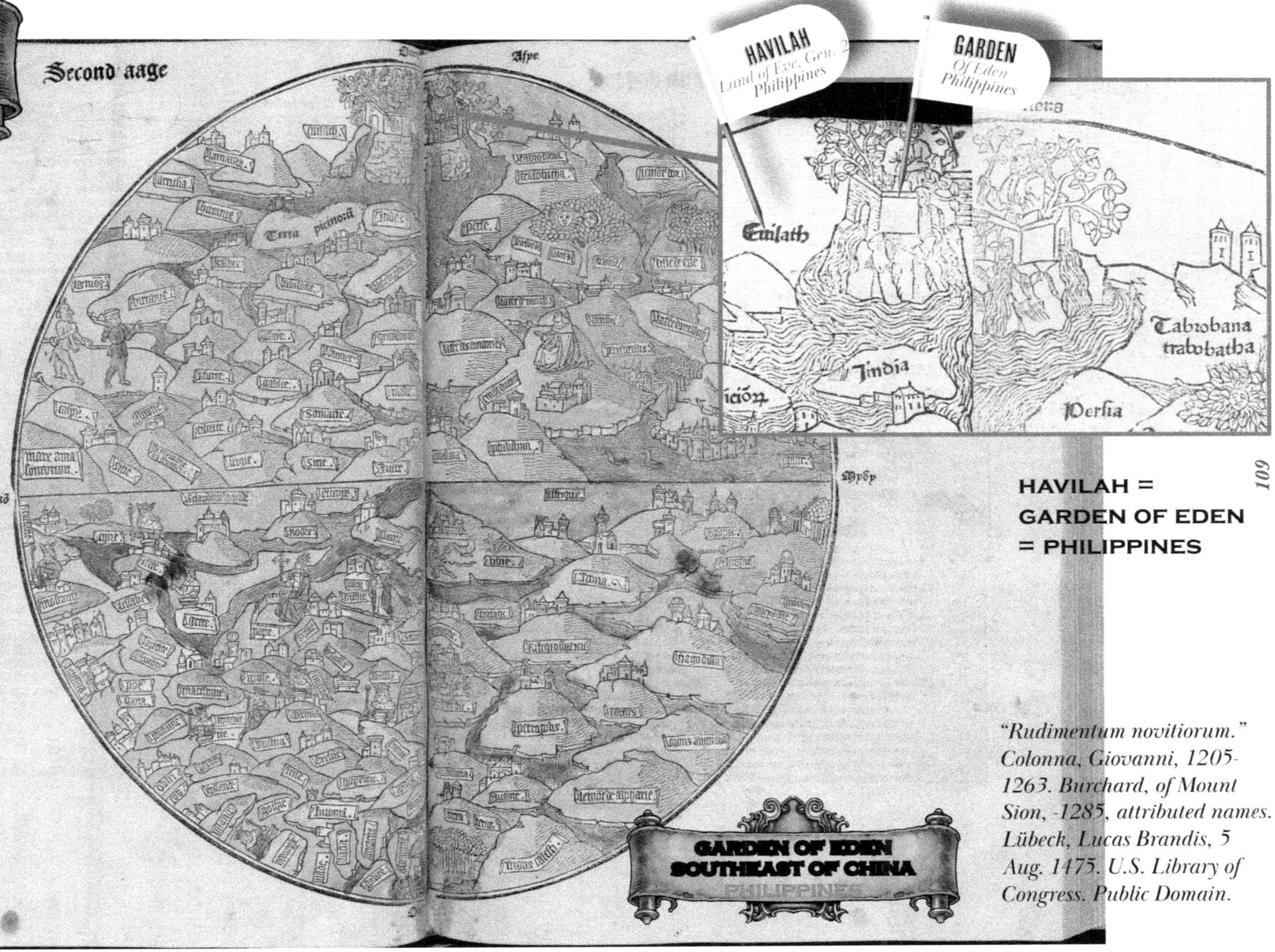

HAVILAH = GARDEN OF EDEN = PHILIPPINES

"Rudimentum novitiorum." Colonna, Giovanni, 1205-1263. Burchard, of Mount Sion, -1285, attributed names. Lübeck, Lucas Brandis, 5 Aug. 1475. U.S. Library of Congress. Public Domain.

Itinaas nito ang tanong tungkol sa lokasyon ng Havilah, ang lupain nina Adan at Eva. Alam ba ng mundo noong unang panahon kung saan ito? Una, ang Halamanan ng Eden at ang Havila ay mga nakapirming posisyon na hindi makagalaw. Pareho sila ng lokasyon, ayon sa napakalaking datos, maging sa Pahayag ng tatlong beses. Sa Panimula at Inihayag ***The Garden of Eden Revealed: The Book of Maps,***[1] mayroong napakaraming mapa.

Si Giovanni Colonna ay isang Roman Catholic Cardinal na halatang alam kung saan Si Havila ay, noong ikalabintatlong siglo [p. 95].[1] Nagmapa ang Catholic Cardinal Evilath, ang Latin na anyo ng Havilah, sa parehong lupain ng Halamanan ng Eden. Ito ay India, o talaga, Indochina sa Pilipinas. Ang Hardin ng Eden ay nakaangkla sa ang Ilog Pison, kabilang sa limang ilog ng Eden, sa Malayong Silangan, at hindi kailanman ang ilog Tigris, (na hindi kahit isang salita na ginamit sa buong modernong Bibliyang Canon, sa orihinal na Hebreo). Ang Havilah ay ang Pilipinas.

Bilang pangalawang saksi, noong 1050, ang Anglo-Saxon Map *[p. 94]*[1] ay tumutukoy sa parehong lokasyon, na may isang lugar sa Timog ng China na may label na Evilath na may mga sikat na dalawang isla na nasa baybayin lamang. Alam ng sinumang nakapag-aral sa paradigm na ito na si Chryse (Ophir) at Argyre (Tarshish). Ang mga hindi nakapag-aral sa bagay na ito, nanunuya, mula sa kanilang posisyon ng kamangmangan.

Ang mapang ito ay nai-publish bilang bahagi ng isang pagsasalin sa Latin, "Priscian's Periegesis" na nag-aalok ng mga direksyon mula kay Dionysius Periegetes ng Alexandria, na ang mapa, noong 124 A.D. [p. 87]4 ay nagpapakita ng parehong posisyon para sa ang Land of Gold: Chryse (Ophir) sa Pilipinas. Iyon ay halos isang 1000 taon track record ng heograpiya ni Dionysius na ginagamit pa rin bilang kapani-paniwala at ng Simbahang Katoliko. Ang mapa na ito ay may petsang 1025-1050, ngunit ang pinagmulan ng kaisipan ay 124 A.D. at ipinagpatuloy ni Priscian ang pag-iisip na iyon kahit noong ikalima hanggang ikaanim na siglo noong nabuhay siya.

Ipinagpatuloy ni Moises ang pagtukoy sa lupaing ito ng Havila na napapaligiran ng Ilog Pison bilang lupain ng Perlas (Gen. 2:11-12; ang bdelium ay pinakatiyak na hindi isang African resin mula sa teritoryo ni Ham na hindi kailanman pinangalanan sa sinaunang panahon). Ito ay nagiging lubhang madali kapag ang isa ay pumasok upang ayusin ang debate ng mga iskolar tungkol sa kahulugan ng salitang Hebreo: bdelium. Sa katunayan, ang isang salita sa Genesis 2 ay hindi maaaring magmula sa ibang wika, hindi alintana kung gaano kaliit ang alam ng mga iskolar. Ang Jubileo ay tumutukoy sa Sinaunang, Bibliyang Hebreo (hindi modernong Yiddish-infused Hebrew) bilang orihinal na wika na nawala sa Tore ng Babel mula sa Gitnang Silangan, at muling itinatag noong si Yahuah tinuruan si Abraham kung paano basahin at bigkasin ito (Jub. 12:25–26). Ang kanilang haka-haka na mag-uugnay ito sa ibang lugar ay hindi linggwistika, at walang saysay.

Dalawang beses lang ginagamit ang Bdellium sa Biblical Canon, at mula noong ikalawang pagkakataon sa Mga Bilang 11:7 ay tinukoy ang manna bilang kulay ng bdelium. Ang mahalagang mapagkukunang ito ay hindi isang African resin (tulad ng maling haka-haka, hindi kailanman binanggit bilang isang Bibliya pampalasa sa banal na kasulatan sa anumang oras, at ito ay babanggitin kung ito ay). African resin ay itim na kayumanggi ang kulay, at hindi kanais-nais na pagmasdan o kainin (bagaman ito gumagawa ng isang napakalakas na amoy); hindi para sa pagkain. Ito ay opsyon B, ang puting perlas. Ang mga ganitong uri ng ang mga simpleng salaysay ay hindi dapat magpatuloy sa pagdapa nang walang aktwal na lohika sa akademya, na dapat ay madaling makipagkasundo.

Ang pinakamalaking perlas sa kasaysayan ay 34 kg. mula sa Palawan.[2] Sa katunayan, ang 1492 Behaim Globe [p. 21],[2] ang unang mapa ng globo ng mundo na inatasan ng Hari ng Portugal, binansagan ang Palawan, Pilipinas bilang Thilis, ang mailap na Isle of Pearl, na pinatutunayan ng agham. Nangunguna na naman ang Pilipinas at hindi iyon maaaring nagkataon lamang.

Ang huling mapagkukunan mula kay Havilah, sa Genesis 2, ay ang batong onyx, na mayroon makasaysayang pangunguna sa Ehipto.2 Ano ang tinatawag na alabastro sa Bibliya (at sa sinaunang tao), ay nagpapatunay na onyx na marmol na bato mula sa Egyptian archaeology. Iyon ay ang aplikasyon ng sinaunang panahon, hindi dyipsum. Maging ayon sa Romblon Tourism Ang Kagawaran, Romblon, Pilipinas ay kilala na may pinakamalakas na marmol at batong onyx sa mundo.[3] Hindi ito misteryo, gaya ng tinukoy ni Moses sa siyensiya Pilipinas bilang lupain nina Adan at Havah (Eba). Sinumang nagtatanong sa mga Ilog mula sa Eden ay maaaring suriin ang komprehensibong view na ipinakita sa aming nai-publish na mga libro, at sa aming Rivers from Eden Series, sa video form.[1] Ang mga ilog na ito ay tinakpan ng ang Baha, at dapat sa buong mundo, ayon sa lahat ng nauugnay na mga talata sa Bibliya, kung saan karamihan sa mga iskolar ay binabalewala ang heograpiya doon mismo sa account. Ang Tatlong Hari walang pinagkaiba ang kwento sa kanilang kapabayaan. Para bang ayaw nilang malaman; na tumutupad sa propesiya ni Pedro (2Pet. 3).

---

[1] All maps in full color, high resolution in Garden of Eden Revealed: The Book of Maps. Schwab/ Zamoranos. 2024. www.OphirInstitute.com. [2] "This $100 Million Pearl Is The Largest and Most Expensive in the World." By Roberta Naas. Forbes Magazine. Aug 23, 2016. [2] "Alabaster, Mineral." and "Marble, Rock." By Editors of Encyclopaedia Britannica. Encyclopaedia Britannica. Updated Jan. 24, 2018 and Jan. 24, 2020. [3] a. "Romblon: 8 Awesome Places You Should Visit in Romblon!" Our Awesome Planet. Sept. 7, 2016. 2. "The Romblon Marble." b. Ellaneto Tiger Marble Trader, Romblon. 2010. c. "Marvelous Marble" By Robert A. Evora. Manila Standard. Jan. 16, 2014.

Saan Nanirahan si Adan at ang Kanyang mga Matuwid na Henerasyon?

Genesis 3:23-24 KJV
Kaya't pinalayas siya ng Panginoong Dios sa halamanan ng Eden, upang bukirin ang lupa kung saan mula rito kinuha siya. Kaya't pinalayas niya ang lalaki; at inilagay niya sa silangan ng halamanan ng Eden ang mga kerubin, at isang nagniningas na tabak na lumiliko sa lahat ng dako, upang ingatan ang daan ng punong kahoy ng buhay.

Ang Genesis ay nagbibigay ng kamangha-manghang heograpiya ng isang pandaigdigang Sistema ng Ilog na nagdidilig sa buong Daigdig, gayunpaman maraming iskolar ng Bibliya ang natigil sa Gitnang Silangan, na nagsisikap pag-aralan ang mga ilog na hindi pa umiiral bago ang Baha (ayon sa Genesis 2:5), bilang nagmula ang mga ito sa ulan, na hindi pa nangyayari sa oras na iyon. Eto na naman, Genesis iniangkla ang Hardin sa parehong lupain kung saan ipinatapon si Adan sa Havila, na ay napapaligiran ng Ilog Pison. Iyan ay hindi kailanman ang Hiddekel, na kung saan ay grossly misinterpreted bilang Tigris sa pandaraya. Isipin, ang mga iskolar ng Bibliya ay talagang sumusunod sa Okulto Pabula ng Paglikha mula sa Nephilim ng Mesopotamia, na ipinapasok ito sa Genesis, noong wala ito doon.

Si Moises, bilang may-akda ng Aklat ng Jubilees, ay nilinaw na ang Havilah/Elda ay ang lupain nina Adan at Eba (Havah), at inilagay niya ito sa silangan lamang ng Halamanan ng Eden, na siyang mismong "lupa kung saan siya (Adan) kinuha," ibig sabihin ay ang Lupain ng Paglikha. Mababasa ba natin ang Genesis sa ganoong paraan? Kapag sinusuri natin ang Aklat ng Jubilees, nililinaw nito na tiyak na dapat nating basahin ang Genesis.

Jubileo 3:32-35
At sa bagong buwan ng ikaapat na buwan, si Adan at ang kanyang asawa ay umalis mula sa Halamanan ng Eden, at sila ay nanirahan sa lupain ng 'Eldâ, sa lupain ng kanilang nilikha. At tinawag ni Adam ang pangalan ng asawa niyang si Eva. 34 At hindi sila nagkaanak hanggang sa unang jubileo, at pagkatapos nito ay nakilala niya siya. 35 Ngayon siya ay nagsasaka ang lupain gaya ng itinuro sa kanya sa Halamanan ng Eden.

Lahat ng mga titulong ito ay nagtatagpo sa isang posisyon sa mga mapa: ang Pilipinas. Ito ay bakit napakaraming matatagpuan ang Hardin sa rehiyong iyon sa nakalipas na 6,000 taon. kailan Tinukoy ng Revelation of the Magi ang Shir sa matinding Silangan bilang lupain ni Adan at ang kanyang mga matuwid na henerasyon, ito ay hindi bago. Sa katunayan, si Propeta Enoc ay mayroon na ibinigay na heograpiya. Mapapansin natin ito mula sa pagmamapa ng kanyang mga direksyon ng kanyang paglalakbay sa Halamanan ng Eden, sa lupain sa itaas nito, at sa iba pang mga sipi pati na rin. Inilarawan niya ang parehong lupain sa pamamagitan ng isa pang titulo, Duidain, ngunit sa parehong direksyon bilang Havila sa Genesis sa kanan ng Halamanan ng Eden. Nagpapatibay siya ito ang tirahan ni Adan at ng kanyang matuwid na mga henerasyon. Maging si Enoch ay ganoon din kinuha mula sa lupaing iyon na kanyang tinitirhan. Si Cain, na masama, ay umalis sa lupaing iyon ng ang "presensiya ni Yahuah" na lumilipat pa sa Silangan (Gen. 4:16). Sa katunayan, sinaunang Havila ay nagtataglay ng Banal ng mga Banal sa Halamanan ng Eden (Gen. 3:8; Jub. 8:19). kay Adam ang mga matuwid na henerasyon ay nanirahan doon hanggang kay Noe at sa kanyang mga anak.

1 Enoc 60:8
Ngunit ang lalaki ay pinangalanang Behemoth, na nagtataglay ng kanyang dibdib sa isang sira na ilang na pinangalanang Duidain, sa silangan ng hardin kung saan naninirahan ang mga hinirang at matuwid, kung saan dinala ang aking lolo up, ang ikapito mula kay Adan, ang unang tao na nilikha ni Yahuah ng mga Espiritu.

Ang Reyna ng Sheba mula sa Kasukdulan ng Lupa:

Mateo 12:42 KJV (Lucas 11:31)
*Ang reyna ng timugan ay babangon sa paghuhukom kasama ng lahing ito, at hahatulan ito: sapagka't siya ay nagmula sa pinakadulo (*πέρας: *péras)* ***na bahagi ng mundo upang marinig ang karunungan ni Solomon****; at, narito, narito ang isang lalong dakila kay sa kay Salomon.*

πέρας: *péras, per'-as; mula sa parehong bilang G4008; isang sukdulan:–end, ut-(ter-)most participle (G4009).*

Tungkol sa mga dulo ng Earth, ang Revelation of the Magi ay nagpapatunay sa heograpiya ni Jesus (Yahusha) na siyang nagbigay kahulugan sa lupaing ito sa Mateo 12:42 (Lucas 11:31) bilang lupain ng Sheba kung saan nanggaling ang Reyna ng Sheba. Kahit na mayroong isang Si Sheba mula sa lahi ni Ham, ang Sheba na ito ay dapat na supling ni Shem; Sheba, kapatid ni Ofir, ayon sa sipi na nagbabasa bilang isang pagpapatuloy ng ekspedisyon ng Ang hukbong-dagat ni Solomon upang kumuha ng ginto sa Ofir. Ang kanyang hukbong-dagat ang nagsabi sa Reyna noong Ang Paghahari ni Solomon, sa kanyang lupain na tinatawag na Sheba (pinangalanan sa kanyang ninuno, ang kapatid ni Ofir).

Ito ay nakatutulala kapag ang nagpapakilalang mga iskolar ng Bibliya ay umampon at nagbahagi bilang katotohanan ang mga mapanlinlang na alamat mula sa isang occult-based na pagsulat, ang Kebra Nagast, at akusahan si Solomon ng pakikipagrelasyon at anak sa isang babaeng kambing. Kapag hindi nila kaya kahit paghiwalayin ang iba't ibang Shebas at sundin ang simpleng heograpiya, hindi sila sapat na pinag-aralan upang maging karapat-dapat sa ating atensyon. Sa kasamaang palad, Bibliya ang tinutukoy natin concordances, at karamihan sa mga iskolar (na nagpapatunay na hindi marunong bumasa at sumulat sa paksang ito kapag sila ay maglakbay sa gayong mga hangal na direksyon).

Paghahanap ng Lupain ng Shir:

Sa pagpapakilala ng ***Revelation of the Magi***, ang tagasalin na si Brent Landau ay kakaiba tumutukoy sa lupaing ito ng Shir bilang "semi mythical" at sa isang footnote bilang "mythical." Hindi rin kahit ano. Ito ay dahil hindi siya kailanman nagsaliksik kung nasaan ito at hindi siya kwalipikado mag-isip-isip. Hindi man lang siya makasang-ayon sa sarili niyang mga talababa. Ang kanyang pagsasalin lumilitaw na hindi manipulado, ngunit ang kanyang interpretasyon sa kasamaang-palad ay hindi pinag-aralan ang paksang ito. Walang gawa-gawa tungkol sa lupain na palagi nating patunayan umiral at nai-mapa pa sa loob ng 6,000 taon. Ang ganitong terminolohiya ay mapanlinlang, dahil ito hinuhusgahan niyang gumawa siya ng konklusyon sa hindi niya sinaliksik. Mito lamang ito sa kanya dahil wala siyang ganoong kaalaman. Nalaman namin na ito ay hindi mapapatawad kahit na nakagawian sa Bible scholarship.

Kung hindi nila ito maintindihan, ito ay dapat na kathang-isip lamang. Marahil ito ang kanilang iniisip: nagtataglay sila ng isang uri ng pagkadiyos, na gawa-gawa. Gayunpaman, na isinasagawa ang pananaliksik na ito sa loob ng mahigit isang dekada, pinatutunayan namin na ito ang Land of Gold na inilarawan sa ang Bibliya, na nagtataglay ng Halamanan ng Eden at kilala bilang Ophir, Sheba at Tarshish sa Pilipinas. Maging ang salitang ito, Shir, ay Hebreo sa pinagmulan, at lumilitaw upang maging isang direktang katangian at hula ng Pilipinas.

shir: שיר: Panlalaking pangngalan na nangangahulugang kanta sa halos parehong paraan tulad ng ating salitang Ingles. Ito ay ginagamit para sa mga awiting panrelihiyon (Awit 42:8, Nehemias 12:46), mga awiting tagumpay (Mga Hukom 5:12), mga awiting maligaya (Genesis 31:27), mga awit ng pag-ibig (Awit ni Solomon 1:1), atbp. Denominatibong pandiwa: ***shir: שיר: umawit (Exodo 15:1, 1 Samuel 18:6, Isaias 26:1). Pangngalang pambabae:*** *שירה* ***(shira)****, ibig sabihin din ng awit (Exodo 15:1, Isaias 5:1). Ang pangngalang pambabae na ito ay tila tumutukoy sa mas odic na kanta.*
– Abarim Publications

Sa Hebreo, ang salitang shir ay napakahayag. Nangangahulugan ito ng pag-awit o pag-awit sa paggamit ng Bibliya. Alam ng sinumang pamilyar sa kultura ng Pilipinas na malalim ang pagkanta nakaugat sa DNA nito. Ito talaga ang mekanismo na hahantong sa katuparan ng propesiya ni Isaiah tungkol sa mga sikat na islang ito sa dulo ng mundo na umaawit. Si Shir ay isang perpektong konotasyon para sa mga islang kumakanta sa mga dulo ng Earth, eksaktong akma ang heograpiyang Magi mula sa kanilang unang siglong pagsulat, na pinagtibay sa Isaias at Awit.

Isaias 42:10 KJV
***Umawit kayo (H7891: shîyr: שיר)** sa Panginoon ng bagong awit **(H7891: shîyr: שיר)**, at ang kanyang papuri mula sa dulo ng lupa, kayong lumusong sa dagat, at lahat ng nandoon; ang mga pulo, at ang mga naninirahan dito.*

Bago mahanap ang Shir sa Pilipinas, maaari pang paliitin ang lugar na ito. Ang ***Revelation of the Magi*** ay nagsasabi, ang "Bundok ng mga Tagumpay sa silangan ng Shir, ang ating bansa, sa isang kuweba, ang Cave of Treasures" na puno ng mga pahiwatig na nagiging maliwanag. Kami ay i-unpack ang mga ito sa susunod na kabanata. Dahil ito ang Lupain ng Halamanan ng Eden, dito matatagpuan ang Bundok ng Silangan na siyang destinasyon ng Ophir at ng kanyang mga kapatid mula sa Genesis 10:30.

Genesis 10:30 KJV
At ang kanilang tahanan (Ofir at angkan) ay mula sa Mesa, habang ikaw ay patungo sa Separ, isang bundok ng silangan.

Ang *Sephar* sa Hebreo (ספר, ***S-P-R***) ay isang sanggunian sa Puno ng Buhay sa Halamanan ng Eden.[1] Sa Griyego, isinalin itong Sophir sa Greek Septuagint na pumalit kay Ophir dahil ang salita ay Sephar. Pansinin kung gaano kalapit ang etimolohiyang ito ng Shir nagmula kay Sophir/Sephar. Ito ay halata rin.

"*Ang mga alternatibong spelling ng parehong variant... Opheir, Sophír, Sopheír at Souphír ay nangyayari sa Septuagint...*" *(*Σωφηρα*)* [2]

Ang Mount of the East ay hindi basta-basta, ngunit isang tiyak na bundok sa Holy of Holies sa Halamanan ng Eden sa loob ng Lupa sa ilalim ng Pilipinas. Ang Genesis 10:30 ay isang dobleng pagtukoy sa Land over Paradise, na kilala sa buong 6,000 taon ng kasaysayan at heograpiya. Nag-alay ng insenso si Enoch doon sa loob ng Hardin.

Jubileo 4:25-26
"At sinunog niya (Enoc) ang insenso ng santuario, (kahit) matamis na espesya, na katanggap-tanggap sa harap ni Yahuah. sa Bundok. Sapagka't si Yahuah ay may apat na dako sa lupa, ang Halamanan ng Eden, at ang Bundok ng Silangan, at itong bundok na kinaroroonan mo ngayon, Bundok Sinai, at Bundok Sion.."

---

[1] "Sefirot." Wikipedia. "What You Need to Know about Kabbalah. Jerusalem: Gal Einai Institute." Rabbi Yitzchak Ginsburgh. 2006. Strong's Concordance #H5611. [2] "The Dispersal of Austronesian boat forms in the Indian Ocean." By Waruno Mahdi . Roger Blench & Matthew Spriggs (editors). Archaeology and Language III: Artefacts, languages and texts, One World Archaeology 34. pp. 144–179. London & New York: Routledge, 1999. p. 154.

Ito ay kung saan ang Ophir, Sheba, at Havila ay lumipat sa mga barko ng Tarsis mga 2,200 B.C. Muli, maraming kasaysayan ng Bibliya at 6,000 taon ng mga mapa ang nagpapatunay nito (Tingnan Panimula). Tatalakayin natin kung bakit tatawaging Mountain of Victories ang bundok sa susunod na kabanata. Ang buong pamagat nito na "Bundok ng mga Tagumpay sa Silangan (4:1)" ay maliwanag bilang Bundok ng Silangan anuman. Sa isang lugar malapit sa tuktok ng Mount of the East ay ang sikat na Cave of Treasures kung saan sinasabing tinirahan ni Adan ang lahat ng kanya araw. Ang kuweba na ito ay kung saan isinantabi ni Adan ang mga yamang dala ng mga Hari: ginto, kamangyan, at mira. Ang mga buto ni Adan at ng kanyang mga supling ay inilibing doon (hanggang sa baha ni Noe), at ang mga mahahalagang kasulatang kasulatan ay iningatan doon. Siya kahit na itakda ang kuwebang ito bilang isang bahay ng panalangin, kung saan ang Magi, bilang isang grupo ng mga pari ay pinangalanan para sa panalangin, patuloy na nagpupulong buwan-buwan, kahit hanggang sa unang siglo A.D., ayon sa Pahayag ng mga Mago. Ang panalangin sa mga wikang Filipino ay MAGdasal, sa iba't ibang anyo ng salita (tulad ng sikat na kuwintas ng MAGI, na tinatawag na KA-MAGI, natagpuan hanggang Ehipto sa arkeolohiya). Inilarawan ni Haring David ang mga Reyna na nakasuot ng ginto ng Ophir (Awit 45:9) sa kanyang panahon bago si Solomon, na nagdokumento ng kalakalang ito ng libu-libo taon na ang nakalipas. Ang gintong ito ay nakadokumento din sa The Book of the Cave of Treasures.

Ang Aklat ng Yungib ng mga Kayamanan

At bumaba sina Adan at Eba sa . . . ng espiritu sa ibabaw ng mga bundok ng Paraiso, at natagpuan nila ang a yungib sa taluktok ng bundok, at sila'y pumasok at nagtago doon. At kinuha ni Adan mula sa gilid ng bundok ng Paraiso (Bundok ng Silangan), ginto, at mira, at kamangyan, at inilagay niya sa yungib, at binasbasan niya ang yungib, at itinalaga upang maaaring maging tahanan ng panalangin para sa kanyang sarili at sa kanyang mga anak. At tinawag niya ang kuweba na "ME`ARATH GAZZE" (i.e. "KAVE NG YAAMAN").[1]

Nakita namin ang mga Bundok ng Paraiso na ito ay naaayon sa 1 Enoch na nagpapakilala ang Pitong Bundok ng Eden [tingnan ang p. 120] [2] at ang mga Salita ng Arkanghel Michael na Siyam na Bundok ng Silangan [tingnan ang p. 121]. [2] Bagaman nabura sa makabagong aklat-aralin, pinagtitibay ng kasaysayan na ang Pilipinas ay may malalaking sinaunang barko at rutang pangkalakalan din.[2]

Gayunpaman, pansinin na mayroong isang partikular na Bundok ng Paraiso kung saan natagpuan ni Adan isang kuweba at nanirahan. Ito ang Cave of Treasures na tinutukoy sa ***Revelation of the Magi.*** Ang kuweba na iyon ay umiiral sa Bundok

[1] *"The Book of the Cave of Treasures." By Sir Ernest Alfred Wallis Budge. 2005. Cosimo, Inc., New York. Originally published by Religious Tract Society. 1927. p. 69.* [2] *All maps in full color, high resolution in Garden of Eden Revealed: The Book of Maps. Schwab/Zamoranos. 2024. www. OphirInstitute.com.*

ng Silangan. Mahalaga, ang sinaunang balumbon na ito nag-uugnay sa Bundok ng Silangan sa Halamanan ng Eden bilang lokasyon kung saan ang mga Mago nakilala at sinamba, at pinananatili bilang isang kamalig para sa Estate ni Adan, kinilala bilang yung Cave of Treasures. Ang mga Magi ay ang mga tagapangasiwa ng kuwebang ito at mga kalakal nito, isang kaugaliang ipinasa mula kina Adan at Seth. Dadalhin nila ito mga regalo mula sa Estate ni Adan sa Mesiyas pagkatapos ng Kanyang kapanganakan, gaya ng hinulaang ni David sa Awit 72 at matagal na bago sa Kanya, ni Adan kahit. Walang misteryo dito.

RotM 4:2 *At inutusan tayo ng ating mga magulang gaya ng kanilang tinanggap sa kanilang mga magulang, at kanilang sinabi sa amin: "Hintayin mo ang liwanag na sumisikat sa iyo mula sa mataas na Silangan ng kadakilaan ng Ama, ang liwanag na sumisikat mula sa itaas sa anyong bituin sa Bundok ng mga Tagumpay at pumatong sa isang haligi ng liwanag sa loob ng Cave of Treasures [ng] Hidden Mysteries. 4:3 At gayundin utusan mo ang iyong mga anak, at ang iyong mga anak sa kanilang mga anak, hanggang sa hiwaga ng bituin na sumisikat mula sa ang mataas na kamahalan ay lumilitaw sa iyong mga henerasyon, isang liwanag na parang bituin, at nagbibigay liwanag sa kabuuan nilikha at tinatakpan ang liwanag ng araw, buwan, at mga bituin, at wala ni isa man sa kanila ang nakikita o nagagawa. upang tumayo sa presensya ng liwanag nito.*
4:4 Sapagka't ito ang dakilang hiwaga ng Anak ng dakilang kamahalan, sino ang tinig ng Ama...

Hindi lamang tayo nakatagpo ng isang napaka-espesipikong hula dito tungkol sa Bituin ng Silangan, (na ay hindi kailanman tinatawag na Bituin ng Bethlehem sa alinmang kasulatan), ngunit mapapansin iyon ng isa ang Bituing ito ay lumitaw lamang sa Silangan, at ito ay hindi isang aktwal na bituin, o ang araw, o ang buwan. Ito ay hindi isang planetary alignment ng 2 araw o mas kaunti, na kakailanganing magkaroon tumagal ng dalawang taon, binago ang kurso ng maraming beses, at pagkatapos ay tumayo sa ibabaw ng ulo ni Hesus (Yahusha). Wala sa mga random na hula na iyon ang naging lohikal.

Paano nalaman ng mga Magi na bantayan ang pagpapakitang ito ng Liwanag, na mas dakila kaysa sa anumang luminary? Natuto sila sa kanilang mga ama na natuto sa kanila mga ama. Ito ay ipinasa bilang isang kasanayan at tradisyon sa loob ng libu-libong taon, na nagmula kay Adan mismo na namamahala sa kaniyang matuwid na anak, si Seth. Yung instruction naganap sa parehong lupain kung saan naninirahan ang mga Mago at nagpupulong buwan-buwan upang sumamba. Si Yahuah sa pag-asam sa darating na tanda ng kapanganakan ng Mesiyas. Hindi sila salamangkero; sila ay mga banal na tao na ang propetikong layunin ay sumamba at maghintay ang Liwanag na ito ay darating. Ang Liwanag ay ipinangako na lilitaw sa ibabaw ng Bundok ng Silangan sa Pilipinas at pumasok sa kweba doon, kung saan dating nanirahan si Adan.

***RotM 6:1** Muli, mula sa mga aklat na nasa Yungib ng mga Kayamanan ng Hidden Mysteries: bawat salita na ang ating amang si Adan, ang simula ng ating dakilang angkan, ay nakipag-usap sa kanyang anak na si Set, na siya nagkaroon pagkatapos ng kamatayan ni Abel, na pinatay ng kanyang kapatid na si Cain at ipinagluksa ng kanyang amang si Adan. 6:2 At tinuruan ni Adan si Seth na kanyang anak tungkol sa [nawawalang teksto], [at tungkol sa paghahayag] ng liwanag ng bituin at tungkol sa kaluwalhatian nito, dahil [nakita] niya ito sa Halamanan ng Eden nang ito ay bumaba at nagpahinga sa ibabaw ng Puno ng Buhay; at ito ay nagliwanag sa buong (hardin) bago si Adan ay lumabag laban sa utos ng Ama ng makalangit na kamahalan. 6:3 At nang siya ay lumabag laban ang utos na (ang Ama) ay itinalaga para sa kanya, ang paningin ng bituin ay inalis sa kanya, at (ito rin ay inalis sa kanya) dahil sa pagpapaalis sa Paraiso.*

Si Adan ang pinagmulan ng hulang ito ng Bituin sa Silangan, hindi si Mateo, na sumusulat ng katuparan ng pangyayaring ito na hinulaan din ni Haring David Awit 72, batay sa ulat ni Adan. Sinipi pa nga ni Haring David ang mga bahagi ni Adan account na matatagpuan sa 1 Enoch. Nasaksihan ni Adan ang Bituin sa Hardin at alam nito presensya habang siya ay nabubuhay sa kaluwalhatian nito. Ang Bituin o Liwanag ay ang Anak. Tinanggal si Adam mula sa Hardin; ang Liwanag ay hindi, kinakailangan. Ang heograpiya ng posisyon nito sa lupa ay mananatili sa Hardin ng Eden na nasa loob ng Earth sa ibaba ng Pilipinas, at iiwan nito ang Hardin upang lumitaw sa itaas ng Bundok ng Silangan, nasa ibabaw lamang ng Hardin, noong unang siglo B.C.

Ang lupain ng Shir ay nag-uugnay sa Surigao at Siargao (Shir-gaw), Pilipinas, kanan sa tabi ng Mount of the East, Camiguin Island, na ating susuriin pa sa susunod na kabanata. Tumutugma din ito sa mga propetikong tao na kumakanta mula sa Pilipinas bilang ang mga pulo sa Silangan sa mga dulo ng Mundo, kung saan nahuhumaling si Isaiah. doon ay hindi kailanman naging malayong tanong sa kasaysayan kung saan ang mga dulo o dulo ng matatagpuan ang Silangan. Ang mga modernong iskolar na nagpapakita ng kanilang kamangmangan ay hindi nagbabago ang mahusay na naitala na mga katotohanang ito. Inilalantad lamang nito ang kanilang maling edukasyon.

1880 Mapa ng teritoryo ng Pilipinas Philippine-Spanish Day Exhibit: Tatlo Daang Taon ng mga mapa ng Pilipinas. Wikimedia Commons. Pampublikong Domain.

Dibisyon ng teritoryo ng Isla de Mindanao sa 5 Distrito. Año de 1880. Ficheiro:Mapa ng teritoryo ng Pilipinas. Wikimedia Commons. Pampublikong Domain

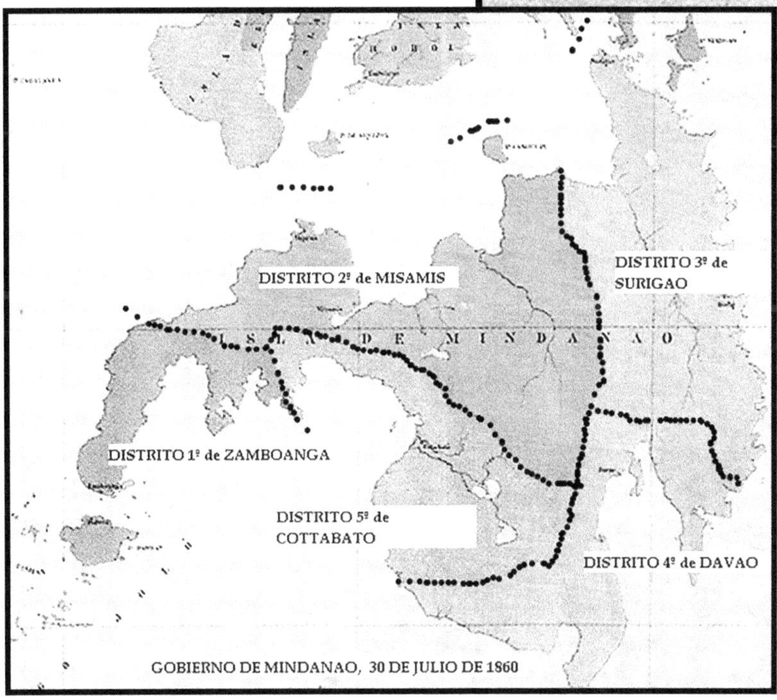

The island of Mindanao, eastern part. Image from a series of maps prepared by Filipino scientist Father Jose P. Algue and published by the United States Coast and Geodetic Survey. Manila Observatory. 1900. Atlas of the Philippine Islands., Washington [D.C.] : [U.S.] G.P.O. Smithsonian Institute. Public Domain.

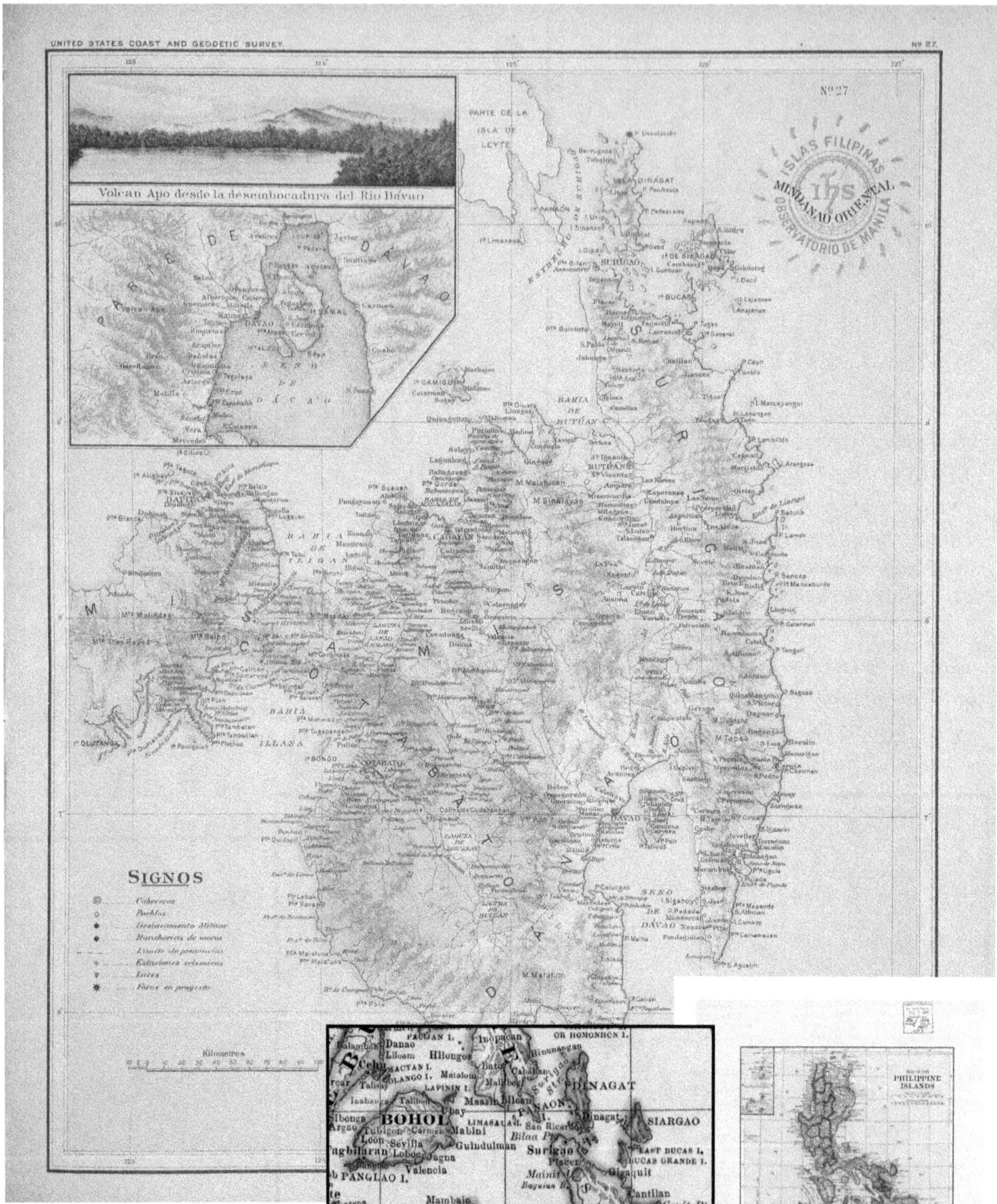

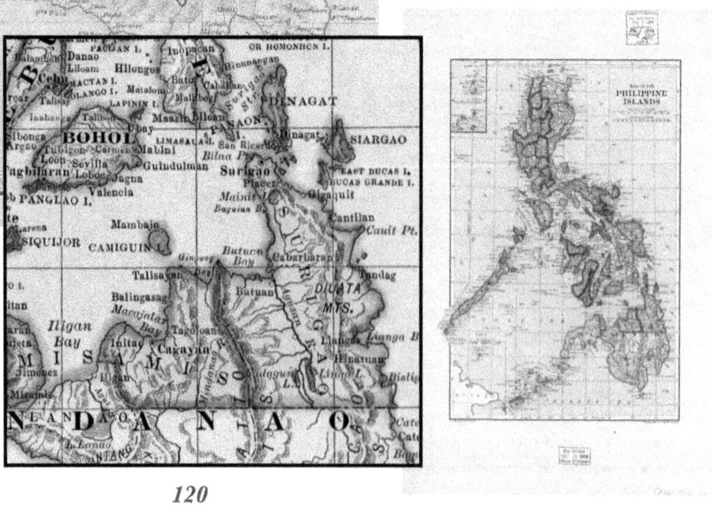

Hodgson, Caspar W. Map of the Philippine Islands. [N.Y.: L. L. Poates Engr'g Co., ©, 1906] Map. https://www.loc.gov/item/2014589783/. U.S. Library of Congress. Public Domain.

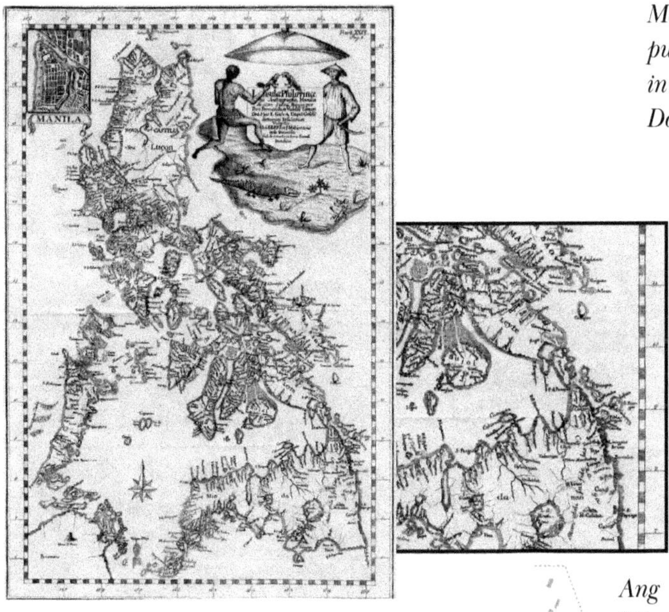

Map of the Philippine Islands published by Pedro Murillo Velarde in 1774. Wikimedia Commons. Public Domain.

Ang Caraga ay nagpapaalala sa "Gaticara" Mula kay Pigafetta Journal saan Itinakda ni Magellan ang kanyang destinasyon sa lupain ng ginto. Maaaring may link doon, ngunit ito ay hindi kinakailangan. Sa kasaysayan, ang ang lalawigan ay may tatak na Surigao sa kabuuan, at ito ay nasa tabi mismo ng Bundok ng Silangan, Isla ng Camiguin.

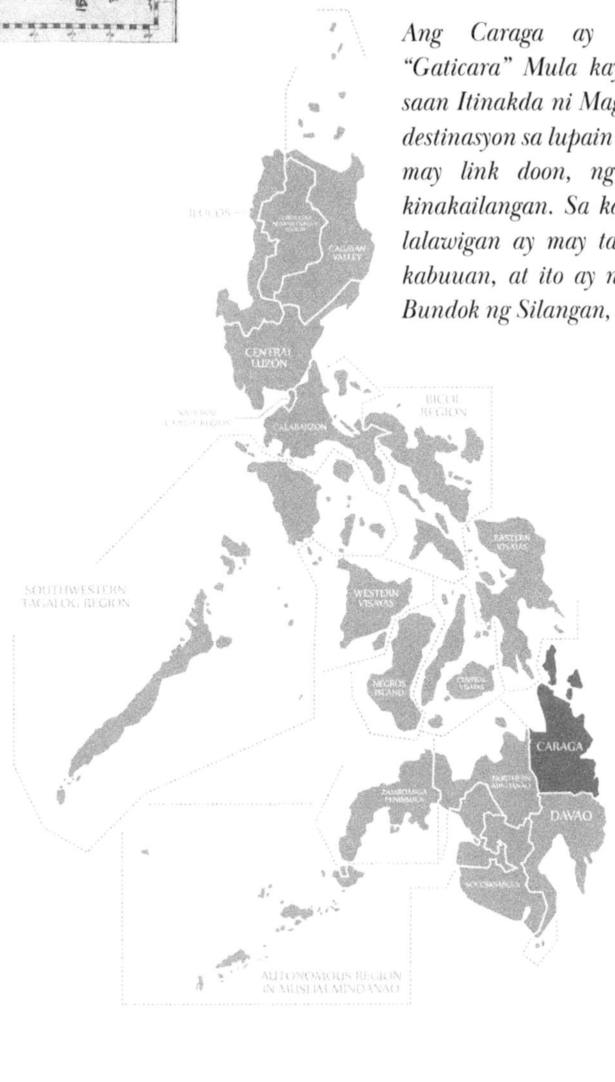

Adobestock.

A view of Camiguin Island, Philippines from White Island. AdobeStock.

Kabanata 6:

Bundok ng mga tagumpay, Yungib ng Kayamanan, & Ang Spring of Purification

RotM 4:1 *At ang mga aklat na iyon ng mga nakatagong misteryo ay inilagay sa Bundok ng mga Tagumpay sa silangan ng Shir, ang ating bansa, sa isang kweba, ang Cave of Treasures of the Mysteries of the Life of Silence. 4:2 At ang aming mga ama ay nag-utos sa amin gaya ng kanilang tinanggap din mula sa kanilang mga ama, at kanilang sinabi sa amin: "Maghintay para sa liwanag na sumisikat sa iyo mula sa mataas na Silangan ng kamahalan ng Ama, ang liwanag na nagniningning mula sa itaas sa anyo ng isang bituin sa ibabaw ng Bundok ng mga Tagumpay at dumarating sa ibabaw isang haligi ng liwanag sa loob ng Cave of Treasures [ng] Hidden Mysteries.*

RotM 4:7 *Kaya't alamin ninyo na kapag ang liwanag na ito mula sa kamahalan na walang katapusan ay sumikat sa ikaw at lilitaw tulad ng isang bituin sa iyo upang makita mo siya: sabik, may kagalakan at pagmamahal, at ganap, nang may pag-iingat, dala mo ang kanyang sariling dalisay na mga regalo, na inilagay sa Yungib ng mga Kayamanan ng Hidden Mysteries sa Bundok ng mga Tagumpay ng iyong mga ama, pumunta sa kung saan ang kanyang liwanag, ang bituin, humahantong sa iyo.*

RotM 5:2 *At kami ay umahon sa Bundok ng mga Tagumpay, at nang kaming lahat ay magkakatipon sa paanan ng bundok mula sa tirahan ng bawat isa, nanatili kami sa isang lugar para sa paglilinis sa ikadalawampu't limang araw ng bawat buwan. 5:3 At kami ay naligo sa isang tiyak na bukal na nasa ibabaw ng paanan ng bundok, at ito ay tinatawag na "The Spring of Purification."*

RotM 11:3 *At ang bawat isa ay nagmula sa kani-kaniyang tahanan ayon sa ating sinaunang kaugalian upang umakyat sa Bundok ng mga Tagumpay [nawawala ang teksto] upang hugasan sa Spring of Purification, gaya ng nakasanayan natin. 11:4 At nakita namin ang [text na nawawala] sa anyo ng isang hindi maipaliwanag na haligi ng liwanag na bumababa, at ito nagpahinga sa ibabaw ng tubig.*

RotM 12:1 *At nang tayo ay maligo sa Bukal ng Pagdalisay na may kagalakan, at tayo ay umakyat sa Mountain of Victories gaya ng nakasanayan namin, at umakyat kami at nakita namin ang haligi ng liwanag sa harapan ng kweba, muli ang isang malaking takot sa amin.*

RotM 14:9 *At nang ang lahat ng mga bagay na ito at ang iba pang katulad nila, na kung saan ay marami, (nangyari,) habang bumababa sa Bundok ng mga Tagumpay, nagbigay kami ng papuri at inulit sa isa't isa ang lahat na nakita at narinig namin doon.*

RotM 17:4b *At kami ay nagsiparoon, na nagagalak sa aming dalisay na mga kaloob, na inilagak ng aming mga magulang sa Cave of Treasures of Hidden Mysteries sa Bundok ng mga Tagumpay.*

Ang mga quote na ito mula sa ***Revelation of the Magi*** ay nagpapakita ng mga iconic marker ng Magi in heograpiya, at hindi misteryo sa sinaunang kasaysayan. Habang nag-drill down pa kami sa ang salaysay na ito, lalo lamang lumilitaw ang mga Magi na nabuhay at nagmula sa Pilipinas. Hindi lamang tumutugma ang pangkalahatang pangkalahatang heograpiya, maging ang mga detalye ay nagsasama-sama sa mga paraan na hindi dapat umiral maliban kung ang salaysay ay totoo. Tandaan, ang linguistic tie of the Magi ay napatunayan nang totoo.

Ang pagsasalin na "mga tagumpay" ay mali sa paghahanap ng bundok na ito bilang kanilang ginagamit ang maling wika. Ito ang sikat na Mount of the East at isa lamang ang pagpipilian umiiral. Makikilala natin ang bundok na ito sa Pilipinas nang may katiyakan at sa kanyang base, Ang Spring of Purification ay naroon. Wow! Ang Cave of Treasures ay matatagpuan sa ang Bundok ng Silangan sa mga kapani-paniwalang teksto gayundin sa ***Revelation of the Magi (RoTM).*** Sa madaling salita, ang mga ito ay iisang lugar. Sa kabanatang ito, ipapakalat natin itong data sa paraang mauunawaan ng sinuman. Ito ay sinusuportahan ng mapagkakatiwalaang kasaysayanng may nangunguna at ito ay natakpan lamang sa iskolar na paradigma, na piniling mag-ehersisyo ang amnesia, nakalimutan ang sinaunang rekord at kumikilos na parang ito hindi kailanman umiral. Ang kanilang edukasyon ay nagpapatunay na napakalimitado, at iyon ay nakakalungkot na makita.

Bundok ng mga Tagumpay at Bundok ng Silangan:

Kapag ang ***Revelation of the Magi*** ay tumutukoy sa Bundok ng mga Tagumpay, tiyak nag-uugnay dito bilang Bundok ng Silangan ng Genesis 10:30, Jubilees, First Enoc, a Dead Sea Scroll na pinamagatang Words of the Archangel Michael, at The Cave of Treasures, isang teksto pinangalanan para sa mismong yungib na iyon ng mga Magi. Ang lahat ay nakumpirma bilang mga wastong lugar. Ang mga ito ay itali sa lupain ng Halamanan ng Eden gayundin sa lupain kung saan sina Adan at Eva ang mga matuwid na henerasyon ay naninirahan na pinagtibay ng parehong mga tekstong binanggit sa itaas, at ayon sa ***Revelation of the Magi*** na ang buong titulo ay "Mountain of Victories in the East (4:1)". Iyon ay ang Bundok ng Silangan. Nagbe-vet ito ng tumpak na heograpiya ng Bibliya at 6,000 taon ng mga mapa at kasaysayan (Tingnan ang Panimula).

Genesis 10:26-30 KJV

At naging anak ni Joktan si Almodad, at si Sheleph, at si Hazarmaveth, at si Jera, At si Hadoram, at si Uzal, at si Dikla, At si Obal, at si Abimael, at si Sheba, At si Ophir, at si Havila, at si Jobab: lahat ng ito ay ang mga anak ni Joktan. At ang kanilang tahanan ay mula sa Mesa, sa pagpunta mo sa Sephar na isang bundok ng silangan.

Ang Eber, o Eberim (pangmaramihang), ay ang pinagmulan ng katawagang "Hebreo" na kabilang ang isang mas malaking grupo kaysa sa Israel lamang (Jacob). Walang Israel bago si Jacob, at si Abraham ay hindi isang Israelita, ngunit bahagi ng isang mas malaking grupo mula sa Eber=Hebrew. Bukod sa ninuno ni Abraham na si Peleg, si Eber ay may isa pang anak na lalaki, si Joktan na isa ring Hebrew. Hindi siya Israelita ni Peleg, Isaac, o Eber. Iisipin ng isa malalaman ito ng mga iskolar at maging ng mga pastor.

Ang Israel ay isang maruming lupain bago si Abraham, mula pa noong ikalimang henerasyon mula kay Adan, dahil ito ang pinagmulan ng mga Watchers at ng kanilang mga anak na Nephilim. Kahit si Enoch tinukoy ang lugar na iyon bilang isang lugar kung saan nakilala niya ang mga Watchers (na masama), at siya ayipinahayag ang kanilang darating na paghatol doon, sa Israel, sa teritoryo ng Dan. Ito ay lokasyon din ng Mt. Hermon kung saan sila nanumpa sa kasalanan. Gayunpaman, paano maraming beses na nating narinig ang kamangmangan mula sa modernong pulpito na ang Israel ay palaging ang Banal na Lupain. Iyan ay propaganda, hindi mula sa Bibliya, at ito ay isang kasinungalingan.

Ang dahilan kung bakit wala tayong nakikitang iba tungkol kay Jokton sa account na ito, ay dahil sa kanya pandarayuhan kasama ng kanyang mga anak: Ophir, Sheba, at Havila, sa Malayong Silangan; sa mga isla na kinaroroonan ng Halamanan ng Eden. Nakilala iyon mula sa Genesis 2 bilang Land of Gold; nang maglaon ay ipinangalan ito sa mga anak ni Jokton, Ophir at Sheba lalo na. Isa sa mga ama ng Magi ay pinangalanang Havilah ***("Hawîlat" 2:3; Latinized na anyo ng Havilah)*** para sa bagay na iyon, ayon sa ***Revelation of the Magi.*** Nakahanap din kami ng mga koneksyong pangwika kay Ophir, Sheba, Tarsis, at halos kalahati ng mga kapatid ni Ophir sa mga pangalang Magi na ito.

Havilah ang pangalan ng lupain nina Adan at Eva (mula sa Genesis 2), kung saan sila ay nilikha, at kalaunan ay ipinatapon (mula sa Hardin), na bumalik sa parehong lugar ng kanilang pinagmulan (Jub. 3:32). Ang lupain ng kanilang nilikha ay kilala bilang Pilipinas ngayon. Mahirap paniwalaan na hindi makikilala ng isang iskolar ng Bibliya si Havilah Latinized na anyo, doon mismo sa mga pangalang ito, na humahantong sa isang lupaing napakahusay na dokumentado, sa banal na kasulatan, lalo na. Gayunpaman, sa 24 na pangalan na inaalok ng aklat, magagawa ni Landau isa lang sa kanila ang haka-haka. Ikokonekta namin ang karamihan sa mga ito sa Kabanata 8.

Ang Genesis 10 ay naglalarawan ng paglipat sa lupain ng Sephar, isang Hebrew reference sa Puno ng Buhay na nananatili sa Halamanan ng Eden, dahil tatlong beses itong binanggit sa Aklat ng Pahayag (Apoc. 2:7, 22:2, 14). Ang mga nag-isip na ang Hardin ay dinala sa "isa pang eroplano ng pag-iral" ay walang edukasyon sa paksa. yun Ang haka-haka ay nagmula sa Kabala, hindi sa Bibliya. Pinatutunayan ng paghahayag na ito pa rin doon at hindi gumagalaw. Pinagtitibay nito ang sarili sa pamamagitan ng double marker; sa parehong paraan kapag kinikilala nito ang Bundok ng Silangan, na hindi isang bundok sa isang lugar sa Silangan ng Israel. Alam namin na maraming Zionist na iskolar ang hindi makakabasa ng simpleng direksyon na iyon, sinasabing ang Hardin ay nasa Israel at gayon pa man, sa silangan nito sa parehong oras? Hindi iyon lohika. Ito ay isang Banal na Bundok sa Halamanan ng Eden kung saan nagsakripisyo si Enoc habang sa Hardin, gayunpaman, ito ay nakausli mula sa loob ng Earth, kung saan ginawa ni Adan mga handog, sa araw pagkatapos ng kanyang pagkatapon mula sa Hardin. Isa ito sa apat na Banal na Lugar ni Yahuah sa buong Lupa.

Jubileo 4:22b-26

...at si Enoc ay nagpatotoo laban sa (kanilang) lahat. At siya ay kinuha mula sa mga anak ng tao, at dinala namin siya sa Halamanan ng Eden sa kamahalan at karangalan, at masdan doon siya nagsusulat pababain ang paghatol at paghatol ng mundo, at lahat ng kasamaan ng mga anak ng tao. At dahil dito, dinala ng Diyos ang tubig ng baha sa buong lupain ng Eden; para doon siya ay itinakda bilang tanda at na dapat siyang magpatotoo laban sa lahat ng mga anak ng tao, na dapat niyang isalaysay ang lahat ng mga gawa ng mga salinlahi hanggang sa araw ng paghatol. At sinunog niya ang insenso ng santuwaryo, (kahit) matamis na pampalasa, na katanggap-tanggap sa harap ni Yahuah sa Bundok. Sapagka't si Yahuah ay may apat na dako sa ibabaw ng lupa, ang Halamanan ng Eden, at ang Bundok ng Silangan, at itong bundok na kinaroroonan mo ngayon, ang Bundok Sinai, at ang Bundok ng Sion (na) pababanalin sa bagong nilikha para sa isang pagpapabanal ng lupa;

Ang Bundok sa Halamanan ay ang Bundok ng Silangan kung saan nag-alay ng insenso si Enoc pagpasok niya sa Garden. Ito ay katulad ng Bundok ng mga Tagumpay sa Silangan sa tekstong ito (RotM 4.1), kahit sa etymologically. Gayunpaman, nagsunog din si Adan ng mga handog sa bundok ding ito sa labas ng Halamanan ng Eden pagkatapos ng kanyang pagkatapon. Samakatuwid, ito ay parehong sa loob ng Earth kung saan ang Hardin ng Eden ay nakapaloob at tumataas sa pamamagitan ng Ang crust ng lupa sa langit bilang isang isla sa Pilipinas. Tutukuyin natin ito, kasama na rin ang spring/bukal. Hindi lang alam ni Adan ang Cave of Treasures, ito ang kanyang tirahan, at siya ang unang nagsimulang isantabi ang mga mapagkukunan doon para iharap ng mga Magi sa Mesiyas pagkalipas ng libu-libong taon. Ito ay tunay katawa-tawa na ang ilan ay humihingi ng arkeolohiya ng mga lungsod na itinayo ni Adan na hindi kailanman gumawa nito.

Jubileo 3:27

At sa araw na iyon kung saan si Adan ay umalis sa Hardin, siya ay nag-alay bilang isang matamis na amoy na handog, kamangyan, galbanum, at stacte, at mga pampalasa sa umaga sa pagsikat ng araw mula sa araw na tinakpan niya ang kanyang kahihiyan.

The Book of the Cave Of Treasures

At bumaba sina Adan at Eba sa . . . . ng espiritu sa ibabaw ng mga bundok ng Paraiso, at kanilang natagpuan isang yungib sa taluktok ng bundok, at sila'y pumasok at nagtago doon. At kinuha ni Adam mula sa gilid ng bundok ng Paraiso, ginto, at mira, at kamangyan, at inilagay niya sila sa yungib, at binasbasan niya ang yungib, at itinalaga ito upang ito ay maging bahay ng panalangin para sa kanyang sarili at sa kanyang mga anak. At tinawag niya ang kuweba na "ME`ARATH GAZZE" (i.e. "CAVE Of Treasures").

Ang aklat na ***Revelation of the Magi*** mula sa Vatican, na isinalin sa Ingles, ay umalis walang alinlangan hinggil sa hulang ito ng mga Mago na nagdadala ng mga regalo sa Mesiyas pagkatapos Ang kanyang kapanganakan. Sila ang sinaunang kaayusan sa lugar, na nagsasanay mula kay Seth, ang anak ni Adan. Nauna sila kay Abraham, gayundin sa mga Levita, bilang isang orden ng mga saserdote na may espesipiko layunin. Ang ating Kanluraning pananaw sa Bibliya ay tunay na nabigo sa napakaraming antas. Ang tradisyong ito ay unang ipinropesiya ni Adan, ang Propetang si Enoc, at pagkatapos ay ni Haring David, bagaman tinangka ng mga iskolar na ipaliwanag ito sa kamangmangan, gaya ng napatunayan natin. Ang ang mga henerasyon ng mga Magi ay patuloy na nagkikita sa Cave of Treasures, mula sa antediluvian na araw bago ang Baha. Ang mga ninuno ng Magi ay nahiwalay sana sa pagsasagawa ng kanilang mga tradisyon pagkatapos ng Baha, hanggang sa pagbabalik ng ang angkan ng Ophir, Sheba, at Tarshish (sa isang lugar sa paligid ng 2200 B.C.). Bahagi ng dahilan ng kanilang pagbabalik ay ang pagtupad sa kanilang layunin bilang Magi. Ang mga account na ito hindi maaaring idiskonekta at ang Revelation of the Magi ay nagpapatunay lamang sa kanila.

Ang ginto ay mula sa Lupain ng Ginto, at sa Halamanan ng Eden; ang lupain ni Adan, kung saan ginawa niya ang kanyang unang alay na ginto, kamangyan, at mira. Dinala ng Reyna ng Sheba ang eksaktong mga donasyong ito sa proyekto ng Templo, na nagbibigay din ng mga ito mga mapagkukunan, bilang si Haring Hiram, ang Admiral ni Solomon, sa parehong oras (1Ha. 10). Ito ay dahilan din kung bakit nagtayo si Solomon ng bagong daungan at hukbong-dagat, upang maglakbay sa mapanganib na paglalakbay ng napakalaking distansya, para sa mga mapagkukunan na nakahanay sa mga pader ng Hardin ng Eden sa orihinal na Holy of Holies ni Yahuah (na nananatili pa rin). Ang mga Pantas ay pagsunod sa kaugaliang ito bilang katuparan ng tipan sa Bibliya ng hula. Ito ay aktuwal na Kasaysayan ng Pilipinas, mula sa paglikha hanggang 970 B.C., at pasulong hanggang sa unang siglo, na lahat ay nag-uugnay, at hindi maaaring ihiwalay. Ito ay malalim, nais na kamangmangan sinasabing ang Pilipinas ay walang kasaysayan hanggang 1521.

RotM 4:7b *...dala mo ang kaniyang sariling dalisay na mga kaloob, na inilagay sa Yungib ng mga Yamang Nakatago. Mga misteryo sa Bundok ng mga Tagumpay ng iyong mga ama, pumunta ka kung saan ka dinadala ng kanyang liwanag, ang bituin.*
RotM 13:8 *At muli, dalhin ninyo ang kayamanan na inilagak sa kuwebang ito ng inyong mga ninuno. at [magpatuloy sa kagalakan] at sambahin ang [tekstong nawawala] Ako ay ipanganganak na parang tao.*
RotM 16:2 *At kami ay naghanda kasama ng aming buong kampo, at ng aming mga pagkain, at kasama ng dalisay at banal na mga regalo, yaong mga inilabas natin mula sa Yungib ng mga Kayamanan ng mga Hidden Mysteries, sa na sila ay [idineposito] dati ng ating mga ninuno...*
RotM 17:4b *At kami ay nagsiparoon, na nagagalak sa aming dalisay na mga kaloob, na inilagak ng aming mga magulang sa Cave of Treasures of Hidden Mysteries sa Bundok ng mga Tagumpay.*
RotM 27:6 At kami ay naghandog sa kanya ng mga regalo na aming kinuha mula sa yungib ng mga kayamanan, na inilagak. ng ating mga ninuno mula sa kanya.

Ang kanilang mga ama (mula noong mga araw nina Adan at Seth), ay nagtabi ng mga kayamanan para sa pagdating ng Anak ni Yahuah bilang Tagapagligtas ng sangkatauhan. Kahit na ang kuweba ay hindi mapupuntahan mula sa Baha hanggang sa mga araw ng Ophir, Sheba at Tarshish (sa kanilang pagbalik), ang hulang ito ay nakaligtas sa loob ng libu-libong taon. Hindi ito dapat maging isang sorpresa sa isang iskolar ng Bibliya nang ang Awit 72:10-15 ay napakalinaw na nagdetalye ng mga Hari sa tatlong ito mga rehiyon ang siyang magsasakatuparan ng makahulang misyong ito. Si Jesus (Yahusha) ay hindi lamang isang katuparan ng tipan kay Abraham, siya ang sagisag ng nagpropesiya mula kay Adan, bilang ebidensiya ng hula sa Genesis at Jubileo.

Genesis 3:15 KJV
At maglalagay ako ng alitan sa pagitan mo at ng babae, at sa pagitan ng iyong binhi at ng kaniyang binhi; ito ay dapat bugbugin mo ang iyong ulo, at dudurog mo ang kaniyang sakong.

Jubileo 16:26
At pinagpala niya ang kanyang Lumikha na lumikha sa kanya sa kanyang henerasyon, sapagkat nilikha niya siya ayon sa Kanya mabuting kasiyahan; sapagkat alam Niya at naunawaan na mula sa kanya ay lilitaw ang halaman ng katuwiran para sa walang hanggang salinlahi, at mula sa kanya ay isang banal na binhi, upang ito ay maging katulad Niya na gumawa ng lahat ng bagay.

Hindi rin ito dapat maging kakaiba sa sinuman dahil tinukoy din ni Juan ang Mesiyas bilang ang Liwanag ng Paglikha, sinipi ang Aklat ng Jubileo (Juan 1:1-5, 9, 14; Colosas 1:15-16; Hebreo 1:2-3). Hindi nag-iisa si Juan sa doktrinang ito, pinaninindigan ni Pablo at ng mga Hebreo ito ngunit Jubilees ang pinagmulan ng konseptong ito bilang unang saksi sa lahat ng kasulatan. Sa katunayan, ito ay ang Liwanag ni Jesus (Yahusha) na ginamit upang likhain ang lahat ng bagay. kailan Ang ***Revelation of the Magi*** ay nagpapaliwanag sa mga detalye, ito ay nasa loob ng doktrina ng Bibliya sa ginagawa ito. Tatalakayin natin ito nang buong detalye sa susunod na kabanata.

Bukod pa rito, ang salin na "Mountain of Victories in the East" mula sa wikang Syriac/Aramaic ay nagmula sa salitang "zaka." Ito ay nagpapakita ng mga pagkukulang ng komunidad ng mga iskolar. Sa halip na mag-abala upang isaalang-alang na ang mga Magi ay nakilala sa isang sikat na bundok na mahusay na konektado sa banal na kasulatan at kasaysayan na pinangalanan sa Sinaunang Hebrew, ang tagapagsalin na ito ay iniwan lamang ito sa pag-aakalang maaari lamang Aramaic o katulad nito. Ito ang sinaunang bundok na kumakatawan sa isa sa apat lamang. Mga Banal na Lugar na nakahiwalay sa iba pang bahagi ng Mundo.

Kung titingnan lang niya ang Hebreong kahulugan ng salitang "zaka, זכך," ang ibig sabihin nito "malinis (6x), malinaw (1x), dalisay (1x) (H2135)." Hindi ito ang Bundok ng mga Tagumpay sa Silangan (na isang mahinang pagsasalin); ito ay ang Bundok ng Paglilinis ng Silangan. Iyon lang umaangkop sa isang summit sa buong kasaysayan: ang Bundok ng Silangan kung saan naninirahan ang Cave ng mga Kayamanan sa ibabaw ng Hardin ng Eden. Nilinis ni Adan ang kanyang sarili sa araw pagkatapos ng kanyang pagkatapon sa Bundok ng Silangan at si Enoc ay pumasok sa Halamanan ng Eden, na naghain sa parehong bundok sa loob ng Earth. Ang bundok na ito ay nakatayong mag-isa at dapat hindi kailanman nawala sa Bibliysng paradigma ng iskolar.

Gintuang Biblia sa Hardin ng Eden, Ophir at Bundok ng Silangan:

1 Cronica 29:4 KJV
Sa makatuwid baga'y tatlong libong talentong ginto, sa ginto ng Ophir, at pitong libong talento ng dalisay pilak, upang balutin ang mga dingding ng mga bahay:

2 Cronica 3:6-7 KJV
Isa pa, pinalamutian niya ang bahay (Templo ni Solomon) ng mga mamahaling bato; at ang ginto ay ginto mula sa Parvaim. Binalot din niya ng ginto ang bahay–ang mga biga, ang mga pintuan at ang mga dingding nito at ang mga ito mga pinto; at siya'y nag-ukit ng mga kerubin sa mga dingding.

Ang sipi mula sa Aklat ng Mga Cronica ay lumilitaw na nalilito. Ganyan karaming iskolar ang titingin dito.. Sa halip, nakikita natin ito bilang kinang na hindi nasusukat. Ang mga dingding ng Templo ni Solomon ay binalutan ng ginto mula sa Ophir, hindi, ang ibig kong sabihin Parvaim. Ano ang pagkakaiba? wala naman. Pareho sila ng lugar. Kung kailan sinusuri namin ang mga pangalang ito sa Hebrew, ang Parvaim/Sepharvaim ay Sephar, parehas din ang Ophir. Ophir. Nasaan ang Sephar kung saan lumipat si Joktan at mga anak? Sa Silangan, ang Malayo Silangan. Ito ang parehong lokasyon ng Ophir at ang Halamanan ng Eden, lalo na mula noon Ang Sephar ay isang sanggunian sa Puno ng Buhay.

Hebreo: Parvaim: *Parvayim:* **פרוים*: Oriental regions;*** *Silangan o silangan at isang pangkalahatang termino para sa silangan. Malamang Ophir. Pinaikling anyo ng Cepharvayim na nangyayari sa Syriac at Targum Jonathan para sa "Sephar" ng Genesis 10:30. 1X lang nagamit.* [1]

Sa Dead Sea Scrolls, mayroon kaming kumpirmasyon ng konseptong ito. Noong si Noah ay ipinanganak, ang kanyang ama, si Lamech, ay nais ng kumpirmasyon na ang kanyang anak ay ganap na tao, mula noon kakaiba ang itsura niya. Si Noah ay perpektong nilikha upang dalhin ang DNA ng mga lahi sa pamamagitan ng Baha, sa kanyang angkan. Gayunpaman, nagpasiya ang ama ni Lamech na si Matusalem na bisitahin ang kanyang ama ama, si Propeta Enoc. Sa panahong ito, si Enoc ay nanirahan sa Halamanan ng Eden. Sa fragment na ito sa ibaba, ang lugar na iyon

[1] *"Parvaim." Smith's Bible Dictionary, International Standard Bible Encyclopedia, ATS Bible Dictionary, Easton's Bible Dictionary, Strong's #H6516. BibleHub.com.*

ng entrance ng Garden ay kilala rin bilang Parwain o Parvaim. Talagang walang "V" sa Sinaunang Hebreo, kaya pareho ang mga ito. Lalabas sana si Enoc sa Hardin dahil si Methuselah ay hindi papayagang pumasok.

Genesis Apocryphon Fragment. 1QapGen, 1Q20. Hanay II.
Ang bungang ito ay itinanim mo at ng walang estranghero o Tagamasid o Anak ng Langit... [Bakit] ang yong mukha ay nagbago at nanlumo, at bakit ang iyong espiritu ay nababagabag nang gayon... Ako ay nagsasalita sa iyo sa totoo lang.' Pagkatapos, ako, si Lamec, ay tumakbo kay Metusela na aking ama, at sinabi ko sa kanya ang lahat ng mga bagay na ito. [At Hiniling ko sa kanya na puntahan si Enoc] na kanyang ama dahil tiyak na matututunan niya ang lahat ng bagay mula sa kanya. Sapagkat siya ay minamahal, at nakabahagi siya sa kapalaran [ng mga anghel], na nagturo sa kanya ng lahat ng bagay. At nang si Methuselah narinig ni Enoc na kanyang ama na matutuhan ang lahat ng bagay nang totoo mula sa kanya... kanyang kalooban. Agad siyang pumunta sa Parwain at nasumpungan niya siya roon... [at] sinabi niya kay Enoc na kanyang ama, 'O aking ama, O aking panginoon, kung kanino ako... At sinasabi ko sa iyo, baka magalit ka sa akin dahil pumunta ako rito... [1]

Ang iba pang ginto sa Bibliya ay napakalinaw na nauugnay sa Tarsis at Ophir ay si Uphaz. Ito ay binanggit ni Propeta Jeremias, bilang kaakibat ng pilak, nagmula sa Tarshish, na kilala ngayon bilang Mindanao, Pilipinas, at ang ginto nagmula sa Uphaz. Hindi ba ang ginto ay mula sa Ophir? Oo, pareho sila.

Jeremias 10:9 KJV
Ang pilak na nakalatag sa mga lamina ay dinala mula sa Tarsis, at ginto mula sa Uphaz, *na gawa ng manggagawa, at ng mga kamay ng tagapagtayo: bughaw at kulay-ube ang kanilang pananamit: silang lahat ay gawa ng katusuhan mga lalaki.*

Si Daniel ay nagkaroon ng isang pangitain sa tabi ng Ilog mula sa Eden na kilala bilang Ilog Hidekel sa Genesis 2. Ito ay hindi kailanman ang Tigris (sa anumang kapani-paniwalang konteksto), kundi ang sinaunang Ilog, Silangan ng Assyria, sa sahig ng karagatan. Paano hindi malaman ng mga iskolar na ang Tigris ay ang Kanlurang hangganan ng Asiria ayon sa hangganan (kaya't, hindi silangan nito), ay tumatakas sa atin. Kahit na inilagay sa pandaraya sa maraming Bibliya, ang Tigris ay hindi kailanman binanggit sa Hebreong kasulatan. Ang Hiddekel ay binanggit nang dalawang beses, at si Daniel ay nasa Persia sa Puntong yon sa kwento. Siya ay wala kahit saan malapit sa Tigris pa rin. Siya ay nasa Silangan ng Assyria kung saan umiral ang Hiddekel at nananatili sa ilalim ng karagatan.

Sinasabi sa atin ng Genesis 2:5 ang mga kondisyon ng sistema ng Earth, kung kailan ang Hiddekel nabanggit; walang ulan sa daigdig, ngunit may umambon mula

[1] *""The Complete Dead Sea Scrolls." By Geza Vermes, Penguin Classics. p. 481-482, Column II.*
[2] *Antiquities of the Jews – Book 8.6.4. Flavius Josephus.*

sa lupa para diligan ito. Kaya naman, ang Ilog Tigris ay hindi kailanman umiral bago ang Baha, gaya ng pinagmulan nito isang lake basin, na puno ng ulan. Iyon ay isa sa mga pinaka-hindi nakakaalam na hula na mayroon kami kailanman nakita. Inaakay ng mga iskolar ng Bibliya ang kanilang mga tupa sa okultismo na doktrina ng mga demonyo, at hindi nila ito napapansin. Ang pinagmulan ay ang Sumerian Creation Myth, na isinulat ng Nephilim, hindi ng Bibliya. Sa Bibliya, ang Hardin ay itinanim sa Malayong Silangan.

Pansinin ang mga katangiang Mesiyaniko sa susunod na sipi, ng isang nilalang na may mga paa ng tanso, mga mata na parang mga lampara ng apoy, mukha na parang kidlat, at isang katawan na parang beryl. Wow! Lumilitaw ito ito ang Arkanghel mula sa Halamanan ng Eden. May nagsasabi pa ngang Mesiyas, ngunit ang malinaw na tinukoy ng talata ang isang mala-anghel na pamunuan na pinigil sa kanyang pagdating ng Demonyong prinsipe ng Persia. Walang demonyo ang makapipigil kay Hesus (Yahusha). Pansinin, ang Persia ay nasa ang paraan, tulad ng sa salaysay ng Magi.

Daniel 10:5 KJV

Nang magkagayo'y itinaas ko ang aking mga mata, at tumingin, at narito, ang isang lalake na nakadamit ng lino, na ang mga baywang ay nabigkisan ng dalisay na ginto ng Uphaz: Ang kaniyang katawan naman ay parang berilo, at ang kaniyang mukha ay gaya ng anyo ng kidlat, at ang kaniyang mga mata ay parang mga ilawan ng apoy, at ang kaniyang mga braso at ang kaniyang mga paa ay gaya ng kulay sa makintab na tanso, at ang tinig ng kaniyang mga salita ay parang tinig ng karamihan.

Ang Uphaz ay Ophir at iyon din ang lokasyon ng Hardin. Alam namin ito dahil Ang Uphaz ay ang ginto ng Ilog Pison, na pumapalibot sa buong lupain ng Havila, Pilipinas, na nangunguna sa Daigdig sa tatlong yaman ng rehiyong iyon: ginto, perlas, at ang batong Onyx. Ang Arkanghel ng Halamanan ay si Gabriel, ayon sa 1 Enoch 20:7. Siya ang Anghel ng Silangan sa Pahayag 7:2. Siya ay lumilitaw sa pagpapahid lamang gaya ng ginagawa ng Mesiyas sa Apocalipsis 2:18, kaya naman magkatulad ang kanyang anyo. Sa pangitaing ito,, suot ni Gabriel ang pinong gintiong sinturon mula sa Pilipinas, na halos kapareho ng natagpuan sa Surigao Treasure noong 1980's. Mayroon ba talataga tayong archeolohiyani Daniel at hindi man lang natin alam?

Ang Uphaz ay ang parehong salita sa Ophir, na iba-iba, na partikular na tumutukoy sa ginto nito. Ang AU ay ang kemikal na simbolo para sa ginto na nagmula sa AUpyr (Ophir). Para sa mga walang kakayahan ng pag-uugnay kay Aupyr bilang pinagmulan ng Latin na Aurea, ginawa ito ni Josephus.[2] Oo, Ophir ay ang pinagmulan ng ginto bilang ito ay Aurea, at iyon ay hindi kailanman kapani-paniwalang isang peninsula; ngunit mga isla, na hindi matatagpuan sa Malaysia o modernong India. Ito ang lugar ng mga isla ng India na kinabibilangan ng Pilipinas. Ang Uphaz ay naisalin din nang hindi wasto sa Sinaunang Hebrew at kapag naitama ay A-U-P-Z. Ang Paz ay ang salitang Hebreo para sa ginto. Iyon ay literal na "ginto, ginto" at isang derivative ng Aupyr, dahil ang mga ito ay iisang lupain. Si Uphaz ay tiyak ang ginto ng Ophir, na siyang ginto ng Lupain ng Halamanan ng Eden, napapaligiran ng ilog Pison, na siyang susi; hindi ang Tigris. Ito ang dahilan kung bakit mayroon ang lupaing ito palaging bahagi ng paradigma ng Bibliya kung alam man ito ng mga iskolar ngayon, o hindi. Ang kanilang pagkalimot sa mga katotohanan sa Bibliya ay hindi iskolar, o isang posisyon.

UPHAZ: Hebreo: **אופז**: *'Uwphaz: Pinong Ginto, ginto ng Phasis o Pison. Marahil isang katiwalian, Marahil ibang pangalan para sa* **אופיר**:*'Owphiyr: Ophir.*[1]

Halamanan ng Eden, Ang Bituin ng mga Mago, at Bundok ng Silangan Lokasyon:

RotM 6:2 *At tinuruan ni Adan si Seth na kaniyang anak tungkol sa [text missing], [at tungkol sa paghahayag] ng liwanag ng bituin at tungkol sa kaluwalhatian nito, dahil nakita niya ito sa Halamanan ng Eden nang ito ay bumaba at nagpahinga sa ibabaw ng Puno ng Buhay; at ito ay nagliwanag sa buong (hardin) bago si Adan ay lumabag laban sa utos ng Ama ng makalangit na kamahalan. 6:3 At nang siya ay lumabag laban ang utos na (ang Ama) ay itinalaga para sa kanya, ang paningin ng bituin ay inalis sa kanya, at (ito rin ay inalis sa kanya) dahil sa kanyang pagpapalayas sa Paraiso. At si Adam ang aming ang ama ay nagluksa sa (kanyang) kahangalan, na siya ay nagpakumbaba sa kanyang kadakilaan. 6:4 At siya ay malakas binalaan ang kanyang anak na si Seth, at tinuruan niya itong lumakad sa kabutihan upang makatagpo siya ng awa ang Ama ng kamahalan.*

Bilang pagpapatibay, makikita natin ang higit pang heograpikal na mga pananda sa ***Revelation of the Magi*** which serve to confirm what we have already proven. Sa bahaging may isang salaysay mula kay Seth, na ganap na banal, ay si Adan na inihula ang tanyag na Bituin, na hinulaang lilitaw sa pagsilang ng Mesiyas. Adam alam ang propesiya, at iyon ay mahusay na pinatutunayan sa Jubileo, Unang Enoc at iba pang mga teksto. Gayunpaman, kinikilala nito ang isang kaugnayan sa lokasyon ng Star, na lilitaw sa mga Mago sa Cave of Treasures sa Bundok ng Silangan na may parehong Liwanag na lumitaw sa Halamanan ng Eden sa lugar ding ito. Nawalan ng kakayahan si Adam upang makita ang Liwanag, kaya ito ay nakalaan para sa mga Magi. Gayunpaman, alam ni Adam ang tungkol dito makahulang pagbabalik. Ang Bituin na ito ay hindi ang tatawagin nating bituin, ngunit mas maliwanag at mas malaki ang kahalagahan mula noong Paglikha, bago pa man nilikha ang mga bituin.

---

[1] *"Uphaz." Hitchcock's Bible Names Dictionary, ATS Bible Dictionary, Easton's Bible Dictionary, International Standard Bible Encyclopedia, Strong's #H210, #H211. BibleHub.com.*

Mapa sa Halamanan ng Eden at Bundok ng Silangan sa Aklat ng Jubileo:

Bilang karagdagan sa 6,000 taon ng pagmamapa (Tingnan ang Panimula), mayroong higit na detalye na ibinigay sa makasaysayang pananaw ng Bibliya sa Bundok ng Silangan na ito na isinalin bilang Bundok ng mga Tagumpay. Ang Bundok ng Silangan ay nakadokumento sa Genesis at Jubilees (tulad ng nakita natin). Gayunpaman, ito ay naka-map din sa Aklat ng Jubilees, bilang ang Hardin ng Eden ay tinukoy sa Malayong Silangan sa timog-silangang hangganan ng Shem. Sa Mga Kabanata 8 at 9, itinala ni Moises ang detalye ng Dibisyon ni Noe sa Lupa.

Sinabi sa atin ni Moises na alam ni Noe na ang Hardin ay nasa Silangan ng India sa Malayong Silangan sa ang dulo ng Asya ni Shem sa timog-silangan. Pagkatapos, nang ibigay ang mana ni Ham sa teritoryo, ipinaliwanag ni Noah sa tiyak na detalye, habang si Ham ay umuusad sa Kanluran ang Americas, tumatawid sa Pasipiko hanggang sa kanan (o Silangan) ng Hardin ng Eden. Iyon ay hangganan ng Silangan at Timog, dahil matatagpuan ang Hardin sa itaas at sa Kanluran lamang nito (mapa sa p. 118).

Tinukoy ni Noah ang isang maikling distansya mula sa Hardin bilang Hilaga lamang ng Timog hangganan ng Asya, sa pagitan ng Shem at Ham, at pagkatapos, maningning niyang iniingatan ito para sa kanyang mga inapo. Itinakda niya ang hangganan sa timog-silangang Asia sa "lahat ng kabundukan ng apoy." Sa Indonesia, ito ay nananatiling Javanese konotasyon bilang Gunung Gunung Api, na ay ang pangalan ng 147 bulkan nito. Sa Ingles, ito ay "Mountains of Fire" na eksakto sa Tinukoy ni Noah. Pinangalanan niya ang mga bundok na iyon.

Sa parehong direksyon para sa Shem at Ham, ang Hardin ng Eden ay nasa Hilaga lamang ng hangganan, inilalagay ito sa loob ng Earth, sa ilalim ng Dagat Sulu ng Pilipinas. pagkakaroon inilagay ang mga kumpletong direksyong ito, na inilarawan sa dalawang kabanata, ang lokasyon ay hindi para sa debate. Ang mga sumusubok na gamitin ang mga ito bilang mga direksyon ay karaniwang hindi kailanman charted ang mga ito sa pagkakasunud-sunod, at sa gayon, nawala ang kanilang mga sarili sa gitna, hindi alam kung saan ang mga direksyon ay nauna at pagkatapos ng plot point na iyon. Huwag nating tawagin iyon bilang lohika. Ang pamamaraan sa likod ng pagmamapa at buong grid na ito ay matatagpuan sa aming aklat: Ang Aklat ng Jubilees: The Torah Calendar, na kahit na libre sa eBook sa BookOfJubilees.org, na may 52-linggong serye ng pagtuturo bilang suporta na pinamagatang: Answers In Jubilees.

Ang Pitong Bundok ng Eden ni Enoc:

Sa Aklat ng 1 Enoc (kabanata 32), ang mga Sinaunang Bundok ng Silangan ay tinutukoy bilang ang Bundok ng Eden, mahalagang. Habang ang Bundok ng Silangan ay naninirahan sa loob at nakausli sa Halamanan ng Eden, ito ay

Dibisyon ni Shem mula kay Noah. *Asya, Mula sa Jubilees 8 (Tingnan ang paglalathala ng Book of Jubilees para sa buong laki ng detalyadong mga mapa ng kulay)*

Dibisyon ni Shem mula kay Noah. *Asya, Mula sa Jubilees 8 (Tingnan ang paglalathala ng Book of Jubilees para sa buong laki ng detalyadong mga mapa ng kulay)*

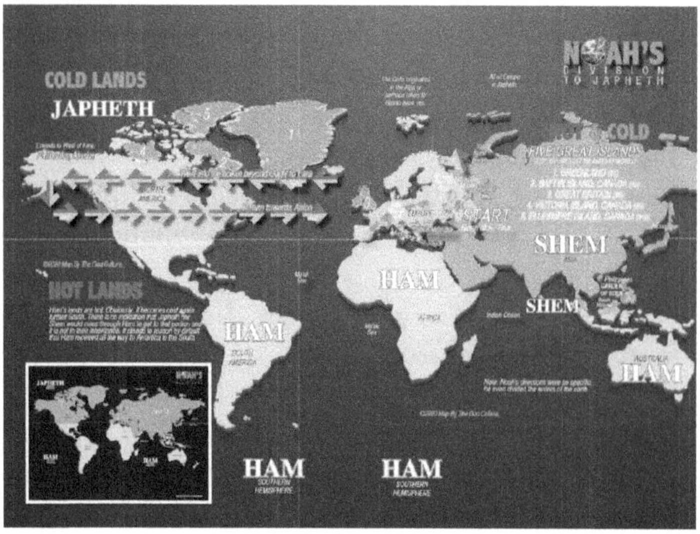

Dibisyon ni Shem mula kay Noah. *Asya, Mula sa Jubilees 8 (Tingnan ang paglalathala ng Book of Jubilees para sa buong laki ng detalyadong mga mapa ng kulay)*

NOAH'S DIRECTIONS TO THE GARDEN OF EDEN FROM THE BOOK OF JUBILEES

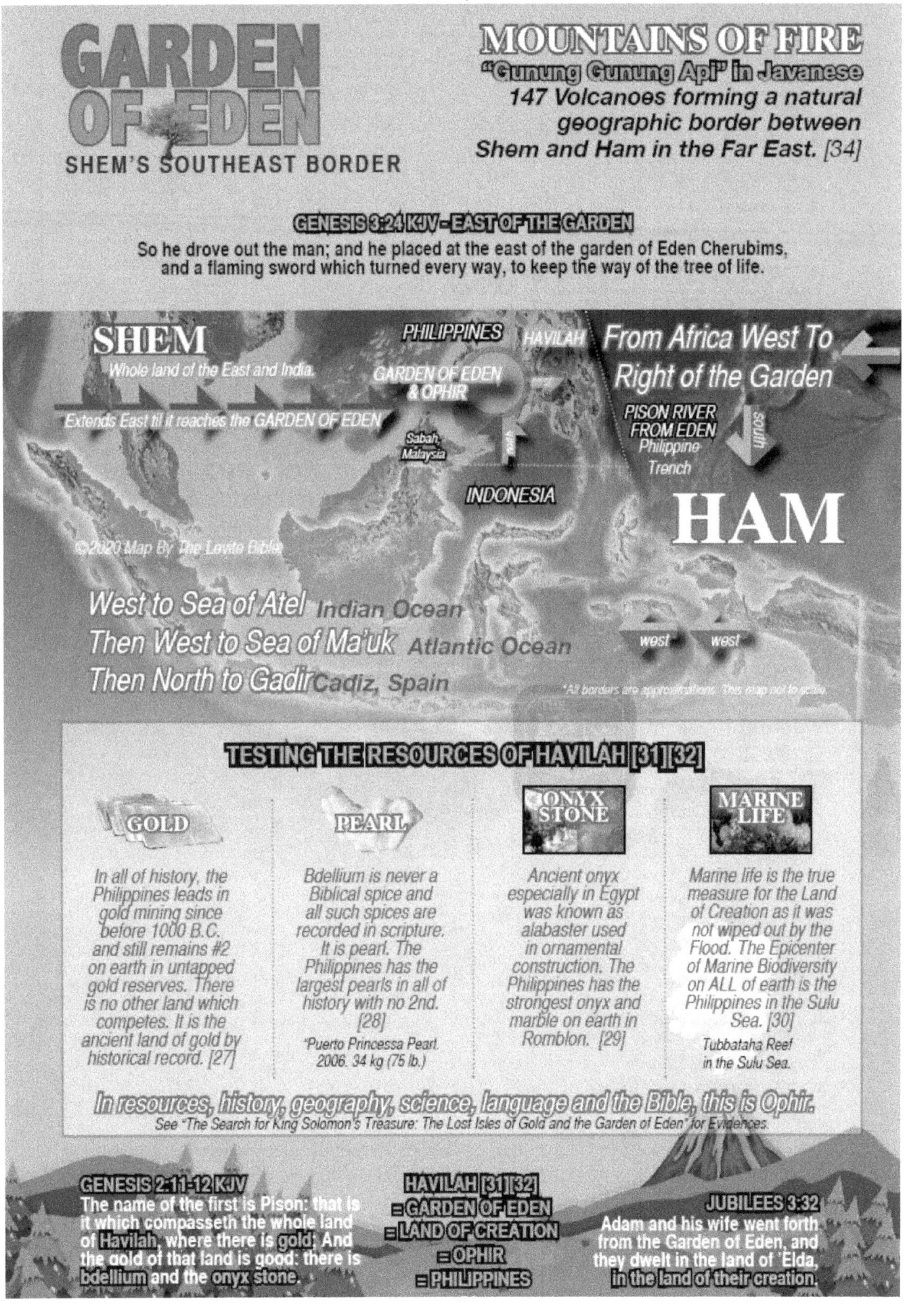

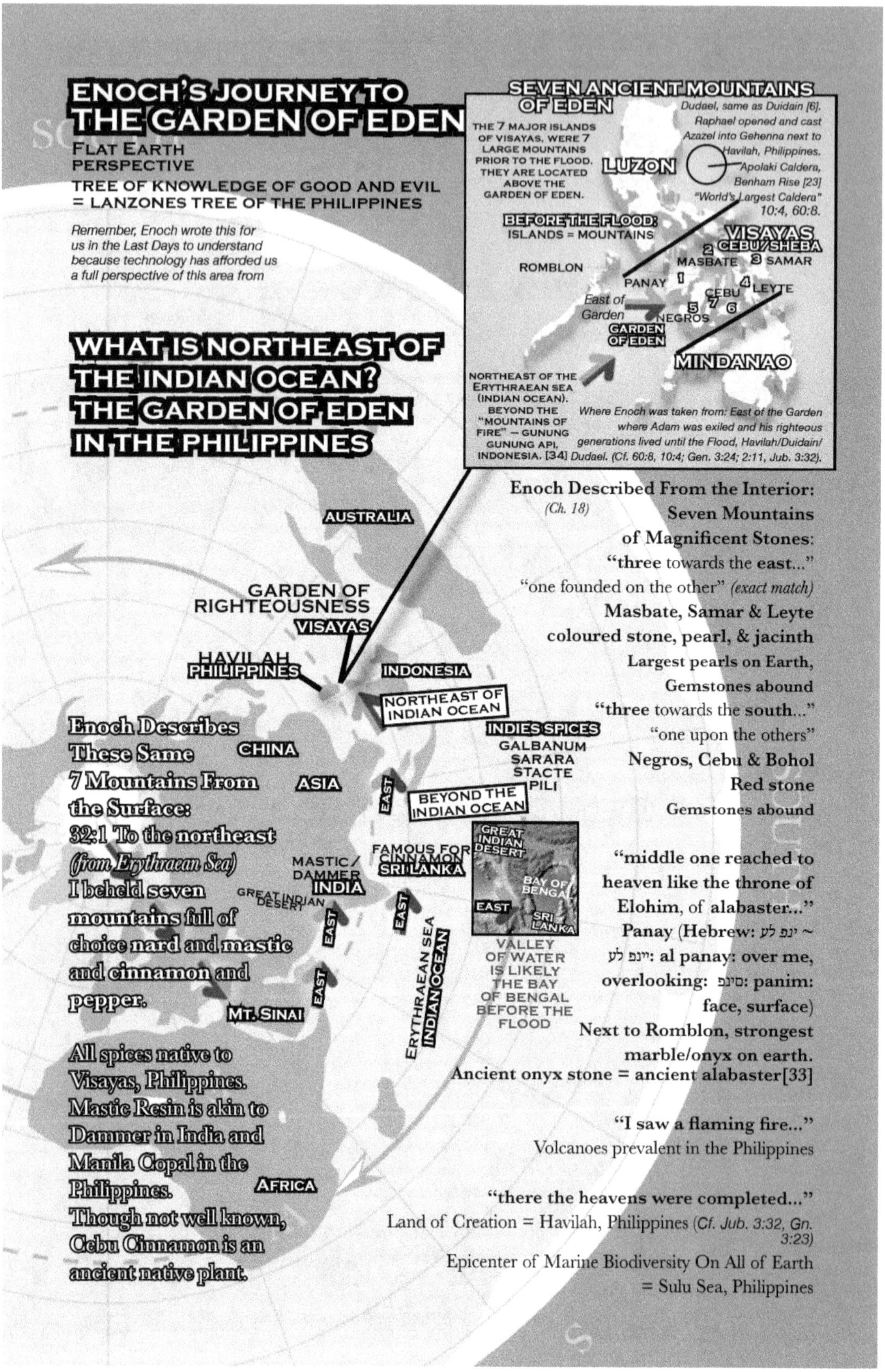
ENOCH'S JOURNEY TO THE GARDEN OF EDEN
FLAT EARTH PERSPECTIVE
TREE OF KNOWLEDGE OF GOOD AND EVIL = LANZONES TREE OF THE PHILIPPINES
Remember, Enoch wrote this for us in the Last Days to understand because technology has afforded us a full perspective of this area from
WHAT IS NORTHEAST OF THE INDIAN OCEAN? THE GARDEN OF EDEN IN THE PHILIPPINES
SEVEN ANCIENT MOUNTAINS OF EDEN
THE 7 MAJOR ISLANDS OF VISAYAS, WERE 7 LARGE MOUNTAINS PRIOR TO THE FLOOD. THEY ARE LOCATED ABOVE THE GARDEN OF EDEN.
LUZON
Dudael, same as Duidain [6]. Raphael opened and cast Azazel into Gehenna next to Havilah, Philippines.
Apolaki Caldera, Benham Rise [23] "World's Largest Caldera" 10:4, 60:8.
BEFORE THE FLOOD: ISLANDS = MOUNTAINS
VISAYAS
2 CEBU/SHEBA
ROMBLON
MASBATE
3 SAMAR
PANAY
1
4 LEYTE
CEBU
East of Garden
5
7
6
NEGROS
GARDEN OF EDEN
MINDANAO
NORTHEAST OF THE ERYTHRAEAN SEA (INDIAN OCEAN). BEYOND THE "MOUNTAINS OF FIRE" — GUNUNG GUNUNG API, INDONESIA. [34]
Where Enoch was taken from: East of the Garden where Adam was exiled and his righteous generations lived until the Flood, Havilah/Duidain/Dudael. (Cf. 60:8, 10:4; Gen. 3:24; 2:11, Jub. 3:32).
AUSTRALIA
GARDEN OF RIGHTEOUSNESS
VISAYAS
HAVILAH PHILIPPINES
INDONESIA
NORTHEAST OF INDIAN OCEAN
INDIES SPICES
GALBANUM SARARA STACTE PILI
CHINA
ASIA
EAST
BEYOND THE INDIAN OCEAN
Enoch Describes These Same 7 Mountains From the Surface:
32:1 To the northeast (from Erythraean Sea) I beheld seven mountains full of choice nard and mastic and cinnamon and pepper.
MASTIC/ DAMMER
INDIA
GREAT INDIAN DESERT
FAMOUS FOR CINNAMON
SRI LANKA
GREAT INDIAN DESERT
BAY OF BENGAL
EAST
SRI LANKA
EAST
EAST
EAST
ERYTHRAEAN SEA
INDIAN OCEAN
VALLEY OF WATER IS LIKELY THE BAY OF BENGAL BEFORE THE FLOOD
MT. SINAI
All spices native to Visayas, Philippines. Mastic Resin is akin to Dammer in India and Manila Copal in the Philippines.
AFRICA
Though not well known, Cebu Cinnamon is an ancient native plant.
Enoch Described From the Interior:
(Ch. 18)
Seven Mountains of Magnificent Stones:
"three towards the east..."
"one founded on the other" (exact match)
Masbate, Samar & Leyte
coloured stone, pearl, & jacinth
Largest pearls on Earth,
Gemstones abound
"three towards the south..."
"one upon the others"
Negros, Cebu & Bohol
Red stone
Gemstones abound
"middle one reached to heaven like the throne of Elohim, of alabaster..."
Panay (Hebrew: ינפ לע ~ יינפ לע: al panay: over me, overlooking: םינפ: panim: face, surface)
Next to Romblon, strongest marble/onyx on earth.
Ancient onyx stone = ancient alabaster[33]
"I saw a flaming fire..."
Volcanoes prevalent in the Philippines
"there the heavens were completed..."
Land of Creation = Havilah, Philippines (Cf. Jub. 3:32, Gn. 3:23)
Epicenter of Marine Biodiversity On All of Earth = Sulu Sea, Philippines

1. Naglatag si Michael ng 9 na bundok kung saan naninirahan si Gabriel sa Halamanan ng Eden. Si Gabriel ang namamahala sa Hardin ayon kay Enoch.
2. Tinukoy niya ang layout tulad ni Enoch na may 7 kabundukan sa Visayas ng Eden plus 2- Luzon at Mindanao idinagdag. Ang mga isla bago ang baha ay mga bundok.
3. Binanggit niya ang Shinar at ang paglipat ng mga matuwid sa isang malayong lupain na pilak at ginto. Ito ang paglipat ng Ophir, Sheba, at Tarshish sa tanyag na lupain ng Pilak at Ginto na ipapangalan sa mga patriarkang ito. Ito ay nangyari sa panahon ng Babel at sila ay pumunta sa Sephar (Puno ng Buhay sa Halamanan ng Eden) at sa Bundok ng Silangan (Banal na bundok sa Halamanan ng Eden). Gen. 10:26-30Ito ang Modernong Pilipinas.
[Tingnan ang Ang Paghahanap Para sa Kayamanan ni Haring Solomon para sa Buong Posisyon]

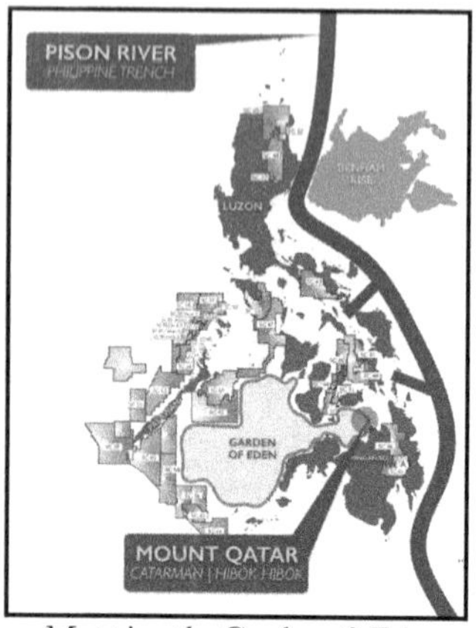

Mapping the Garden of Eden shape by the presence of oil pockets.

simpleng unawain; ang parehong bundok sa Mount of the East, sa modernong Pilipinas. Nagbibigay si Enoch eksaktong heograpiya sa kanyang paglalakbay sa Hardin ng Katuwiran, na nararapat na Hilagang silangan ng labasan ng Indian Ocean (mapa sa p. 120). Yan ang Pilipinas. Pagkatapos, nag-aalok siya ng kamangha-manghang detalye na ang mga bundok na ito sa itaas ng Hardin ay naka-orient ayon sa heograpiya, eksakto sa pitong pangunahing isla ng Visayas. Bago ang Baha, ang mga isla ay mga bundok.

Tinukoy pa niya ang mga mapagkukunan, na isang perpektong kaugnayan sa parehong pitong ito mga isla, kabilang ang alabastro. Sa sinaunang Ehipto, natagpuan ang alabastro sa arkeolohiko digs tests as brown or yellow marble onyx stone.[1] Nagkataon lang ang Romblon Island ay umiiral mismo kung saan sinabi ni Enoch, at ito ang kabisera ng mundo para sa pinakamalakas na onyx at marble stone sa Earth.[2] Ang buong posisyong ito ay makikita sa video form sa mga platform ng God Culture kasama ang aming app, at sa The First Book of Enoch: Ang Pinakamatandang Aklat sa Kasaysayan, magagamit nang libre sa eBook sa FirstEnoch.org. Ang Bundok ng hindi dapat nawala ang East sa scholarship. Ito ay naitala at matatagpuan sa buong libu-libong taon sa Pilipinas na may pumapayag na mga mapagkukunan at mga marker na lahat ay nakahanay.

Ang Siyam na Bundok ng Silangan ni Michael:

Mga Salita ng Arkanghel Michael: (4Q529,6Q23), fr. 1: [3]

Mga salita ng aklat na itinuro ni Michael sa mga anghel... Sinabi niya: Natagpuan ko roon ang mga dibisyon ng apoy... [at nakita ko doon] ang siyam na bundok: dalawa sa silangan, at dalawa sa kanluran, at dalawa sa hilaga. at dalawa sa so]uth. Nakita ko doon ang anghel Gabriel . . . parang pangitain. [Tapos] ipinakita ko sa kanya ang pangitain. At sinabi niya sa akin:... sa mga aklat ng aking Panginoon, si Yahuah ng sanlibutan, nasusulat: Narito,... sa pagitan ng mga anak ni Ham at ng mga anak ni Sem. At masdan ang aking Panginoon, si Yahuah ng sanlibutan... nang sila... ang punit mula sa... At narito, ang isang lungsod ay itinayo sa pangalan ng aking Panginoon, [Yahuah ng mundo, at doon] lahat ng kasamaan ay gagawin sa harap ng aking Panginoon, si Yahuah [ng sanlibutan]... At ang aking Guro, si Yahuah ng mundo, ay aalalahanin ang kanyang nilikha... [at] aking Guro, si Yahuah ng mundo, [magiging] maawain sa kanya at sa kanya... ang lalaki ay nasa

---

[1] *"Alabaster, Mineral." and "Marble, Rock." By Editors of Encyclopaedia Britannica. Encyclopaedia Britannica. Updated Jan. 24, 2018 and Jan. 24, 2020.* [2] ***a.*** *"ROMBLON: 8 Awesome Places You Should Visit in Romblon!" Our Awesome Planet. Sept. 7, 2016.* ***b.*** *"The Romblon Marble." Ellaneto Tiger Marble Trader, Romblon. 2010.* ***c.*** *"Marvelous Marble" By Robert A. Evora. Manila Standard. Jan. 16, 2014.* [3] *The Complete Dead Sea Scrolls in English. Revised Edition. By Geza Vermes. Penguin Books. London, NY. Revised 2004. Originally Published 1962. p. 556.*

malayong probinsya... siya, at siya sasabihin sa kanya: Narito ito... para sa akin pilak at ginto... At sasabihin niya:... [at] ang taong matuwid...

Ang Mga Salita ng Arkanghel Michael ay isang fragment mula sa Dead Sea Scrolls. Hindi ang isa ay gumawa ng kaso para sa induction nito sa modernong Canon, ngunit ito ay nakaligtas sa loob ng libu-libong taon, at natagpuan sa kung ano ang napatunayan bilang Canon ng Bibliya. Kahit bilang pangalawang pagsubok sa kasaysayan at heograpiya, ang account na ito ay nagsusuri ng tumpak. Kami alam nitong Siyam na Bundok ng Silangan ay naglalarawan sa lugar sa itaas lamang ng Hardin ng Eden, dahil doon naninirahan ang Arkanghel Gabriel sa Lupa, ayon sa 1 Enoc 20:7 (mapa sa p. 121). Naratipikahan na natin iyan ay ang makabagong Pilipinas at ito ang mga Bundok ng Silangan. May isa sa loob ng rehiyong ito na kilala bilang The Mount of the East at sisiyasatin natin iyon.

Kapag sinusuri ang mga ito, ito ay ang pitong bundok ng Visayas o Eden (bilang Tinawag ito ni Enoch), kasama ang dalawa pa. Ito ay nagiging napakalinaw kapag nag-zoom out sa mapa ng Pilipinas. Kahit na napakaraming isla, ang dalawa na idadagdag sa pito ay malinaw na Luzon at Mindanao, na katumbas ng siyam. Ito ay medyo madali, at ang topograpiya at mga deposito ng mineral ng mga posisyon ay nagsasama-sama. Ang malayong lalawigan ay ang Pilipinas, kung saan si Ophir at ang kanyang matuwid na Magi ang mga kapatid ay lumipat bago ang pagbagsak ng Babel. Ito ang dahilan kung bakit nag-ugnay ang mga linggwista maraming salita mula sa mga wikang Filipino na nagmula sa Sinaunang Hebreo. Ang Bundok ng Silangan ay nasa Pilipinas, Hilagang Silangan ng Malay Peninsula at Hilaga ng Borneo, pati na rin tinukoy sa mga sinaunang tekstong ito.

Paghahanap ng Bundok ng Silangan sa Pilipinas:

Ang susunod na lohikal na pag-unlad pagkatapos na mahanap ang Hardin ng Eden sa ilalim ng Dagat ng Sulu sa loob ng lupa, ay upang mahanap ang Bundok ng Silangan. Naniniwala kami na kaya naminng hanapin din ito, kahit na hindi ito magiging kasing-siyentipiko gaya ng nauna. ginawa namin mapa ng mga bulsa ng langis, na binabanggit na kung saan ang mga ito ay malamang na hindi ang lokasyon ng Hardin, kaya nagpapakita ng hugis na humahantong sa isang isla sa Silangan at sa Hilaga lamang ng Mindanao. Ang impormasyong ito ay nakakahimokat Pison River karapat-dapat ng pagsusuri. Kapag sinubukan mo ito, maaari kang pumunta sa parehong konklusyon. Suriinnatin ang ibang rendering ng Ang sakripisyo ni Enoc sa Halamanan ng Eden.

Jubileo 4:25 *(Rabi-Kohan Shalomim Y. Halahawi, Ph.D, N.H.T. Min.)*
At siya (Enoch) ay nagsunog ng insenso ng santuwaryo, (kahit) matamis mga Mount Qatar pampalasa na katanggap-tanggap sa harap ng Panginoon sa Bundok Qater.[1]

Tinutukoy ni Rabi-Kohan Halahawi ang Bundok ng Silangan, binanggit sa Aklat ng Jubilees sa pangalan, bilang Bundok Qater/Qatar. Bakit ito pinangalanang ganito? Si Enoc ay naghandog ng usok sa bundok na ito gaya ng ginawa ni Adan sa kanyang pagkatapon. Gayundin, sa Kabbalah (kung saan maaaring kasangkot ang Rabbi), ang pinakamataas na baitang ng Puno ng Ang buhay ay pinangalanang Keter, na parehong salita. Hindi namin sinusunod ang Kabala at tinatanggihan ito sa lahat ng kahulugan, ngunit ang Hebreo ay Hebreo pa rin at kapaki-pakinabang sa kasong ito.

Hebreo: Qatar: קטר: *mag-alay ng usok, insenso.*[1]

Tinutukoy ni Rabi-Kohan Halahawi ang Bundok ng Silangan, binanggit sa Aklat ng Jubilees sa pangalan, bilang Bundok Qater/Qatar. Bakit ito pinangalanang ganito? Si Enoc ay naghandog ng usok sa bundok na ito gaya ng ginawa ni Adan sa kanyang pagkatapon. Gayundin, sa Kabbalah (kung saan maaaring kasangkot ang Rabbi), ang pinakamataas na baitang ng Puno ng Ang buhay ay pinangalanang Keter, na parehong salita. Hindi namin sinusunod ang Kabala at tinatanggihan ito sa lahat ng kahulugan, ngunit ang Hebreo ay Hebreo pa rin at kapaki-pakinabang sa kasong ito.

Mt. Hibok Hibok (Hiboc-hiboc volcano):
Hebrew: hiboch!: !היבוך ~ !היבוך: *isang mahalagang kahulugan (sa isang lalaki) ay mapahiya!*[2]

Paano ito posibleng mangyari? Paano magiging direct and matching ang Hibok (Hiboch). salitang Hebreo na ang ibig sabihin ay "paumanhin" (partikular sa isang tao, tulad ni Adan, halimbawa). Sa pagsasalin, ito ay Mount Sorry! Paumanhin! may mga tandang padamdam kahit, at sa wikang Hebreo, ito ay isinalin: Hiboch! Hiboch! Hindi ba si Adam napahiya nang gumawa siya ng sakripisyo sa pagbabayad-sala sa mismong bundok na ito, pinangalanan para sa kaganapang ito? Siyempre, ito ay sapat na imposible, hanggang sa isaalang-alang mo na mayroong isang pangalawang internasyonal na pangalan para sa kaparehong bundok na ito: Mt. Catarman. Catar o Qatar? As in smoke sacrifices? Gaya sa Bundok ng Silangan kung saan lumipat si Ophir at saan naghain sina Adan at Enoc?

---

[1] *""Mt. Qatar." "Developing and Establishing Effective Leadership for a Prosperous Edenic Hebrew Civilization. A Manual and Manifest for Laying the Foundations to the Eternal Kingdom of Yahwah." By Rabi-Kohan Shalomim Y. HaLevi, Ph. D, D. Div., O.R. Thrpst. S.A.C. 2004. p. 32.*
[2] *"Hiboch!" pealim.com #3963-lehiboch.*

Google Earth Data Attribution per Fair Use Act: Kasama sa mga mapang ito ang data mula sa: Maxar TechnologiesData SIO, NOAA, U.S. Navy, NGA, GEBCOTerraMetricsData LDEO-Columbia, NSF, NOAAAirbusImagery mula sa mga petsa:12/14/2015–newerTandaan, ang ilang nakikitang koleksyon ng imahe ay may hindi alam na impormasyon ng petsa.

Mt. Catarman (Mt. Hibok Hibok International Name):
Hebreo: Qatar: *קטר: tmag-alay ng usok, insenso.*[1]
Hebreo: Maan: *מען: layunin, layunin.*[2,3]
Ang Aming Interpretasyon: Nilayong Gumawa ng Mga Sakripisyo ng Usok

Kami ay tumatawid sa ganap na imposibleng teritoryo dito. Isang bundok na may dalawang mga pangalang lumilitaw na nagmula sa Hebreo na kapuwa sa kahulugang tumutulay sa una ni Adan sakripisyo ng pagbabayad-sala. Nakakapilit yan.

Shir sa Pilipinas:

Gayundin, binanggit namin ang antediluvian Mount of the East ay hindi lamang ang pinakamataas summit, ngunit ang buong isla ng Camiguin. Kung bibisitahin mo ang lugar na ito, makikita mo ito ay isang tunay na paraiso, kahit na para sa mga sinaunang tao. Sa Camiguin ay marami kang makikita freshwater spring, hot spring at maging soda spring. Ito ay mayaman sa agrikultura at napakasagana sa kung ano ang maaaring maging Puno ng Kaalaman ng Mabuti at Masama; ang puno ng Lanzones. Mas matamis na iba't ibang Lanzones (kung saan sikat ang Camiguin), taglay ang gayong alamat, dahil ito ay orihinal na tinukoy bilang lason, kaya ang salitang Lason' mula sa diyalektong Tagalog ng Pilipinas. Tinukoy ni Enoch ang punong ito bilang may mga dahon na katulad isang puno ng carob at prutas na tumutubo bilang mga bungkos ng ubas (1En. 32).

Napakalapit sa Isla ng Camiguin sa Hilagang Mindanao, mayroong isang malaking probinsya kilala sa kasaysayan bilang Surigao na may Siargao (Shir-gaw) Island din. Mayroon ang mga mapa kinilala ito bilang isang sinaunang rehiyon na may pangalang Shir. Nagkataon lang? Ang pangalan nagmula sa lokal na wikang Waray na lubhang nagsisiwalat.

sirak: Waray: *Sunlight, Sunshine. Ibang porma: sirahi, sirahan, siring. sirot, sirong, sirom.*[4]
suri: Waray: *To jest, manukso o magbiro.*[4]

Nakatutuwang ang Surigao/Siargao (Shir-gaw) ay nagmula sa salitang Waray "sirak" na nangangahulugang "liwanag ng araw o sikat ng araw." Isipin na ang kahulugan na ito ay humahantong sa ang Land of Light. Ang pangalang ito ay isinalin sa Griyego, kahit na sa apokripal na aklat: Karunungan ni Sirach/Ben Sira, mula sa 1611 KJV. Sa Hebrew, ang anyo na iyon ay sirah *(סרה: Çirâh: pag-alis ng isang*

---

[1] "Qatar." Strong's Concordance #6999. BibleStudyTools.com. [2] Ma'an." Strong's Concordance #4616. BibleStudyTools.com. [3] "Mai: Maon or Main ." abarim-publications.com. [4] 3NS Corpora Project Waray Dictionary.

bukal, Gesenius' Hebrew-Chaldee Lexicon H5626). Gayunpaman, ito rin ay humahantong sa atin sa Shir mula sa propesiya ng Pilipinas sa Isaias 42:10 ***(H7891: shîyr: שִׁיר)*** sa makahulang Lupain ng Awit na ito.

Sa kanyang mga tala sa gilid tungkol kay Shir, binanggit ni Landau ang Gnostic Gospel mula sa Nag . Binanggit ni Hammadi ang isang "Bundok Shir" kung saan nakahiga ang arka ni Noah. Mga balahibo ng kabayo!

Tunay na hindi marunong bumasa at sumulat kung angkinin ang Lupain ng Shir ay isa na ngayong bundok sa kanluranng Asia, at kalimutan na hindi iyon ang Malayong Silangan o matinding Silangan ng mundo, na ang tinutukoy sa Apocalipsis ng mga Mago. Bakit daw scholars pa dumaan sa mga rutang hindi marunong magbasa? Mas alam ni Landau. Binanggit din niya, sa Epiko ng Gilgamesh, ang pag-angkin ng mga Nephilim sa kanilang paglapag sa arka, na hindi si Noah (bagaman hindi niya napagtanto iyon). Nakapatong ito sa Mt. Nasir. Una, hindi Shir si Nasir at ano kakila-kilabot na paglalaro ng salita. Bakit ba banggitin pa. Muli, alam niyang nasa loob ang Shir na ito extreme East (sa Revelation of the Magi), at gayunpaman, hindi man lang kinikilala ni Landau na ang Turkey, na matatagpuan sa Kanlurang hangganan ng Asya, ay hindi ang Malayong Silangan sa ANUMANG paradigm, EVER! Hinawakan lang niya ang ScholarScramble wordplay, at ipinagpalagay ito ay isang pang-akademikong paliwanag (samantalang matatawag itong mga normal na tao kung ano ito: isang may kapansanan at hindi makatwirang hula). Ang Google Earth at Google Maps (kanan) ay talagang nakakuha ng ebidensyang ito, kahit papaano. Hindi namin makumpirma kung bakit, ngunit sa Camiguin Island, Pilipinas, na matatagpuan sa pinakamataas na bundok, ang Mount Hibok Hibok, kinikilala at nilagyan ng label ng Google ito ay "Bundok ng Silangan." Paano ito posible? Marahil, dahil ito ang katotohanan.

Wala kaming ideya kung sino ang nagdagdag nito sa Google Earth, ngunit hindi iyon maaaring maging data madaling manipulahin. Wala kaming alam na iba na nagpatunay sa bundok na iyon bilang ang Biblikal na Bundok ng Silangan. Ito ay paninindigan na hindi namin inaasahan, at maaaring ang ilan panlilibak, ngunit sa larangan ng pananaliksik, ito ay karapat-dapat tandaan bilang lohikal na patotoo ng endorsement ang ating tuklasin.Pansinin, kinilala ng Google ang "Encloser of the Mount of the East" sa kalagitnaan sa gilid ng Mt.Hibok Hibok.

Ito ang aktwal na larawan mula sa Google Earth, at hindi namin ito binago o kahit na nagdagdag ng mga marka. Pinalaki lang namin at pinutol ito para magkasya sa space, at iyon lang. Ang salitang "encloser" ay walang dapat ikatuwa, dahil ito ay isang para sa pagsubaybay sa volcanic gas (para sa pag-aaral), ayon sa U.S.G.S. Gayunpaman, bakit tinatawag ba ito ng Google na "Bundok ng Silangan?" Malinaw, ito ay isang siyentipikong label ng mga siyentipiko na nag-aaral ng aktibidad ng bulkan doon. Ngunit muli, bakit tinutukoy ng mga siyentipiko ito bilang "Bundok ng Silangan?" Ito ay imposible.

Tiyak na maaari nating asahan ang isang may pag-aalinlangan na opinyon tungkol sa paghahanap na ito. Marahil ito ay box para sa Silangan ng Isla ng Camiguin, maliban sa Bundok Hibok Hibok ay matatagpuan sa Hilagang kanlurang bahagi ng isla. Marahil ito ay nasa silangang bahagi ng Hibok Hibok, na ay may label, maliban na hindi rin iyon ang kaso. Ang label ay nasa Kanlurang bahagi ng sikat na bundok. Walang East tungkol dito. Ay ang isla sa silangang hangganan ng Pilipinas? Hindi. Ang pagkakakilanlan, "Bundok ng Silangan", ay nagmula sa mga ito sinaunang mga manuskrito: Genesis, Jubilees, 1 Enoc, Mga Salita ng Arkanghel Michael, at Ang Yungib ng Kayamanan.

Gayunpaman, natagpuan din namin ang isang sanggunian sa Ophir sa Bibliya, bilang Bundok Ophir, sa pagsulat, Pseudo-Philo (26:11). Ang pinagmulan ng isa sa mga espesyal na bato, na kumakatawan ang mga Tribo ng Israel, na nagpapatunay sa Exodo 28:18-19. Bagaman hindi banal na kasulatan (na tayo ay nasubok, sa puntong ito), at isang mapanlinlang na titulo (dahil wala itong kaugnayan sa Philo anupaman), ang sulat na ito ay nagsisilbing isa pang saksi, at paninindigan ng kung ano ang Alam at napatunayan na namin. Ang pinakamahalagang banal na bundok sa Pilipinas ay ang Bundok ng Silangan, gaya ng nakita na natin sa maraming teksto. Si Sephar ay ang destinasyon ng Ophir at magkakapatid. Ang Sephar ay ipinahayag sa Griyego bilang Sophir sa Ang Septuagint, at sa Revelation of the Magi, ay lumilitaw na Shir din. Bundok Sephar at ang Bundok Ophir ay iisang dako: ang Bundok ng Silangan.

"At ang ukit sa ikasiyam na bato ay gawang butas mula sa Bundok Ophir, at doon ay nakasulat "tribo ni Gad," at ito ay parang agata." –Pseudo-Phil 26:11 [1]

Ang Pilipinas ay talagang sikat sa agata na bato, na naitala nang maraming beses sa Espanyol kasaysayan, at ang Filipino bead trade ng unang panahon ay dokumentado sa malayo at malawak, maging ang lahat ng daan patungo sa mga bansang Mediterranean. Pansinin ang pagtukoy na ito sa batong tinutusok, bilang isang butil.

"Ang ilan ay nagsusuot ng mga string ng mahahalagang bato–cornelian at agata; at iba pang mga asul at puting bato, na mataas ang pagpapahalaga nila." –Antonio de Morga, 1609 [2]

Habang ang mga mapagkukunan ng sinaunang Ophir ay napupunta na sa Gitnang Silangan at Africa bago pa man magtayo si Solomon ng hukbong-dagat (Awit 45:9; Job 22:24, 28:16), hindi kataka-taka na ang sikat na ito bato mula sa Pilipinas ang ginamit sa

---

[1] "The Old Testament Pseudepigrapha, Vol. 2: Pseudo-Philo." Edited By James H. Charlesworth. Doubleday, New York. 1985. p. 311. [2] De Morga, Antonio. History of the Philippine islands: From their discovery by Magellan in 1521 to the beginning of the XVII Century; with description of Japan, China and adjacent countries. Translated by Blair and Robertson. Ohio: The Arthur and Clark Company. 1907. [3] Mindat.org. Rosario-Bunawan District, Caraga Region By Co-O Mine. Kolb, J. & Hagemann, St. (2009): Mineralium Deposita 44, 795-815. [4] "Chronicles of Jerahmeel." By M. Gaster. Oriental translation fund, London. 1899.

Israel. Ito ay mula sa Bundok Ophir, tulad ng ginto at ang mga mapagkukunan ng templo ay. Ang agata ay teknikal na kilala bilang chalcedony, isang klasipikasyon ng kuwarts. Ngayon, nagmimina sila ng chalcedony sa lugar ng Shir (Surigao/Siargao/Shir-gaw) sa ang rehiyon ng Caraga, bukod sa iba pang operasyon ng pagmimina sa Luzon at Palawan.[3]

Ang Bundok Ophir ay isang sanggunian sa Pilipinas, hindi mapag-aalinlanganan. Hindi, ang British Ang rebranding ng Gunung Ledang sa Malaysia noong 1801 ay tinatawag na pandaraya, bilang mga Malay tinanggihan ang claim na iyon. Kahit na ang kanilang departamento ng turismo ay nagpapanatili ng kanilang totoo, sinaunang pangalan pa rin. Ang Ophir ay isang isla, hindi kailanman isang peninsula sa anumang mapagkakatiwalaang sanggunian (na kasama si Ptolemy, na nagtangkang muling tukuyin ang isang bagay na hindi niya magawa). Itinuwid din ni Magellan si Ptolemy at ang iba pa, na dapat malaman ng mga iskolar.

Ang lupain ng mga mapagkukunan na ito ay talagang katumbas sa isang katulad na kuwento, na nagbibigay ng lupaing ito ng mga mamahaling bato gaya ng Havila, na hindi dapat magulat kaninuman, gaya ng Ophir at Tinukoy ni Havilah ang parehong Isles of Gold, dahil binanggit sa Genesis 2. Parehong Ang Pseudo-Philo at ang Mga Cronica ni Jerameel ay gumagamit ng Havila bilang pinagmumulan ng mahalaga mga bato (na hindi mapapahalagahan). Ito ay pinagtibay sa mga sinulat ni Job, Mga Awit, at Genesis. Tinukoy ito ng mga Cronica ni Jerameel bilang Havila, na may bdelium at onyx mga bato, katulad din ng paglalarawan sa Genesis 2. Ito ang Lupain ng Halamanan ng Eden, (hindi ang mula kay Ham), at ito ay nasa Pilipinas, gaya ng Bundok Ophir. Ang mga ito inilalantad ng mga account na ang mga Amorite ay nakakuha ng mga mapagkukunan (na malamang nagnakaw sila, kung totoo). Anuman ang aktwal na pagiging makasaysayan ng mga account sa ang mga librong ito, saan nakuha ng mga manunulat ang heograpiyang ito? Ang okulto ay hindi humahantong sa Havilah, Pilipinas, pinipigilan ito, gaya ng ginagawa ng Papa.

"Ang mga mahalagang bato ay dinala nila mula sa Havila, kung saan matatagpuan ang bdelium at ang onix. Ito ang mga batong ginamit ng mga Amoreo para sa kanilang mga diyus-diyosan."
–Jerahmeel 57:14 [1]

"Ang mga mahalagang batong iyon, kasama ng mga kristal at papuri, ay dinala mula sa lupain ng Havila; at may pierced style sila. At ang isa sa kanila ay pinutol sa itaas, at ang isa ay parang batik-batik nagniningning ang chrysoprase sa kanyang paghiwa na para bang ibinunyag nito ang tubig ng malalim na nasa ilalim nito. At ang mga ito ay ang mga mahalagang bato na taglay ng mga Amorrheo sa kanilang mga santuwaryo, na ang halaga nito ay hindi maaaring tinatantya..."
–Pseudo-Philo 25:11 [1]

Ang Pseudo-Philo ay muling naglalarawan ng higit pa sa isang butil, dahil ito ay tinusok. Gumagamit siya ng kristal, na kuwarts, mahalagang. Nagmimina sila ng quartz sa napakaraming lugar sa Pilipinas (ayon sa mindat.org, na naglilista ng mga kumpanya ng pagmimina at kanilang mga lokasyon para sa mapagkukunang ito), na kung ang isa ay magtanong, hindi sila kailanman nagsagawa ng isang onsa ng pananaliksik. Gayunpaman, habang binabanggit niya ang papuri kasama nito, pinaliit nito ito. Iyon ay ang katulad ng agata o chalcedony, na kasalukuyang kinukuha sa Caraga Rehiyon/Sinaunang Shir ng Pilipinas.

Sa katunayan, pansinin ang iba't ibang prase na nakalista bilang CHRYSoprase/ chrysoprasus, na kulay berde. Ang pinanggalingan ba ng pangalang iyon ay hindi ang sikat na Isle of Chryse *(χρυσός: ginto sa Greek)* alin ang Ophir? Wow!!! Kahit na ang Wikipedia ay alam ang kapanganakan na iyon sa wika. Sa katunayan, kahit na bihira, ang Chrysoprase, sa modernong panahon, ay mina sa maramingmga bansa, wala sa mga ito ang may sinaunang kasaysayan ng pagmimina gaya ng Pilipinas, na mayroon ding kulay berdeng kuwarts. Walang sumubok ng mga pirmang kemikal noong sinaunang panahon upang pag-iba-ibahin ang mga terminong mas tinukoy ngayon. Kung saan ang Chronicles ng Jerahmeel Ang unang natukoy na agata ni ay nagmula sa Bundok Ophir, nang maglaon ay nilinaw ang Bundok na iyon Ang Ophir ay Havila, gaya ng pagkakatumbas sa kanila. Ipinasiya ni Jerahmeel na iyon ay ang sinaunang Havilah ng Genesis 2. Ito ay ang Pilipinas.

Spring of Purification sa Camiguin Island, Philippines:

Bilang ***Revelation of the Magi*** documents, nilinis ng Magi ang kanilang sarili sa isang spring, bago umakyat sa sagradong bundok, upang marating ang Cave of Treasures. Tamang-tama ito sa Bundok Hibok Hibok. Sa timog-silangan ng bulkan, makikita natin ang Sa-ay Cold Spring sa malapit na Katibawasan Falls. Pag-usapan ang tungkol sa isang kurbatang sa Magi. Sa Hebrew, ginamit ni David šay, שַׁי (H7862), tatlong beses sa Awit na nangangahulugang "kaloob, mga regalo."

Tinatawag na Magting ang lugar sa timog lang doon. Ang pamagat na iyon ay posibleng ilan nalalabi ng mga Magi, ayon sa wika. Habang tinutuklasan natin ang mga kahulugang ito, ito ay manservant sa Bisayan, na tiyak na tumutukoy sa paraan kung saan inilarawan ang mga Magi.

Magtiting: Bisayan: *manservant.*[2]
Magtiting: Tagalog: *magsama-sama.*[1] ***matingnán: Tagalog:*** *makatingin sa isang bagay.*[1]

Sa Tagalog, taglay nito ang kahulugan, "to be able to look at something", at "magsalu-salo." HINDI ba dito nagtitipon ang mga Mago sa simula ng bawat buwan, ayon sa Pahayag ng mga Mago? Wow! Hindi ba sila kilala sa pagmamasid sa

---

[1] Tagalog.com, Retrieved Oct. 2, 2024. [2] Binisaya.com, Retrieved Oct. 2, 2024. [3] "Soro Soro." Godofredo U. Stuart Jr., M.D. StuartXchange. [4] 3NS Corpora Project Waray Dictionary. [5] "Baara." Abarim Publications. [6] "Beyond the volcanoes: a brief guide to Camiguin." By Henrylito D. Tacio. GMA News. Published January 12, 2013.

Bituin? Bilang karagdagan, ang isa pang pagkakataon ay ang isang label, "Tingnan sa Eden" sa tabi nito. Lahat ang mga lokasyong ito ay nasa loob ng isang rehiyon na tinatawag na Soro Soro, na tila isang sanggunian sa isang halamang gamot, na nagbubunga ng anti-human coronavirus, anti-cancer, anti-HIV, anti inflammatory, anti-diabetic properties, ayon kay Dr. Stuart.[3] Ang halaman ba ng Magi na sa lugar na ito, marahil? Maaari lamang mag-isip ang isa.

Sa Timog-kanluran ng bundok ay ang Tuasan Falls kasama ang Sto. Nino Cold Spring malapit kung anong pangalan ang bago. Ang pagsamba sa batang si Hesus ay hindi ayon sa Bibliya; Lumaki siya. Ang anyo kung saan Siya dapat sambahin ay ang Kanyang niluwalhati, na hindi magagawa mailarawan sa pamamagitan ng likhang sining. Ang rebultong ito na dinala ni Magellan noong 1521 (kasama ang orihinal na matatagpuan pa rin sa Cebu), ay kinikilala sa arkeolohiya bilang isang diyos ng mga Griyego Kayamanan (Ploutus), sa anyo ng bata, mahigit 400 taon bago isilang ang Mesiyas. Ang kanyang imahe ay isang eksaktong tugma; kasama nito ang kanyang ina. Siya ay ang pagkakahawig ng ang tawag ng mga lokal kay Mama Mary. Ang parehong imahe niya ay ginamit din sa pagsamba sa ang patutot ng Babilonya, mga siglo bago nito (Semiramis). Hindi kailanman sinabi ng Pigafetta's Journal na tinanggap ng mga Pilipino ang idolo na iyon bilang Hari ng Cebu. Isang pinunong Hindu mula sa Sumatra (na nasa pamunuan ng Pilipinas) tinanggap at itinaguyod ang idolatriya; hindi siya Filipino sa ninuno. Tatanggihan sana ng mga Mago ang anumang uri ng pagsamba, na nagpapaliwanag kung bakit kailangang durugin ng Simbahang Katoliko ang Pilipinas, kahit na alisin anumang makasaysayang.

Ang Camiguin ay mayroon ding lugar na pinangalanang Bura, sa base ng kanlurang bahagi ng Hibok Hibok, kung saan matatagpuan ang Bura Soda Spring. Ito ay hindi kapani-paniwala! Sa Waray, ngayong Soda Spring tila sapat na binibigyang-kahulugan bilang bura, ibig sabihin ay "bula." Sa tagalog, ang ibig sabihin ng bura "mga markang naiwan sa pamamagitan ng pagbura," na katulad ng kahulugan ng Hebreo. Siyempre, iyon ay maaaring maging isang positibong kahulugan dahil ang paglilinis ay isang pagbura ng ating mga kasalanan. Ito ba ay isang pagtukoy sa isang kasaysayan ng mga Mago na mabubura ng mga mananakop ng lupaing ito? Sa Hebrew, ito ay talagang tumatagal ng isang direksyon na halos hindi kapani-paniwala. Kapag ang isang tao ay kumonsumo o naglinis, hindi ba ito isang pagtatalaga ng paglilinis? Sa katunayan, sa kahulugang ito, ito ba ay paglilinis sa pamamagitan ng mga latay, o mga sugat na natamo ng ating Tagapagligtas? Ito kaya ay "The Spring of Purification" ng Revelation of the Magi? Iyon ay malamang. Wow! Ito ay napakaraming "pagkakataon" upang huwag pansinin.

***burá: Tagalog:** erasure marks.*[1]

***burá: Waray:** bula.*[4]

bara: בערה: ubusin o linisin. bihirang salita para sa apoy, mamimili o yaong natupok.[5]

***Si Baara** na asawa ng isang **Benjaminita (1 Cron. 8:8). Ang pangalang Baara** ay nagmula sa **pandiwang** בער (ba'ar), ibig sabihin alinman sa magpasiklab o, sa halip ay hindi mabait, maging hangal (tumutukoy sa mga baka), o kahit na alisin ang kasamaan mula sa lupain.*[1]
***chabburah:** חבורה: bughaw, pasa, sugat, guhit, sugat; O chabburah {khab-boo-raw'}; o chaburah {khab-oo-raw'}; mula sa chabar; maayos, nakatali (na may mga guhit), ibig sabihin, Isang weal (o black-and-blue markahan ang sarili) -- asul, pasa, sugat, guhit, sugat. (Strong's Exhaustive Concordance, H2250).*

Sa katunayan, ang Camiguin ay lubhang kakaiba sa buong Earth. Meron pang bulkan kada kilometro kuwadrado doon kaysa sa iba pang isla sa mundo.

"Sa pitong bulkan, nakuha nito ang pagkakaiba sa pagkakaroon ng pinakamaraming bilang ng mga pormasyon na iyon bawat kilometro kuwadrado kaysa sa alinmang isla sa mundo." [2]

Dahil ang pagpapatuloy na ito sa mas malalim na pananaliksik ay kadalasang isang paglalakbay sa wika, alam natin ang Bundok ng Silangan, ang Halamanan ng Eden at ang Lupain ng Ginto ay umiiral at hindi kathang-isip. Walang haka-haka na kailangan para sa naturang konklusyon. Ito ay palaging rehiyon tinatawag natin ang Pilipinas sa buong kasaysayan. Ito ay katulad ng Bundok ng mga Tagumpay sa Silangan at Lupain ng Shir sa matinding Silangan sa Pahayag ng Magi. Ito ay naglalaman ng Cave of Treasures na may Spring of Purification sa base nito gaya ng nararapat. Mayroong dalawang malakas na pagpipilian para sa tagsibol na iyon, kahit na sa mga nakaligtas na pangalan. Ang pinagmulan ng salitang Magi sa mga wikang Filipino ay tiyak din. Ang mga datos na ito ang mga punto ay sumasalamin sa kung ano ang pinatutunayan ng napakalaking kasaysayan. Ang heograpiya ng Awit 72 ay nagpapatunay tumpak bilang ang pinagmulan ng Magi mula sa Mateo 2. Ang aming teksto ay nagsisilbing pagsamahin ang mga banal na kasulatang ito sa pag-unawa, na nagdadala ng mga paputok na paghahayag na hindi maaaring mangyari epektibong hinamon. Ito ay masyadong napakalaki.

Makakahanap tayo ng affirmation sa kasaysayan at iba pang mga teksto na maaaring hindi Bibliya, ngunit ito paghahatid ng parehong data na nagpapatunay sa sinaunang pag-unawa. Kung ano ang nagiging napakalinaw na ang Vatican ay hindi nagsasabi ng totoo dito. At best, natalo sila ito, at ang kamangmangan ay hindi dahilan para makalimutan ang lokasyon ng Halamanan ng Eden, Lupain ng Ginto, at pinagmulan ng mga Mago. Mayroon silang Revelation of the Magi para sa 1,200 taon, kahit na tumatangging ilabas ito sa publiko sa isang kilalang wika. Yung pattern ay hindi maikakaila mula sa isang simbahan na sinunog ang mga tagapagsalin sa stake para sa paggawa nito sa kasaysayan. Hindi makukuha ng isang

[1] "Baara." Abarim Publications. [2] "Beyond the volcanoes: a brief guide to Camiguin." By Henrylito D. Tacio. GMA News. Published January 12, 2013.

tao na masakop ang karamihan sa mundo sa pagnanakaw ng mga mapagkukunan, lupa, at mga kasaysayan at hindi papanagutin sa gayong mala-satanas na pag-uugali. Oras na natin napagtanto ito ng lahat at naninindigan para sa katotohanan.

Giant "parol" star, ang sentro ng Pagdiriwang ng Pasko sa Pilipinas. AdobeStock.

RotM 21:9 *"At muli, ipinaalam ko sa inyo, sa inyong mga ninuno, at maging sa sinaunang lahi mo, ang iyong kalayaan, dahil ikaw ay mula sa lahi ng liwanag."*
RotM 21:10 *"...dinamitan ko ang aking sarili ng iyong anyo, upang sa pamamagitan nito ay aking magawa wakasan at lipulin ang lahat ng nagpapahirap sa iyo at sa iyo mga manghuli."*
"At palalayain ko kayo ng may pag-ibig, at ng katotohanan, ng dalisay tubig, at ang kapanganakan ng Espiritu Santo..."
Kinumpirma sa Mateo 12:42; Lucas 11:31

Kabanata 7: Ang Propesiya ng Bituin ng Mesiyas

Noong bisitahing ang Pilipinas sa panahon ng Pasko (na talagang na tatlo o apat na buawan)tatlo o higit pang buwan), hindi makikita ng isa ang Christmas Tree sa puso ng pagdiriwang. Sa halip, ang parol Star ang sentro ng mga dekorasyon. Ito ay hindi isang Katolikong kasanayan, at hindi rin ito ang maliit na bituin sa ibabaw ng puno. Hindi, ito ay isang higanteng Bituin ipinapakita sa loob at labas ng maraming bahay. Sinindihan nila ang mga ito, ngunit nag-iisa sila bilang isang solong elemento na hindi nangangailangan ng lahat ng iba pang mga trappings ng Pasko. Bakit ang Pilipinas kaya itinakda sa isang Bituin sa harapan ng kanyang pagtalima? Wala talagang iba. Ito ay simpleng hulaan kapag alam ng isa na ito ang mismong lupain ng mga Magi na nakakita ang Bituin sa Silangang langit, sa Pilipinas kung saan ang account ay ating susubukin.

Sa katunayan, dapat magtaka kung bakit ang Pilipinas ang may pinakamahabang selebrasyon Lupa para sa kapanganakan ng Mesiyas. Iyan din, ay hindi Katoliko. Sinimulan nila ang kanilang panahon sa Setyembre at nagtatapos sa pagsilang ng Mesiyas pagkalipas ng tatlong buwan. Ang kasukdulan ay Three Kings' Day o Epiphany. Oo naman, ang Simbahang Katoliko ang nag-inject ng okulto Pasko sa maling oras ng taon, kasama ang maling Mago, at maling Hesus (Yahusha). Nagdaragdag sila ng kahit na mga elemento ng okultismo na malayo sa banal na kasulatan sa pagpapaganda.

Sa ating kabanata na pinamagatang Kailan Ipinanganak si Jesus? (10), ilalatag namin ang timeline Si Lucas ay lalo na nag-iingat para sa kapanganakan ng Mesiyas sa Kapistahan ng Bibliya ng Shavuot noong Hunyo, wala kahit saan malapit sa Disyembre. Ang Kanyang kamatayan at muling pagkabuhay ay sa panahon ng Pista ng Tinapay na Walang Lebadura. Ang lohikal na dahilan para sa precedence ng tatlong buwan ay ito Ikot ng kapistahan. Si Hesus (Yahusha) ay pinatay sa Unang Araw ng Tinapay na Walang Lebadura sa Abib (Marso-Abril). Ipinanganak siya sa Shavuot noong Hunyo (Tingnan ang Kabanata 10). Iyon ay isang mahaba pagdiriwang kung saan inilagay Niya ang Kanyang sarili sa mga Kapistahan ng Bibliya. Ang pagsasanay na ito ay maaari hindi kailanman lumilipas, at hindi sa alinmang kasulatan. Maging si Pablo ay nagdiwang ng mga Kapistahan na ito sa Bagong Tipan na ipinangaral din niya.

Sa Magi Isles, ang Simbahang Katoliko (ang manghuli na sumakop sa kanila), halatang kinuha ang tatlong buwang pagdiriwang at inilipat ito sa okultong Pasko (dating kilala bilang Saturnalia), ang pagsilang ng Kanyang kaaway at ang diyos ng araw ng marami mga pangalan (tulad ng Mithra). Hindi ba dapat batiin natin ang: "Maligayang Mithras" sa halip? Bagama't sira na ngayon, makikita natin ang mga batayang elemento ng kasanayang ito sa Ikot ng Spring Feast. Kahit na ang mananakop ay hindi maalis ang malalim na kaalaman ang DNA ng Pilipino, na mga Magi. Malapit na ang paglabas ng Pilipinas mula sa kapangyarihan ni Satanas. Ang pagsasanay ng pagsasama ng isang higanteng Bituin sa kaarawan ng Si Jesus (Yahusha) ay dapat asahan sa Isles of the Three Kings.

Gayunpaman, ano ang alam natin tungkol sa Bituing ito sa hula? Para sa panimula, ang aklat ni Matthew ay hindi lamang ang account ng Magi. Nang sipiin ni Mateo ang Aklat ng Mga Bilang, ang Aklat ng Mga Awit, at ang Propetang si Jeremias, nakakahiya ang isang iskolar ng Bibliya ay maglakas-loob na mag-claim na ito ay nag-iisa at samakatuwid ay dapat na bale-walain bilang teolohiya, o kasaysayan. Ito ang pananaw ng isang hindi naniniwala, at nagdidiskonekta ng mga elemento sa pag-atake, sa halip na ipagkasundo ang mga katotohanang sapat na nag-uugnay. Ang unang propesiya sa modernong Bibliya Canon ng isang Bituin na kumakatawan sa pagdating Ang Messiah ay literal na nasa Torah na isinulat ni Moses. Karamihan sa mga pastor ay sinipi ito ngunit nakalimutan ito ay ang account ng Magi (sa bahagi). Hindi lang ito ang ganoong account.

Bilang 24:15-17 KJV
Kaya kinuha niya ang kanyang orakulo at sinabi: "Ang sabi ni Balaam na anak ni Beor, At ang pananalita ng taong nadilat ang mga mata; Ang pananalita ng nakikinig sa mga salita ng Diyos, At may kaalaman sa Kataas-taasan, Sino ang nakakakita ng pangitain ng Makapangyarihan sa lahat, Sino ang bumagsak, na nakadilat ang mga mata: "Nakikita ko Siya, ngunit hindi ngayon; Nakikita ko Siya, ngunit hindi malapit; Isang bituin ay lalabas mula kay Jacob; Isang setro ang babangon mula sa Israel, At hampasin ang noo ng Moab, At lipulin ang lahat ng mga anak ng kaguluhan.

Ilang beses na nating narinig mula sa pulpito, sa mga kwento ng Pasko, at mga pana-panahong kanta na mayroong Bituin ng Bethlehem sa pagsilang ng Mesiyas? Ang Bibliya hindi kailanman binanggit ang isang Bituin ng Bethlehem kahit isang beses. Ang Bituing ito ay lumitaw sa Malayong Silangan at pinangunahan ang Magi sa Bethlehem, kung saan ito nagpahinga, makalipas ang dalawang taon, ngunit hindi pa rin ang Bituin ng Bethlehem. Walang salaysay na tumuturo sa isang Bituin na kahit na lumitaw sa Bethlehem ngunit isa na nakikita lamang sa Silangan. Ang mga astrologo ni Herodes (at maging ang mga Pariseo) ay hindi nakita ang Bituin. Ito ay hindi isang konstelasyon o paggalaw ng mga planeta o anumang bagay na katulad nito, dahil ito ay lumitaw sa loob ng dalawang taon sa kalangitan at ito ay gumagalaw pagbabago ng direksyon nang hindi bababa sa tatlong beses. Iyan ay hindi isang bituin sa anumang pagkakaunawaan natin mayroon sa paraan ng kanilang paggalaw, kabilang ang isa na nangyayari lamang bawat ilang libo taon (kung talagang umiiral ang ganoong bagay). Kaya, ano ito?

Una, sa propesiya ni Balaam, ang "Kanya" dito ay matatag na darating ang Mesiyas. Hindi tayo lingid sa sinumang iskolar na magdedebate niyan. Nakikita Siya ni Balaam prophetically sa hinaharap, hindi sa kanyang panahon at siya ay minamasdan siya sa malayo mula sa kanyang sarili bilang isang Bituin, literal. Alam natin na si Hesus (Yahusha) ay nagmula kay Jacob/Israel mula sa Tribo ni Juda, gaya ng tinukoy ng hula nang maraming beses. Alam din natin ang Ang "setro" ay isang kilalang pagtukoy sa Mesiyas sa hula. Gayunpaman, paano maaari bang maging Bituin si Jesus (Yahusha)? Banal na kasulatan ba iyon? Ito ay tiyak na hindi Gnostic at anumang Sinasabi ng iskolar na ito ay hindi marunong bumasa at sumulat ng napakalaking mga sanggunian sa Bibliya.

Alam nating darating Siya sa anyo ng isang Bituin, dahil ang Bituing ito ay lumabas sa linya ng dugo ni Jacob; isang tao sa anyong tao bilang isang Bituin, literal. Ito ay pinagtibay sa Tipan ng Judah 24 sa interpretasyon.1 Ang mga numero ay aktuwal na sinisipi ang tekstong iyon, na gayundin kinikilala ang Mesiyas hindi lamang bilang ang Bituin ni Jacob, kundi bilang ang "Araw ng Katuwiran." Si Jacob at Israel ay hindi kailanman kinakatawan ng isang Bituin sa anumang iba pang paraan. Ang tinatawag na "Bituin ni David" ay isang kathang-isip ng banal na kasulatan upang ipasok ang okulto. Kung Hudyo ay tunay na Kanyang mga tao, kailangan nilang yakapin si Jesus (Yahusha) panahon. Siya ay ang tanging Bituin ni David. Sinaway ng Bibliya ang kanilang bituin sa pagsamba, na hindi kumakatawan sa Mesiyas, bilang bituin ni Chiun o Remphan (Amos 5:26; Gawa 7:43).

Ang anim na puntos ay sataniko sa simbololohiya mula sa mga sinaunang relihiyong Misteryo lalo na (Ishtar/Semiramis/Baphomet). Ito ay dalawang pyramids–ang isa ay nakaturo pataas at ang isa ay pababa. Iyon ay ang sinaunang satanic moto "Tulad ng nasa itaas, kaya sa ibaba" equating Yahuah at satan. Makikita mo ang partikular na relihiyon, sa pinagmulan at pamumuno, upang maging ang mismong mga nagsisikap na nakawin ang pagkakakilanlan ng Israel bilang Apocalipsis 2:9 at 3:9 ay nagbabala. Sinusubukan din nilang dukutin ang pinagmulan ng mga Magi bilang kanila Ang mga ugat ng Kabbalah at Persian Zoroastrianism ay nagtataguyod ng maling Magi. Sila ay ang mga mananakop (o hindi bababa sa, naka-embed sa loob). Walang dapat umasa sa mga sinungaling na ito kasalukuyang wastong makasaysayang interpretasyon, at lalong hindi tumpak na exegesis sa Bibliya. Gayunpaman, maraming iskolar ang nagpapaliban sa mga manlilinlang na ito.

Ang Bituin ay hindi isang konstelasyon, ni isang planetaryong pagkakahanay, at hindi rin tayo imbestigahan ang "pekeng espasyo." Ang Kanyang Bituin ay higit sa kanilang lahat, ayon sa Pahayag ng ang Magi (RoTM), at iyan ay pinagtitibay sa maraming paraan sa banal na kasulatan. Hindi dapat ganito banyaga sa sinumang mananampalataya sa Bibliya. Si Jesus (Yahusha) ang katuparan ng propesiya na ito, at walang iba. Ito ay HINDI okulto, o Gnostic.

Tipan ng Judah 24 Charlesworth (RH Charles 4:20)[1]

"At pagkatapos nito ay lilitaw para sa iyo ang isang Bituin mula kay Jacob sa kapayapaan: At ang isang tao ay babangon mula sa aking mga inapo tulad ng Araw ng katuwiran, lumalakad kasama ng mga anak ng tao sa kahinahunan at katuwiran, at sa kanya ay hindi masusumpungan ang kasalanan. At ang langit ay mabubuksan sa kanya upang ibuhos ang espiritu ng biyaya sa iyo. At

[1] *"Testaments of the Twelve Patriarchs: Judah 24:1-2." Edited By James H. Charlesworth. The Old Testament Pseudepigrapha: Apocalyptic Literature & Testaments. p. 801.*

kayo ay magiging mga anak sa katotohanan at kayo ay lalakad sa kanyang una at huling digri. Ito ang Shoot ng Diyos na Kataas-taasan, ito ang bukal para sa buhay ng lahat ng sangkatauhan. Tapos liliwanagin niya ang setro ng aking kaharian, at mula sa iyong ugat ay lilitaw ang Sanga, at sa pamamagitan nito ay lilitaw, babangon ang tungkod ng katuwiran para sa mga bansa, upang humatol at iligtas ang lahat na tumatawag sa Panginoon."

Mga Tala: Isang mosaic ng eschatological expectations batay sa Num 24:17, Mal 4:2, Ps. 45:4 (sa LXX) at Isa 53:9. CD 7:11-20. Para sa bituin, TLevi 18:3.1.

Sa katunayan, tiyak na alam ito ni Propeta Malakias. Sa katunayan, mukhang siya nga pagbabasa ng Testamento ng Juda habang sinisipi niya ang terminong ito na "Araw ng Katuwiran."

Malakias 4:2 KJV

Ngunit sa inyo na natatakot sa aking pangalan ay sisikat ang Araw ng katuwiran na may kagalingan sa kanyang mga pakpak; at kayo'y magsisilabas, at magsisilaki na parang mga guya sa kulungan.

Bukod pa rito, ang parehong salaysay na ito ng propesiya ni Balaam tungkol sa pagdating ng Bituin ang Mesiyas Mismo ay natagpuan sa Dead Sea Scrolls noong 4Q175 [Vermes, p. 527-528] gayundin ang War Scroll 11:6 [Vermes, p. 176].

Orakulo ni Balaam na anak ni Beor. Oracle ng lalaking tumatagos ang mata.

Oracle niya na nakarinig ng mga salita ng Diyos, na nakakaalam ng karunungan ng Kataas-taasan at nakikita ang pangitain ng Makapangyarihan sa lahat, na nahuhulog at nabuksan ang kanyang mga mata. Nakikita ko siya pero hindi ngayon. Nakikita ko siya pero hindi malapit. Isang bituin ay lalabas mula kay Jacob at isang setro ay lilitaw mula sa Israel; dudurugin niya ang mga templo ng Moab at sirain ang lahat ng mga anak ni Set (Bil. 45:15–17).[1]

Ito ay kinumpirma rin sa The Testament of Levi.2 Si Jesus (Yahusha) ay tinatawag na "bago saserdote" na sa pamamagitan niya ay mahahayag ang lahat ng salita ni Yahuah. Bumangon ang kanyang Bituin sa Langit, at ang Langit ay bumukas, eksakto kung paanong nasaksihan mismo ng Apocalipsis ng mga Magi. Ang Liwanag na ito ay nangingibabaw sa lahat ng mga ningning at kumikinang na parang araw. Ang Mesiyas nagmula sa "Templo ng Kaluwalhatian" na ipapalagay ng isa ay Langit. gayunpaman, iyon ay higit na malamang na ang Halamanan ng Eden gaya ng pinatutunayan ng Revelation of the Magi. Nagpahinga siya sa ibabaw ng tubig (tulad ng pinatutunayan ng Revelation of the Magi sa pagmamasid, gayundin sa Kanyang pananalita sa mga Mago). Habang ang mga Mago at mga

---

[1] *"Testimonia or Messianic Anthology: 4Q175: 9-13" The Complete Dead Sea Scrolls in English. By Geza Vermes. Penguin Books. 1962. Revised Edition 2004. p. 135. p. 527-528.* [2] *"Testaments of the Twelve Patriarchs: Levi 18:3." Edited By James H. Charlesworth. The Old Testament Pseudepigrapha: Apocalyptic Literature & Testaments. p. 794.*

mananampalataya sa buong mundo ay sumunod kay Hesus (Yahusha), Ang Israel ay nabawasan sa kamangmangan (Ez. 16:27–30; Gal. 3:14; Rom. 11:25). Nananatili iyon totoo hanggang ngayon. Dahil nasa Kanya ang mga susi ng kamatayan at Hades (Apoc. 1:18), ang Inner Earth, kasama ang Halamanan ng Eden, bubuksan Niya ang Halamanan ng Eden, na magbibigay sa atin ng daan sa Puno ng Buhay (Apoc. 2:7, 22:2, 14). Iyan ay sagana sa banal na kasulatan.

Testament of Levi: 18:3, Charlesworth (RH Charles 5:13)[2]

At ang Panginoon ay magbabangon ng isang bagong saserdote, na kung saan ang lahat ng mga salita ng Panginoon ay mahahayag, siya ay isasagawa ang kahatulan ng katotohanan sa ibabaw ng lupa sa loob ng maraming araw, at ang kanyang BITUIN ay sumisikat salangit na parang hari, na nagniningas ng liwanag ng kaalaman, gaya ng araw na naliliwanagan ng araw. At siya ay purihin ng buong mundo. Ang isang ito ay sisikat tulad ng araw sa lupa, aalisin niya ang lahat ng kadiliman sa silong ng langit, at magkakaroon ng kapayapaan sa buong lupa. Ang langit ay magagalak na mainam sa Kanyang mga kaarawan, at ang lupa ay magagalak; mapupuno ang mga ulap na may kagalakan, at ang kaalaman ng Panginoon ay ibubuhos sa lupa gaya ng tubig sa mga dagat. At ang mga anghel ng kaluwalhatian ng presensiya ng Panginoon ay magagalak sa pamamagitan niya. Ang mga langit ay bubuksan, at mula sa templo ng kaluwalhatian, ang pagpapakabanal ay darating sa kanya, na may isang makaamang tinig, na parang mula kay Abraham hanggang kay Isaac, at ang kaluwalhatian ng Kataas-taasan ay sasambulat sa kanya. At ang diwa ng pang-unawa at pagpapakabanal ay mananatili sa kanya sa tubig. Sapagkat gagawin niya ibigay ang kamahalan ng Panginoon sa mga anak niya sa katotohanan magpakailanman. At sa kanyang pagkasaserdote, ang mga bansa ay pararamihin sa kaalaman sa lupa; at sila ay liliwanagan ng biyaya ng ang Panginoon, ngunit ang Israel ay mababawasan ng kanyang kamangmangan at magdidilim sa kanyang kalungkutan. Sa kanyang pagkasaserdote, ang mga kasalanan ay titigil, at ang mga taong makasalanan ay magpapahinga sa kanilang masasamang gawa. At gagawin niya buksan ang mga pintuan ng paraiso, aalisin niya ang tabak na nagbabanta mula kay Adan, at gagawin niyang ipagkaloob sa mga banal na kumain ng bunga ng puno ng buhay. Ang espiritu ng kabanalan ay sasa kanila, at si Beliar ay magagapos sa kanya. At ipagkakaloob niya sa kanyang mga anak ang awtoridad na yurakan ang masasamang espiritu. At ang Panginoon ay magagalak sa kanyang mga anak; siya ay lubos na malulugod sa kanyang mga minamahal

Map showing states around Israel & Judah. The Kingdoms around Israel & Judah are shaded differently: Phoenicia, Aram Damascus, Amon, Moab, Edom, and Philistia. The map shows the region in the 9th century BCE. Wikimedia Commons. Public Domain.

magpakailanman. Pagkatapos Si Abraham, Isaac, at Jacob ay magsasaya, at lahat ng mga banal ay mabibihisan ng katuwiran.

Mga Tala: Ang imahe ng BITUIN ay nabuo sa Bilang 24:17 ang motif ay makikita rin sa CD 7:18 kung saan mayroong pagkakaiba sa pagitan ng STAR, na siyang interpreter ng batas, at ang setro, na siyang Mesiyas ng Israel, at isang makaharing pigura (CD 7:19-20) Sa 1QPsJ 9-13 ang Si STAR ay isang eschatological figure na maaaring ang hari, at nakikilala mula kay Levi (1QPs J 14 18) Ang talata sa Num 24 ay tinutukoy din sa 1QM 9:6 [Vermes, War Scroll 11:6, p. 176] 4QPBless 5:27 [4Q175]).1 tingnan ang TJud 24:1.2.

Tinanggap Niya ang setro ni Juda dahil Siya ay mula sa Juda at nananatili ang setro na iyon Kanyang kamay hanggang sa Araw ng Paghuhukom. Iyan din, hindi dapat maging kakaiba sa isang Kristiyano na nagbabasa ng Bibliya. Kapag ang isa ay bumasang mabuti sa isang mapa, nasaan ang Kilay ng Moab? tignan mo isang mapa; Ang Moab ay katumbas ng Timog-silangang rehiyon ng Dead Sea. Bethlehem (kung saan maraming propesiya ang nagpapahayag na ang Mesiyas ay ipanganganak), ay naroon mismo, sa kilay sa posisyon, Northwest ng Dead Sea. Para sa mga sumusubok na kahit na lumipat ng sinaunang Bethlehem, maningning nitong pinapanatili ang Bethlehem kung saan kilala itong umiiral ngayon. Talagang inaatake nila ang bawat anggulo, at gayon pa man, lahat tayo ay makakapagsala sa mga kalokohan at unawain ang mga detalyeng ito dahil ang Bibliya ay isang obra maestra, na nagpapanatili ng kaalaman sa mga paraan na hindi maisip ng mga nanunuya out sa kabutihang-palad.

Si Balaam ay isang propeta mula sa MAP IMAGE bayan na kasingkahulugan ng Bibliya Carchemish, na halos 400 milya Hilaga ng Moab (modernong Jordan) sa hangganan ng Turkey at Syria. Para sa mga dapat na iskolar na mag-claim na ang isa ay dapat nasa Mesopotamia MAP IMAGE upang manirahan sa Eufrates Ilog, na nagsisimula sa Turkey, hayaan hindi tayo nagkukunwaring may hawak sila sa heograpiya. Gayunpaman, kung sa katunayan tama sila, (kahit mukhang walang pakialam sa heograpiya), gagawin nito lalo lamang pinabulaanan ang mga Pantas nanggaling sa Arabia o Babylon. Ang tagpuan ng kwentong ito ay pareho Carchemis (sa daan patungo sa Moab), at sa Moab mismo. Ang heograpiyang ito ay matatagpuan sa paligid ng parehong longitude sa Gitnang Silangan.

Ang nakaraang pananaliksik ay may kaugnayan dahil sinabi sa atin ni Balaam na nakita niya ang Mesiyas bilang isang Bituin, wala kahit saan malapit sa Gitnang Silangan. Ang kanyang propesiya ay umaayon sa mga sumusunod mga saksi: ang Ebanghelyo ni Mateo, ang heograpiya sa Awit 72 ni Haring David, ang Si Propeta Malakias, si Propeta Jeremias, gayundin ang Pahayag ng mga Mago. Balaam kinikilala sa hula ang hinaharap na Bituin na ito ay literal na magiging Mesiyas at ito ay magiging lumilitaw na malayo sa Israel, gaya ng tinukoy ni Mateo at ng Apocalipsis ng mga Mago; sa Silangan, hindi sa Israel. Ang Awit 72 ay may parehong pagkakaiba kapag alam ng isa kung saan Umiiral ang mga teritoryo ni David. Kung isasaalang-alang ang iba pang mga tekstong ito, dumating ang hula ni Balaam sa buhay at mga beterinaryo bilang tumpak. Alam ito ng mga sinaunang tao.

Gayunpaman, hindi ba maituturing na baliw ang isa sa pagtukoy kay Jesus (Yahusha) bilang Bituin gaya ng ginawa ni Moises sa Numero? Torah yan! Ang sinumang magsasabi nito ay hindi Iskolar ng Biblia. Inaasahan namin ang kanilang pangungutya at kung marinig mo ang ganoon, alam mong hindi mga mananampalataya sa Bibliya. Si Jesus (Yahusha) Mismo ay nagpapatunay na Siya ang Bituin, at ang Setro ay kasama Niya sa Aklat ng Pahayag, maraming beses. Sinabi niya na Siya ang Maliwanag at Bituin sa Umaga. Kung pinagtatalunan iyon ng isang iskolar ng Bibliya, hindi Siya kilala isang pangunahing kahulugan mula sa banal na kasulatan.

Pahayag 22:16 KJV
"Ako, si Hesus, ay nagsugo ng Aking anghel upang patotohanan sa inyo ang mga bagay na ito sa mga simbahan. Ako ang Ugat at ang supling ni David, ang Maliwanag at Umaga na Bituin."

Pahayag 22:25-28 KJV (To Thyatira)
"Ngunit panghawakan mong mahigpit ang nasa iyo hanggang sa ako ay dumating. "At ang magtagumpay, at tumutupad sa Aking mga gawa hanggang sa wakas, sa kanya ay bibigyan ko ng kapangyarihan ang mga bansa–Pamumunuan niya sila ng tungkod na bakal; Sila ay dudurugin gaya ng mga sisidlan ng magpapalyok'– gaya ng tinanggap Ko rin sa Aking Ama; "at ibibigay ko sa kanya ang tala sa umaga."

Binanggit din ni Pedro ang parehong konsepto ni Jesus (Yahusha) bilang ang "tala sa umaga sa ating mga puso." Alam namin na ang NIV (kasama ang iba pang mga pagsasalin mula sa tiwaling grupo ng mga manuskrito ng Westcott at Hort) ay nagtangkang ipasok si Lucifer/Satan bilang tala sa umaga at iyon ay walang batayan at tapat, sataniko sa kalikasan.

2 Pedro 1:19 KJV
At kaya napatunayan natin ang makahulang salita, na mabuti mong pakinggan bilang isang liwanag na nagniningning sa a madilim na lugar, hanggang sa sumikat ang araw at sumikat ang tala sa umaga sa inyong mga puso;

Una naming nahinuha itong Bituin mula sa Silangan (na naglakbay), ay dapat na isang anghel, dahil walang konstelasyon o celestial na kaganapan ang maaaring magkasya sa daanan. Ang Lumipat, huminto, at nagbago ng direksyon si Star sa loob ng dalawang taon. Iyon ay hindi isang kaganapan "space" ay nakita kailanman. Ito ay isang himala ng epikong proporsyon. Gayunpaman, hindi ito anghel. Iyon ay ang Mesiyas Mismo, na nagpapakita bilang Liwanag, habang ipinanganak sa laman sa kabila panig ng mundo. Kaya ba Niya ito? Buweno, sinasabi ng Bibliya na kaya Niya, at Siya ay "ang Liwanag ng Mundo." Sa katunayan, ito ay kung paano Siya maaaring umiral sa Langit at sa Halamanan ng Eden sabay sabay. Binibigkas nating lahat iyon, ngunit naiintindihan ba natin ang laki nito deklarasyon mula sa mga labi ni Jesus (Yahusha) Mismo.

Juan 8:12 KJV
At muling nagsalita sa kanila si Jesus, na nagsasabi, Ako ang ilaw ng sanlibutan. Siya na sumusunod sa Akin ay hindi dapat lumakad sa kadiliman, ngunit taglay ang liwanag ng buhay."

Juan 9:5 KJV
"Habang ako ay nasa mundo, ako ang ilaw ng mundo."

Siya rin ang Liwanag ng Buhay. Ano kaya ang ibig sabihin nito? Hindi ito simbolo; ito ay isang konsepto na eksakto sa account ng Paglikha bilang Siya noon at ang Liwanag na iyon ang lumilikha. Kakaiba ang tunog? Sabihin sa mga Apostol na sina Juan at Pablo, gayundin si Moises. Magtalo ka sa kanila dahil hindi namin ipinahayag ang posisyong ito, ginawa nila. Para sa isang teologo na tatak ang mga ito "sira-sira" ay isang oxymoron. Kung ang isang tinaguriang Early Church Father ay nawala ito impormasyon, pagkatapos ay alam na natin na sila at ang kanilang paradigma ay ang mga gumagapang sa hindi sinasadya (Jude 1:4), hindi sa ekklesia ng Messiah. Ito ay isang hamon para sa mga seminaryo. Dapat silang sumang-ayon sa Bibliya o ang kanilang mga posisyon ay walang halaga.

Juan 1:1- KJV
Sa pasimula ay ang Salita, at ang Salita ay kasama ng Diyos, at ang Salita ay Diyos. Parehong ay sa pasimula kasama ng Diyos. Lahat ng bagay ay ginawa niya; at kung wala siya ay walang anumang bagay na ginawa. Nasa kanya ang buhay; at ang buhay ay siyang ilaw ng mga tao. At ang liwanag ay sumisikat sa kadiliman; at hindi ito naunawaan ng kadiliman. May isang lalaking sinugo ng Diyos, na ang pangalan ay Juan. Ang Siya rin ay naparito bilang patotoo, upang patotohanan ang Liwanag, upang ang lahat ng tao sa pamamagitan niya ay magsisampalataya. Siya ay hindi yaong Liwanag, kundi sinugo upang magpatotoo sa Liwanag na yaon. Iyan ang tunay na Liwanag, na lumiliwanag bawat tao na dumarating sa mundo.

Juan 1:14 KJV
At nagkatawang-tao ang Verbo, at tumahan sa gitna natin, (at nakita namin ang kaniyang kaluwalhatian, ang kaluwalhatian gaya ng sa bugtong ng Ama,) na puspos ng biyaya at katotohanan.

Colosas 1:13-17 KJV
Na siyang nagligtas sa atin mula sa kapangyarihan ng kadiliman, at naglipat sa atin sa kaniyang kaharian mahal na Anak: Na sa kaniya ay mayroon tayong pagtubos sa pamamagitan ng kaniyang dugo, sa makatuwid baga'y ang kapatawaran ng mga kasalanan: Sino ang larawan ng di-nakikitang Diyos, ang panganay ng bawat nilalang: Sapagka't sa pamamagitan niya ay nilalang ang lahat ng mga bagay, upang ay nasa langit, at nasa lupa, nakikita at hindi nakikita, maging mga trono, o mga kaharian, o mga pamunuan, o mga kapangyarihan: lahat ng mga bagay ay nilalang sa

pamamagitan niya, at para sa kanya: At siya ay bago ang lahat ng mga bagay, at sa pamamagitan niya ay nabubuo ang lahat ng bagay. At siya ang ulo ng katawan, ang iglesia: na siyang pasimula, ang panganay mula sa mga patay; upang sa lahat ng bagay ay magkaroon siya ng kadakilaan. Sapagkat ito ay nakalulugod sa Ama na sa kanya ay manahan ang buong kapuspusan;

Genesis 1:3 KJV

At sinabi ng Dios, Magkaroon ng liwanag: at nagkaroon ng liwanag.

Filipos 2:5-6 KJV

Hayaan ang pag-iisip na ito sa iyo, na kung saan ay din kay Cristo Jesus: Na, sa anyo ng Diyos, inisip ito hindi pagnanakaw upang maging kapantay ng Diyos:

Si Jesus (Yahusha) ay ang Liwanag ng Paglikha at ang Kanyang Liwanag ay bahagi at bahagi ng sa Elohim Paglikha. Ito ay hindi kapani-paniwalang basahin ang maraming mga komentaryo na sumusubok na tanggihan na si Hesus (Yahusha) ay Elohim. Nabigo silang basahin ang salitang Hebreo na Elohim, na maramihan, hindi isahan. Ito ang Ama at ang Anak na Lumilikha nang magkasama, ayon kay Juan at Paul. Marahil ay iniisip ng isang modernong iskolar na mas mataas sila sa mga manunulat ng banal na kasulatan habang sinusubukan nilang magbigay ng interpretasyon na hindi maaaring ipalagay. Hindi ba ang Propeta Sinasabi sa atin ni Isaias na ang Mesiyas ay ang makapangyarihang Elohim? Sa katunayan, ginawa niya.

Isaias 9:6 KJV

Sapagka't sa atin ay ipinanganak ang isang bata, sa atin ay ibinigay ang isang anak na lalake: at ang pamamahala ay maaatang sa kaniyang balikat: at ang kanyang pangalan ay tatawaging Kahanga-hanga, Tagapayo, ***Ang makapangyarihang Diyos (El: אל, H410), Ang walang hanggang Ama ('âb: אב, ugat ng Abba, H1), Ang Prinsipe ng Kapayapaan.***

Ang Anak ay ipinropesiya bilang El, bilang bahagi ng Elohim. Ito ay dahil ang salitang Hebreo kahit sa Genesis 1 ay Elohim *(אלהים: ĕlôhîym, H430; plural ng H433, אלוה: el-o'-ah)* plural, hindi isahan. Ang Anak ay naroon at nilikha, ayon din sa Juan 1. marami magturo ng doktrinang tinatawag na Trinity, na hindi isang salita sa Bibliya. Gayunpaman, ang Ama, Ang Anak at ang Banal na Espiritu ay talagang lahat ay naroroon sa Paglikha. Iyon ay hindi mapag-aalinlanganan. Kami ay binibigyan ng mga tungkulin ng Ama at Anak bilang mga Manlilikha. Ang Banal na Espiritu ay hindi katumbas tulad nito ngunit tiyak na naroon. Ang mga anghel ay hindi mga Tagapaglikha sa anumang kahulugan at hindi kasama sa salaysay ng Paglikha bilang gumagawa ng anuman maliban sa pagsasaya sa mga kababalaghan ng mga Nilikha ng Ama at Anak. Anumang doktrina na humahantong sa pagbagsak ng mga anghel bago ang Paglikha (bago pa sila Nilikha), ay hindi Biblikal. Wala sila hanggang sa Unang Araw ng Paglikha (Jub. 2).

Alam din natin na si Jesus (Yahusha) ay tatawaging The Everlasting Abba, na ang mga iskolar ay nakaligtaan. Bakit? Siya ang Anak at bahagi ng Elohim ng Paglikha. Kahit na ang Ama ang laging ulo, si Jesus (Yahusha) ay bahagi ng tinatawag na dalawa Elohim. Marami rin ang nagtutumbas ng Banal na Espiritu doon upang bumuo ng isang doktrina, na pinangalanan sa isang salita na wala kahit sa Bibliya. Iyan ay isang malaking debate ngayon at talagang, ito ay isang polarized na bola ng katarantaduhan. Ang mahalaga ay ang mga tungkulin ng Ama, ng Anak, at ng Banal na Espiritu dahil tiyak na tatlo silang kumikilos nang magkasama.

Hindi mahalaga kung naiintindihan ng isang tao ang papel ng Banal na Espiritu, na hindi isang Manlilikha ngunit ang Katulong, Guro, at Mang-aaliw (Juan 14:26; 1 Juan 2:27), at ang Tagapagpahayag (Juan 16:12-24). Inihahayag Niya ang mga bagay sa atin, inaaliw tayo, tinuturuan tayo at tinutulungan sa amin (ayon sa banal na kasulatan), bukod sa iba pang mga katangian, ngunit walang kasama sa Paglikha.

Maaari pa nga Niyang pagalingin o buhayin ang mga patay (Rom. 8:11) at Siya nga ay lumipad sa ibabaw ng tubig sa Genesis 1, ngunit walang sinasabi tungkol sa Kanya na Lumikha. Nasaan ang Espiritu Santo na tinatawag na Abba, o kahit na Elohim sa bagay na iyon sa alinmang kasulatan? Wala ito doon. Nakikita natin ang karagdagang detalye ng Anak na hinulaang mula sa pinakaunang sipi sa Genesis 3:15, Jubilees, at 1 Enoc. Kilalang-kilala nina Moises at Abraham ang Mesiyas umiral na sa espiritu mula noong Paglikha kung saan Siya nakibahagi. Kung hindi, ay ituturing ng iskolar ang Juan 1 at Colosas 1 bilang kakaibang doktrina. Ito ay ang sinaunang dogma. Anumang laban doon ay isa pang Ebanghelyo, na sina Paul at ang Ang mga Apostol ay hindi kailanman nangaral (2Cor. 11:4; Gal. 1:6-12). Patuloy naming i-highlight ito.

Genesis 3:15 KJV
At maglalagay ako ng alitan sa pagitan mo at ng babae, at sa pagitan ng iyong binhi at ng kaniyang binhi; ito ay dapat magkakapasa ang iyong ulo, at magkakapasa ang kaniyang sakong.

Jubileo 16:26
At siya (Abraham) pinagpala nya ang kanyang Tagapaglikha na lumikha sa kanya sa kanyang henerasyon, sapagkat Siya ang lumikha sa kanya ayon sa Kanyang mabuting kasiyahan; sapagka't alam at napagtanto niya na sa kanya lilitaw ang halaman ng katuwiran sa mga salinlahi na walang hanggan, at mula sa kanya ay isang banal na binhi, upang ito ay maging katulad ng Siya na gumawa ng lahat ng bagay.

Jubileo 21:24 (Abraham kay Isaac)
At pagpapalain ka niya sa lahat ng iyong mga gawa, At ibabangon mula sa iyo ang halaman ng katuwiran sa buong lupa, sa lahat ng sali't saling lahi ng lupa, At ang aking pangalan at ang iyong pangalan ay hindi makakalimutan sa ilalim ng langit magpakailanman.

Nakapagtataka kung gaano karaming mga walang kakayahan na iskolar ang nagtatangkang ipasok ang bansang Israel (sa illiterate assumption), sa Book of

Jubilees, bilang "halaman ng katuwiran sa pamamagitan ng buong lupa, sa lahat ng henerasyon." Ang isa ay hindi maaaring maging mas walang kaalaman at hindi marunong magbasa. Ang Mesiyas lamang ang tumutupad niyan at tinawag pa nga ng 16:26 ang binhing ito na Tagapaglikha. Kaya, isa lamang ang pagpipilian: ang Anak.

Ngayong naitatag na natin ang Liwanag nitong Silangan na Bituin ay ang Mesiyas Mismo, alam natin na ang ***Revelation of the Magi*** ay hindi nagpapakita ng bago o kakaibang doktrina. Gayunpaman, ano nga ba ang sinasabi ni Matthew tungkol sa Bituing ito? Tinutukoy nito na hindi ito aktuwal bituin, hindi isang anghel, at hindi isang pang-agham na kaganapan. Nakapagtataka kung ano ang natutunan natin kapag pagbabasa ng Bibliya, bilang isang mananampalataya na nakikipagkasundo sa mga wastong teksto at iba pang mga sipi, bilang laban sa maraming iskolar na nagsisimula sa pangungutya. Bago si Mateo, banal na kasulatan Alam niyang lilitaw ang Mesiyas sa anyo ng isang Bituin, gayundin sa laman sa Kanyang pagsilang.

Mateo 2:2 KJV
SNa sinasabi, Saan naroon ang ipinanganak na Hari ng mga Judio? sapagka't nakita namin ang kaniyang bituin sa silangan, at hanggang ngayon dumating upang sambahin siya.

Ang mga Magi ay nagmamasid sa "Kanyang Bituin," hindi yaong sa isang anghel, ni yaong sa isang konstelasyon, ngunit ang Kanyang aktwal na Bituin, mula sa Kanyang sariling Liwanag. Walang ibang liwanag ang makakapantay sa Kanya. Ito ay naging napakalinaw sa Revelation of the Magi na nagdedetalye ng salaysay na ito. Alam namin na ang ilang mga iskolar ay magkakaroon na ng isyu sa Mesiyas, sa totoo lang bilang Liwanag at Sinabi Niyang Siya nga. Subukan nating lahat ang kanilang mga salita sa pamamagitan ng banal na kasulatan kapag nabigo sila. Noong pumasok sila sa Jerusalem, nilapitan ng mga Wise Kings si Haring Herodes upang alamin kung nasaan Israel ang Mesiyas ay ipinanganak. Hindi alam ni Herodes. Siya at ang kanyang mga astronomo ay hindi nakita ang Bituin sa Israel dahil ito ay lumitaw sa Malayong Silangan. Walang ganyanan bilang isang Bituin ng Bethlehem sa banal na kasulatan at ito ay nasa Silangan sa Kanyang kapanganakan upang alertuhan ang nananalangin, banal na Magi; isang pagkasaserdote sa Bibliya mula noong Seth. Wala ito sa Israel hanggang sa bumisita ang Wise Men habang sinusundan nila ito doon mula sa Silangan.

Pagkatapos ay nagtanong si Herodes kung kailan lumitaw ang Bituin; na alam sana niya kung ito ay lumitaw sa Israel. Kahit na siya ay nakaligtaan, ang kanyang mga astrologo at ang mga Pariseo ay hindi mayroon. Gayunpaman, ang ningning ng Bituing ito ay hindi maaaring makaligtaan ng sinuman, kung ito ay na lumitaw doon sa paraang iminungkahi ng halos bawat iskolar doon sa kamangmangan. Ito ay hindi at ito ay tunay na nakakabigla na napakaraming seminaries ay hindi magagawa parang nagbabasa nito. Ang dahilan kung bakit binisita ng mga Magi si Herodes ay upang makakuha ng mga direksyon sa lugar ng kapanganakan. Sinundan nila ang Bituin, at malinaw na nawala ito nang ilang sandali. Ito ay dapat mangyari. Sinabi nila kay Herodes ang tiyempo ng Bituin, dalawang taon na ang nakalilipas, na alam natin, dahil inilalarawan ng Mateo 2:16 ang pagkalkula ni Herodes ng dalawang taon, sa kanyang utos na patayin ang mga bata. Ang numerong ito ay batay lamang sa oras na ibinigay sa kanya ng mga Wise Men.

Muling lumitaw ang bituin; ito ay ang parehong lumitaw sa Malayong Silangan. Sinundan ito ng mga Pantas sa Israel, at naglakbay nang halos dalawang taon kasama nito sa dagat. yun hindi maaaring isang planetary alignment. Sila ay nagagalak, nagpapakita na ito ay nawala at muling lumitaw, ayon sa Ebanghelyo ni Mateo, na malapit nang makumpirma. Yun ang parehong Bituin ay lumipat mula sa Jerusalem patungong Bethlehem, na humahantong sa eksaktong lokasyon ng kapanganakan ng Mesiyas. Na nag-aalis ng anumang ganoong "kaganapan sa kalawakan" anumang oras. Walang Star na makakagawa nyan. Si Jesus (Yahusha) ay isang paslit noong panahong iyon, ngunit naghihintay pa rin sa Kanyang Matalinong Hari upang dalhin ang kanilang mga regalo mula sa Estate ni Adan, tulad ng ipinropesiya. Alam niya ito mula noon pati na rin ang mga araw ni Adan.

Mateo 2:7 KJV
Nang magkagayo'y si Herodes, nang tawagin nang lihim ang mga pantas, ay tinanong sila ng masikap kung anong oras lumitaw ang bituin.

Mateo 2:9-10 KJV
Nang marinig nila ang hari, sila'y nagsialis; at, narito, ang bituin, na kanilang nakita sa silanganan, ay yumaon sa harap nila, hanggang sa dumating ito at tumayo sa kinaroroonan ng bata. Nang makita nila ang bituin, sila ay nagbunyi sa labis na kagalakan.

Ipasok ang ***Revelation of the Magi*** mula sa Vatican Library, isinalin sa Ingles at inilathala noong 2010 ni Brent Landau. Pansinin kung paano ipinaliwanag ng tekstong ito ang Mateo at nagdudulot ng kalinawan sa buong account na ito. Iyan ang ginagawa ng mga inspiradong dokumento at kung kailan ginagawa nila, pinatutunayan nilang inspirado sila. Hindi kinakailangan ng isa na idagdag ito sa Canon, ngunit dapat tayong lahat ay magkaroon ng kamalayan sa impormasyon sa heograpiya at lahat ng maraming butas sa Na napunan sa Matthew. Pagkatapos, nalaman namin na ang kaalaman ay tatawagin ng ilan na "bago" sa pagkakamali, kapag ito ay ang sinaunang rekord na pinagtibay nina Jeremias, David, Enoc, at Mateo (bukod sa iba pa). Ang ulat na ito ay umiral nang higit pa sa Ebanghelyo ni Mateo, at ang napakahalagang pahayag ay lubhang hindi naipahayag, at noon pa man. ***Revelation of the Magi***, na isinulat ng mga Magi ng Pilipinas, ay nagsasabi sa atin kung ano ang eksaktong nasa banal na kasulatan.

***RotM 4:2** At iniutos sa atin ng ating mga magulang gaya ng kanilang tinanggap sa kanilang mga magulang, at kanilang sinabi sa atin: "Hintayin mo ang liwanag na sumisikat sa iyo mula sa mataas na Silangan ng kadakilaan ng Ama, ang liwanag na sumisikat mula sa itaas sa anyo ng isang bituin sa ibabaw ng Bundok ng mga Tagumpay at darating upang magpahinga sa isang haligi ng liwanag sa loob ng Cave of Treasures [ng] Hidden Mysteries.*

Ang Liwanag ng Bituin ni Jesus (Yahusha) ay ipinropesiya sa Mga Bilang bilang Kanyang Liwanag; ang Pinagtibay iyon ni Apostol Mateo kasama ng maraming iba pang mapagkukunan. Pahayag ng mga Mago ay nakumpirma ang konseptong ito nang detalyado, dahil ang Liwanag na ito ay ang mismong Liwanag ng Ama sa pamamagitan ng Kanyang sugo na Anak. Laging itinuturo ng Anak ang Ama na Kanyang pinagtibay maraming beses sa Kanyang mga salita (Juan 10:29-30, 6:38, 8:42, 12:49, atbp.). Ang Liwanag ay kumikinang lumalabas hindi bilang isang bituin, ngunit sa anyo ng isang bituin. Lumilitaw ito sa ibabaw ng Bundok ng Silangan at nagiging haligi ng Liwanag, tulad ng nakikita rin natin sa Exodo (Ex. 13:21). Ang haliging iyon ay pumapasok sa Cave of Treasures sa Bundok ng Silangan na tumatagos sa tirahan ni Adan mula sa kanyang kapanganakan. Intindihin si Jesus (Yahusha) din ang katuparan sa pinakamatanda sa mga propesiya, hindi lang kay Abraham. Tinutupad niya ang Genesis at Jubilees, ngunit gayundin, 1 Enoch ay lubos na nagdetalye ng Kanyang mga katangian ng literal na pagiging Liwanag ng Mundo. Iyan ay hindi kailanman naging isang pagkakatulad. Siya ay literal na sinasabi ng banal na kasulatan kung may naniniwala dito.

Noong unang siglo, may nakasulat na aklat/scroll mula kay Seth. Siguro si Enoc ang kanyang eskriba, dahil siya ang una sa mga tao na sumulat ng kahit ano, tuldok (Jub. 4:17). Walang dokumento ng tao ang nauna kay Propeta Enoc, ang ikapito mula sa matuwid na binhi ni Adan, sa anumang nakasulat na anyo sa buong kasaysayan. Na palaging paradigma ng Bibliya. Walang Nephilim na bato ang makakapagpabago sa scribal na tradisyon, kung saan ang mga teksto ay kinopya sa loob ng libu-libong taon.

Saan galing itong text ni Seth? Ito ay malamang na isang sanggunian sa mga sinulat ni 1 Enoc, kung saan ang matwid na si Enoc ay sumaklaw sa ulat nina Cain, Abel, Seth, at binanggit ang mga utos mula kay Adan. Kahit na hindi binanggit ni Enoch ang isang Bituin pagpapakita sa Silangan, tinukoy niya ang Anak, sa Langit, sa anyong espiritu, dati ang Baha. Nagpropesiya Siya nang detalyado tungkol sa Kanyang pagdating, kasama ang Kanyang kamatayan at pag-akyat sa langit (1En. 89-90). Mula sa pinakaunang kabanata, si Enoc ay nagsimula sa isang paglalarawan ng Mesiyas bilang Liwanag. Sa katunayan, ang bersikulo 9 ay inuulit, sinipi, at direktang iniugnay ni Judas sa mga salita ni Propeta Enoc na nakasulat sa kanyang aklat. malay natin ng mga iskolar na naglalaro ng hangal, na sinasabing ito ay dapat sumangguni sa ilang iba pang aklat na Enoc isinulat (na hindi natin taglay, kapag ito ay isang direktang quote na may paguugnay).

1 Enoc 1:8-9

At lilitaw ang liwanag sa kanila, [At makikipagpayapaan siya sa kanila]. At narito! Siya ay dumating kasama ng sampung libo ng [Kanyang] mga banal upang magsagawa ng kahatulan sa lahat.

Si Jesus (Yahusha) ang pinakadakilang Liwanag sa lahat ng kasulatan at kasaysayan. Ito ay totoo sa anyong espiritu sa Paglikha at patuloy na tunay. Napuno ng Kanyang Liwanag ang Hardin ng Eden noong naroon si Adan. Nang Siya ay dumating sa laman, ang Liwanag na ito ay hindi nakita ng karamihan ngunit nanatili pa rin ito bilang bahagi ng Kanyang pagkatao. Si Enoc ay nagpropesiya tungkol sa Wakas ng Panahon, at gayon pa man, Siya ang Liwanag. Siya rin ang Liwanag ng Kaligtasan (bilang ***The Revelation of Magi***) gayundin ang biyaya at kapayapaan. Ang lahat ng ito ay mga nativity narrative din, sa konotasyon, na alam natin. Si Jesus (Yahusha) ay muling nagpakita bilang Liwanag sa Araw ng Paghuhukom. Sa katunayan, kapag ang Aklat ng Pahayag ay nagdetalye kung paano ang araw, buwan, at nawawala ang mga bituin, at walang pagbanggit sa kanilang libangan, ito rin ay nagsasalita tungkol sa atin pagiging nasa ganap na presensya ng Liwanag ni Jesus (Yahusha) kung saan hindi natin kakailanganin iba pang mga luminaries. Ang tindi ng Kanyang Liwanag ay lubos na pinatutunayan.

1 Enoc 5:7-9

"At lahat ng... ay mangagalak, At magkakaroon ng kapatawaran ng mga kasalanan, At bawa't awa at kapayapaan at pagtitiis: Magkakaroon sila ng kaligtasan, isang magandang liwanag. At para sa inyong lahat na makasalanan diyan hindi magiging kaligtasan, ngunit sa inyong lahat ay mananatili sa isang sumpa. Ngunit para sa mga hinirang ay magkakaroon ng liwanag at biyaya at kapayapaan, At mamanahin nila ang lupa.

1 Enoc 38:2

At kapag ang Matuwid ay napakita sa harap ng mga mata ng matuwid, na ang mga hinirang na gawa ay nakabitin kay Yahuah ng mga Espiritu, At lilitaw ang liwanag sa mga matuwid at sa mga hinirang na nananahan sa lupa.

Pinagtibay din ni Enoc ang Juan 1, Jubilees 16, atbp. sa pagpapahayag ng Anak bilang Liwanag ng Mundo (Gentiles/Goyim/Nations), at mula noong bago ang Paglikha ng mundo. meron walang kakaiba sa matagal nang exegesis ng Bibliya na ito.

1 Enoc 48:4-6

Siya ay magiging isang tungkod sa matuwid kung saan mananatili ang kanilang sarili at hindi mabubuwal. At siya ang magiging liwanag ng mga Gentil, At ang pag-asa ng mga nababagabag ng puso. Lahat ng naninirahan sa lupa ay mahuhulog pababa at sasamba sa harap niya, At pupurihin at pagpapalain at ipagdiriwang ng awit na Yahuah ng mga Espiritu. At dahil dito siya ay pinili at itinago sa harapan Niya, bago pa nilikha ang mundo at magpakailanman.

Nariyan ang wikang sinipi ni David sa Awit 72:10-15 mula sa 1 Enoc, hinggil sa Mesiyas, na sa harap niya ay yuyukod ang lahat ng mga hari, at ang buong lupa ay sasamba. Ngunit muli, ang Katolikong maling pananampalataya (na nagsasabing ang Awit 72 ay tungkol kay Solomon) noon pa man aywalang kakayahan. Sinipi rin ni David ang 1 Enoc mula sa kaalamang ibinigay kay Set ni Adan. Walang kakaiba tungkol doon, at kung hindi ibinigay ni Adan kay Seth ang kaalamang ito, magiging pabaya siya. Ang Mesiyas ay magiging Liwanag, muli.

Ang konseptong ito, na ipinakita ni Enoc, ay ang pinagmulan din ng mga salita ni Jesus (Yahusha), sa Juan 8:12 na alam nating lahat na Siya ang Liwanag ng Mundo, sa katunayan. Ang mga konseptong ito sumang-ayon; at sila ang sinaunang pananaw ng banal na kasulatan. Para sa aklat ni Seth ay matatagpuan sa 1 Enoch, sa malaking bahagi. Hindi natin kailangang maghanap ng nakatagong aklat, si Enoch noon malamang na ang kanyang eskriba at kasama ang kanyang mga salita doon. Siya ang unang nagsulat, hindi si Seth.

Ang tradisyong ito ay ipinasa mula kay Adan, sa mga matuwid na henerasyon (na kasama ang Magi), mula sa kanilang paglipat, na nagmula sa Silangang Iran (Persia) hanggang ang Pilipinas (Ophir) noong mga 2,200 B.C. o higit pa (Tingnan ang Panimula). Sa katunayan, si Josephus ang pinagmulan ng tatak na "Mga Caldeo" ay sina Peleg at Joktan, na naninirahan Silangang Iran.[1] Hindi sila mangkukulam. Gayunpaman, ganap na umalis si Joktan sa rehiyon, inalis sa Malayong Silangan, at ginawa niya iyon bilang isang banal na patriyarka. Siya ang pinanggalingan ng ang mga Mago pagkatapos ng Baha nang bumalik sila sa sinaunang Havilah. Gayunpaman, ang kay Peleg ang mga inapo ay lumipat sa Kanluran, sa Ur, kung saan ipinanganak si Abraham. Ang mga iyon ay tunay na mga sumasamba sa diyus-diyosan, at ang pinagmulan ng di-makadiyos na mga Caldeo, na kilala bilang mga mangkukulam.

Ang mga inapo ni Joktan ay nakilala bilang ang nagdarasal, matuwid, tahimik, maharlikang Magi (Maginoo/Magdasal/Magiammo). Tinupad nila ang tipan sa Pilipinas (Ofir, Sheba, Tarsis). Si Joktan ay isang matuwid na ninuno, at upang lituhin siya ang mga impostor na nagmula sa Ur ng mga Caldeo ay hindi marunong bumasa at sumulat. Noong unang siglo, B.C., Si Abraham/Abram ay banal, kahit noong bata pa siya, at ibinalik niya ang relasyon kasama si Yahuah sa Gitnang Silangan, na sinundan ng kanyang anak na si Isaac at apo, si Jacob.

Si Abraham ay hindi LAMANG ang matuwid na tao sa Lupa. Lumipat siya mula sa Ur hanggang sa lupain ng Canaan, na naging Israel, pagkaraan ng mga siglo. Pansinin, na noon pa isang maruming lupain, maging sa punto ng pagpasok ni Josue sa Lupang Pangako. Ang Israel ay hindi kailanman pinalayas ang lahat ng higanteng tribo ng Nephilim, o sinakop ang LAHAT ng lupaing ipinangako sa Arphaxad ay nagbago kay Abraham. Ito ay nanatiling hindi banal kaya pinatapon sila ni Yahuah mula sa lupain, hindi upang bumalik hanggang sa mga Huling

---

[1] *"Antiquities of the Jews." Josephus, Flavius. 93 A.D. Book 1, Section 143.*

Araw. Gagawin nila ito sa kapayapaan, hindi bilang isang mamamatay-tao, mahilig makipagdigma na mga tao (tulad ng napatunayan ng modernong pamahalaan ng Israel). Isinasaad din ng ***Revelation of the Magi*** ang makasaysayang track na ito ng sekta ng mga banal na pari.

RotM 4:3 *At iutos mo rin sa iyong mga anak, at sa iyong mga anak, sa kanilang mga anak, hanggang sa hiwaga ng bituin na nagniningning mula sa mataas na kamahalan ay lumilitaw sa iyong mga henerasyon, isang liwanag na parang bituin, at nagbibigay liwanag sa buong sangnilikha at tinatakpan ang liwanag ng araw, buwan, at mga bituin, at wala ni isa man sa kanila ay nakikita o kayang tumayo sa presensya ng liwanag nito. 4:4 Sapagka't ito ang dakilang hiwaga ng Anak ng dakilang kamahalan, na siyang tinig ng Ama; ang supling ng kanyang nakatagong pag-iisip; ang ilaw ng sinag ng kanyang kaluwalhatian; ang kalooban at larawan ng kanyang pagkatago; 4:5 ang lahat-ng-nagbubunga ng salita ng kanyang pag-iisip; pinagmumulan ng buhay na hindi nagkukulang mula sa kanyang tagsibol; ang salitang namamahala sa lahat ayon sa kalooban ng isa sa nagpadala nito; isang imahe na walang anyo o pagkakahawig sa anumang bagay na umiiral. 4:6 Ang isang ito, ni na ang kapangyarihan at salita ang lahat ng mundo ay inilagay sa kaayusan at itinatag, ay ang Anak ng ganap na awa, ay ang sinag ng liwanag ng kaluwalhatian ng Ama ng hindi maipaliwanag na kamahalan. 4:7 Samakatuwid, alamin na kapag ito liwanag mula sa kamahalan na walang katapusan ay sumisikat sa iyo at lilitaw na parang bituin sa iyo upang makikita mo siya: sabik, nang may kagalakan at pagmamahal, at ganap, nang may pag-iingat, dinadala mo ang kanya sariling mga dalisay na regalo, na inilagay sa Cave of Treasures of Hidden Mysteries sa Bundok ng Mga tagumpay ng iyong mga ama, pumunta sa kung saan ang kanyang liwanag, ang bituin, ay humantong sa iyo.*

Ang araw, buwan at mga bituin ay hindi ang mahimalang Liwanag na ito na higit sa lahat. Iyon ay dahil ito ang Liwanag ng Mundo, si Jesus (Yahusha). Ito ay napaka-consistent kasama ng banal na kasulatan. Maaaring tawagin ito ng mga iskolar na isang konseptong Gnostic, ngunit sa paggawa nito, sila ay naging dayuhan sa banal na kasulatan. Ang Liwanag ay parang Bituin, ngunit hindi isang aktwal na bituin na hindi kayang gawin ang ginagawa ng Liwanag na ito. Sa katunayan, hindi man lang makikita ang mga bituin ang presensya nitong Liwanag. Hindi iyon nangyayari sa isang planetary alignment (na nabigo nang malungkot). Wala ring anghel na may ganito kalaking Liwanag. Ang dakilang misteryo ng Anak ng mataas na kamahalan ay direktang wika mula sa 1 Enoc. Nang magsalita si Enoch ng misteryo sa ganoong paraan (sa Kabanata 103), tinukoy niya ang mga kaganapan sa Araw ng Paghuhukom, kung saan si Jesus (Yahusha) ay ang Dakila, na nagsasagawa ng huling paghatol ng mga makasalanan (na binanggit din ng Aklat ng Pahayag). Hindi ito ang Ama, kundi ang tinig ng Ama. Iyan ay ang Anak na siyang Salita (Juan 1:1, 14; Apoc. 19:13).

Revelation of the Magi Ipinahayag ito ng ***Revelation of the Magi***: "Ang isang ito, na sa pamamagitan ng kapangyarihan at salita ang lahat ng mga daigdig ay inilagay sa kaayusan at itinatag, ay ang Anak ng sakdal na awa." Ang Isang ito ay ang Anak, hindi ang Ama. Alam ng ***Revelation of the Magi*** na Siya ay isang Manlilikha kasama ni Yahuah. Sa pamamagitan ng Anak kapangyarihan at Salita, ay nilikha ang lahat ng mundo. Iyon ay pare-pareho sa kabuuan ng banal na kasulatan gaya ng ipinakita natin. Sa katunayan, ito ay Kanyang Liwanag na lumilitaw tulad ng isang Bituin; ngunit hindi ito isang aktwal na Bituin. Inakay ng Kanyang Liwanag ang mga Mago sa lugar ng Kanyang kapanganakan. Ang Magi alam ito at hinihintay ang pagdating ng Mesiyas sa loob ng libu-libong taon. Ito ang sinaunang gawi ng tunay na matuwid, na itinago ng mga Papa at Pariseo.

Sinasabi ng Ebanghelyo ni Mateo 2:9, "...lo, ang bituin, na kanilang nakita sa Silangan, ay nauna sa kanila...." Sinabi ni Matthew na gumalaw ang Bituin, at sinundan ito ng mga Pantas. Para sa mga taong i-claim na ang Magi ay hindi sumunod sa Star, mangyaring matuto kung paano magbasa. Mga skeptical scoffers maaaring subukang hatiin ang kilusan, at sabihin na ito ay mula lamang sa Jerusalem hanggang Bethlehem. Nakita nila ang Bituin sa Malayong Silangan, at sinundan ito sa isang paglalakbay na nagtapos Jerusalem. Mag-isip ng marami, mga iskolar?

Kapag binanggit ng mga manunulat ng kanta ang konseptong ito, sigurado sila, dahil PWEDE sila. Ang Bituing ito ay sinundan sa loob ng dalawang taon, sa magkaibang direksyon, at ang buong linya ng ang pag-iisip ay nakabatay sa posisyon ng "..upuan ng mga nanunuya..." (Awit 1).

Ang pattern at tradisyon ng Magi ay mahusay na itinatag sa Apocalipsis ng Magi, naaayon sa salaysay ni Apostol Mateo, at lahat ng nabasa natin kanilang ministeryo. Kapag inaakala ng mga nanunuya na sila ay masasamang salamangkero, hindi nakakagulat na makalimutan nilang sila ay mga matuwid na pari na may banal na misyon. Kriminal ang mawala iyon magandang pang-unawa. Ipinasa nila ito sa kanilang mga anak na lalaki at mga anak ng kanilang mga anak, pagdodokumento na mayroon silang propesiya na ito sa nakasulat na anyo sa Cave of Treasures. Oo, iningatan ng sinaunang Pilipinas ang kasulatan. Kaya, nasaan ito, Vatican? Muli, mayroon kami ipinakita ito sa pamamagitan ng mga sinaunang manuskrito ng: Mga Bilang, Mga Awit, Jeremias, 1 Enoc, at marami pang iba na nagtala sa darating na pagtatagpo, hindi lamang sa Aklat ni Mateo. Gayundin, ang mga katagang misteryo at paghahayag ay wika sa Bibliya, hindi partikular na Gnostic. Ito ay isang salaysay na batay sa Bibliya at ang doktrina nito ay nagsusuri bilang tumpak. Maraming mga akda ng mga iskolar ang hindi.

RotM 4:10 *"Gayundin, ingatan at utusan ang iyong mga anak. At kung ang pagdating ng liwanag ng bituin ay hindi mangyayari sa iyong mga araw, sabihin din ng iyong mga anak sa kanilang mga anak, hanggang sa mga misteryo at mga paghahayag ay mangyayari ang mga nasusulat tungkol sa kanyang pagdating."*

Ang Oras ng Pagsamba ng Magi ay Akma sa Kasulatan:

RotM 5:2 At kami ay umahon sa Bundok ng mga Tagumpay, at nang kaming lahat ay magkakatipon sa paanan ng bundok mula sa tirahan ng bawat isa, nanatili kami sa isang lugar para sa paglilinis sa ikadalawampu't limang araw ng bawat buwan. 5:3 At nang kami ay naligo sa isang tiyak na bukal na nasa ibabaw ng paanan ng bundok, at ito ay tinatawag na "The Spring of Purification." 5:6 At nang maging unang araw ng buwan, kami ay umakyat at nagtungo sa taluktok ng bundok at tumayo sa harap ng bukana ng Cave of Treasures of Hidden Mysteries. 5:8 Noong ikatlo ng buwan ay pumasok kami sa yungib hanggang sa mga kayamanan, ang mga kayamanan na inihanda bilang sariling [mga regalo] ng bituin at para sa pagsamba sa liwanag na iyon na hinihintay natin.

Ang Magi ay nagtagpo sa paanan ng Bundok ng Silangan sa ikadalawampu't lima ng bawat isa buwan. Tandaan, ang petsa sa Kalendaryong Bibliya ay walang anumang koneksyon sa Paganong Pasko, na magiging katawa-tawa. Pasko, tulad ng sa kapanganakan ni Kristo, ay hindi man lang naganap noong ika-25 ng buwan, sa kalendaryong Hebreo. Nilinis nila ang kanilang mga sarili hanggang sa unang bahagi ng buwan kung kailan sila aakyat sa bundok papalapit sa pasukan ng kweba. Lima hanggang anim na araw ng paglilinis ay dapat bayaran sa kanilang pagpasok sa Cave of Treasures na pinabanal, lalo na kung ang presensya ng Mesiyas ng Kanyang liwanag balang-araw ay naroroon.

Ang ritwal ng paglilinis na ito ay katulad ng mga ordenansa na ibinigay sa Sinai, noong si Moises sinabi sa mga tao na linisin ang kanilang sarili bago pumasok sa Presensya (ito rin isinasagawa ng Mataas na Saserdote) at ito ay Biblikal (Ex. 19:10-15). Ngayon, hindi kami mag-alay ng mga hayop (Heb. 10) dahil si Jesus (Yahusha) ang ating sakripisyo. gayunpaman, patuloy nating pinabanal ang ating sarili at ang iba sa katotohanan ng Salita (Juan 17:17). Oo, ang mga konsepto ng Lumang Tipan ay nananatili sa Bago. Ang kapangyarihan ng buong presensya ni Jesus (Yahusha) Ang Liwanag ay hindi kayang tiisin para sa mga hindi nadalisay. Sa buong oras na ito, ang mga Magi ay naghahanda para sa unang araw ng buwan, na isang pattern ng pagsamba (itinatag ni Noah) sa pinagmulan. Biblikal yan. Napansin din ito ni Haring David *(1Sam. 20:5; חדש: ḥōḏeš: H2320).*

Hinahamon namin ang lahat na magsagawa ng pag-aaral ng salita sa maling pagsasalin ng parirala "Bagong Buwan". Ito ay panloloko, na napatunayan namin sa aming mga video sa paksa. Ang salita, sa orihinal na wika, ay hindi "buwan" kahit isang beses, sa banal na kasulatan. Ito ay palaging a pagtukoy sa bagong buwan o unang araw ng buwan sa bawat aplikasyon. Sa araw ni David, pinananatili pa rin nila ang tradisyong iyon sa isang buwanang Kapistahan sa una ng bawat buwan. Ang ikot ng bagong buwan ay hindi kailanman isang Biblikal na paraan upang matukoy ang buwan dahil ito ay 29.5 araw at samakatuwid, ay dumarating ng sampung araw nang masyadong maaga (sinaway sa Jubilees 6:36). Sa Kabanata 72, itinuro ni Enoc ang takbo ng araw sa 364-araw na siklo nito simula sa araw, sa araw-araw, hindi sa buwan. Ang bagong buwan ay hindi kailanman Kalendaryo ng Bibliya, ngunit ang sa Babylon. Nang ipasok nila ito sa ating mga Bibliya, sa pandaraya, inilantad nila ang kanilang sarili bilang Mystery Babylon. Bakit maghihintay ng tatlong araw ang mga Mago para makapasok sa Cave of Treasures sa ikatlo ng buwan? Maaaring subukan ng isa ang isang koneksyon sa tatlong araw at gabi ng Mesiyas ay mamamatay at mabubuhay na mag-uli, ngunit wala doon upang ipahiwatig iyon. Ang magiging maayos ang pag-uuna ngunit mas malamang, ito ay pareho sa Sinai account.

Ang mga tao ay kailangang dalisayin sa loob ng tatlong araw bago pa man makita ang presensya ni Yahuah (Ex. 19:11). Hindi man lang nila ito pinasok. Ang timeline na ito ay sinusuri bilang banal na kasulatan at nagpapakita ng isang pangkat na nakatuon sa Tipan. Binabago nito ang lahat sa atin Akala natin alam natin ang kulturang sinaunang Pilipino.

Pinanindigan din ng Reyna ng Sheba ang pakikipag-ugnayan sa Tipan sa katulad na paraan, bilang ang lumang kombensiyon na tunay na nagsimula kay Seth. Tinutukoy din ito ng mga regalo. Hindi, ito ay hindi ang Abrahamikong tipan, dahil si Abraham ay hindi pa umiiral. itong saserdotal na klase ng mga maharlika (Maginoo) sa Pilipinas ay tutuparin ang antediluvian na propesiya na di magawa ng iba.

Muli, ang ritwal na ito ay magpapatuloy sa libu-libong taon, habang ito ay naipasa mula ama sa anak. Sineseryoso nila ito bilang kanilang ministeryo at sila ay tapat, makatarungan gaya ng mga Levita. Mas mabuti na sila, kung ipapaalam sa kanila ni Yahuah ang kapanganakan ni Kanyang Anak sa laman. Ito ay katawa-tawa na magsingit ng mga mangkukulam sa salaysay ni Mateo, sa matinding kapabayaan.

Ang ***Revelation of the Magi*** ay patuloy na tumutukoy sa Liwanag ni Jesus (Yahusha) bilang isang Bituin, sa daanan sa ibaba. Pag-aaralan pa natin ito.

RotM 5:10 *At kung sakaling mamatay ang isa sa atin, ibabangon natin ang kaniyang anak o isa sa mga anak ng kaniyang pamilya [kapalit niya,] gaya noong tayo ay humalili sa ating mga ninuno, hanggang sa panahon ng natupad na ang pagdating ng bituin.*

Ang ***Revelation of the Magi*** ay tumutukoy sa isang propesiya mula kay Seth, anak ni Adan, tungkol sa ang pagdating ng Bituing ito sa pagsilang ng Mesiyas. Ipinakita namin na ang mga elementong ito ay matatagpuan sa 1 Enoc (1En. 1:8-9, 5:7-9, 38:2, 48:4-6, 103, 104:12) kung saan ipinahayag ni Enoc ang misteryo ng Liwanag bilang Kaligtasan ng Mundo. Hindi natin kailangang maghanap ng libro isinulat ni Seth, kinakailangan, kahit na ang ilang elemento sa Revelation of the Magi ay hindi na nakapaloob sa Aklat ng 1 Enoc (tulad ng talatang ito). Kilala ni Adam itong Bituin at ang Liwanag nito dahil ito rin ang Liwanag na nagpapaliwanag sa Halamanan ng Eden. Walang araw sa Hardin kaya may katuturan iyon dahil ito ang Anak sa halip, ang Liwanag ng ang Mundo. Ito rin ang parehong Liwanag na magpapapaliwanag sa buong mundo, ayon sa propesiya na nakapaloob sa Aklat ng Apocalipsis pagkatapos mawala ang mga ilaw (Apoc. 7:16; Isa. 60:19-20). Ang paningin ng Bituin ay inalis mula kay Adan sa pagkatapon. Si Adan ang inalis, at malamang, si Jesus (Yahusha) ay nanatili sa Halamanan habang nasa Langit din. Maaari siyang nasa dalawa o higit pang mga lugar nang sabay-sabay, lalo na bilang Liwanag.

RotM 6:2 *"At tinuruan ni Adan si Seth na kaniyang anak tungkol sa [text missing], [at tungkol sa paghahayag] ng liwanag ng bituin at tungkol sa kaluwalhatian nito, dahil nakita niya ito sa Halamanan ng Eden nang ito ay bumaba at nagpahinga sa ibabaw ng Puno ng Buhay; at ito ay nagliwanag sa buong (hardin) bago si Adan ay lumabag laban sa utos ng Ama ng makalangit na kamahalan. 6:3 At nang siya ay lumabag laban ang utos na (ang Ama) ay itinalaga para sa kanya, ang paningin ng bituin ay inalis sa kanya,"*

Lumilitaw ang Bituin:

RotM 11:1 *At nang mangyari ang panahon at ang katuparan ng nasusulat sa mga aklat, tungkol sa pagsisiwalat ng liwanag ng nakatagong bituin, kami nga ay naisip na karapatdapat para dito dumating sa aming mga araw at tanggapin ito nang may kagalakan, gaya ng iniutos sa amin ng aming mga ninuno at gaya ng aming sarili basahin sa mga libro. 11:2 At ang bawat isa sa atin ay nakakita ng kamangha-mangha at magkakaibang mga pangitain na hindi kailanman nakita sa amin, ngunit ang kanilang mga misteryo ay nasa mga aklat na ito na aming binabasa. 11:3 At ang bawat isa ay nagmula sa kanyang tirahan ayon sa ating sinaunang kaugalian na umakyat sa Bundok ng mga Tagumpay [text missing] upang maghugas sa Spring of Purification, gaya ng nakasanayan natin. 11:4 At nakita namin ang [text na nawawala]. ang anyo ng isang hindi maipaliwanag na haligi ng liwanag na bumababa, at ito ay nagpahinga sa ibabaw ng tubig.*

Nang dumating ang oras para sa Liwanag na ito, na inilarawan at detalyadong mabuti, bilang si Jesus (Yahusha), na ang Maliwanag at Umagang Bituin, ang Magi ay muling naglinis ng kanilang sarili at umakyat sa Bundok ng Silangan. Una nilang nakita ang Liwanag na lumitaw sa ibabaw ng tubig (na affirmation ng banal na kasulatan na aming tinakpan). Ibig sabihin nasa bundok sila na tinatanaw ang tubig, at ang Mt. Hibok Hibok ay muling umaangkop dito. Nakita nila ang Liwanag, hindi bilang isang bituin, ngunit bilang isang haligi ng Liwanag na naaayon sa Torah, na gumagamit ng salita "hindi maipaliwanag." Iyon ay isang bagay na napakahusay para ipahayag ng mga salita. Lugar iyon ng mga Rabbi tag sa pangalan ng YHWH (bilang ibig sabihin ay hindi ito mabigkas), ngunit itinala ng Hebreong Tanach ang pangalang ito nang mahigit 6,800 beses. Ito ay binibigkas ng marami sa mga iyon (kahit ng Abraham), at ni Yahuah Mismo. Hindi Bibliya iyon. Ang Liwanag ng Mesiyas ay.

RotM 11:5 *At kami ay natakot at nanginig nang aming makita ito. At hindi namin maaaring pag-usapan ang tungkol sa kinang ng bituin ng liwanag, yamang ang ningning nito ay maraming beses na mas dakila kaysa sa araw, at hindi kaya ng araw tumayo sa harap ng liwanag ng mga sinag nito. 11:6 At tulad ng buwan na tumitingin sa araw sa mga araw ng Nisan, kapag ang araw ay sumikat* *at ito ay hinihigop sa kanyang liwanag, gayon din ang araw sa atin noong tumaas ang bituin sa ibabaw namin. 11:7 At ang liwanag ng bituin, na higit sa araw, ay napakita sa amin at ang mga anak ng ating mga hiwaga, nguni't hindi ito napakita sa iba, sapagka't sila'y inalis mula sa mga misteryo at pagdating nito. At kami ay nagalak, at niluwalhati, at nagbigay ng walang sukat na pasasalamat sa ang Ama ng makalangit na kamahalan na ito ay nagpakita sa ating mga araw at naisip nating karapat-dapat itong makita.*

Ang Liwanag na ito, na nagniningning ng maraming beses na mas malaki kaysa sa araw, ay walang planetary alignment. Hindi ito nakikita ng ibang tao kundi ang Magi, ibig sabihin ay hindi literal na bituin sa langit. Dito, inihambing ito sa mga araw ng Nisan (o Abril) na siyang pinakamainit na buwan ng Pilipinas na tinutukoy ang lokasyon kung saan ito nangyari sa isa pang paraan. Gayunpaman, inamin ni Landau sa kanyang talababa tungkol sa Nisan: ang salitang ginamit ay ang salita para sa Springtime, hindi partikular sa buwan ng Nisan. Bilang ito ay lumalabas na ang mismong petsa ng kapanganakan ng Mesiyas, pinakipot na nito; sa pagitan ng Abril at Hunyo. Hindi kailanman Disyembre. Mapapatunayan iyon, at susubukin natin ito sa Kabanata 10.

***RotM 12:1** At nang kami ay maligo sa Bukal ng Pagdalisay na may kagalakan, at kami ay umakyat sa Bundok ng mga Tagumpay gaya ng nakasanayan namin, at umakyat kami at nakita namin ang haligi ng liwanag na iyon sa harap ng kweba, muling dumating sa amin ang matinding takot. 12:2 At [kami ay lumuhod] sa aming mga tuhod, at iniunat namin ang aming mga kamay ayon sa aming sinaunang kaugalian, at aming pinuri sa katahimikan ang pangitain nito mga kababalaghan. 12:3 At muli, nakita namin na ang langit ay nabuksan tulad ng isang malaking pintuang-daan at mga tao ng kaluwalhatian dala ang bituin ng liwanag sa kanilang mga kamay. At sila ay bumaba at tumayo sa haligi ng liwanag, at ang buong bundok ay napuno ng liwanag nito, na hindi mabigkas ng bibig ng sangkatauhan. RotM 12:4 At (isang bagay) na parang kamay ng isang maliit na tao ay lumapit sa aming mga mata mula sa haligi. at ang bituin, na kung saan hindi namin maaaring tumingin, at ito ay umaliw sa amin. At nakita namin ang bituin na pumasok sa Yungib ng Treasures of Hidden Mysteries, at ang kuweba ay nagniningning nang hindi nasusukat. 12:5 At narinig namin ang isang mapagpakumbaba at mabait na tinig, na tumawag at nagsabi sa amin: "Pumasok kayo. sa loob ng walang pag-aalinlangan, sa pag-ibig, at makita ang isang mahusay at kamangha-manghang pangitain." At nabuhayan kami ng loob at naaaliw sa mensahe ng boses. 12:6 At kami ay pumasok, na natatakot, at aming iniluhod ang aming mga tuhod sa bukana ng kweba dahil sa sobrang kasaganaan ng liwanag. 12:7 At nang bumangon kami sa kanya utos, itinaas namin ang aming mga mata at nakita ang liwanag na iyon, na hindi masabi ng bibig ng mga tao.*

Napakalakas ng Liwanag, hindi nila ito matingnan, at nahirapan pa ngang tumayo. Si Jesus (Yahusha) ay lumabas mula sa Kanyang Liwanag, at inihayag ang Kanyang sarili sa anyo ng isang bata. Hindi siya ipinanganak sa Pilipinas; siya ay ipinanganak sa kabilang panig ng mundo sa parehong oras. Siya ay Elohim at oo, magagawa Niya ito. Hindi bababa sa anyo ng espiritu, Pinili niyang bisitahin ang Magi ng Pilipinas bago ang iba. Ang kahalagahan at ang kabanalan ng kanilang ministeryo ay hindi isang bagay na maaaring tawagan ng isang modernong iskolar sa tanong. Ang konseptong ito ng hindi maipaliwanag na Liwanag ng Mesiyas ay hinulaang sa 1 Enoch.

1 Enoc 58:5-6 (Pinagmulan ng 1 Juan 2:8 at Isaias 60:19-20)
At pagkatapos nito ay sasabihin sa banal sa langit na dapat nilang hanapin ang mga lihim ng katuwiran, ang mana ng pananampalataya: Sapagka't ito ay naging maliwanag na gaya ng araw sa ibabaw ng lupa. At ang kadiliman ay lumipas na. At magkakaroon ng liwanag na hindi magwawakas, At hanggang sa hangganan (lit. 'bilang') ng mga araw ay hindi sila darating, sapagkat ang kadiliman ay unang mawawasak, [At ang liwanag ay itinatag sa harap ni Yahuah ng mga Espiritu] At ang liwanag ng katuwiran ay itinatag magpakailanman sa harap ni Yahuah ng mga Espiritu.

Sino ang pamana ng ating pananampalataya? Si Jesus (Yahusha) ang nagtatag (o may-akda at tagapagtapos) ng ating pananampalataya (Heb. 12:2) at Siya ay siya ring kahapon, ngayon at magpakailanman (Heb. 13:8). Para sa Kanya, ang kahapon ay ang Paglikha, dahil ang Kanyang Liwanag ay itinatag noon at magpakailanman. Siya ay naging maliwanag na gaya ng araw sa Lupa at ang Kanyang Liwanag ay hindi nagwawakas. Ang ***Revelation of the Magi*** ay nagtataguyod ng magandang teolohiya dito.

RotM 13:1 *At nang makonsentra ito, ay napakita sa amin sa anyong katawan ng isang maliit at mapagpakumbabang tao, at sinabi niya sa atin: "Kapayapaan sa inyo, mga anak ng aking mga nakatagong hiwaga." At muli, naging kami namangha sa pangitain, at sinabi niya sa amin: "Huwag mag-alinlangan sa pangitain na inyong nakita, na mayroong nagpakita sa iyo ang hindi maipaliwanag na liwanag ng tinig ng nakatagong Ama ng makalangit na kamahalan. 13:2 At muli, (huwag mag-alinlangan na) ito ay nagpakita sa iyo upang ituon ang kanyang liwanag sa kanyang mga sinag, o na ito ay lumitaw sa iyo sa anyo ng isang maliit, mapagpakumbaba, at hindi karapat-dapat na tao, dahil sa katunayan, ang mga naninirahan sa hindi kayang makita ng mundo ang kaluwalhatian ng bugtong na Anak ng Ama ng kamahalan, maliban kung ito ay nahayag para sa kanila sa anyo ng kanilang mundo. 13:3 At muli, iba pang mga palatandaan ang lilitaw dito, na nakatago at (ay magiging) kahiya-hiya para sa makalangit na kamahalan, para sa kapakanan ng pagtubos ng mga buhay ng tao nilalang, sapagkat inibig sila ng aking Ama upang hindi sila mapahamak sa kamalian na kanilang taglay nagpumilit. 13:4 At muli, gagawin kong ganap ang pag-ibig ng Ama, maging hanggang sa kamatayan sa isang krus. Alang-alang sa kanilang kaligtasan ay bababa ako upang ibangon silang kasama ko sa pag-ibig at kapayapaang hindi mahahati kung maniniwala sila sa akin nang walang pag-aalinlangan, at magpapasalamat, at luluwalhatiin sa pamamagitan ko ang Ama niyan maluwalhating kamahalan na nagsugo sa akin para sa kanilang kaligtasan. 13:5 At minahal ko sila upang hindi sila mapahamak sa pamamagitan ng pagkakamali kung saan sila ay nagpatuloy. At samakatuwid, dahil ako ay nagpakita sa kanila sa kabuuan sa lahat ng panahon, wala silang dahilan para sa kanilang mga kasalanan maliban kung magsisi sila at maniwala sa akin. 13:6 At gayundin sa iyo, lahat ng iniutos sa iyo ng iyong mga ninuno, at lahat ng iyong natutunan ang mga hiwaga ng mga aklat na iyong binasa, gawin, yamang masdan, ang* *mga natatagong misteryo ng liwanag ng bituin na iyong hinihintay na makita, narito, siya mismo ay (ngayon) ang nagsabi sa iyo tungkol sa kanyang sarili ikaw ang nakakarinig. 13:7 At kayo ay maniniwala nang walang pag-aalinlangan, na nakikita sa akin ang mga tanda ng maraming anyo. 13:8. At muli, dalhin ninyo ang kayamanan na inilagak sa kuwebang ito ng inyong mga ama at [magpatuloy sa tuwa] at sambahin ang [text missing] Ako ay ipanganganak na parang tao. 13:9 At muli, sumamba ako doon [nawawala ang text]: kahit ngayon, habang nakikipag-usap ako sa iyo nandoon din ako. Dahil ang aking Ebanghelyo ay ipinahayag ng mga anghel, Ako ay naroroon at kasama ng kadakilaan ng aking Ama. 13:10 At ako nga kahit saan, dahil ako ay isang sinag ng liwanag na ang liwanag ay sumikat sa mundong ito mula sa aking kamahalanng Ama, na nagsugo sa akin upang matupad ang lahat ng sinabi tungkol sa akin sa buong mundo at sa loob ng bawat lupain sa pamamagitan ng di-masabi na mga misteryo, at upang ganapin ang utos ng aking maluwalhating Ama, na sa pamamagitan ng mga propeta ay nangaral tungkol sa akin sa bahay na nakikipagtalo, sa paraang katulad ng sa inyo, ayon sa nararapat. Ang iyong pananampalataya, ay nahayag sa iyo tungkol sa akin. 13:11 At ako'y aakyat na kasama mo at ako'y isang patnubay para sa iyo sa buong paglalakbay na iyong nilakbay, nakakakita ng mga tanda, maluwalhating kababalaghan, at dakila mga tagumpay sa buong mundo. At makikita mo ang pagkakumpleto ng lahat ng mga misteryo sa Jerusalem, at lahat ng sinabi sa iyo ay magkakatotoo para sa iyo. 13:12 At muli, makakakita ka ng mga tanda ng kababaang-loob, kahit isang mababang at mahinang anyo, na ang mga tao ay kikilos nang buong tapang laban sa akin, at gagawin nila nagnanais na gawin yaong kanilang binalak sa panlilinlang laban sa akin, at hindi nila makukuha ang [kanilang layunin] magaganap. 13:13 Ngunit ang lahat ng kanilang ginagawa ay para sa kanilang pagpatay at kanilang pagkawasak, at ang kalooban ng Ama ay matutupad alang-alang sa kaligtasan ng buhay ng buong mundo."*

Ang Mesiyas ay nagpakita sa anyong tulad ng tao, at ipinaliwanag sa mga Magi na gagawin Niya isinilang sa laman, sa mundo, malapit sa Jerusalem, Israel. Oras na para sa kanila upang maisagawa ang kanilang misyon; sa paglalakbay, at dinala nila ang kanilang mga handog bilang tipan. Ang mga bagay na ito mula sa Estate ni Adan ay kapareho ng sa Reyna ng Sheba dinala sa Templo, na kinaroroonan ng presensya ni Yahuah. Ang tipan na ito ay libu-libong taong gulang at nauna pa sa Israel at sa Baha. Si Jesus (Yahusha) ay napakalinaw na sinabi Niya na Siya ay mula sa Ama. Sinabi niya na Siya ang ipinangako ng Mesiyas na dumating sa laman upang iligtas ang sangkatauhan.

Napakalaking karangalan para sa mga lalaking ito na mamuhay nang may pagpapakumbaba at pagpalain, bilang isa sa iilan sa Lupa na aabisuhan tungkol sa pagsilang ng Anak ni Yahuah. Ito ay hindi isang pagkakataong pagpupulong, gayunpaman. Iyon ay ang kanilang pagtawag, mula sa mga araw ng karamihan sinaunang panahon. Hindi ito nakakakuha ng higit na Biblikal kaysa doon. Tanging isang rasista, kolonyal, Zionist view ay sugpuin ito at pagtatangka upang itago ~~kung ano ang sinaunang Pilipino kinakatawan sa kaharian. Sa kabuuan, Siya ay~~ nagsasalita nang may pagpapakumbaba, patuloy na kinakatawan ang Ama bilang pinakamahalaga, tulad ng ginagawa Niya sa buong Kanyang ministeryo sa lupa. Sa esensya, ito ang mga panimulang elemento ng Bagong Tipan, na unang inihayag sa Ophir, Pilipinas. Bago ang sinumang alagad ay pinili, sila ay. Sa katunayan, labindalawa sa kanila ay pupunta upang mag-alay sa Kanya.

Jesus (Yahusha) sa mga Mago na Siya ang magiging gabay nila sa paglalakbay, hindi isang bituin ng anumang iba pang uri; lalo na hindi isang constellation o planetary alignment. Ang mensahe ng kaligtasan ay unang ibinigay sa mga Magi. Sila ang unang "labindalawa mga alagad." Ang kaligtasan ay isang mensahe sa buong Lumang Tipan din, ngunit sa Panahon ng Bagong Tipan, ito ang unang ulat. Wow!!! Pinagtibay niya ang mga pari na ito mga sulatin sa kanilang Cave of Treasures. Alinman sa Simbahang Katoliko ang sinira ang mga ito napaka orihinal na mga dokumento, o itinago nila ito sa Vatican kasama nito mamaya pagsasalin. Alinmang paraan, sila ang may pananagutan sa pagkawala ng record ng Magi, at sila patuloy na huwag pansinin kahit ang pagsasaling ito, na itinutulak ang maling kuwento ni Melchior, Balthazar, at Caspar.

RotM 14:2 *At kinuha namin ang buong kayamanan na inilagak sa yungib, na may mga sulat na selyadong kung saan ito inilagay. At kami ay bumaba mula sa bundok, niluluwalhati ang mga misteryo ng mga paghahayag ng liwanag ng bituin na nagpakita sa atin. 14:3 At ang bawat isa sa amin ay nagsasalita tungkol sa mga paghahayag at mga pangitain na nagpakita sa kanya sa Cave of Treasures of Hidden Mysteries, ngunit ang aming mga pangitain ay hindi magkatulad, at ang lahat ng mga kababalaghan ng maraming anyo ay lumitaw sa amin. 14:4 May isa sa atin na nagsasabi, "Nakakita ako ng isang liwanag kung saan mayroong maraming mga imahe na kamangha-mangha." At may isang kasabihan, "Nakakita ako ng isang sanggol na hindi masabi ang anyo." 14:5 At may isang nagsasabi, "Nakakita ako ng isang kabataan na walang anyo sa mundong ito." At may isang kasabihan, "Nakakita ako ng isang kabataan na walang anyo sa mundong ito." At may isang kasabihan, "Nakakita ako ng isang tao pagiging mapagpakumbaba, hindi magandang tingnan, at mahirap." 14:6 At may isang nagsasabing, "Nakita ko ang krus at isang persona ng liwanag na nakabitin dito, na nag-aalis ng mga kasalanan ng buong mundo." At doon ay isang kasabihan, "Nakita kong bumaba siya sa Sheol nang may puwersa at lahat ng patay ay bumangon at sumamba siya." 14:7 At mayroong nagsasabi, "Nakita kong umakyat siya sa kaluwalhatian, at binuksan niya ang mga libingan, at ibinangon niya ang mga patay, habang sila ay sumisigaw at nagsasabi: 'Banal ang ating hari at banal ang kanyang pinaggalingan. sa amin! Dahil sa ating mga kasalanan ay nagpakumbaba siya upang iligtas tayo.'" 14:8 At may nagsasabi, "Nakita ko siya. umakyat sa kaitaasan ng langit, at binubuksan ng mga anghel ang mga pintuan ng langit sa harap niya. At mga ulap ng kinukuha siya ng mga serapin at mga anghel sa mga palad ng kanilang mga kamay, at ang Paraclete Spirit ay kumukuha ng diadem at isang korona at nagpapaningning ng tagumpay sa harap niya, at lahat ng hukbo ay nagpupuri at umaawit karangalan ng kanyang kababaang-loob, na nanaig sa buong pakikibaka ng kamalian at kamatayan.*

Ang mga pinarangalan na lalaking ito na namuhay ng mga banal na buhay sa tipan, pagkatapos ay kinuha ang naipon nakayamanan mula sa Cave of Treasures (na naipon mula pa noong mga araw ni Adan), at inialay ang mga ito sa Tagapagligtas ng sangkatauhan. Ito ay hindi maliit na halaga. Ang mga kahon, inilalarawan sa likhang sining, maputla kung ihahambing, sa kabang ito mula sa

Estate ni Adan. Nang matapos ni Jesus (Yahusha) ang Kanyang pagdalaw, ipinakita Niya ang Kanyang sarili sa iba't ibang yugto ng Kanyang buhay na darating. Literal na nakita ng Magi ang Kanyang ministeryo, ang Kanyang pagkakabitin sa puno, Ang kanyang paggising sa mga patay na espiritu ng mga matuwid na natutulog sa loob ng Inner Earth o Sheol, at maging ang Kanyang pag-akyat sa Langit bago pa man ito nangyari. Ito ay isa sa pinakamagandang account na maaaring makuha ng isang tao.

Sinasabi ng mga modernong siyentipiko na tayo ay stardust; hindi nila alam ang sinasabi nila. Tunay na lahat tayo ay nilikha na may Liwanag ng Mesiyas, ang mismong Liwanag na nagpakita sa mga Magi. Ang Stardust mismo ay walang mga malikhaing kapangyarihan, at walang sinuman ang naka-obserba sa bituin na lumilikha sa anumang kahulugan. Walang buhay na nagmumula sa isang bituin at walang bituin ang nagbunga ng buhay sa anumang pagmamasid sa anumang oras. Gayunpaman, si Jesus (Yahusha) ang Liwanag ng Paglikha at sa pamamagitan ng Kanyang Liwanag ay mayroon tayong buhay. Iyan ay hindi lamang isang account mula sa Apocalipsis ng ang Magi gaya ng ating naobserbahan.

Paano natin malalaman na ang Magi ay isang tunay na banal na lugar? Sa katunayan, ang mga Magi ay nasa talaan ng bilang pagdiriwang ng mga Kapistahan; gayundin si Adam. Hindi iyon binago ng Magi para magdiwang ng Pasko na alam natin, sa pundasyon, ay Saturnalia sa kasaysayan ng Katoliko; kahit ayon kay Tertullian noong 155 A.D. Lumilitaw na nananaghoy siya sa gayong pagpapalit. Inamin nya na ang Simbahang Katoliko ay nawala ang debosyon sa Bibliya (kahit na noong una pa, ganap na hindi nakakonekta). Ibinahagi ni Tertullian na ang mga Kristiyano (ibig sabihin ay mga Katoliko), ay walang halimbawa ng solemnidad (pagsunod sa sarili nilang Bibliya). Ang Saturnalia ay palaging kasama ang pagbibigay ng regalo, para parangalan si Zeus, na kanilang tagapagbigay ng regalo. Palakasan at piging ginulo ang lahat tulad ng Pasko ngayon. Ang okultismo na mga kapistahan ng Enero kasama rin ang Epiphany, o Araw ng Tatlong Hari, at ipinagdiriwang nang ganap sa maling oras ng taon, na may maling sentro ng pagdiriwang. Ang mga paganong holiday na ito kasama rin ang mga pigurin, gaya ng nakikita natin ngayon sa corrupted nativity creche' at mga dekorasyon ng Christmas Tree. Ang Christmas Tree ay tahasan at direktang sinaway sa Jeremias 10.

"Sa pamamagitan namin na mga dayuhan sa mga Sabbath, at mga bagong buwan, at mga kapistahan, na dating katanggap-tanggap sa Diyos, ang Saturnalia, ang mga kapistahan ng Enero, ang Brumalia, at Matronalia, ay dinadalaw na ngayon; mga regalo ay dinadala paroo't parito, ang mga regalo sa araw ng bagong taon ay ginagawa nang may ingay, at ang mga palakasan at piging ay ginagawa ipinagdiwang nang may kaguluhan; oh, gaano pa katapat ang mga pagano sa kanilang relihiyon, na kinukuha ang espesyal mag-ingat na huwag kumuha ng solemne mula sa mga Kristiyano." –Tertullian, 155 A.D.[1]

[1] *"Tertullian, De Idolatria." c. 14, Vol. I, p. 682., 155 A.D.*

Ang Saturnalia ay isang malaswang araw ng purong kasamaan na nabago sa arena ng public relations sa modernong mga siglo bilang Misa ni Kristo, at pinaikli sa Pasko. Ipinagpapatuloy ng mga Protestante ang tiwaling tradisyon, na pinalamutian ang kanilang pagsasaya sa USA megachurches, na may milyong dolyar na mga produksyon na kumakatawan lamang sa mga kasinungalingan. Iniisip ng mga tao na ipinagdiriwang nila ang kapanganakan ng Mesiyas, ngunit ito ay mali oras ng taon, kasama ang maling Tagapagligtas sa unahan (karaniwang sinasamahan ng Santa, Rudolph, at Frosty na humahantong sa mga kamelyo patungo sa harapan ng santuwaryo, kung saan ang isang sanggol sa isang pekeng sabsaban naghihintay sa kanilang pagsamba, at isang mayamang pastor ang naghihintay sa kanilang pera). Nagbabala si Adan tungkol sa gawaing iyon sa hula. Huwag hayaang may magtangkang bigyang-katwiran ang sinuman sa okultismo na pag-uugali bilang diumano'y kasama ang Mesiyas na hindi nakikilahok.

***RotM** 9:2 At [nawawala ang teksto] ng kamahalan, ngunit sa mga huling panahon ng lahing iyon ay muli silang maging [maghimagsik,] at hindi sila matatakot sa aking kamangmangan at sa kahatulan na taglay ko. sa halip, sila ay magiging matigas ang ulo at magsasalita ng kalapastanganan sa makalangit na kamahalan. 9:3 At sasabihin nila maraming bagay, at gagawa din ng mga larawang ipininta at mga larawang inanyuan, at maglilingkod sa araw at ang buwan, at sila ay magsasalita ng mga salita ng kalapastanganan. 9:4 At lahat ng mga bagay na ito na nasa gitna nila mula sa mga panlilinlang ng aking taksil na manlilinlang, sapagkat ihahandog niya ang pag-ibig ng kanyang pandaraya at ang kanyang panlilinlang. Na puno ng lason sa bawat henerasyon na susunod sa akin. 9:5 At siya ay [magpapakita] at gagawa ninanasa nila ang walang laman na mga papuri ng malaking kayamanan, pagmamataas, pananamit, ari-arian, pakikiapid, pagmamayabang, kawalan ng katarungan, kasakiman, at iba't ibang ari-arian. 9:6 At siya ay magpapakita sa kanila bilang isang magkasintahan o isang kaibigan at akitin sila. At muli, na may pagsasaya, paglalasing, marumi, at maruruming piging, na isang ilusyon [ng kanyang] walang laman [mga pagpapakita,] at muli, na may mga ari-arian na pinagsunod-sunod na labis, hahawakan niya sa kanila na may mapanlinlang na pagmamahal, na hindi banal, tulad din sa akin sa pamamagitan ni Eva.*

Ipinahayag ni Adan na ang mga henerasyon ng Huling Panahon ay magpaparumi sa sagradong mga kapistahan; iningatan niya sila, at gayundin ang mga Mago. Hindi sila lahat ay napagmasdan ni Adan, ngunit ang mga Magi ay pumunta sa Israel noong mga araw ni Solomon at alam na alam ang Torah (ayon sa Revelation of the Magi, na madalas sumipi ng Torah). Sila ay isang priesthood ng kasunduan na kanilang hinango mula kina Adan at Seth. Ito ay isang relasyon sa Bibliya, at oo, may mga nasa Earth ang ilan ay tatawagin pa ngang "mga Gentil (goyim)" na ay nasa pakikipagtipan kay Yahuah: ibang mga tupa sa Malayong Silangan (Juan 10:16). Kailangang maging ganoon sila, upang maging karapat-dapat sa balita ng kapanganakan ng Anak ni Yahuah. Ang sinumang nagpasok ng masasamang mangkukulam sa salaysay na iyon, ay nagsasabi ng isang okultong kuwento; kahihiyan sa kanila.

Para kay Herodes, ang mga Pariseo at ang mga Pari ng Zoroastrianismo ay hindi lahat ay itinuring "karapat-dapat (17:2)" na maabisuhan tungkol sa pagsilang ng Mesiyas, dahil sa kanilang "pagkabulag." Common sense dapat yan. Gayunpaman, sa ***Revelation of the Magi***, si Jesus (Yahusha) Siya mismo ay nangako sa mga Magi (pagdating nila sa Jerusalem), ito:

RotM 19:6 *At sama-sama, kayo ay magiging mga saksi ko sa lupain ng Silangan kasama ng aking mga alagad, yaong mga pinili ko upang mangaral ng Ebanghelyo.*

Alam ng mga Mago ang Liwanag ng Mundo bago pa man mapili ang mga disipulo. Ang kanilang labingdalawang banal na lalaki ang nauna sa iba sa Israel. Alam nila ang Liwanag ng Mundo, bago pa man ang mga pastol. Walang kasulatan ang nagsabi na ang mga pastol ay dapat ang pinaka mga unang saksi. Ang nasabing debate ay batay sa isang maling pundasyon, at naglalaro na may mga kahulugan din. Ito ang ginagawa ng mga Pariseo. Nagdaragdag sila ng lebadura sa Salita, pagpapalawak nito, ginagawa itong basahin tulad ng fiction, at defilimg ito, tulad ng mayroon sila para sa higit sa 2,000 taon. Hindi nakakagulat na makita natin ito sa Simbahang Katoliko, at dumadaloy sa Pati na rin ang mga simbahang Protestante.

Mali si Martin Luther, may malalapit na kaibigan sa matataas na lugar. Siya ay isang mapagkunwari; na tinukoy bilang isang artista, tulad ng kanyang mga ninuno, ang mga Pariseo. Hindi siya nagbabalak na magprotesta sa Simbahang Katoliko kahit ano pa man, ngunit isang huwad na eskriba kasama isang agenda. Dapat ay sinira ito ni Luther at muling itinayo sa pundasyon ng matibay na bato, si Jesus (Yahusha). Nagsimula siya sa magandang direksyon, sa tunay na Heswita na mapanlinlang estilo, ngunit ang magpatuloy sa loob ng mga hangganan ng Katolisismo ay ang pagiging ignorante sa kasaysayan, at lalo na ang exegesis sa Bibliya. Sa halip na masunog sa tulos, o pahirapan at pinugutan ng ulo para sa kanyang "protesta ng 95 theses" binigyan siya ng isang sampal sa pulso, pagkatapos ipinadala upang manirahan sa isang kastilyo at isalin ang Bibliya sa Aleman. Ang kanyang nagtatagal na simbolo ng isang pulang krus sa isang puting rosas ay okulto, amoy ng Rosicrucianism. reklamo ni Luther tungkol sa Aklat ng Pahayag, at inalis pa nga ito sa kanyang unang salin, na sinasabing ito ay "hindi apostoliko o propetiko.... Si Kristo ay hindi itinuro o kilala rito" (Aklat ng Apocalipsis, Wikipedia. org). Tinatawag pa nga ng mga Lutheran at Episcopal ngayon ang kanilang sarili na "light Catholics" dahil walang gaanong pagkakaiba sa teolohiya. Mga Patay na silang simbahan, na nilikha ng Pope at Rosicrucians (satanists), upang magbigay ng solusyon sa ang problema mismong nilikha ng tiwaling Simbahang Katoliko.

Bilang karagdagang pagpapatunay, pinatutunayan din iyon ng The Testaments of the Twelve Patriarchs Si Jesus (Yahusha) ay darating sa anyo ng isang Bituin. Ito ay hindi kailanman isang misteryo sa tunay na paradigma sa Bibliya. Nakita na natin ito sa The Testaments of Judah and Levi. Gayunpaman, kasama rin sa Tipan ni Benjamin ang propesiya ng Bituing ito.

Testament of Benjamin 9:1-3 (Charlesworth) [1]

"Mula sa mga salita ni Enoc na Matuwid ay nagsasabi sa iyo na ikaw ay magiging malaswa tulad ng kahalayan ng mga Sodomita at mapapahamak, na may ilang mga pagbubukod. Dapat mong ipagpatuloy ang iyong mga aksyon sa mga babaeng malalagot, at ang kaharian ng Panginoon ay hindi mapapasaiyo, sapagkat agad niyang aalisin ito. Ngunit sa iyong inilaan na lugar ay ang templo ng Diyos, at ang huling templo ay hihigit sa nauna sa kaluwalhatian (Hag 2:9). Ang labindalawang lipi ay titipunin doon at ang lahat ng mga bansa, hanggang sa panahong iyon ipapadala ng Kataastaasan ang kanyang kaligtasan sa pamamagitan ng ministeryo ng natatanging propeta.b [Siya ay papasok sa unang templo, at doon ay aabuso ang Panginoon at itataas sa kahoy. At ang tabing ng templo ay mapupunit, at ang espiritu ng Diyos ay lilipat sa lahat ng mga bansa gaya ng apoy ibinuhos."[1]

Alam nating lahat na ang Ikalawang Templo ay hindi hihigit sa Una (sa kaluwalhatian, sa anumang kahulugan). Ang Kaban ng Tipan ay wala doon gaya noong Una. Ito ay isang reference sa Bagong Jerusalem, na kung saan ay hindi isang konsepto kailanman nauugnay sa lupain tinatawag nating Israel ngayon. Iyan ay mahirap na palagay. Ang Bagong Jerusalem ay lalampas sa Unang Templo sa malayo, dahil ito ay bababa mula sa Langit sa ibabaw ng Halamanan ng Eden at ang Puno ng Buhay na magiging Banal ng mga Banal sa loob nito. Hindi na kakailanganin ng sangkatauhan isang kahon para sa presensya ni Yahuah. Sa ating bagong katawan at isang kalagayang walang kasalanan, gagawin natin magagawang mamuhay sa Kanyang ganap na presensya sa unang pagkakataon mula noong Adan sa Halamanan ng Eden; ito ay nananatiling Banal ng mga Banal sa loob ng Mundo sa ilalim ng modernong Pilipinas.

Sa 1 Enoch 89-90, inilarawan ni Propeta Enoc ang prosesong ito noong Bagong Jerusalem bumaba sa lokasyon. Ito ay partikular na nagsasabi na ang Unang Templo ay nakatiklop (sa kanyang pangitain), at dinala sa Timog ng Israel (na ang Indian Ocean). Pagkatapos, pagkatapos sa Araw ng Paghuhukom, ang Bagong Jerusalem ay bababa mula sa itaas, sa Lupa, sumasaklaw sa isang buong kontinente, sa laki, na humigit-kumulang 2,000 km cubed (Rev. 21:16, 12,000 stadia ang haba, lapad, at mataas). Hindi ito papasok sa modernong Israel ngunit magiging nakaposisyon sa Timog nito, sa Indian Ocean kung saan inilagay ang una. Hindi na magkakaroon ng dagat pagkatapos, dahil ang mga sinaunang Ilog mula sa Eden ay ibabalik (Apoc. 21:1). Dapat itong bumaba sa Pilipinas kung saan ang Hardin at Puno ng Buhay ang umiiral. Ang banal na lungsod ay lalampas sa India, hanggang sa Kanluran; marahil sa isang malaking bahagi ng lugar na tinatawag nating Indian Ocean. Ang lahat ng mga tupa ay hindi kailanman sa Una o Pangalawang Templo. Sila ay nasa Bagong Jerusalem, na kilala rin mas malaki dito.

---

[1] *"Testaments of the Twelve Patriarchs: Benjamin 9:1-3." With Footnote 9b. Edited By James H. Charlesworth. The Old Testament Pseudepigrapha: Apocalyptic Literature & Testaments. p. 827.*

1 Enoc 90:28-29

At tumindig ako upang tingnan hanggang itiklop nila ang lumang bahay na iyon; at inalis ang lahat ng mga haligi, at ang lahat ng mga biga at mga palamuti ng bahay ay sabay na nakatiklop kasama nito, at dinala nila ito at inilagay sa isang lugar sa timog ng lupain. At nakita ko hanggang si Yahuah ng mga tupa ay nagdala ng bagong bahay na mas malaki at matayog kaysa sa una, at inilagay ito sa lugar ng una na natiklop pataas: lahat ng mga haligi niyaon ay bago, at ang mga palamuti niyaon ay bago at mas malaki kaysa sa una, na luma isa na Kanyang kinuha, at ang lahat ng mga tupa ay nasa loob nito.

Bago ang Ikalawang Pagparito ni Hesus (Yahusha), ang labindalawang tribo ay titipunin sa lupain ng Huling Panahon kung saan ang Bagong Jerusalem ay bumaba sa wakas. yun ay hindi modernong Israel. Ang natatanging propeta ay ang Mesiyas, dahil Siya lamang ang maaaring mangasiwa sa kaligtasan. Ito ang nagtatakda ng mga propetikong kondisyon para sa kaganapan ng Apocalipsis 12; ang nagdaramdam na babae na palaging Israel sa propesiya, hindi kailanman ang walang bahid, birhen na nobya. Kinakatawan ang lahat ng labindalawang tribo, siya ay nagpakita sa Langit upang mag-alay ng Unang Prutas na handog na siyang 144,000. Sila ay mga bata na kumakanta at hindi nakikipagdigma. Ang hindi mabilang na marami sa mga martir na may bahid ng dugo ay ang mga sumama sa digmaan sa huli.

Ang babae ay protektado ng Havilah, lupain ng Havah (Eba) na ipinangalan sa kanyang pagdaramdam sa panganganak, kahit na. Iyan ang kapanganakan ng mga Magi na magpoprotekta sa Israel at mga mananampalataya sa mga Huling Araw na ito. Ito ang lupain ng araw, maging ang pinagmulan nito ayon Enoch. Ang buwan ay nasa paanan nito dahil ang pinakamalaking kulto ng buwan sa kasaysayan ay ang Islam, na kung saan Si Allah ang Diyos ng Buwan, si Hubal, ng Mecca, at siyempre, ang gasuklay na buwan at simbolo ng bituin. Ang labindalawang bituin sa kanyang korona ay ang bilog ng labindalawang isla, na tinatawag na Babuyan Islands, o sa kanilang lokal na wika, ang nasusunog na mga isla/bituin. Iyon ay kinatawan din ng labindalawang Magi, ang mismong mga anak ng Liwanag ayon sa Mesiyas, na nagdala ng mga handog sa Anak. Ginagamit din ang pagtatalagang iyon sa Mga Dead Sea Scrolls mga dalawampung beses; tinawag ng mga Levita ang kanilang sarili bilang "mga anak ng liwanag" at ito ay makikita rin sa propesiya ni Juan Bautista (Lucas 1:79).

Ang Tipan ni Benjamin ay bumalik sa Unang Templo kung saan si Jesus (Yahusha) pinasok ito at talagang tinanggihan, napatunayang nagkasala nang mali, at inabuso, gaya ng ipinropesiya. Ito ang sinulat ni Benjamin, mga 2,000 taon ang nakalipas. Mga Fragment ng The Testament of The Twelve Patriarchs ay natagpuan sa Dead Sea Scrolls na dating bago ang Messiah pagdating. Ito ay hindi kapani-paniwalang tumpak na hula. Siya ay inilagay sa tulos (krus) ng kahoy gaya ng hinulaang. Ang tabing ng Templo ay napunit, at ang Banal na Espiritu ay dumating sa amin. Iyon ay isang benchmark sa pagsubok na hindi maaaring i-dispute. Kapag propesiya ito tumpak, ang teksto ay inspirasyon. Ilalabas din namin ang aklat na ito sa paglalathala sa lalong madaling panahon.

Gayunpaman, sa kanyang edisyon ng The Testament of Benjamin, si James H. Charlesworth natanto ang hindi kapani-paniwalang paghahayag dito. Sa kanyang talababa, matalino niyang ikinonekta ang talatang ito kay Benjamin hanggang sa ipinropesiya na Bituin ng Mesiyas mula sa Mga Bilang 24:17 na aming tinalakay. Itinatali rin niya iyon sa Damascus Document of the Dead Sea Scrolls. Itong Bituin ang pagiging Mesiyas ay hindi isang misteryo kahit kaunti. Ito ay isang napakalaking halaga ng pagpapatibay sa banal na kasulatan. Kung hindi ang Mesiyas Mismo bilang Bituin na ito, gagawin iyon maging mali. Sa madaling salita, para sa sinumang iskolar na tawagan iyon na "Gnostic" o kakaiba sa alinman ang kahulugan ay katibayan na hindi nila alam ang kasulatan.

Talababa b. Ang pag-asa ng eskatolohikal na propeta ay nakabatay sa Deut 18:15 at mahalaga ito sa Qumran: 1QS9.10-11; lQSa2.11-12. Posibleng ang bituin, na binanggit sa CD 7.15-20 (na nakabatay sa Num 24:17) ay ang Isa na Nagtuturo ng Tama (1QS 1.11), ang tagapagpauna ng natatanging propeta ng ang katapusan ng oras. Ang propeta ay direktang binanggit sa PSJosh 5-8 (= 4QTestim [Vermes, p. 527]) sa isang sipi na humahantong sa isang deklarasyon tungkol sa bituin. Ang teksto mula sa Num 24 ay sinipi sa sermon ni Esteban (Mga Gawa 7:37), kung saan kinuha upang tukuyin si Jesus bilang ang eschatological na propeta.[1]

Sa itaas ng lahat ng iba pang mga sanggunian na aming tinalakay, ito ay isang malakas na hanay ng katibayan sa pagpapatibay. Kung ang mga iskolar lamang ay gumugugol ng mas maraming oras sa ganoong uri ng pagkakasundo sa halip na tinatawag nilang "textual criticism," sa pagkawasak at pagkalito, mas marami tayong malalaman kaysa sa atin. Marami na kaming sakop mga sulatin sa Dead Sea Scrolls kung saan isinudokumento ng komunidad na ito ang kanilang pagkatao ipinatapon ng mga Hasmonean at mga Pariseo sa Ilang ng Judea. Ayan sila, inihanda ang para sa Messias, na tinutupad ang Isaias 40:3. Juan Bautista, mula rito ang pamilya ng priesthood sa templo ni Zadok/Aaron/Levi ay gumanap doon at nagbinyag Si Jesus (Yahusha) sa Qumran, na Bethabara.

Iningatan nila ang mga batas sa Bibliya at Canon sa lokasyong ito, isang rekord na wala sa ibang lugar sa kasaysayan. Tinutukoy nila ang pamayanang iyon bilang Damascus, hindi dapat ipagkamali sa isa sa Hilaga, na hindi na Israel noong panahong iyon. Naging fulfilling din sila propesiya sa paggawa nito, dahil ang Aklat ng Amos 5 ay nagpropesiya na sa mga tunay na Levita ay itatapon at papalitan,

---

[1] "Testaments of the Twelve Patriarchs: Benjamin 9:1-3." With Footnote 9b. Edited By James H. Charlesworth. The Old Testament Pseudepigrapha: Apocalyptic Literature & Testaments. p. 827. [2] "The Damascus Document. CD 7.15-20." The Complete Dead Sea Scrolls in English. By Geza Vermes. Penguin Books. 1962. Revised Edition 2004. p. 135. [3] "The Name Simon." Abarim Publications. [4] "Uzziah." Abarim Publications.

gaya ng ginawa ng Daniel 8 at Awit 83. Siyempre, ngayon tayo magkaroon ng isang buong komunidad ng scholar na nawalan ng pagsubaybay sa kaaway na iyon at ipinapalagay nila ay sa katunayan, ang mga Tribo ng Israel, kapag sila ay sinagoga ni satanas na nagsasabing sila ay Judio at hindi, ngunit nagsisinungaling (Apoc. 2:9, 3:9).

Itatapon ko ang tabernakulo ng iyong hari at ang mga base ng iyong mga rebulto mula sa aking tolda hanggang sa Damasco (Amos 5:26-7). Ang mga Aklat ng Kautusan ay ang tabernakulo ng hari; gaya ng sinabi ng Diyos, aking ibabangon ang tabernakulo ni David na nahulog (Amos ix, 11). Ang hari ay ang kongregasyon; at ang mga batayan ng ang mga estatwa ay ang mga Aklat ng mga Propeta na ang mga pananalita ay hinamak ng Israel. Ang bituin ay ang Interpreter ng ang Batas na darating sa Damasco; gaya ng nasusulat, Isang bituin ay lalabas mula kay Jacob at a ang setro ay babangon mula sa Israel (Bil. 24:17). Ang setro ay ang Prinsipe ng buong kongregasyon, at pagdating niya ay sasaktan niya ang lahat ng mga anak ni Seth (Bil. 24:17). [2]

Gaya ng sa ***Revelation of the Magi***, pansinin ang pagbanggit sa mga anak ni Seth. Si Jesus (Yahusha) ay ang "Interpreter ng Batas" at ang Bituin Mismo ay eksaktong katulad nito ang aming teksto ay nagpapatunay. Ang sinumang naghahanap ng Bituin na ito ay kahit ano maliban sa Mesiyas, ay hindi pagsunod sa Bibliya. Ang mga Magi lamang ang ipinakita sa Bituing ito, at hindi ito lumitaw sa Israel hanggang dumating ang Magi halos dalawang taon pagkatapos ng kapanganakan ng Mesiyas.

Sa wakas, mayroon tayong saksi ng Ben Sira/Wisdom of Sirach 50 na nakita natin na walang nakakaintindi hanggang ngayon. Isinalaysay niya ang kuwento ng tila isang Mataas na Saserdote na pinangalanang Simon na anak ni Onias (Latin)/ Uzias (Hebreo). Ito ay isa sa mga karamihan sa mga pagsasaling mali sa kasaysayan. Simon/Simeon sa Hebrew ay nagmula sa: **שמע**: *shama'* [3] ibig sabihin, makinig. Ang ibig sabihin ng Uzziah ay kapangyarihan ni Yah *[עזז ('azaz) יה (yah)].* [1] Ang mga ito ay hindi mga pangalan. Ito ay lumilitaw na mapanlinlang, at sinusubukang itago ang Mesiyas. Sa halip, ang ang sipi ay dapat magsimula bilang, Makinig, ang Mataas na Saserdote, ang anak ng kapangyarihan ni Yah.

Inaasahan tayong maniwala na si Sirach ay nagpahayag sa mga patriyarka sa Kabanata 49, ang paghahambing sa kanila na higit na dakila kaysa kay Zerrubabel at kay Yahusha, na anak ni Yosedec, na nanguna sa muling pagtatayo ng Templo. Pagkatapos, sinimulan ni Sirach ang isa pang kabanata, umuusad pabalik sa isang High Priest na nagpaganda pa ng Templo. Maliwanag, ito ay isang simbolikong hula tungkol sa darating na Mesiyas, hindi ang sinumang pari na nabuhay sa anumang panahon kung hindi man. Sa nakaraang kabanata, katatapos lang ni Sirach na linawin Na walang pagkukumpara sa mga propeta: Sina Enoc, Joseph, Shem, Seth, at Adan. Walang saysay na purihin niya ang isa pang nakabababang Punong Saserdote hindi karapatdapat. Sa halip, siya ay umaakyat sa pinakadakilang Mataas na Saserdote sa kanilang lahat: Hesus (Yahusha). Hindi kilala ni Josephus ang ating Tagapagligtas at hindi Siya kinatawan bilang Mataas na Pari. Siya ay isang Pariseo na napopoot sa Tagapagligtas, at hindi binibigyang-kahulugan ang Sirac.

Alam namin ito dahil inihalintulad ni Sirach ang karakter na ito sa "Bituin sa Umaga." Alam namin sino yun. May kakaunting debate. Ang pader ng Templo ay itinaas sa doble ang taas, na hindi makasaysayan, ngunit isang hinaharap na pagpapakita ng Bagong Jerusalem na itinayo ni Jesus (Yahusha). Ang tubig ay napakarami para sa sinumang normal na tao lumikha ng dagat. Iyan ang kinabukasan. Ang Mataas na Saserdoteng ito ay pinarangalan bilang "Bituin sa Umaga," "gaya ng buwan sa kabilugan," at "tulad ng bahaghari na nagbibigay liwanag." Lahat ng iyon ay magiging katawa-tawa sa konteksto kung ito ay isang aktwal na makasaysayang Mataas na Saserdote na walang kasya alinman sa mga paglalarawang ito. Tinatawag nito ang Spring, tulad ng buwan ng mga bulaklak, kung saan ang mga Mago ay pumasok sa Jerusalem. Gayundin, mayroong puno ng kamangyan sa Tag-araw, na dinala sa Messiah sa pagtatapos ng Spring. Ito ay sa ibang lugar, hindi Israel, na angkop sa Malayong Silangan kung saan lumitaw ang Kanyang Bituin at nagmula ang pampalasa. Iba pa ang mga yamang tulad ng ginto at mamahaling bato ay angkop din sa salaysay ng Magi na mga pulo ng Ophir.

Ang lalaking ito na nagngangalang Simon ay may mga katangiang Mesiyaniko tulad ng: "Nang isuot niya ang balabal ng karangalan, at dinamitan ng kasakdalan ng kaluwalhatian, nang umakyat siya sa banal na dambana, ginawa niya ang damit ng kabanalan marangal (11)." Walang anumang High Priest ang makakapantay niyang paglalarawan maliban sa Mesiyas, na naging ating Dakilang Saserdote talaga (Heb. 4:14). Pagdating sa alak, ibinuhos ng lalaking ito ang "dugo ng ubas" sa "paa ng altar." Ang lahat ng tao sa Lupa ay agad na yumukod at sumamba kay Yahuah. Hindi iyon nangyari at hindi mangyayari hanggang sa Araw ng Paghuhukom. Ito ay isang hula tungkol sa Mesiyas ay malamang na nasira sa mga pagsasalin dahil ano ang ibig sabihin ng mga salita ibig sabihin at hindi mga pangalan. Ito ay paninindigan muli ng Bituin sa Umaga.

Dito, mayroon tayong mahigit labinlimang pagbanggit mula sa banal na kasulatan na si Hesus (Yahusha) ay literal ang Bituin, ang ilan ay may napaka tiyak na pagtukoy sa Bituin na lumilitaw sa Kanyang kapanganakan. Siya ay ang Bituin na iyon. Walang sinuman ang kailangang tumingin sa software ng Stellarium bilang kalooban ng Kanyang Bituin ay hindi ipakita doon. Ang mga pagkakahanay ng planeta at iba pang katulad nito ay hindi magagamit upang makilala ang Kanyang kapanganakan bilang sila ay walang pakundangan. Sa tuwing ang kathang-isip na kaganapan ng satanic god, Si Jupiter, na pumapasok sa sinapupunan ng okultismong diyosa, si Venus, ay tinurok ng Bibliyang iskolar, na nagmumungkahi na may kinalaman sa banal na kasulatan, tumakas. Hindi sila nagbibigay ng exegesis ng Bibliya, ngunit okultismo na daldal. Yung mga huwad na diyos at diyosa hindi kailanman bahagi ng interpretasyon ng Bibliya. Sa katunayan, napakalayo na ang narating namin sa pananaliksik para patunayan ang bawat pagbanggit sa Ingles ng isang konstelasyon sa Bibliya ay mali sa Wikang Hebrew, na walang konsepto ng mga konstelasyon, espasyo, o uniberso. Hindi tinukoy ni Yahuah ang Kanyang mga Bituin sa pamamagitan ng mga nahulog na anghel at mga Nephilim. Ang asosasyon ay palaging ang pinakamasama sa scholarship. Subukan ito para sa iyong sarili.

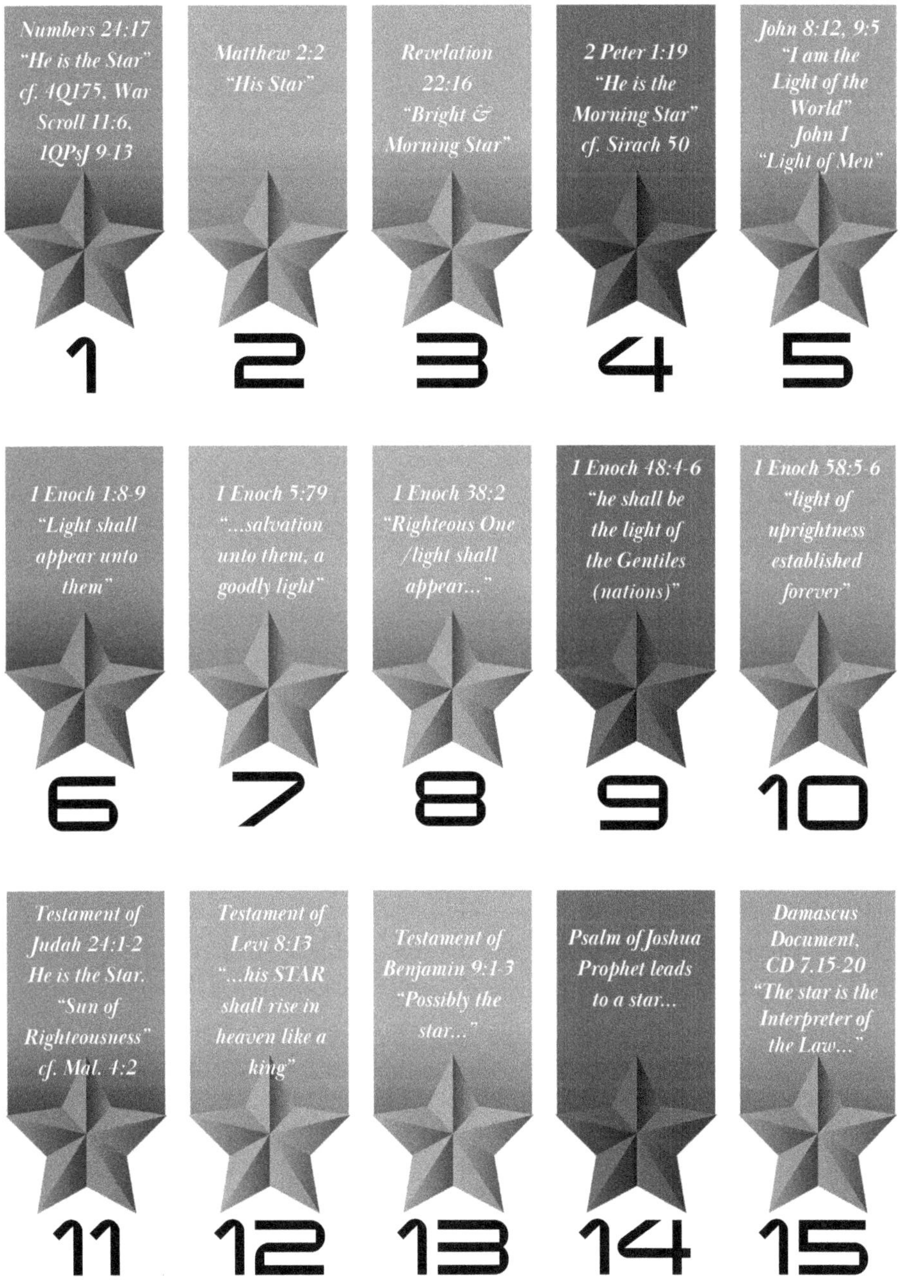

Si Jesus (Yahusha) Siya Mismo ang Bituin

ISANG KONSEPTO NG BIBLIYA NA PINAGTIBAY SA PAGHAHAYAG NG MGA MAGI. HINDI ITO GNOSTIC!

Kabanata 8: Ang Tunay na Pangalan ng mga Mago

Ang Tatlong Magi, isang paglalarawan mula sa mga reproduksyon ng Hortus deliciarum ni Herrad ng Landsberg ni Christian Moritz Engelhardt, 1818. Wikimedia Commons. Pampublikong Domain. Ito ay propaganda, hindi kasaysayan o sining. Ang mga Magi ay labindalawa, hindi mula sa Persia, at hindi mukhang Hudyo (tulad ng ginagawa ng mga ito). Nakatala ang kanilang mga pangalan bago ang mapanlinlang na fairy tale na ito ay gawa-gawa ng Simbahang Katoliko.

Mga Diksyonaryo ng Wika na ginamit sa Kabanatang ito:

[1] Tagalog.com, Retrieved Oct. 2, 2024. [2] Binisaya.com, Retrieved Oct. 2, 2024. [3] Arta, Another Philippine Negrito Language." Lawrence A. Reid. Oceanic Linguistics. Vol. 28, No. 1, A Special Issue on Western Austronesian Languages (Summer, 1989), pp. 47-74 (28 pages). University of Hawai'i Press. [4] "The Last Language on Earth: Linguistic Utopianism in the Philippines." Piers Kelly. Oxford University Press. Glossary. 2022. [5] 3NS Corpora Project Waray Dictionary. [6] Ilocano-Ingles Diksionaryo" By Dr. Santiago Reolalas. [7] Hiligaynon Dictionary." By Cecile L. Motus. University of Hawaii Press. 1971. [8] "An Ibanag-English Dictionary." Zorayda Beltran Ibarbia. Texas A&M University. 1969.

*"**RotM 2:3** Ang mga pangalan ng mga pantas at mga hari ay tinawag na ganito: Zaharwandad na anak ni Artaban; Hôrmizd na anak ni Sanatruq; Auštazp na anak ni Gudaphar; Aršak na anak ni Mihruq; Zarwand anak ni Wadwad; Arîhô na anak ni Kosrau; Artahšîšat na anak ni Hawîlat; Aštanbôzan na anak ni Šîšrawan; Mihruq na anak ni Humam; Ahširaš na anak ni Sahban; Nasardîh na anak ni Baladan; Merôdak na anak ni Bîl. 2:4 Ito ang mga hari, mga anak ng mga hari sa Silangan, sa lupain ng Shir..."*

Sa pagsasaliksik sa mga pangalang ito ng labindalawang Wise Men of the Philippines kung saan ang ilan ay mga Hari, mga anak ng mga Hari at ang iba ay Wise Men, magiging kapabayaan kung mabigo upang subukan man lang na iugnay ang ilan sa mga ito sa mga wikang Filipino na pinagmulan. Tunay na hindi mapag-aalinlanganan ang heograpiya, at ngayon, tingnan natin kung ganoon din ang linggwistika. Hindi lamang labindalawa ang ibinigay sa atin, kundi pati na rin ang mga pangalan ng kanilang mga ama, sa kabuuan na dalawampu't apat. Ito rin ay nagsisilbi upang mapanatili ang bahagi kung paano pinangalanan ang mga sinaunang Pilipino bago ang pananakop at kalituhan ng mga Espanyol. Marami ang nag-isip niyan.

Ito ay dapat na makatwiran na ang ilan ay maaaring napinsala sa pamamagitan ng pagsasalin, o kung ano ang lumilitaw na transliterasyon sa halip. Hindi bababa sa walo sa kanila ang malakas na lumitaw na mula sa direktang Tagalog, at iba pang katutubong salita ng Pilipinas. Mas mabuti pangmatutukoy natin ang mga pangalan na kinabibilangan ng Ophir, Sheba, Havila, Tarsis, at maging si Separ gayundin ang hindi bababa sa anim sa labintatlong kapatid ni Ophir sa mga pangalang ito. Ito talaga nagiging grand slam.

Sa paghahanap na ito, ginamit lang namin ang mga diksyunaryo mula sa maraming wikang Filipino na paghahanap na madaling kopyahin ng sinuman. Tiyak na lilitaw ang ilan sa mga pangalang ito na Filipino ang pinagmulan. Sa katunayan, marami tayong namamasid sa mga pangalang Espanyol ngayon sa Pilipinas na hindi makakaapekto sa mga sinaunang pangalan, ngunit kapag direktang mga salitang Tagalog ang ginamit sa ilan sa mga ito, mahirap iwaksi. Isa pa, mas magiging pabaya ito huwag pansinin ang koneksyong Hebrew. Si Joktan ay Hebreo, at nagsalita ng wikang ito noong umalis siya sa Iran, bago ang pagkawasak ng Tore ng Babel. Kaya, kahit sa halo, inaasahang makakahanap din ng mga elementong Hebreo.

Ito ay pananaliksik na tila walang sinuman ang nagsagawa, ngunit may wastong heograpiya, hindi bababa sa alam namin na kami ay naghahanap sa tamang lugar. Ito ay talagang tumutupad a leg of affirmation gayundin sa anumang wika. Para sa mga may sasabihin sa mga ito ay maaaring iba pang mga wika, dapat muna nilang subukan ang heograpiya, na hindi pa nila , o hindi nila tatangkain ang gayong hindi marunong bumasa at sumulat na punto. Ang layunin nitong ehersisyo ay hindi upang mangako ng tiyak na kaugnayan, ngunit upang subukan ang isang asosasyon na dapat umiiral, hindi bababa sa para sa ilan. Muli, mayroon kaming tugma na may kahit na direktang mga pangalan.

Magsimula tayo sa pinakamalakas na tugma para sa mga wikang Filipino. Ang mga ito ay tunay na imposible, ngunit lumilitaw na nagsasama-sama sila. Pansinin na ang ilan ay may form na may prefix MAG. Kapareho ba iyon ng pinagmulang salita ng MAGI sa kanilang katutubong wika kung saan nagmula ang salitang Magi, hindi Griyego?

Nasuri na natin ang hula ni Haring David sa Awit 72, na nagtala ng hindi bababa sa dalawang Mga hari mula sa Tarsis, dalawa mula sa Ophir at dalawa mula sa Sheba. Kaya, alam namin doon ay higit sa anim na Hari sa kabuuan. Siyempre, hindi lahat sila ay magiging Hari kahit lampas pa doon. Narito mayroon tayong mga Hari, mga anak ng Hari (na magiging mga prinsipe), at Wise Men pa rin, kahit na ang salitang Griyego at pagsasalin sa Ingles ay hindi talaga aangkop. Ang mahalaga ay ang pinagmulan.

Ang lahat ng mga Magi na ito ay tiyak na Maginoo, maharlikang Pilipino bilang mga Hari at mga anak ng mga Hari, mga tauhan ng magdasal (prayer in Tagalog) and magiammo (silent in Ibanag, na tila imposible, ngunit nariyan ito). Kami ba ay "nagkukuwento" o naglalahad ng mga katotohanan? Ikaw ang mas nakakaalam. Ang Griyego ay walang pakialam sa pagtukoy kung sino ang mga ito, at isang listahan na palaging magagamit, ngunit itinago ng Vatican na nabigong isalin itong dokumento para sa higit sa 1,000 taon. Nasa kanilang pangangalaga na nag-iiwan dito ng isang misteryo, kahit na ang Awit 72 ay hindi kailanman naging ganito. Sasaktan nila ang heograpiya ng Bibliya, na parang wala doon, na may mga okultong hinuha, na gumagawa ng uri ng kasamaan na iyon na Si Jesus (Yahusha) ay nagbabala tungkol sa maraming beses, bilang lebadura. Muli, ang nangunguna sa tatlo pa rin ang may perpektong kahulugan bilang Luzon (Ophir), Visayas (Sheba), at Mindanao (Tarshish) ay nananatili ngayon bilang isang rehiyon ng tatlo. Tatlong pinuno, kaya, tatlong Hari angkop sa konteksto, at sila ay mga Hari.

Malakas na Tugma sa mga Wikang Filipino:

Wadwad: (Eksaktong tugma ng salitang Filipino)

wadwad: Tagalog: *in disarray;* ***nakakalat; gusot; gusot; kulubot; nag-iisip.***[1]
wadwad: Ilokano: *much blessing. Ang Gen. 22:16 ay gumagamit ng "wadwad" sa 1996 na paglilimbag ng Ilokano Bible Version ng Philippine Bible Society.*
wadwad: Bisayan: *till, toil.*[2]

Humam: (Eksaktong tugma ng salitang Filipino)

humamon: Tagalog: *to dare; upang harapin; to meet defiantly Kaugnay na salita sa Mag prefix: maghamón: to challenge; para makipaglaban.*[1]
human: Bisayan: *tapos, pagkatapos, tapos.*[2]

Sanatruq: (Eksaktong tugma ng salitang Filipino)

(Sîtârûk/Santarôk ayon sa The Book of the Bee)

sana: Tagalog: *hopefully;* ***pag-asa; hiling; sana; dapat; umaasa ako; kung lamang; lamang. Prefix Mag: magsanay: to train; magsanay; mag-ehersisyo.***[1]

san: Tagalog: *pinaikling at impormal na anyo ng "saan" = "saan."*[1]

si: Tagalog: *salitang inilagay sa unahan ng pangngalang pantangi (isahan).*[1]

tarók: Tagalog: measuring depth*; pagsukat ng lalim; ang pagkilos ng pagsukat kung gaano kalalim ang isang bagay; lalim pagsukat; pag-unawa; tunog; pagtutubero.*[1]

tarók: Bisayan: *erect.*[2] *arrow point (Davao local).*

Tandaan: Ang pangalang ito ay minamanipula ng tagasalin upang subukan ang koneksyong Persian kapag siya pinabulaanan na ang ganyan. Ang isang Persian King noong 200 A.D. ay walang pakundangan at ito ay pinilit. Ito ay mas malamang na mga salitang Filipino mula sa katutubong lupain ng mga Magi na hindi Persia. Makikita mo ang anyo sa The Book of the Bee na kasama pa rin ang Tagalog at Bisayan tarók direkta sa halip na ang tiwaling "truq."

Sahban: ***(Eksaktong tugma ng salitang Filipino)***

(Sâbhâ ayon sa The Book of the Cave of Treasures)

saban: Bisayan: propeller *(Davao local).*

sahab: Tagalog: *init na umuusok; singaw; singaw; usok.*[1]

sahà: Tagalog: balat/kaluban ng puno ng saging.[1]

sahí': Hiligaynon: *espesyal, natatangi, nakikilala.*[7]

ban: Tagalog: gulong.. [1]

bána: Hiligaynon: *asawa.*[7]

sabihan: to tell something to someone; *upang magbigay ng paunawa sa isang tao; upang payuhan ang isang tao.*[1]

sab-an: Waray: *tell* [5]

sabang: Waray: *Bibig ng ilog.* [5]

Baladan: ***(Eksaktong tugma ng salitang Filipino)***

bala: Tagalog: threat; *babala; bala.*[1]

addan: *Arta Negrito:* ***hagdanan, hagdan.***[2]

adan: *Adan sa Tagalog, Bisayan, Ilokano, atbp.*[1, 2]

Artaban: (Eksaktong tugma ng salitang Filipino)

Arta: pangalan ng tribong Negrito sa Lalawigan ng Quirino, Pilipinas.[3]

Artá: Tagalog: *1. panlapi na ginagamit sa pagbuo ng mga pangngalan at pang-uri na may kasariang pambabae. 2. isang interjection na nagpapahayag ng pagdududa o isang paghinto sa pagsasalita.; aha!; uh-oh!; oops!; hm!* [1]

ban: Tagalog: *gulong.* [1]

Arîhô: (Isara ang tugma ng salitang Filipino)
***arihán: Tagalog:** tang pagnanais na makipagkumpitensya sa iba sa mga larangan tulad ng pananamit, kaalaman, kayamanan, at mga katulad na lugar; kumpetisyon; tunggalian; one-upmanship.*[1]
***arihán: Bisayan:** halika rito.*[2]

Îryâhô sa Aklat ng Pukyutan:
***irayá: Tagalog:** paitaas na lugar; isang lugar na matatagpuan sa itaas o sa isang mas mataas na posisyon; kabundukan; mataas na lugar; itaas na lugar.*[1]
***yahód: Tagalog:** scrubbing hard; masiglang pagkayod; scrub; kaluskos.*[1]

Tandaan: May isang bulkan na itinuturing na sagrado sa mga lokal sa mismong Hilaga ng Pilipinas sa Batanes na tinatawag na Mt.Iraya. Kilala ito bilang "ina na tinatanaw ang kanyang mga anak" o cloud cover nangangahulugan ng pagkamatay ng isang nakatatanda.[9] *Gayundin, sa Mindoro, mayroong isang tribo ng mga Iraya Mangyan*[10] *na waring taglay ang pangalang ito at Magi sa lupaing tinawag ng mga Intsik na "Ma-Yi."*

***Merôdak: (malamang Filipino ang pinagmulan)** (Merôdâch sa the Book of the Bee)*
***meron: Tagalog: to have**; may; nagtataglay. umiiral; mayroong; meron.*[1]
***dako: Tagalog:** direction; bahagi; rehiyon; spot; sa paligid; sa paligid ng (+oras).*[1]
***miron: Bisayan:** pulubi, moocher, scrounger.*[2]
***dako: Bisayan:** malaki, dakila.*[2]
***miridu: Eskaya:** asawa.*[4]
merkado: Waray:** palengke. Iba pa: **merkadohan, markado, marusdak, murado, murasak.[5]

Tandaan: Ito ay malamang na isa pang katiwalian na humantong sa Persian god na si Marduk. Walang Persian koneksyon gaya ng pinatutunayan ng tagasalin na ito. Ang pangalan ay hindi maaaring Marduk.

Sinaunang Pangalan ng Pilipinas Direktang Tinukoy:

Mula sa Genesis 10:25-30, makikita natin na mayroong isang nagngangalang Havila, na kapatid ni Sina Ophir at Sheba, ang mga anak ni Joktan mula kay Sem, hindi kay Ham. Siya ay ipinangalan sa lupaing babalikan niya at ng kanyang mga kapatid, kung saan dating nanirahan sina Adan at Eva. Lumikas sila sa Baha, at ito ang kanilang pagbabalik sa kanilang tinubuang-bayan. Nalilito din ng mga iskolar ang mula kay Ham, kahit na ipinapalagay na ang lahat ay pinangalanan Ang Havilah o Sheba sa Bibliya ay dapat manirahan sa parehong lupain (na hindi angkop). Ang Ang salitang Havilah ay hindi aktuwal na tumpak sa Sinaunang Hebreo, na walang

---

[9] "Mount Iraya." Wikipedia. [10] "Iraya Mangyan." Wikipedia. Both Retrieved Oct. 2025.

"V" hanggang noong 1500's o higit pa, nang ito ay ibuhos mula sa tinatawag nating Yiddish ngayon, na nagmula sa Russian Steppes. Iyan ay hindi Hebrew ng Bibliya at hindi dapat gamitin sa pagsasalin mga salita sa concordances sa kamangmangan. Ito ay Hawilah talaga sa Sinaunang Hebreo.

Sa Latin, ang pagsasalin ay nagiging Evilat o Evilath, kahit na sa mga mapa na ating tinakpan noong sinaunang panahon [gaya ng dalawa na ating na-explore (tingnan ang Kabanata 5)]. Ang salita ay Havilah pa rin anuman ang pinagmulan. Gayunpaman, kung isasalin ng isa ang Hawilah bilang Hawilat, ito ang mismong pangalan ng partikular na Magi na ito. Dapat talagang i-render ang Hawilah Hawilat, naaangkop, at ito ang eksaktong Latin na anyo; madaling kumonekta. Hawah (Eve) ay pinangalanan kasabay ng pangalan ng lupang ngayon ay tinatawag na Pilipinas ay pinangalanan ni Adan, pagkatapos lamang ng pagkatapon sa Hardin, bilang Hawilah. Walang pangalan si Hawah (Eve) sa Hardin. Ang Hawilah ay Hawah (Eba) pa rin sa pangalan, binago sa kahulugan ng kanya sumpa ng sakit sa panganganak sa panganganak. Ito ay isang kongkretong ugnayan sa lupain ni Adan (lupa, dumi) at Hawah (Eba, ina ng lahat ng nabubuhay, nagbibigay -buhay) sa Pilipinas.

Hawîlat; (Malinaw na Latinized na Anyo ng Hebrew Havilah, Pilipinas)

Havilah: Hebreo: **חוילה***: Eden kung saan dumaloy ang ilog Pison (H2341).*

Tandaan: *Karaniwang Evilat(h) isa Latin. Ang "W" ay ang tumpak na paraan ng pagsasalin ng Sinaunang Hebreo. Ito ba ang salitang Hebreo na Hawilah na siyang Pilipinas sa bawat pagtatalaga bilang lupain ni Adan at Eba at Halamanan ng Eden? (Tingnan ang Panimula)*

חוילה*: **havilah:** na nagdurusa ng sakit; na nagbubunga, bilog.*[1]

Genesis 3:20 KJV

At tinawag ni Adan ang pangalan ng kaniyang asawa na Eva; dahil siya ang ina ng lahat ng nabubuhay.

חוה*: **hawah:** nagbibigay-buhay; Chavvah (o Eba), ang unang babae:–Eve. [42] Anyong Latin: Eva.*[2]

Mga Posibleng Tugma sa Wikang Filipino:

Ang ilan sa mga ito ay hindi lumilitaw na direktang kumonekta sa ibabaw hanggang sa humukay ang isa sa mas malalim. Gayunpaman, unawain na ang pagsasalin na mayroon kami sa Ingles ay nagmula sa mga bersyon ng Syriac at Latin. Ang posibilidad na mangyari ang mga katiwalian ay garantisadong, sa hindi bababa sa ilang mga kaso. Ito ang dahilan kung bakit isinama namin ang mga

---

[11] "Havilah." Hitchcock's Dictionary of Bible Names from BibleHub.org and KingJamesBibleDictionary.com, Strong's Concordance #H2341. Blue Letter Bible. [12] "Eve - Havah." Strong's Concordance #H2332. Blue Letter Bible.

pangalang ito mula sa iba mga libro minsan, upang masuri ang mga ito. Ito ay hindi karaniwan sa pagsasalin, at Landau nagsagawa ng maaasahang pagsasalin kahit ano pa man. Gayunpaman, hindi niya alam kung anong lupain natagpuan niya at kailangan niya ng pundasyon upang maitatag ang konteksto. Kami ay tutulong.

Artahšišat: (Malinaw na katiwalian ng Tarshish)

Arta: pangalan ng tribong Negrito sa Lalawigan ng Quirino, Pilipinas.[3]
***Artá: Tagalog:** 1. panlapi na ginagamit sa pagbuo ng mga pangngalan at pang-uri na may kasariang pambabae. 2. isang interjection na nagpapahayag ng pagdududa o isang paghinto sa pagsasalita.; aha!; uh-oh!; oops!; hm!*[1]
***sisáp: Tagalog:** sycophantic; labis na nakakainggit o nakamasid; pagsuso-up; mambobola; tody; bootlicker.*[1] ***sisante: Tagalog:** dismissal; pagpapatalsik.*[1]

*Ahširaš: (Mula sa **Seba:** Hari ng Sâbhâ/Seba ayon sa The Book of the Cave of Treasures)*

***ahas: Tagalog:** snake; ahas; isang taong taksil.*[1]
***irás: Tagalog:** balisa; hindi mapalagay.*[1]
***sirâ: Tagalog:** 1 sira; nasira; wasak; may sira; nawasak; hindi gumagana; pagod na 2 baliw.*[1] *Iba pang anyo: makasirà. siraan, masirà.*[1] ***sirâ: Ibanag:** isda.*[8]

Tandaan: Ang Sabah, Malaysia ay makasaysayang teritoryo ng Pilipinas. Ang Saba ay Seba ng Awit 72.

Aštanbôzan: (Ashtôn`âbôdân sa the Book of the Bee)

***astá: Tagalog:** postura; kilos; aksyon; kumilos; kumikilos; aspeto; kung paano dinadala ng tao ang sarili.*[1]
***astangí: Tagalog:** isang uri ng mabangong usok; insenso; mabangong usok; mabangong usok.*[1]
***bosolan: Tagalog:** a rafter sa bubong; isang structural beam na sumusuporta sa bubong.; rafter; sinag; sinag sa bubong.*[1]
***basolan: Ilokano: sin** (local Ilokano rendering).*
***boloson: Ilokano: pakawalan ng isda** (local Ilokano rendering).*
***aatubangon: Waray:** haharapin at haharapin o tatanggapin ang isang mahirap o hindi kasiya-siyang gawain, katotohanan, o sitwasyon; ay haharapin at haharapin o tanggapin ang isang mahirap o hindi kasiya-siya gawain, katotohanan, o sitwasyon.*
***kabód: Tagalog:** paraan ng pagmimina sa pamamagitan ng paghuhukay ng balon na sinisidlan ng mga minero; baras; pagmimina; mahusay na paghuhukay.*[1]

Aršak: (Arshakh sa Aklat ng Pukyutan)

***asák: Tagalog:** labis na pagsunod sa uso o uso; fashion-forward; fashionista; naka-istilong.*[1]
***arasaw: Ilokano:** tubig na ginagamit sa pagbabanlaw ng bigas.*[6]

siak: Ilokano: ako (pronounced shak).[Ilokano Local]

Auštazp: (Posibleng Filipino) (Gûshnâsâph/Gushnasp sa Aklat ng Pukyutan)

***astá: Tagalog:** postura; kilos; aksyon; kumilos; kumikilos; aspeto; kung paano dinadala ng tao ang sarili.*[1]
***sapà: Tagalog:** stream; batis; sapa; ilog.*[1]

Alternatibong: Gûshnâsâph: (Malamang na Hebrew)
gustuhín: Tagalog:** to like something.*[1] ***Forms: magustuhán** at **kagustuhan.[1]
***nasa: Tagalog:** in; sa; sa; matatagpuan sa; nakapaloob. mithiin; pagnanais.*[1]

***gush: גוש: Hebreo:** isang bukol, bukol. (H1487).*
***nāšā': נשא: Hebreo:** manlinlang, manlinlang (H5377). iangat, pasanin, kunin, buhatin (H5375, H5376).*
***'aph: אף: Hebreo:** butas ng ilong, ilong, mukha. galit. (H639).*

Bîl (Beldarânin ang Aklat ng Pukyutan)

***bili: Bisayan:** value, halaga.*[2]
***bilís: Tagalog:** bilis; bilis; mabilis.*[1]
***bilik: Eskaya:** maganda.*[4]
***bilog: Ilokano:** bangkang naglalakbay sa tubig.*[6]
***bilag: Ibanag:** sun; sikat ng araw.*[7] ***bilao: Ibanag:** flat basket.*[7] ***bilang: Ibanag:** count; numero.*[7]

Alternatibong: Beldarânin:
***baldá: Tagalog:** pagkakaroon ng kapansanan o kapansanan sa katawan; kapansanan; kapansanan; kapansanan; kahinaan.*[1]
***praníng: Tagalog:** paranoid; baliw; cuckoo (tinuturing na mas bagong salita).*[1]
***ani: Tagalog:** harvest; ani; pananim; produkto. ani + ligature 'ng' = aning.*[1]

***bel: דר: Hebreo:** "panginoon," isang punong bathala ng Babilonya (H1087).*
***dar: דר: Hebreo:** perlas, ina ng perlas (H1858).*
***ani: עני: Hebreo:** dukha, naghihirap, mapagpakumbaba, kahabag-habag (H6041).*

Nasardîh: (Malamang na Hebreo mula sa unang bahagi ng Genesis sa Pilipinas)

***nāšā': Hebreo: נשא:** manlinlang, manlinlang (H5377). iangat, pasanin, kunin, buhatin (H5375, H5376).*
***nasar: Hebreo: נצר:** upang bantayan, sa isang mabuting kahulugan (upang protektahan, panatilihin, sundin, atbp.) o isang masama (upang itago, atbp.) (H5341). humawak ng malayo, ibig sabihin. (intransitively) umiwas (sa pagkain at inumin, mula sa karumihan, at maging mula sa banal na pagsamba.(H5144).*

***râdâh*: Hebreo:** *upang mamuno, magkaroon ng kapangyarihan, mangibabaw, yurakan tulad ng sa Gen. 1:26 (H7287).*
***dîy*: Hebreo/Aramaic:** *who, which, that (particle of relation). na ng, na pag-aari ng, na (marka ng genitive). na, dahil (conjunction) (H1768).*

***nasa*: Tagalog:** *in; sa; sa; matatagpuan sa; nakapaloob. mithiin; pagnanais.*[1]
Rendered with Magi in beginning: ***magnasa:*** *Ibinigay sa Magi sa simula: magnasa: to want; sa pagnanais.*[1]
***rodilyo*: Tagalog:** *sa alahas, isang kasangkapang metal na ginagamit sa pagdidisenyo; rolling pin; pison.*[1]
***naasar*: Ilokano:** *inihaw.*[6]

Alternatibong: Sardâlâh *sa The Book of the Bee*
***sarì*: Tagalog:** *mabait; uri ng hayop; genus.*[1]
***dalahin*: Tagalog:** *load.*[1]

Ang Aklat ng Yungib ng mga Kayamanan ay isinalin ang Nasardih bilang "PERÔZÂDH, ang hari ng Sheba, na nasa Silangan." Ang Sheba sa Silangan ay hindi kailanman maaaring maging Africa. tiyak, Dapat malaman ng mga iskolar na ang Africa ay hindi Silangan ng Bethlehem. Ito ang Sheba ng Reyna ng Sheba mula sa Malayong Silangan. Ang nakalimutang Sheba mula sa Genesis 10:25-30 sa angkan ni Sem na kapatid ni Ophir. Sa pagsasaliksik ng pangalang ito, maaari rin na nagmula sa Tagalog.

***pero*: Tagalog:** *[conjunction] but, pero.*
***sadyâ*: Tagalog:** *purpose; intensyon; layunin; layunin; utusan; misyon; pagkilos ng pagkuha ng isang bagay made-to-order.*

Ang PERÔZÂDH ay maaari ding magmula sa paradigm sa Bibliya ng Hebrew at Greek. Alinmang wika ay nagpapatunay na malapit.

***paraz or perez*: Hebrew: פרז**: *paghiwalayin, ibig sabihin, Magpasya; isang pinuno -- nayon (H6518).*
***paras*: פרץ**: *to break through (Abarim Publications).*
"Dito sa Abarim Publications pinaghihinalaan namin na ang aming mga pangngalang πηρα *(pera) at pero ay maaaring may Semitikong pinagmulan, partikular ang pandiwang* **פרר** *(parar), upang hatiin at gumawa ng higit pa, palawakin o dumami, o ang kaugnay na pandiwa na* **פרה** *(para), to bear fruit or be fruitful." –Abarim Publications*
***adah*: עדה**: *"tupang mamunga o maging mabunga." –Abarim Publications*

שדה: *(sadeh), ibig sabihin ay bukas na parang o pastulan (Genesis 29:2) o tahanan ng mababangis na hayop (Genesis 4:8, Jeremias 14:5). –Abarim Publications*

Gudaphar: ***(Malamang na tinutukoy ng Hebrew ang Land of Creation, Philippines at ang Aktwal na Pamilya ni Aupir/Ophir)***
gud: Hebreo: גוד: *salakayin, atake (H1464).*
aphar: Hebreo: עפר: *tuyong lupa, alabok gaya ng sa Gen. 2:7 sa lupain ng Paglikha (H6083).*

dapâ: Tagalog: *nakadapa, nakahiga sa tiyan, nakadapa sa lupa, nakahiga nakadapa.*[1]
gadapa: Tagalog: *nakaluhod na o nakayuko. (Lokal na Filipino)*
gulada: Eskaya: *sapatos, tsinelas.*[4]

Sinusubukan ng ilang iskolar (tulad ng Landau sa kanyang introduksyon) na ikonekta ang pangalang ito bilang isang hari ng India. Iyon ang tanging pangalan na sinubukan niyang saliksikin, dahil hindi niya kailanman sinubukan pinag-aralan ito, ngunit nagbigay ng interpretasyon nang walang batayan (na walang katuturan). Ang problema sa pagkalito ng pangalan dito ay nangyayari kapag sinubukan nilang ikonekta ang Si Apostol Thomas ay bumisita sa isang Hari ng India na may katulad na pangalan bilang isa sa mga Mago (ngunit hindi lubos), sa Acts of Thomas. Gayunpaman, ang Gudaphar na ito ay pinangalanan sa Hebrew (at ay malinaw na hindi Indian). Siya ay isang Magi, na bumisita sa Mesiyas sa kanyang kapanganakan, at noon malamang na patay na noong bumisita si Thomas sa lupain ng Shir, Pilipinas. Yung Hari ay hindi umupa kay Tomas bilang isang alipin, na isang katawa-tawa na pag-iisip, kung kailan niya gagawin at malugod na tinanggap ang Apostol. Hindi iyon lohika o posisyon sa anumang anyo. Gayunpaman, sa susunod na seksyon, tatalakayin natin ito nang mas malalim.

Mihruq: *(Malamang Eskaya) (Mîhârôk sa Book of the Bee)*
muruki: Eskaya: *dinala sa ulo.*[4]
mirikilyu: Eskaya: *doktor.*[4]
miridu: Eskaya: *asawa.*[4]
mahirap: Tagalog: *poor (financially). mahirap; mahirap gawin; kumplikado; matrabaho; masalimuot; mahirap. mahirap na tao.*[1]
maraque: Ibanag: *masama; nakakapinsala; hindi kanais-nais.*[8]

mi: Hebreo: מי: *sino? (H4310)*
rûwach: Hebreo: רוח: *Espiritu o espiritu (232x), hangin (92x), hininga (27x), tagiliran (6x), isip (5x), sabog (4x), walang kabuluhan (2x), hangin (1x), galit (1x), cool (1x), tapang (1x), sari-sari (6x) (H7307).*

Alternatibong: Mîhârôk
mihit: Tagalog: *a dislike or aversion towards what is not desired or liked; ayaw; pag-ayaw; antipatiya.*[1] ***miyâ: Tagalog:*** *kuting; batang pusa; sanggol na pusa.*[1]
arók: Tagalog: *depth gauge; pag-unawa.*[1]

Zarwand:

***sarwag and isarwag: Malalim na Ilokano:** paghahagis ng lambat sa karagatan upang manghuli ng isda.*[Lokal na Ilokano]
***sariwà: Tagalog:** fresh; malutong; bago; kamakailan.*[1]
***nido: Tagalog:** edible bird's nest.*[1]
sawardit: Eskaya: pagsusuri.[1]

***zâhar: Hebreo: זהר:** to gleam; matalinhaga, upang maliwanagan (sa pamamagitan ng pag-iingat):–admonish, shine, magturo, (magbigay) babala(-ing) (H2094).*

Kosrau: (Likely Hebreo) (Kesro/Khusrau sa Book of the Bee)

***kôs: Hebreo: כוס:** isang tasa (bilang isang lalagyan), kadalasang makasagisag, marami (para bang isang gayuma); din ang ilang marumingibon, marahil ay isang kuwago (marahil mula sa parang tasa na lukab ng mata nito):–tasa, (maliit) na kuwago (H3563).*
***râ'âh, raw-aw': Hebreo: ראה:** tingnan (879x), tingnan (104x), tingnan (83x), ipakita (68x), lumitaw (66x), isaalang-alang ang (22x), tagakita (12x), espiya (6x), paggalang (5x), unawain (5x), magbigay (4x), paggalang (4x), tangkilikin (4x), lo (3x), foreseeth (2x), pakinggan (2x), miscellaneous (74x).*

Tandaan: Ito ay isa pang transliterasyon na malamang na nakaunat upang subukang magkasya sa isang hari ng Persia na nagngangalang Khosrau sa paligid ng 530 A.D. na kung saan ay impertinent, ngunit sinubukan ng ilan ang gayong koneksyon. Ito ay isang eksaktong akma sa Hebrew kahulugan ng isang propetikong lalagyan na kung saan ay ang Cave of Treasures na naglalaman ng Estate ng Adan na dadalhin ng mga Mago gayundin ang yungib kung saan ang liwanag ni Jesus (Yahusha). nakapaloob. Mayroon ding mga posibilidad na Pilipino.

***kostilyas: Tagalog:** rib (body part); tadyang; buto ng tadyang.*[1]
***kasariwaán: Tagalog:** freshness; kabataan. Iba pa: kasinsariwà.*[1]
***kasarián: Tagalog:** gender; kasarian (hal., lalaki / babae / lalaki / babae); mabait; uri ng hayop; genus.1 kasiran: Tagalog: corruption; pagkawasak.*[1]
***kasiraán: Tagalog:** pinsala; punitin; depekto; kapintasan.*[1]
***sirà: Tagalog:** pinsala; punitin; depekto; kapintasan.*[1]
***kusà: Tagalog:** automatically; kusang loob; kusang loob; sinasadya; sa kanyang sarili; sa sarili inisyatiba.*[1]
***raw: Tagalog:** sinasabing; ayon sa ibang tao.*[1]
***raún: Tagalog:** dahon.*[1]
***araw: Tagalog:** day, araw.*[1]
***kasar: Ilokano:** kasal.*[6]
***kúsinero: Tagalog:** cook; chef.*[1]
***raún: Tagalog:** dahon.*[1]

Šîîšrawan: *(Shîshrônin sa ang Book of the Bee)*
susì: Tagalog: *key.*[1]
arawán: Tagalog: *on a daily basis; araw-araw.*[1]
raw: Tagalog: *sinasabing; ayon sa ibang tao.*[1]
shishshîy: *šiššî:* ***Hebreo: ששי:*** *ikaanim (H8345).* ***Sisera: Hebreo: סיסרא:*** *Hebreo name (H5516).*
Awan: Sinaunang Hebreo: און: *unang anak na babae ni Adan (Jubilees 4:1).*

Zaharwandad: (Malamang na Derivative ng kapatid ni Ophir)

zâhar: Hebreo: זהר: *to gleam; matalinhaga, upang maliwanagan (sa pamamagitan ng pag-iingat):–admonish, shine, magturo, (magbigay) babala(-ing) (H2094).*
sahà: Tagalog: *balat/kaluban ng puno ng saging.*[1]
raw: Tagalog: *sinasabing; ayon sa ibang tao.*[1]
andadór: Tagalog: *baby-walker.*[1]
andadasi: Tagalog: *coffee senna; isang palumpong (cassia occidentalis) na may dilaw na bulaklak at patag seed pods, katutubong sa tropikal na Amerika; kilala rin bilang mabahong damo o styptic weed.; mabaho, damo; styptic weed.*[1]
sawardit: Eskaya: *pagsusuri.*[4]

Hôrmizd: (Hor sa Aklat ni Adan; Hôrmîzdâd sa Aklat ng Pukyutan)

hirám: Tagalog: *hiniram. Pangalan ng admiral ni Solomon na pumunta sa Ophir para sa ginto.*[1]
isadsád: Tagalog: *to beach something; upang maging sanhi ng isang bagay na sumadsad.*[1]
isá-dalawá: Tagalog: *isa o dalawa.*[1]

Tandaan: Ang Hormizd ay isang direktang Persian na pangalan para sa diyos na si Ahura Mazda. Ito ay tila isang pagbinat upang magkasya sa alamat ng Katoliko na nabigo. Ito ay hindi isang pagsasalin ngunit isang transliterasyon mula sa orihinal na wika sa Syriac, sa Latin at sa wakas ay isinalin sa Ingles. Ito ay duda ito ay Persian.

Sa Aklat ni Adan, ang pangalang ito ay simpleng "Hor." Siyempre, ito ay pagkatapos ay ipinapalagay na maging Persian. Gayunpaman, sinumang iskolar ng Bibliya na hindi nakakakilala kay Aaron, ang kapatid na namatay si Moses sa Bundok Hor ay hindi marunong bumasa at sumulat. "Har" din ang pangkalahatang salita para sa bundok sa Hebreo at ang Bundok ng Silangan ay ang sentro ng pagtitipon ng pagsamba ng mga Mago. Muli, ito ay tila isang katiwalian na madaling mapagkasundo.

Ang pangalang Hor ay kapareho ng pangngalang רה (har), na nangangahulugang bundok. Sa katunayan, ang parirala na "Bundok Hor" ay gumagamit ng dalawang beses sa parehong salita: רהה רה (har hahar). – Abarim Publications

Pagkatapos magsagawa ng pag-aaral sa mga pangalang ito, maaari tayong magtapos nang may kumpiyansa kahit man lang siyam sa kanila ay nagmula sa mga wika ng Pilipinas, hindi kasama ang direkta pagtatalaga kay Havila. Ang ilan ba sa mga ito ay kaanib sa Ophir, Sheba, Tarshish, at pati si Sephar? Iyan ay magpapatibay na ang Marurunong na Hari ng Mateo 2 at Awit 72 ay mula sa Pilipinas talaga. Sa pagtatasa ng iba, makikita natin kung ano ang lalabas tiyak na Hebreo, na kung ano mismo ang inaasahan sa Pilipinas. Ang sinaunang Ophir ay konektado sa Israel bago nagkaroon ng Israel, gaya ng mga Hebreo mula sa Eber. Kahit na si Josephus ay umamin na ang terminong Hebrew ay hindi kailanman isang terminong nakalaan para sa mga Israelita lamang. Si Abraham ay hindi isang Israelita, dahil ang bansa ay hindi pa umiiral hanggang sa pinangalanan si Jacob. Inilarawan ni Josephus na ang lahat ng angkan ni Eber ay Hebrews, bilang ang salitang Hebrew ay talagang Eberim, ang plural na anyo ng Eber.

"...at ang kanyang anak ay si Heber; kung saan orihinal nilang tinawag ang mga Judio na Hebreo." – "The Antiquities of the Jews 1.6:4." Flavius Josephus.

Ang mga Hebreong ito mula kay Joktan ay patuloy na naglingkod kay Yahuah (kahit sa maliit na sekta), at ito mismo ang makikita sa kanilang sariling mga sulatin, kung ang Vatican ay hindi sinira o itinago ang mga ito. Tinukoy ng mga historyador ng Vatican, gaya ni Padre Chirino lahat ng Pilipinong nakatagpo niya ay marunong bumasa at sumulat; pagbabasa at pagsusulat sa kanilang sariling wika. May binabasa sila. Nasaan ang Vatican? Ikaw ang namumuno, na kung saan ay ang iyong sariling pagnanais, upang lupigin.

Ang parehong paradigm na nawala ang impormasyong ito, pagkatapos ay nanunuya, hinihingi ang isa gumawa ng orihinal na kopya. Tinatanggihan nila ang mga gawa tulad ng Revelation of the Magi, hindi dahil pinatunayan nilang hindi wasto ang mga ito, ngunit dahil sila ay masyadong hindi nakapag-aral upang maunawaan Ang Awit 72 ay palaging nagbibigay ng heograpiyang ito, na pinagtibay sa Mateo 2. Sila lansagin ang kuwento at muling buuin ito nang walang manwal ng pagtuturo; paghahagis sa malayo ito, dahil dapat nating paniwalaan sila sa malinaw na sinasabi ng Bibliya. Iyan ang kanilang satanic Doctrine of Infallibility, sa katunayan. Napatunayan namin ang posisyon na iyon nang wala itong bagong paghahanap mula sa mga archive ng Vatican. Ang paniwala na dapat nating itapon ang heograpiya ni David, dahil hindi sila marunong magbasa, at hindi naniniwala na ang Bibliya ang posisyon ng mga satanista. Kapag kumilos sila sa ganoong paraan, karapat-dapat sila sa label.

Habang lumalalim ang pagsubok, dapat tugunan ng isa ang elepante sa silid dito. Kung sa totoo lang, ang mga pangalang ito ay mula sa Lupain ng Ginto, na kilala bilang Ophir, Sheba at Tarsis at ang Halamanan ng Eden, kung gayon ay dapat may mga labi man lang ng ilan sa mga patriarkang ito sa kanilang mga pangalan. Kung wala, hindi nito mapapatunayan ang halatang heograpiya, ngunit ito ang susunod na lohikal na hakbang sa pagsubok, na kung ano ang isinasagawa namin dito. Ito ay lumalabas na ito talaga ang kaso, dahil mahahanap natin ang mga natitirang elemento ng mga pangalan Ofir, Sheba, Tarsis, at maging ang kapatid ni Ofir na si Havila, na pinangalanan pagkatapos noon mismong lupain nina Adan at Eva, lahat ay nasa mga pangalan ng Magi. Imposible yun maliban kung may ganoong koneksyon. Pagkatapos, maaari nating kunin ang mga pangalan ng mga kapatid ni Ophir na nag-migrate sa Pilipinas kasama niya, at tingnan kung makakahanap tayo ng ilang labi ng pati mga pangalan nila.

Mga Labi ng Pangalang Ophir sa Pangalan ng mga Mago:

Kahit na sa tradisyon, kilala ang mga Pilipino na high five na bulalas "aphir." Ang Magi, Gud-APHAR ay malamang na isang anyo ng Ophir na hindi talaga binabaybay na O-P-H-I-R sa Sinaunang Hebreo. Ang Bibliya Ophir ay talagang A-U-P-R o A-U-P-I(Y)-R.

Ofir: אופר: Aupr: אופיר: Aupi(y)r: Ofir, ang pangalan ng isang anak ni Joktan, at ng isang gintong rehiyon sa Silangan:–Ofir (H211).

Ang pangalang ito ay nananatili sa loob ng pangalang Gudaphar na hindi isang Indian na hari, at ito ay may perpektong kahulugan.

Gudaphar:* *(Malamang na tinutukoy ng Hebrew ang Land of Creation, Philippines)
gud: Hebreo:* גוד*: salakayin, atake (H1464).
aphar: Hebreo:* עפר*: tuyong lupa, alabok gaya ng sa Gen. 2:7 sa lupain ng Paglikha (H6083).

Mga Labi ng Pangalang Sheba sa Pangalan ng mga Mago:

Ang pangalang Sheba ay isa sa mga pinaka-hindi maintindihang pangalan na nakita namin, bilang nabigo ang mga iskolar na isama si Sheba mula kay Joktan (sapagkat mali lamang nila ang pag-aakalang siya ay dapat na mula kay Ham, na hindi marunong bumasa at sumulat). Inamin pa nga nila na si Saba ay isang angkop na paraan upang ipahayag ang Sheba (at sumasang-ayon kami). Hindi ito humahantong sa Yemen, gayunpaman. Isipin, ang Magi na pinangalanang Sahban ay literal na Sheba o Seba sa pangalan. Wow!

שבא*: Shebâ ; S-B-A; Sheba, ang pangalan ng tatlong unang mga ninuno ng mga tribo at ng isang Etiopeng distrito:–Sheba, Sabeans. (Tandaan: ang kahulugang ito sa Strong ay maling propaganda at hindi napapansin iyon ay mayroon talagang dalawang Shebas sa Gen. 10, hindi tatlo at ang isa ay hindi mula kay Ham at walang lugar sa Africa sa anumang kahulugan. Iyan ay hindi marunong bumasa at sumulat at hindi kabilang sa anumang konkordans ng Bibliya. Ang pangalawa Si Seba ay kapatid ni Ophir mula kay Shem at lumipat sa Malayong Silangan sa Hardin ng Eden na lupain sa Gen. 10:25-30.)*

Sahban:* *(Eksaktong tugma ng salitang Filipino)
saban: Bisayan: propeller *(lokal sa Davao).*
sahab: Tagalog: *init na umuusok; singaw; singaw; usok.*[1]
sahà: Tagalog: *balat/kaluban ng puno ng saging.*[1]
sahí': Hiligaynon: *espesyal, natatangi, nakikilala.*[7]
ban: Tagalog: gulong.. [1]
bána: Hiligaynon: *asawa.*[7]
sabihan: to tell something to someone; *upang magbigay ng paunawa sa isang tao; upang payuhan ang isang tao.*[1]
sab-an: Waray: *tell*[5]
sabang: Waray: *Bibig ng ilog.* [5]

Ang anak ng Haring ito ay tinawag na Hari ng Sâbhâ, ayon sa The Book of the Cave of Treasures. Ito ay ang Sheba at Seba at napakalapit sa Sabah, Malaysia na bahagi ng Pilipinas sa kasaysayan. Ang ibig sabihin ng Seba ay teritoryo ng Sheba sa Awit 72. Inilista sa Libro ni Adam ang pangalan bilang Basantar, Hari ng Saba. Kinukumpirma nito ang heograpiya ni Haring David mula sa Awit 72 hindi mapag-aalinlanganan.

Inililista ng Aklat ng Kuweba ng mga Kayamanan si Nasardih bilang "PEROZADH, ang Hari ng Sheba, na nasa Silangan." Hindi iyan ang Africa ni Ham. Ito ay direktang ugnayan sa Sheba o Seba sa mga pangalang ito. Panahon na upang talikuran ang kasiyahang iskolar na hindi pa nagsaliksik ito nang sapat at subukan ang kumpletong salaysay na ito nang lohikal.

Mga Labi ng Pangalang Tarshish sa Pangalan ng mga Mago:

Ang *Tarshish* ***(תרשיש: T-R-S-I-S: taršîš)*** ay anak ni Javan ***(יון: Yawan: o ang Griyegong Ioanan)***, ama ng Greece, na ang mga barko ay ginamit upang dalhin ang Ophir, Sheba at Havila sa Pilipinas. Maliwanag, tumanggap ang Tarsis ng ari-arian sa Sinaunang Havila bilang bayad kanyang panganib at serbisyo. Mapapansin ng isa ang lahat ng elemento ng salitang Tarshish, sa Pinangalanan ng Magi si Artahsisat, na may parehong linguistic accent sa dalawang s. Ang Ang Hari ng Espanya ay umupa ng mga explorer upang maglakbay sa Tarsis at Ophir nang magkasama sa Timog-silangang- Asya. Ang Espanya ay hindi kailanman Tarsis. Iyan ay hangal.

Artahšišat: *(Artahshesht sa the Book of the Bee)*
Arta: *pangalan ng tribong Negrito sa Lalawigan ng Quirino, Pilipinas.*[3]
Artá: Tagalog: *1. panlapi na ginagamit sa pagbuo ng mga pangngalan at pang-uri na may kasariang pambabae. 2. isang interjection na nagpapahayag ng pagdududa o isang paghinto sa pagsasalita.; aha!; uh-oh!; oops!; hm!*[1]
sisáp: Tagalog: *sycophantic; labis na nakakainggit o nakamasid; pagsuso-up; mambobola; tody; bootlicker.*[1]
sisante: Tagalog: *dismissal; pagpapatalsik.*[1]

Sa pag-iisip ng mga elementong ito, may pagtitiwala tayong mahihinuha na ang Awit 72 Ang heograpiya ng mga Hari ng Tarshish, Sheba at Ophir ay tumpak sa lahat ng panahon. Ito ay ang lokasyon ng pinagmulan ng Magi, minsan at para sa lahat, salamat sa Apocalipsis ng Magi. Ito ay hindi kailanman isang iskolar na posisyon na huwag pansinin ito. Ito ay palaging literal na heograpiya patungo sa Pilipinas.

Mga Labi ng Pangalan ng Iba pang mga Kapatid ni Ophir:

Ang isa pang ruta na magiging makabuluhan ay ang paggalugad ng ilan sa iba pang ruta ng Ophir mga kapatid din na umiiral sa loob ng mga pangalang Magi na ito. Lahat sila ay lumipat kasama si Joktan, Ophir, Sheba at Havila sa Genesis 10:30. Dahil may labintatlong anak na lalaki sa kabuuan, itinatag na namin ang Havilah, bilang Latinized na anyo ng pangalan. Ito ay naroroon din gaya ng Ophir at Sheba. Ang Tarsis ay wala sa kanilang pamilya, ngunit ang kanyang tanyag na mga barko ay nagdala ng kapatid sa sinaunang Havilah, kung saan tumanggap siya ng isang bahagi (malinaw na kabayaran para sa mga serbisyo). Gayunpaman, maaari ba itong maging higit pang katibayan ng koneksyon sa pagitan ng mga Mago, ang Lupain ng Ginto at Halamanan ng Eden?

Almwadad, Kapatid ni Ophir:

Ang pinakamatandang kapatid ni Ophir ay si Almodad sa KJV. Kahit na malapit, iyon ay hindi lubos tumpak sa Sinaunang Hebreo. Ang ו ay talagang isang W, na ginagawang mas tumpak ang pagbabaybay Almwadad. Ito ay Hebrew sa Genesis 10, hindi sa ibang wika.

אלמודד: A-L-M-W-D-D: *~~probably of foreign derivation~~ malamang na nagmula sa dayuhan na si Almodad, isang anak ni Joktan:– Almodad. (Tumpak na sumasalamin si Almwadad)*

Kapag itinugma natin itong mas angkop na rendering sa mga pangalan ng Magi, tayo ay may magkahalong salita na lumilitaw na may pangalang Almwadad sa loob.

Zaharwandad:

zâhar: Hebreo: **זהר**: *to gleam; matalinhaga, upang maliwanagan (sa pamamagitan ng pag-iingat):–admonish, shine, magturo, (magbigay) babala(-ing) (H486).*

Ang etimolohiyang ito sa Hebrew ay direktang lumilitaw, Wandad, mula sa Almwadad, at siya ay isang guro (o katulad na tungkulin). Marahil ang ningning ay tumutukoy sa mismong Bituin na lumitaw, at siya at ang kanyang mga henerasyon ay nagturo ng Propesiya ng Bituin. Hindi ito maaaring maging mas angkop na pangalan para sa isang Magi. Ang pagkakatulad sa salitang ito, bilang Wadwad, isa sa iba pang Magi (ang pangalan ay nagmula sa mga wikang Filipino), ay potensyal din synergistic. Ang pangalang Zarwand ay potensyal din synergistic.

Ang pangalang Zarwand ay lumilitaw din na isang pinaikling anyo ng Zaharwandad. Ang mga ito ang mga pangalan ay humahantong sa hindi bababa sa dalawang iba pang mga pangalan sa listahan, na nagmula kay Ophir kapatid.

Obal, Kapatid ni Ophir:

עובל: *'Ôwbâl, o-bawl'; ng dayuhang derivation; Si Obal, isang anak ni Joktan:–Obal (H5745).*

Ang letrang Hebreo na Ayin, "ע," ay tahimik, kaya ito ay isinalin na O-B-L, U-B-L, o W-B-L sa Sinaunang Hebrew na pagbigkas. Kahit na ito ay isang napakaikling pangalan, at ang ilan ay magiging bagay (nang walang batayan), ito ay lumilitaw na ang pangalan ni Bil, mula sa listahan ng Magi ng mga pangalan. Muli, ang mga modernong konkordans ay walang kaalam-alam na nagpapakita ng isang salita na malinaw Hebrew sa pinagmulan, bilang "ng banyagang derivation". Hindi ito mga linguist. Hindi nila ginagawang alamin ang heograpiya at pumunta sa maling lupain upang magsagawa ng wordplay sa ScholarScrabble. Ang kanilang paniwala na si Obal ay naninirahan sa o malapit sa Saudi Arabia ay walang batayan, at sa gayon, sila magsimula sa maling pundasyon mula sa maraming track. Maaari rin itong maging isang katiwalian ni Yobab, ang bunsong kapatid ni Ophir, na lumipat sa Pilipinas kasama ang pamilya.

Bîl:

bili: Bisayan: *value, halaga.*[2]
bilís: Tagalog: *speed; bilis; mabilis.*[1]
bilik: Eskaya: *maganda.*[4]
bilog: Ilokano: *bangkang naglalakbay sa tubig.*[6]

Ang isa ay maaaring lumalim sa paglalakbay na ito kahit na ang mga koneksyon ay hindi gaanong pinagbabatayan. Gayunpaman, mayroong mga posibilidad sa etimolohiya para sa ibang mga kapatid ni Ophir na lumipat sa Pilipinas at ang pinagmulan ng mga Mago. Sinumang hindi komportable sa kabila ang punto kung saan tayo nakarating na ay maaaring umabante sa susunod na kabanata.

Hazarmaveth, kapatid ni Ophir:

חצרמות: *H-Ts-R-M-U-T ḥăṣarmāveṯ: fmula sa H2691 at H4194; nayon ng kamatayan; Chatsarmaveth, isang lugar sa Arabia:–Hazarmaveth (H2700). Hukuman ng kamatayan.*

Isinasalin ng mga konkordans ang pinagmulan ng salitang ito sa dalawang salita.

חצר: *H-Ts-R: châtsêr, khaw-tsare'; (panlalaki at pambabae); mula sa H2690 sa orihinal nito pakiramdam; isang bakuran (bilang nakakulong ng isang bakod); isa ring nayon (tulad ng napapaligiran ng mga pader):– hukuman, tore, nayon.*

Tandaan: Ito ay isang pagsasalin sa Yiddish, hindi Sinaunang Hebrew. H-Ts-R ay hindi kasar na Hahantong ang isa sa mga taong Russian Steppes nang mali.

Ang salitang Hatsar ay nagmula sa salitang-ugat na חצר: **ḥāṣar** *(H-Ts-R pa rin)* na sa katunayan ay ang parehong salita at dapat ay ang parehong kahulugan sa Sinaunang Hebrew. Ang salitang ito nangangahulugang: tunog ng trumpeta, tulad ng sa pagsamba; ito ang ginawa ng mga Levitang trumpeta sa harap ng Kaban ng Tipan (tingnan sa 1 Cron. 15:24). Ang mga Mago ay mga pari rin. Ang corrupt Masoretic Text (kung saan nagmula ang karamihan sa mga salin sa Ingles ng Bibliya) ay idinagdag mga patinig at binagong salita na eksaktong magkapareho sa istraktura, ngunit magkaiba sa kahulugan. Iyan ay katarantaduhan na kailangang i-root out sa Bible scholarship. Ito ay isang malakas na maling akala talaga.

Ang iba pang salitang-ugat, ayon sa mga konkordans, ay: **מות**: *M-W-T* or *M-U-T* na kahulugan kamatayan *(H4194).*"

Maaaring ito ay talagang isang reference sa Hardin ng Eden kung saan ang Hebrew word, gan, actually means enclosure, pati garden? Muli, bilang isang tiwaling anyo, Si Hormizd ay maaaring si H-T-R-M-U-T, ang ikalimang anak ni Joktan at kapatid ni Ofir. Kung sa transliterasyon, halimbawa, ang panghuling T ay talagang Tsad sa halip na Tet, iyon ay ipaliwanag din ang tunog ng Z-D sa dulo. Hindi natin ito mapapatunayan, ngunit ito ay karapat-dapat pagsasaalang-alang lalo na sa halip ng lahat ng iba pa.

Hôrmizd: *(Hor sa Book of Adam)*

hirám: Tagalog: *hiniram. Pangalan ng admiral ni Solomon na pumunta sa Ophir para sa ginto.*[1]

isadsád: Tagalog: *to beach something; upang maging sanhi ng isang bagay na sumadsad.*[1]

isá-dalawá: Tagalog: *isa o dalawa.*[1]

Sheleph/Selep, Kapatid ni Ophir:

Hindi namin direktang maikonekta si Sheleph, maliban sa pag-iisip na marahil ay Austazp ay isang corrupt na anyo. Ang AU ay para sa Auphir, na siyang pinagmulan ng simbolo ng kemikal para sa ginto dahil ito ang pinagmulan ng salitang Latin na Aurea. Ang Stazp ay mahalagang isang corrupt na anyo ng S-L-P, na Sheleph (שלף: H8026). Hindi natin ito mapapatunayan pa, ngunit kahit na gayunpaman, hindi isa isa ay maaaring iwasan na sa orihinal nitong anyo, ito rin ay maaaring isang tugma.

May mga posibilidad din para sa isa pang kapatid ni Ophir na si Uzal, sa loob ng salitang ito, ngunit hindi matatag. Muli, hindi ito pangunahing ebidensya o posisyon, ngunit pagsubok.

Auštazp*: *(Posibleng Filipino)
***astá*: *Tagalog*:** *postura; kilos; aksyon; kumilos; kumikilos; aspeto; kung paano dinadala ng tao ang sarili.*[1]
***sapà*: *Tagalog*:** *stream; batis; sapa; ilog.*[1]

Diklah, Kapatid ni Ophir:

Ang Diklah ay isa pang salita na lumilitaw na sira, at nakasandal sa Mesopotamia pinagmulan (sa kamangmangan). Isang bagay na alam nating sigurado na hindi dapat magkaroon ng konkordansya ipagpalagay na si Diklah o ang kanyang mga kapatid ay nakatira sa o malapit sa Saudi Arabia. Siyempre, ang mga ito ang mga inaakalang eksperto sa linggwistika ay nabigo sa pagsubok ng heograpiya at pagkatapos ay inaangkin ang salitang Hebreo na nagmula sa Hebreo mula sa Genesis 10 ay dapat na "banyaga." Gayundin, ang salita, sa Sinaunang Hebreo, walang patinig at ang mga titik na mayroon tayo ay D-K-L-H. Ito maaaring matagpuan sa pangalan ng mga Mago, Merodak, na malinaw na isang katiwaliang porma na sinusubukang iunat ang etimolohiya sa Persia (na nabigo, kahit na ayon sa tagasalin ng Landau, sa sarili niyang mga salita). Mas maganda kaya ito sa derivation mula sa Meron-Dako?

דקלה: Diqlâh, dik-law'; ~~ng banyagang pinagmulan~~; Diklah, ~~isang rehiyon ng Arabia~~:—Diklah. (H1853).

Merôdak*: *(malamang Filipino ang pinagmulan)
***meron*: *Tagalog*: *to have*;** *may; nagtataglay. umiiral; mayroong; meron.*[1]
***dako*: *Tagalog*:** *direction; bahagi; rehiyon; spot; sa paligid; sa paligid ng (+oras).*[1]
***miron*: *Bisayan*:** *pulubi,, moocher, scrounger.*[2]
***dako*: *Bisayan*:** *malaki, dakila, large.*[2]
***miridu*: *Eskaya*:** *asawa.*[4]
***merkado*: *Waray*:** *palengke.*[5]
Iba pa: ***merkadohan, markado, marusdak, murado, murasak.***[5]

Hindi natin nasumpungan ang Jerah (na mali) sa iba pang mga pangalang ito. Ang kanya ay ang aktwal na salitang Hebreo para sa buwan, Yerah *(ירח)*, na hindi kailanman isinalin na may J. Ito Ang karagdagang liham ay hindi kailanman umiral sa wikang Hebreo hanggang noong mga 1500 A.D.. Hadoram, Si Uzal, at si Abimael ay lumilitaw din na walang koneksyon sa mga Haring ito, kahit sa pangalan.

Sa wakas, wala kaming nakikitang koneksyon kay Jobab nang direkta sa mga pangalang ito. gayunpaman, Si Yobab (walang "J"), ay napaka-curious bilang etymologically ang isa ay dapat magtaka kung ito ay humahantong sa Sumulat si Job noong mga araw nang sila ay nanirahan sa isang lupain na ipinangalan sa kanyang kapatid na si Uzal bilang UZ. Marahil sa paglipas ng panahon, mapapatunayan ito ng pananaliksik.

Gayunpaman, ang katotohanan na makakahanap tayo ng mga direktang kaugnayan sa Ophir, Sheba, at Si Havila mula kay Joktan at pati na rin ang Tarsis ay kahanga-hanga lalo na bilang kapalit ng nglinguistic na pinagmulan ng salitang Magi mula sa royalty ng Tagalog: Maginoo. Bukod pa rito, ang mga salitang Filipino para sa panalangin at katahimikan ay nagmula sa pamilya ng salitang Mag/Magi, makatarungan gaya ng tinukoy ng Revelation of the Magi ay dapat ang kaso. Gayunpaman, may tradisyon si Jobab na maaaring nauugnay sa mga hinango ng mga pangalan ng kanyang mga anak na babae na posibleng umiiral sa Magi.

Jobab, Anak ni Joktan sa Silangan:

Bagama't hindi ito banal na kasulatan, ang Aklat ni Jasher ay nagtataglay din ng isang napakakakaibang pag-aangkin sa heograpiya. Sinasabi nito na sina Levi at Issachar ay nagtungo sa Silangan upang makakuha ng mga asawa ang mga anak ni Jobab, ang bunsong kapatid ni Ophir. Iyon ay tatawaging Pilipinas ngayon.

Jasher 45:5 (Ang Jasher ay Hindi Kasulatan)
"At si Levi at Issachar ay naparoon sa lupain ng silanganan, at sila'y nagsipagasawa ang mga anak na babae ni Jobab na anak ni Yoktan, na anak ni Eber; at si Jobab na anak ni Yoktan ay nagkaroon ng dalawang mga anak na babae; ang pangalan ng matanda ay Adinah, at ang pangalan ng nakababata ay Aridah."

Ang mga anak na babae ay nagtataglay ng mga pangalang Hebreo na lumilitaw na mas makakabuti. Ang ugat ni Adinah, ayon sa wika, ay Eden. Isipin na sa Land of the Garden ng Eden. Wow!!! Ang Aridah ay tinukoy bilang isa na pinalaya. Logically, ito ay akma bilang Ophir at ang mga kapatid ay mahalagang napalaya mula sa pagkakahawak ni Shinar nang lumipat sila sa Pilipinas. Sa Tagalog, makikita pa nga kung ano ang totoo, sinaunang ugat ng salita para sa kapatid, maaaring si ading, dahil ito ay mga sikat na kapatid na babae. Hindi tayo makakahawak sa The Book Of Jasher bilang ganap na katotohanan (dahil naglalaman ito ng mga konsepto ng okultismo), ngunit ang Halamanan ng Eden at Land of Gold sa Pilipinas ang kabaligtaran. Ito ay ang okultismo at mga controllers ng mga pamahalaan sa daigdig na ayaw magkaroon ng koneksyong ito. Kapag ganyanng dynamic na nangyayari, alam ng isang tao na ito ay dapat na ang katotohanan ay hindi na-edit.

Adinah: Hebreo:* עדינא*: kaaya-aya, maluho. Root* עדן *('eden; A-D-N).
Aridah: Hebreo:* ארידתא*: Aridatha:* *napakalaya, batas ng leon.

Sa paggawa ng mga asosasyon ng pangalan mula sa Magi, ang Nasardîh ay tumutunog na katulad ng naglalaman ng pangalan ni Aridah sa loob. Sa pagtatasa kay Adinah, maaaring isama siya ni Baladan pangalan. Hindi namin maiugnay ang mga ito nang matatag, ngunit ang mga pagkakatulad ay kawili-wili. siguro naroon si Jobab sa mga pangalang ito na katulad ng kanyang mga anak na babae. Hindi natin ito masisigurado bagong Aklat ni Jasher (na hindi maaaring ang sinaunang nabanggit sa mga aklat ng Joshua at Samuel). Gayunpaman, dapat magtaka kung saan nagmula ang heograpiyang ito, dahil tiyak na pinagtitibay nito ang Revelation of the Magi, at talagang, lahat ng kasulatan tungkol dito punto. Nakahanap kami ng affirmation para sa konsepto ng angkan ni Peleg na kumukuha ng mga asawa kabilang sa mga anak na babae ni Joktan sa Pseudo Philo 4:101 at Mga Cronica ni Jerameel 27:5.2 Mga mapagkukunan mula sa Bundok Ophir na ginagamit sa Israel, bago si Solomon, ay gayundin binanggit sa *Pseudo-Philo* 26:11.[13,14]

Mga labi ng Sephar sa mga Pangalan ng Magi:

Ang isa pang posibleng kaugnayan dito ay ang salitang Sephar (ספר) mula sa Genesis 10:30. Ito ay ang lupain kung saan nandayuhan si Ophir at ang magkakapatid. Ito ay isang sanggunian sa Puno ng Buhay sa Halamanan ng Eden. Pansinin, ang pangalang Zahar-wadad ay maaaring maging Sephar, bilang kalahati ng salita, kasama ang kalahati ay ang panganay na kapatid ni Ophir, si Almwadad (אלמודד), na nanirahan sa Sephar/Sophir/Shir. Gayundin, ang lupain ba ng Shir ay talagang katiwaliang anyo ng Sephar, pati na rin? Dapat magtaka kung si Arsak, ang Magi, ay isang tiwali/pinaikling anyo ni Arphaksad, ang ninuno nina Joktan at Peleg.

Ang Magi ay nagsimula sa Ophir, Sheba, at Tarsis, na nakabalangkas na sa Awit 72. Ito ang mga pulo ng Malayong Silangan na kilala ngayon bilang Pilipinas. Bilang sa larangan ng linggwistika, maraming salitang Filipino ang maaaring iugnay sa Sinaunang Hebrew. Maging ang kanilang sinaunang alpabeto, ang abakada, ay nagsisimula sa letrang Abba, at nagtatapos sa letrang Yah. Wow!!! Nagsisimula nang magising ang bansang iyon, nakikilala kanilang pisikal at espirituwal na mga kaaway, at ito ay babangon sa mga Huling Araw. Walang makakayang baligtarin ang mga propesiya ni Jesus (Yahusha) sa Mateo 12:42 (Lucas 11:31), Isaias sa 60:9, ni Ezekiel sa 38:13. Habang inaalam ng Pilipinas ang tunay na kasaysayan nito, maging mula sa Bibliya, ang muling pagbabangon ay tanyag. Ituon ang iyong mga mata sa Isles of the Magi sa kanilang pagbabalik ang tanawin sa daigdig, na nagpapanumbalik ng pagsamba sa Lumikha.

Sa relasyong iyon, ang mga Magi ay hindi nagnanais ng isang dambana na may kanilang mga buto. Sila ay hindi upang igalang bilang mga diyos, at hindi nila nais na magkaroon ng isang araw na nakalaan para sa kanilang sarili, noong lahat sila ay tungkol sa pagsamba sa Mesiyas para sa libu-libong taon. Sila ay nag-aalok ng kabaligtaran sa pagsasanay. Sila ay ang mga tao ng katahimikan at panalangin na yumanig sa mundo sa kanilang mga aksyon. Hindi, hindi sila mga monghe sa alinman kahulugan. Walang dambana ang kailangan.

Ang mga banal na lalaking ito ay hindi kailanman mag-aalis sa pagpopondo sa ministeryo ng Mesiyas at ipinagdiriwang ang Kanyang kapanganakan. Ang Bibliya ay tungkol sa Kanya, at anumang bagay na nakakabawas ay nagiging isang idolo/

sagabal sa tunay na pagsamba, sa espiritu at sa katotohanan. Nawa'y tayong lahat ay tuklasin ang kaugnayan sa ating Tagapagligtas na dati nang taglay ng mga Matalinong Haring ito bago ang kolonyalismo, at ibalik ito. Ang sumusunod na tsart ay magsisilbing recap sa mga ito mga pangalan sa mga kategorya at porsyento.

---

[13] *"The Old Testament Pseudepigrapha, Vol. 2: Pseudo-Philo." Edited By James H. Charlesworth. Doubleday, New York. 1985. p. 308, 311.* [14] *"Chronicles of Jerahmeel." By M. Gaster. Oriental translation fund, London. 1899.*

Wadwad *(Tagalog, Bisayan, Ilokano)*
Artaban *(Arta, Tagalog)*
Humam *(Tagalog, Bisayan)*
Santarôk *(Tagalog, Bisayan)*
Baladan *(Arta, Tagalog)*
Arîhô/ Îryâhô *(Bisayan, Tagalog)*
Mihruq *(Eskaya, Ibanag, Tagalog) [dalawang beses]*
Overlapping:
Merôdak *(Waray, Eskaya, Tagalog, Bisayan)*
Sahban *(Hiligaynon, Bisayan, Tagalog, Waray)*
Ahširaš *(Tagalog)*

Based on the data compiled in this chapter.

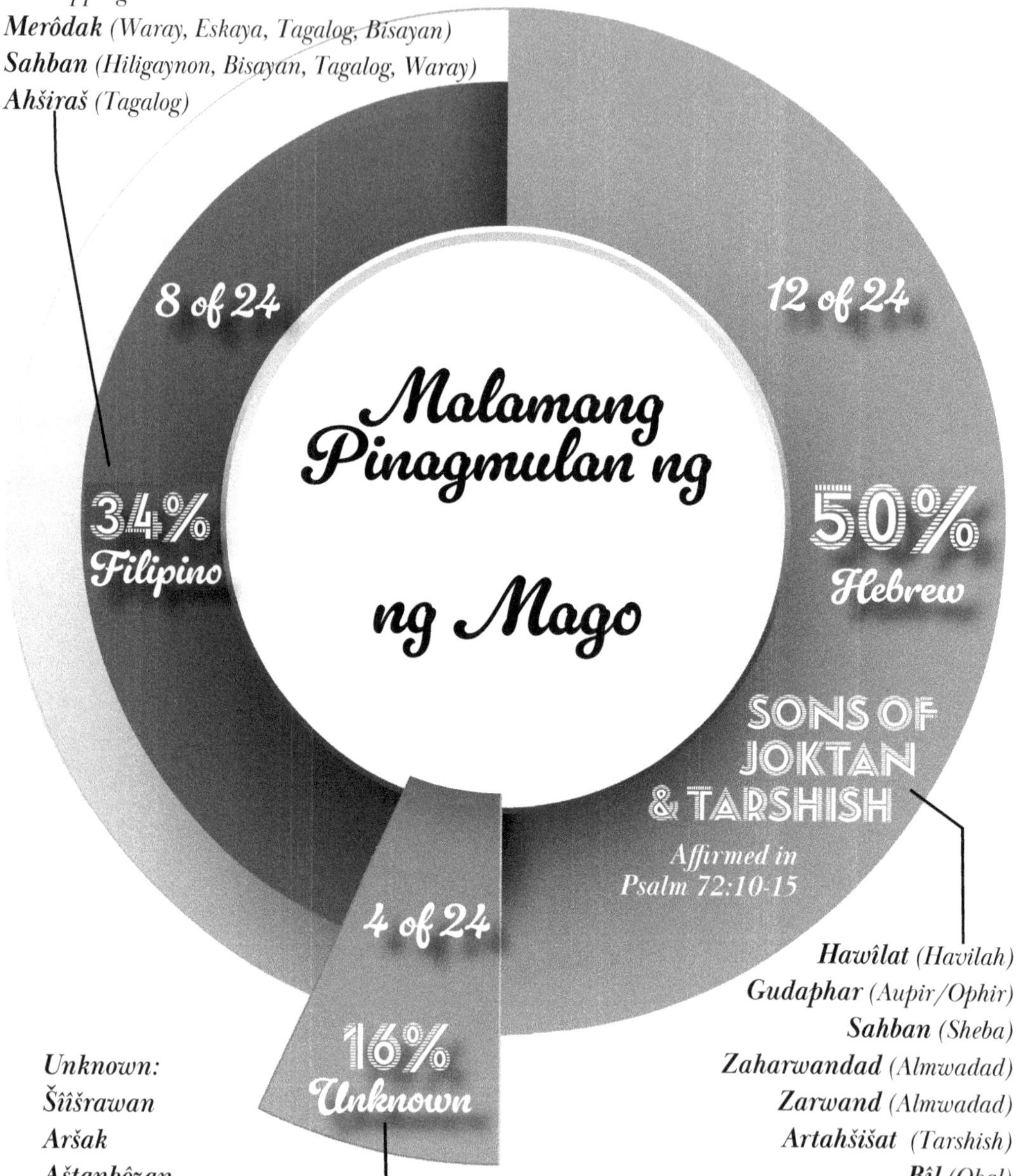

Hawîlat *(Havilah)*
Gudaphar *(Aupir/Ophir)*
Sahban *(Sheba)*
Zaharwandad *(Almwadad)*
Zarwand *(Almwadad)*
Artahšišat *(Tarshish)*
Bîl *(Obal)*
Ahširaš *(King of Saba/Seba)*
Nasardîh *(King of Sheba)*
Merôdak *(Diklah)*
Hôrmizd/Hor *(Hasarmavet)*
Auštazp *(Sheleph)*

Unknown:
Šîîšrawan
Aršak
Aštanbôzan
Kosrau

Shir: Sophir *(Greek)*: ***Sephar*** *(Hebrew)*:
Philippines: *Surigao/Siargao (Shir-gaw)*

Even Jobab & Daughters in the East

Kabanata 9:

Dumating si Apostol Tomas:

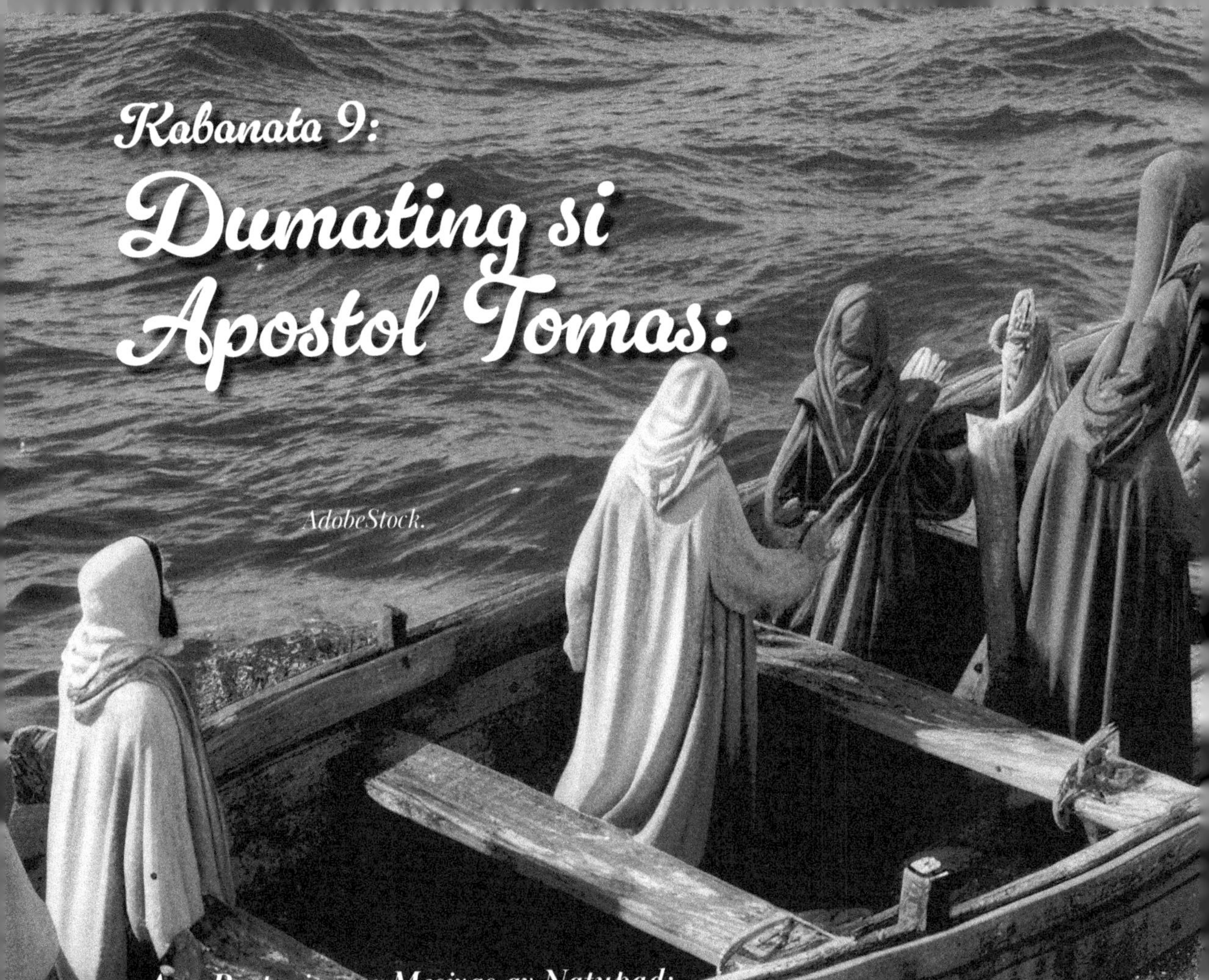

AdobeStock.

Ang Propesiya ng Mesiyas ay Natupad:
RotM 19:6 "At sama-sama, kayo ay magiging mga saksi ko sa lupain ng Silangan kasama ang AKING MGA ALAGAD, ang mga hinirang sa pamamagitan ko upang ipangaral ang Ebanghelyo."
RotM 21:5 "At muli, ikaw ay itinuring na karapatdapat mga saksi para sa akin sa Silangan KASAMA ANG AKING MGA ALAGAD, na pinili ko bago pa nabuo ang mundo."
"...Ipadadala ko sa inyo ang ilan sa aking mga hinirang na pinili sa akin para sa iyong lupain. At sila ay magsasalita at saksi sa katotohanan sa iyo upang ito ay maging iyong tatak nang may pagkakaisa."

RotM 29:1 *Nang, muli, si Judas Tomas ay lumusong doon (sa lupain ng mga Mago) sa pamamagitan ng kalooban ng ating Panginoon nang siya'y ipadala niya, muling lumago ang pananampalataya sa mga nakarinig, sa pamamagitan ng maramingmga makapangyarihang gawa at mga tanda na ginagawa doon ni Hudas Tomas, ang apostol ng ating Panginoon. 29:2 At nang mabalitaan ng mga maharlika (Maginoo: Magi) na si Judas ay pumunta doon, bilang liwanag na lumitaw at sinabi sa kanila, sila ay nagtipon at pumunta sa kanya upang makipagkita sa kanya sa panalangin at pananampalataya. At Binati nila si Judas ng buong pagmamahal, na nagagalak sa ating Panginoon. 29:3 At si Judas din ay lubos na nagalak kasama nila, at habang kasama nila siya sa loob ng (ilang) araw, ikinuwento nila kay Judas kung paano sila itinuring na karapat-dapat na tanggapin mula sa unang araw ang kaloob na ito ng liwanag ng mundo, at tungkol sa kanilang pag-akyat sa kanya sa Bethlehem at lahat ng sinabi sa kanila, at tungkol sa mga paghahayag at mga pangitain na nakita nila doon sa yungib, at tungkol sa kanilang pagbaba, kung paano siya, sa kanyang liwanag, ay sinamahan ang kanilang buong kampo na may maraming mga pangitain at paghahayag. 29:4 At nang makilala iyon ni Judas na Apostol na nag-umapaw sa kanila ang kaloob ng ating Panginoon, ikinuwento rin niya sa kanila ang tungkol sa ating tagapagligtas habang lahat ang mga kapatid ay natipon bilang isa, at tungkol sa mga makapangyarihang gawa, at pagpapagaling, at mga kababalaghan, na kaniyang ginawa sa mismong paningin ng kaniyang mga apostol, at tungkol sa mga anyo ng kaniyang mga larawan, at tungkol sa kaniyang kagila-gilalas na mga pagpapakita, na hindi natin kayang isalaysay, dahil palagi siyang nagpapakita sa amin upang kami ay namangha sa kanya, at kami ay tumayo sa pagbubuhos at sa pagdududa ng isip, dahil walang sinuman ang nagpakita sa ganitong paraan sa mga araw ng mundo.*

Sa katunayan, marami ang nakarinig na ang tradisyon ay nagsasabi sa atin na ginawa ito ni Apostol Tomas hanggang sa India, kung saan siya pinatay. Naniniwala kami na ito ay isang pagmamanipula sa ibang pagkakataon orihinal na account. Sa lahat ng lugar sa Mundo para bisitahin ng mga Apostol, ang lupain ng Magi sana ang mauuna sa listahan, lalo na't nangako si Jesus (Yahusha). Ang ilan sa Lost Ten Tribes ng Northern Kingdom ay sinasabing naroon. Ang koneksyon sa pagitan ng Ophir at Israel ay pampamilya at kaalyado, kaya magkakaroon sila tinanggap. Ang Northern Kingdom ay walang ibang kakampi sa panahong iyon maliban sa Babylon, pagkatapos nilang palayain sila mula sa pagkabihag. Iyon lang. Kahit ang Kaharian ng Southern ay hindi kaalyado sa Hilaga, noong panahong iyon, at nananatili pa rin hanggang sa araw na ito. Ang paghahati na ito ay magpapatuloy hanggang sa mga Huling Araw, ayon sa maraming propesiya.

Muli, hindi kami nagsusumite ng Revelation of the Magi (RotM) para sa induction sa Canon ng Bibliya, ngunit habang sinusuri ito nang tumpak, ituturing namin ito bilang isang wastong kasaysayan. Ang Katoliko at ang mga Simbahang Protestante ay tumanggap ng mas kaunting dokumentado na mga teksto na lumalabag sa kanilang sariling pamantayan sa double standard. Binabalewala lang natin ang kanilang mga huwad na paradigma kapag sinusubok. Ngayong alam na natin ang heograpiya at lingguwistika ng dokumentong ito ay tumpak, ang account na ito ay walang gaanong kaugnayan sa banal na kasulatan.

Ang ***Revelation of the Magi*** ay tinatawag ang Magi na mga maharlika, at alam natin na ang maharlika ay nagmula sa kanilang lupang sinilangan sa Pilipinas. Ang MAGInoo, ang sinaunang maharlika/maharlika klase ng Pilipinas ay ang mga Mago. Imagine, dumating ang Catholic Colonialism at sinakop ang lupain ng Tatlong Hari, sinusubukang pagtakpan na ninakaw nila ang ginto, ng Ophir at mga mapagkukunan ng mismong lupain ng Paglikha, na kinaroroonan ng Halamanan ng Eden at Banal ng mga Banal. Mapapansin mong hindi nila ito, gaya ni Solomon, ipinagpalit ito sa ginto ngunit ninakaw ito; pandarambong, panggagahasa, pagpatay, at pagsira sa Land of Creation. Iyan ay hindi pagkakaroon ng isang Bibliyang ekklesia sa anumang kahulugan. Upang malaman ang kasaysayan, ay upang maging Katoliko sa kabila ng mga control lines na nakatanim na sinasabing kabaligtaran.

Tinutugunan ng mga Mago ang mga pangitain at paghahayag na nakita nila sa Bituin, na siyang Mesiyas Mismo, hindi isang anghel at tiyak na hindi kailanman isang astrological o astronomical anomalya. Ang Ebanghelyo ni Mateo ay walang pinag-iba diyan kundi binabawasan ang pagsingit na iyon bilang hindi makatwiran. Nakita nila ang Mesiyas sa iba't ibang anyo, ibig sabihin sa iba't ibang edad ng Kanyang buhay, prophetically. Narinig ito ni Thomas at pinagtibay ang kanilang mga pangitain bilang tumpak, pagbabahagi ng aktwal na buhay ni Jesus (Yahusha). Mangyaring huwag sabihin sa amin na may mga iskolar na huwag maniwala sa mga tao sa Bibliya, lalo na sa mga banal na tao, na kilala na naglilingkod kay Yahuah para sa maraming henerasyon, tumanggap ng makalangit na mga pangitain. Kahit sino sa ganyang pag-iisip ay hindi Bibliya mananampalataya, dahil maraming mga ulat ng mga pangitain sa mga propeta at apostol.

Kahit si Paul ay nakita ang pisikal na pagpapakita ng Liwanag ni Jesus (Yahusha) sa daan patungo sa Damascus sa panahong ito (Mga Gawa 9). Ang tinig ng Anak ay nanggaling doon Liwanag na eksakto tulad ng ikinuwento ng ***Revelation of the Magi*** sa kanilang mga karanasan. Yung iba kasama ni Paul ay hindi nakita si Jesus (Yahusha), eksakto tulad ng inilarawan ng mga Mago sa kanilang account na walang ibang nakakita sa Kanya (Mga Gawa 9:7). Muli, na pagsubok bilang banal na kasulatan sa konsepto. Ang mga nanunuya ay nagpapakitang hindi sila mananampalataya sa Bibliya. Ang account na ito ay nagpapatuloy na may pangitain ni Jesus (Yahusha) kay Ananias (Mga Gawa 9:10). Kung ang isang iskolar ay hindi naniniwala sa Kanya gumagana sa pamamagitan ng mga pangitain at paghahayag sa mga pandama na ito, hindi sila mga iskolar ng Bibliya.

RotM 29:5 *"At nang marinig ng lahat ng mga kapatid ang isinalaysay sa kanila ni Judas, silang lahat ay niluwalhati ng isang tinig ang Panginoon ng makalangit na kamahalan sa pamamagitan ng kanyang Anak, ang kalooban ng perpektong kaligtasan. At sila ay humingi kay Judas, ang apostol ng ating Panginoon, upang sila'y maging kabahagi niya sa tatak ng ating Panginoon. 29:6 At sinabi ni Judas: "Mga kapatid ko, nagagalak din ako, dahil sa kaloob na ito ako ay isinugo sa kaligtasan. (Yahusha), dahil ang bawat isa na naniniwala sa kaligtasan (Yahusha) at may pagmamahal ay* *tumatanggap ng tatak ng aking Panginoong Jesu-Kristo sa katotohanan, ang Kaaway ay hindi naghahari."*

Revelation of the Magi ay binasa katulad ng Aklat ng Mga Gawa. Ito ay nangyayari sa panahong iyon at ay may mga elemento ng banal na kasulatan anuman ang boto nito bilang Bible Canon (na ay hindi kailangan para sa patunay ng bisa). Mayroong kasaysayan at heograpiya sa Pahayag ng mga Mago na nagpapatunay na makasaysayan. Sinumang naniniwala na binabalewala natin ang lahat ng kasaysayan at umaasa lamang sa Bibliya, ay hindi kailanman aktwal na nasubok ang Bibliya, na nagsusuri bilang tumpak dahil sa naturang kasaysayan. Pinapatunayan namin ito sa lahat ng oras, at halos magkapareho ang account na ito sa bagay na iyon. Bago pumili si Hesus (Yahusha) ng sinumang alagad o Apostol, ang mga Pilipino ng Sinaunang Ophir, Sheba, at Tarsis ay pinili bilang Kanyang mga sisidlan. Hindi lang sila nagdala sa Kanya ng kayamanan ng mundo mula sa kanilang Lupain ng Ginto at sa Halamanan ng Eden, ngunit nagpatotoo rin sila sa kanilang mga kababayan bilang mga alagad. Ang huling account na ito nagbubunga ng isang mahusay na muling pagbabangon, katulad ng nabasa natin sa Aklat ng Mga Gawa. Dito, gusto nila na makibahagi kay Apostol Tomas at sa iba pang mga Apostol sa kaligtasan at lumabas sila at ibinabahagi ito sa lahat.

Ang napakalinaw sa talatang ito ay ang pangalan ni Yahusha ang ginamit at iniwan ito ng tagapagsalin bilang "kaligtasan" na parehong salita. Ang isa ay hindi naniniwala sa "kaligtasan," naniniwala sila kay Hesus (Yahusha) na ang ibig sabihin ay "kaligtasan." Hindi pinadala si Thomas sa pangalan ng "kaligtasan" ngunit sa pangalan ni Jesus (Yahusha) na tunay na ibig sabihin "Kaligtasan." Iyon ay isang pagkakamali na hindi dapat gawin ng isang tagasalin ngunit ito ang gumawa.

Ang Apostol Tomas pagkatapos ay nagsimulang kumanta, tumpak na tinawag si Jesus (Yahusha) bilang "misteryo ng kaligtasan (30:2)," "nakatagong misteryo (30:3)," "kapanganakan ng kaligtasan (30:6, 9)," at "panganay (30:7)." Ang mga ito ay napaka-scriptural sa batayan, at lahat ng sinabi ni Thomas at umaangkop sa paradigm ng Bibliya, tulad ng sinabi at ginawa at pinagsamasama ng mga Magi: Kapag ang isa ay pumunta sa Gnostic account ng Thomas, iyon ay ang kabaligtaran. sila aytumuon sa liwanag ng Kabbalah sa isang esoteric na paraan. Iyan ay hindi kailanman si Jesus (Yahusha). Dahil kilala sila sa pagkopya at pagmamanipula, ito ay napakalinaw na Revelation of the Magi ay ang pinagmulan ng kanilang mga account na kanilang binago upang humantong sa okulto (gaya ng ginagawa ng mga Gnostic). Ang kanilang pagmamanipula ay nagpapatunay na ang Revelation of the Magi ay ang pinagmulan, na hindi katiwalian.

Nanalangin si Tomas na ang kanilang mga katawan ay maging templo ni Yah, ang Kanyang templo (30:9), pagsunod sa banal na kasulatan (1 Cor. 6:19–20). Habang nagpatuloy si Thomas, nagpatuloy siya sa bautismuhan ang mga Mago, sa pangalan ng Ama, Anak, at Espiritu Santo (31:1). muli, iyon ay Bibliya na nagmula sa mga Ebanghelyo (Mat. 28:19).

Noong panahong iyon, nagpakita si Hesus (Yahusha) sa anyo ng isang bata na nagsasabing "Kapayapaan nawa kasama mo, mga anak ng lahat ng aking misteryo. At masdan, ngayon ang lahat ng mga pangitain at mga paghahayag na iyong nakita mula sa unang araw ay naganap sa iyong kapanganakan (31:1). Pagkatapos, Siya ay nagpakita sa anyo ng isang binata, at kumuha Siya ng isang tinapay, pinagputolputol ito, at ipinasa sa palibot ng(31:2). Ito ay hindi kailanman tinutukoy sa banal na kasulatan bilang Ang Eukaristiya (na Landau injects in error), at hindi rin ang pitong sakramento ng Simbahang Katoliko (na ang pinagmulan ay mula sa okulto). Hindi ang dalawang sakramento na itinulak ng simbahang"light Catholic", Lutheran at Episcopalian, alinman. Si Jesus (Yahusha) ay bumalik sa Langit, kung saan siya nanggaling, naaayon sa lahat ng kasulatan (31:3).

Ang salaysay ay nagtatapos sa isang mahusay na muling pagbabangon tulad ng sa Mga Gawa, ngunit sa pagkakataong ito, sa Pilipinas noong unang siglo, simula sa mga Mago. Ginawa ng Simbahang Katoliko huwag dalhin si Hesus (Yahusha). Siya ay dumating Mismo; dinala Siya ng mga Mago, at gayon din ang Apostol Tomas. Oops! Ang lahat ng ito ay higit na nangunguna sa Papa sa banal na kasulatan, anuman ang kanya pag angkin! Nauna rin sila sa pagkakaroon ng Simbahang Katoliko, na hindi ang pagpapatuloy ng biblikal na ekklesia, ngunit yaong mga nakapasok nang hindi sinasadya (Jude 1:4). Binago nila ang Bibliya, at itinago nila ang mga ulat tulad ng ***Revelation of the Magi.***

RotM 31:9 *At samantalang sila'y lubhang nalulugod sa pagpapasalamat, at panalangin, at mga pangitain ng ating Panginoon, isang pulutong ng mga kapatid ang idinagdag sa pananampalataya araw-araw.*

Naunawaan din ni Tomas na ang Liwanag ng Mundo ay si Jesus (Yahusha) at ipinahayag na ang mga Mago at lahat ng kasama nila ay dapat magbahagi ng Ebanghelyo at ang Liwanag ni Jesus (Yahusha) sa buong mundo, na sinipi ang mga salita ng Messiah sa Mahusay na Komisyon. Alam nating lahat ito. Hindi, hindi na kailangang maghintay ni Thomas para sa Bagong Tipan na isusulat para alalahanin ang mga salitang iyon. Ang sinumang nagsasabi nito ay hindi iskolar. Paano maiisip ng sinuman na ang Magi ay nakilala ang Mesiyas bilang isang paslit, na may kanya Lumitaw sa kanila ang liwanag, at nakalimutan na lang nila ito pagkatapos noon. Siyempre gagawin nila makibahagi sa Bibliya ekklesia.

RotM 31:10 *"At sinabi sa kanila ni Judas, Kaya nga, mga kapatid, tuparin natin ang utos ng ating Panginoon, na nagsabi sa atin: 'Humayo kayo sa buong mundo at ipangaral ang aking Ebanghelyo (Marcos 16:15).' Kaya, mga kapatid ko, maging mga mangangaral din kayo ng Salita tulad namin, sapagkat tinanggap na rin ninyo ang kaloob ng ating Panginoon. Lumabas din sa bawat lugar at ipangaral ang kaloob ng ating liwanag at ng ating tagapagligtas nang bukas-palad sa lahat."*

Itinaas ng mga Mago ang bandila ng mga disipulo at humayo sa "bawat lugar," pangangaral "sa sakdal na pag-ibig tungkol sa pagdating ng ating Panginoong Jesu-Kristo (32:1)." Gumawa sila "makapangyarihang mga gawa at pagpapagaling sa pangalan ng ating Panginoon." Ito ay ginawa sa pamamagitan ng Banal na Espiritu na "ibinuhos sa kanila." Ang Banal na Espiritu ay ang Guro pagkatapos ng lahat. Nangaral sila ng kaligtasan sa pamamagitan ng "perpektong Liwanag" ng Mundo, si Jesus (Yahusha), hindi sa isang okulto na paraan, ngunit ayon sa doktrina ng Bibliya, mula pa noong panahon ng Genesis 1:2, na sila ay naiintindihan ng mabuti.

Dalawang Muling Pagkabuhay sa Pilipinas: Unang Siglo B.C. - A.D.

Hindi lamang nagkaroon ng muling pagkabuhay nang dumating si Apostol Tomas sa sinaunang Ophir, nagkaroon ng isang mahusay na revival bago iyon sa Pilipinas. Bago nagkaroon ng mga alagad at mga Apostol sa Bagong Tipan, nagsimula na ang espirituwal na pagsulong sa lupain ng Tatlong Hari. Sa pagsasalita sa kasaysayan, (bagaman marami ang maling nagsasabing wala kasaysayan ng Pilipinas bago si Magellan noong 1521), mayroong dalawang dakilang muling pagbabangon sa Lupaing ito ng mga Mago noong unang siglo B.C. hanggang A.D. Siyempre, nakasulat lahat ang kasaysayan ng mga Pilipino ay itinapon ng mga Katolikong Espanyol sa basbas ng Papa. Ang dokumentong ito na iniingatan ng Vatican ay orihinal na isinulat ng mga Pilipino, sa katotohanan. Nakaligtas ito! Ayaw ng Papacy na malaman ng mundo na nasakop nila ang Biblikal na Lupain ng mga Mago. Oops! Ito ang dahilan kung bakit iniwan ng Vatican ang dokumentong ito hindi binibigyang kahulugan sa loob ng 1,200 taon.

RotM 14:9 *"At nang ang lahat ng mga bagay na ito at ang iba pang katulad nila, na kung saan ay marami, (nangyari,) habang bumababa sa Bundok ng mga Tagumpay, nagbigay kami ng papuri at inulit sa isa't isa ang lahat na nakita at narinig namin doon. At kami ay nasa malaking kagalakan at labis na kagalakan na kami inisip na karapatdapat na makita itong ganap na kaloob ng kaligtasan na para sa lahat ng mga hari, at mga matuwid, at ang mga propeta, at ang mga makapangyarihan ay nanalangin, at umasa, at naghintay, upang kanilang makita ang tanawing ito. Pero nila hindi nakita..."*

Ang panahon ng pagpapapisa ng itlog para sa isang mahusay na muling pagbabangon ay nagsimula sa puso ng mga Magi. Ibinahagi nila ito sa kanilang mga pamilya at sa iba pang magsasama-sama sa kanilang bumalik at maranasan ang isang mahusay na paggising. Ang paggising na ito ay malapit nang sumabog muli.

1. Ang Pagbabalik ng Maginoo mula sa Bethlehem

RotM 27:1 *At nang kami ay naglakbay sa lahat ng (aming mga yugto) kasama ang kanyang maluwalhating mga tanda hanggang sa kami ay dumating sa aming mga hangganan, at lahat ng aming mga pamilya, mga anak, at isang karamihan ng mga tao ng aming lupain ay lumabas upang* *makipagkita tayo. At nang kanilang mabalitaan na kami ay dumating, ay sinalubong nila kami na may malaking kagalakan at tinanggap kami, na nagagalak, at nagbubunyi, at lumuluwalhati. At namangha sila sa aming hitsura at kalusugan ng aming kabuuan pagkakampo. At nang pumunta kami sa kanila, nagtipon sila at nauna sa amin. At nagsimula na kami ay magsalita at magsalaysay para sa kanila tungkol sa kung paano nangyari ang aming pag-akyat, at tungkol sa mga kamangha-manghang pangitain na iyon ay sumama sa amin, at tungkol sa aming pagpasok sa Jerusalem, at tungkol sa lahat ng bagay na sinabi sa amin, at tungkol sa aming paglalakbay sa Bethlehem, at tungkol sa maluwalhating mga pangitain at paghahayag ng Ama ng makalangit na kamahalan, na nagpakita sa amin sa yungib: isang dakilang liwanag at kamangha-manghang pagpapakita sa anyo ng katawan ng isang abang tao, at tungkol sa kanyang liwanag ng bituin, na nauna sa atin bilang isang maluwalhating gabay.*

RotM 27:6 *At kami ay naghandog sa kanya ng mga regalo na aming kinuha mula sa yungib ng mga kayamanan, na inilagak ng ating mga ninuno mula sa kanya. At sinamba namin siya, ang Panginoon ng pagsamba, at binuksan niya ang kanyang maningning at maluwalhating bibig at nagsalita ng [kaligtasan] sa amin ayon sa kakayahan at sapat na marinig namin ito, at sa ganitong paraan ay itinanim niya sa atin ang salita ng kaligtasan. 27:7 At siya'y nagsalita at nagpahayag sa atin tungkol sa lugar ng kaligtasan at tungkol sa makalangit na kaharian ng Ama ng kamahalan, ang Panginoon ng lahat, na nagpadala sa kanya para sa pagpapagaling ng mga mundo, upang pagalingin ang kanilang karamdaman, dahil kaya nilang hindi gumaling ng isa sa mga sinaunang propeta, ngunit sa pamamagitan lamang ng kalooban ng Anak ng ganap na awa. 27:8 At pinaalis niya kami upang pumunta sa aming lupain nang payapa...*

Nang marinig ng mga tao ang mensaheng ito, sila ay nagalak. Kinain pa nila ang mga pagkain ng mga Magi mula sa kanilang paglalakbay, na muling napuno sa harap ng kanilang mga mata. Ang himalang ito ay humantong sa maraming makakita ng mga pangitain ng Mesiyas gaya ng ginawa ng mga Magi noon. Nakita nila siya sa iba't ibang yugto ng kanyang buhay bilang bata, matanda, sa krus, at pag-akyat.

RotM 28:5 *At sila'y nagsiparoon at narinig mula sa kanila ang bago at maluwalhating aral, at ang mga hiwaga, at ang mga paghahayag, at lahat ng bagay na sinalita sa kanila mula noong unang araw na sila ay lumabas mula sa kanilang lupain hanggang sa sila ay bumalik na may kagalakan. At muli, araw-araw, mga paghahayag, at mga pangitain, at lahat ang mga uri ng makapangyarihang pagpapakita ay nadagdagan para sa kanila. At ang pananampalataya ay lumago sa pag-ibig ng patotoo ng ating Panginoong Jesucristo, sa pamamagitan ng mga makapangyarihang gawa na ginawa niya sa pamamagitan nila, na mga supling ng liwanag na nagpakita sa kanila hanggang sa matupad niya ang kalooban ng nagsugo sa kanya lahat at dinala nang may kaluwalhatian sa makalangit na liwanag, ang kanyang unang tahanan. At ang pananampalataya ng ang kaligtasan (Yahusha) ay lumago sa lupain ng Silangan sa mga nakarinig.*

Tandaan: nakalimutan ng tagasalin na Landau na ang pangalan ni Hesukristo ay makikita bago ang account ni Thomas at ng Magi na siguradong alam ang pangalan at ginamit nila ito.

2. Dumating si Apostol Tomas, Sumasabog ang Muling Pagkabuhay sa Buong Bansa

Gayunpaman, ang kwentong ito ay hindi nagtatapos dito. Ang huling muling pagbabangon ay darating sa Pilipinas at mundo, at ito ay hindi magwawakas. Pumasok na kami sa Huling mga araw, kung kailan ang Huling Imperyo ay umaangat sa kapangyarihan ngayon. Ito ang araw kung kailan sinabi ni Yahuah na ibubuhos Niya ang Kanyang Espiritu sa lahat ng laman. Tulad ng mga Apostol at ang Magi, na ang karanasan ay hindi maaaring paghiwalayin, tayo ay mangarap ng mga panaginip at makakakita muli ng mga pangitain. Ang mga araw ng Mga Gawa ng mga Apostol ay nagbalik.

Joel 2:28-29 KJV

At ito ay mangyayari pagkatapos, na aking ibubuhos ang aking Espiritu sa lahat ng laman; at ang iyong mga anak na lalaki at ang inyong mga anak na babae ay manghuhula, ang inyong mga matatandang lalaki ay nanaginip ng mga panaginip, ang inyong mga binata ay makakakita ng mga pangitain: At gayon din sa mga alila at sa mga kilalang babae sa mga araw na yaon ay ibubuhos ko ang aking espiritu.

Ipinahayag ito ni Jesus (Yahusha) sa propesiya ng partikular na tungkol sa mga katutubong ito Isles of the Magi, na lumalabas na ang mismong Lupain ng Ginto; Ophir, Sheba, at Tarsis. Ito ang lokasyon ng Halamanan ng Eden at Banal ng mga Banal sa Lupa mula noong Paglikha, hindi ang pansamantalang isa sa Israel. Dahil konektado ang rehiyong ito sa kasaysayan at heograpiya sa loob ng 6,000 taon, gaya ng naidokumento natin, ito rin ang pinakamarami makabuluhang lupain sa Bibliya sa panahon na yon.

Ang modernong Israel ay tinatawag na "espirituwal na Sodoma at Ehipto" sa Apocalipsis 11 at ngayon kung saan ang patutot ng Babylon ay bumangon sa kapangyarihan. Ipahayag ng Antikristo na siya na ang Diyos doon, at ang huling kabisera ng mundo ay tinatawag doon. Ito ay dahil ang Misa Aliyah nito mula 1948-1952 ay eksaktong tugma sa mga kapangyarihan ni Gog ng Magog (Ez. 38) na sumalakay sa lupain ng Israel, na inagaw ito. Ang upuan ni Prinsipe Demon Gog kapangyarihan (ayon sa Aklat ng Jubilees 8-9, kapag naka mapa), ay talagang Kanluranin at Central Europe, o ang Colonial Powers, gayundin ang Roman Catholic Church.Sinakop din nito ang Lupain ng mga Mago. Si Gog ay mula sa Magog (rehiyon ng Russia) sa pinagmulan ngunit hindi iyon ang kanyang luklukan ng kapangyarihan (Tubal at Meshech). Kahit Magog ay kakampi at kahit na masira kasama ng British Isles, hindi ito ang upuan. Ito ay ang British Imperyo na sumakop sa Palestine at ibinigay ito sa isang tao, si Lord Rothschild, noong 1917 Deklarasyon ng Balfour. Ito ay Gog NG Magog, hindi dalawang kapangyarihan (tulad ng marami ay mali ang nabasa). Sila ay dapat na magkasya sa Isaiah 11 para sa inaakala ang pagbabalik na hindi nangyari, ngunit nabigo sila sa hula ni Isaias sa heograpiya ng higit sa 70%. Kung ang isa ay makakakuha ng "30% o mas kaunti" na marka sa isang pagsusulit, ito ay magiging isang "F" anuman ang kurba. Ang modernong Israel ay ang restitution ng mga Pariseo (na lumipat sa Russian Steppes), na hindi kailanman Hebreo, sa pangkalahatan. Ang mga iskolar ay nawalan ng pagsubaybay sa pisikal na kaaway.

Mateo 12:42 KJV (Lucas 11:31)
Ang reyna ng timugan ay babangon sa paghuhukom kasama ng lahing ito, at hahatulan ito: sapagka't siya'y nagmula sa mga dulong bahagi ng lupa upang pakinggan ang karunungan ni Salomon; at, masdan, angmas dakila kay Solomon ang naririto.

Hanggang ngayon, ang Cebu at Iloilo sa Visayas ay nagtataglay ng parehong katawagan ng "Reyna ng Timog." Hindi iyon nakakagulat. Ito ay direktang pagtukoy sa Reyna ng Sheba, na nagmula sa Pilipinas. Alam ito ng mga Magi. Alam ito ni Thomas. Ganun din ang Papa, kaya naman itinago ito ng Simbahang Katoliko at patuloy na binabatikos iyong bansa mula sa loob. Alam na alam ng paradigma ng Bibliya ang kahalagahan nitong Lupain ng mga Magi sa lahat ng panahon, hanggang sa nakalimutan ito ng mga iskolar, mga isang siglo na ang nakalipas. gayunpaman, ang posisyon ng Papa ay nagsimulang umatake sa bansang ito nang maaga, dahil alam niyang babangon sila laban sa kanya. Panahon na para ibalik ng Pilipinas ang pagkakakilanlan sa Kanya. Paano ginagawa mangyari ito? Una, ang anumang muling pagbabangon ay nagsisimula sa pagsisisi.

Dapat tayong magpakumbaba at unahin Siya. Manalangin tayo, hanapin ang Kanyang mismong mukha na gumigiit sa Kanyang harapan, at tumalikod sa ating kasalanan. Ang tumalikod, ay pagsisisi. Pumunta ka sa kabilang direksyon. Ito ay kasama ng isang pangako na Kanyang diringgin, patatawarin at pagalingin ang lupaing ito. Hindi ba panahon na para gumaling ang Sinaunang Ophir? Sa ating pagsisisi, Ibubuhos Niya ang Kanyang Espiritu, at ilalabas ang pang-unawa sa mga araw ng paglago ng kaalaman na hinulaan ni Daniel (Dan. 12:4). Ang mga araw na iyon ay nasa atin ngayon.

2 Cronica 7:14 KJV
Kung ang aking bayan, na tinatawag sa aking pangalan, ay magpakumbaba, at manalangin, at hanapin ang aking mukha, at tumalikod sa kanilang masasamang lakad; kung magka gayo'y didinggin ko sa langit, at patatawarin ko ang kanilang kasalanan, at kalooban pagalingin ang kanilang lupain.

Kawikaan 1:23 KJV
Bumalik kayo sa aking saway: narito, aking ibuhos ang aking espiritu sa inyo, aking ipakilala ang aking mga salita sa iyo.

Hindi na ba Magi Account ang Episode ni Apostol Thomas?

Ang mga maling pamantayan ay na-install (sa mga bulwagan ng hangal na scholarship), upang makakahadlang sa anumang paggising sa gitna ng mga natutunan. Well, hindi naman masyadong edukado 'yan, 'di ba? Sa kaso ng Revelation of the Magi, ginagawa ito mismo ng tagasalin, sinusubukan limitahan kung paano tingnan ng sinuman ang malinaw na pinakasimpleng Ingles. Ito ay nagpapalakas sa kanya bilang kung hindi niya mabasa. Ang paradigm ay naglalagay ng mga hadlang sa interpretasyon, upang hindi payagan ang isa na makapagbigay ng tumpak na pag-unawa. Iyon ang nangyayari, at tinatanggap sa komunidad ng mga iskolar, at ito ang dahilan kung bakit walang pinagkasunduan ang kailangan ng grupong iyon. Ang kanilang mga peer review lamang ay nakakatakot sa isang batang iskolar na nagtapos, at nang walang positibong pagsusuri, ang isa ay iniiwasan at kinukutya ng mga batikang iskolar, at tinanggihan ang pag-publish ng access sa pamamagitan ng scholarly review. Kapag sila ay umamin na sila ay ignorante, na hindi katumbas ng punto ng debate. Isinulat ni Landau ang tungkol kay Apostol Tomas sa seksyon sa kanyang mga talababa:

"Hindi lamang ito tila kalabisan mula sa isang salaysay na pananaw, ngunit mayroon din itong isang bilang ng mga pampanitikan mga tampok na hindi masyadong akma sa kung ano ang nauna. Una, ang Thomas episode ay isinalaysay sa ikatlong tao, samantalang ang natitirang bahagi ng Revelation ng Magi ay isinalaysay ng mga Magi mismo, sa unang tao."

Hindi ba kailangan para sa mga Magi na itala ang pagdating ni Apostol Tomas sa kanila katutubong lupain? Sino ang sasang-ayon sa mga ganoong posisyon sa dunderhead? Kung si Thomas dumating sa iyong tahanan at ikaw ay bahagi ng isang grupo na nagsulat ng isang account na aktwal na hinuhulaan na mangyayari ito nang dalawang beses (19:6, 21:5), kung gayon ang isa ay magiging pabaya. Isipin na iniisip niya na siya at ang iba pang mga iskolar ay may karapatan bilang mga diyos na manaig ang layunin ng isang may-akda, batay sa pagpapalagay na hindi sila pinapayagan magsulat ng isang makasaysayang account bilang isang grupo. Iyan ay hindi scholarship, ito ay katangahan. Landau sinasabing hindi pinahintulutan ang mga manunulat na isama ang isang Apostol na bumisita sa kanilang rehiyon, sa isang pagtatagpo sa Bagong Tipan. Ito ay sadyang nagse-set up ng pagsubok para sa kabiguan. syempre, hindi nito matutugunan ang gayong maling pamantayan. Walang magagawa, which is the point in corrupt scholarship. Kung gayon, inamin ni Landau na mali ang kanyang sariling pagsubok.

"Bagaman ang gayong mga pagbabago sa pananaw ng tagapagsalaysay ay hindi napapansin sa sinaunang Kristiyano mga sinulat, ang pagbabagong ito ay lalong biglaan at hindi maipaliwanag sa loob ng salaysay."

Ang tanging humihingi ng gayong paliwanag ay si Landau at iba pang mga iskolar, sa isang paradigm ng kawalan ng kakayahan, na nagpoprotekta sa kanilang pandaraya mula sa pagkakapantay. Sino ang nagbabasa ng ganito? Sino ang sumubok na lansagin ang isang teksto na nagpapatunay na tumpak sa banal na kasulatan dahil sa mga tanong na inaamin nilang hindi man lang valid? Alam ni Landau na nangyayari ang pagsasanay na ito kasama ng banal na kasulatan sa ibang pagkakataon kapag sinabi niya na ito ay "hindi nabalitaan." Essentially, sinabi nya lang na wala siyang punto sa simula. Nagpapalagay lang niya ang arena ng scholarship (na lubos na hindi marunong bumasa at sumulat sa paksang ito). Nakikita natin ito kay Moises, na ang huling mga salita lumitaw na isinulat ng ibang tao (Deut. 34) gayundin ng Mga Awit; malamang na nakasulat sa bahagi ni Solomon, ang anak ni Haring David. Pagkatapos, mayroong kilalang kasanayan sa paggamit ng mga eskriba.

"Pangalawa, ang Thomas episode ay naglalaman ng isang kapansin-pansing pagbabago sa terminolohiya kumpara sa unang section ng tao ng Revelation of the Magi. Isa sa mga pinaka natatanging katangian ng unang tao ay ang bahaging ito ay ang ganap na pag-iwas sa tamang pangalan "Jesukristo," upang tukuyin ang banal na nilalang kung kanino ang pagtatagpo ng Mago. Ngunit kasing-ingat ng may-akda na talikuran ang pangalang ito at ang iba pang halatang terminolohiyang Kristiyano, ang seksyong Thomas ay hindi nag-aalala na maiwasan ang pangalang "Jesus Christ," ginagamit ito halos dalawampung beses!" – Brent Landau, tagasalin

Inamin lang ni Landau na hindi niya alam na si "Hesus Cristo". Ay hindi ang tamang pangalan ng Mesiyas. Ang titik na "J" ay hindi maaaring isalin sa Sinaunang Griyego, Hebreo, Aramaic, o Latin. Sa katunayan, kahit na ang Old French, Old German, at Old English ay walang "J" kailanman hanggang sa Renaissance, nang ang Ashkenazi (pekeng mga Hudyo) mula sa Rusong Steppes ay nagdala ng isang wikang inilagay nila sa Hebrew at Greek sa Bibliya. Hindi man lang masabi ng kahit isa ang pangalang "Jesus" sa alinman sa mga sinaunang wikang ito. Palagi nalang nagsisimula sa "Y." Ito ay ipokritang double speak, lalo na kapag napagtanto natin iyon Nagkamali si Landau sa pagsasalin ng Syriac/Latin na salita para sa kaligtasan sa Ingles. Ito ay ang mismong pangalan ni Yahusha na ang ibig sabihin ay kaligtasan. Maging ang manunulat ay nagagamit ito ng maayos sa seksyon tungkol kay Apostol Tomas, ngunit ang salitang ito ay makikita sa buong teksto. Sa ibang salita, ito ay isang kasinungalingan, na kung saan ay kung ano ang textual kritisismo breed; ang mga tagasalin ay determinadong manglilibak, na kung ano ang ginagawa nila, kahit na may mga Bibliyang Canonical na teksto. Gagawa sila ng mga punto ng debate sa kamangmangan. Ito ay hindi kahit isang punto, ito ay hindi totoo.

Para sa isang dapat na iskolar ng Bibliya at linguist na hindi alam na si "Hesus Christ" ay hindi ang pangalan ng ating Mesiyas, at hindi wasto, ay katibayan na na siya ay walang karapatang sumubok ng interpretasyon; wala siyang pundasyon sa pag-unawa. Ang kanyang matatag na pagsasalin. Walang kwenta ang kanyang interpretasyon. Isa pa, hindi siya marunong magbasa kanyang sariling pagsasalin; ang "Thomas episode" ay nagsisimula sa Kabanata 29, ngunit ang pangalan ng "Jesu-Kristo" ay ginagamit sa seksyon bago iyon. Hindi talaga nagpapaliwanag si Landau ito sa kanyang mga tala sa gilid ng epektibo, dahil ito ay walang kaparararakan.

RotM 28:6a *"At ang pananampalataya ay lumago sa pag-ibig ng patotoo ng ating Panginoong Jesucristo..."*

Ang seksyon ay nagtatapos sa Hebreong pangalan ni Yahusha, kahit na sa huling linya ng 28:7 bago ang Thomas episode. Hindi, hindi ito ang tiwaling anyo na hinahanap niya, ngunit bakit isang Bible scholar ang naghahanap ng ganyan? Paanong hindi niya napansin na isinalin niya ang Syriac/ Latin na anyo ng pangalan ni Yahusha bilang "kaligtasan" (na ang kahulugan), ngunit paano niya mamimiss iyon ang pangalan ng Messiah? Ito ay ang pananampalataya ni Yahusha na nadagdagan. Nabasa na ba niya ang Bagong Tipan?

RotM 28:7 *"At ang pananampalataya ng kaligtasan (Yahusha!) ay lumago sa lupain ng Silangan sa mga taong narinig. Dahil sa mga kadahilanang ito (dalawa), naniniwala ako na ang Thomas episode ay isang karagdagang karagdagan sa Pahayag ng mga Mago."*

Mula sa dalawang maling dahilan na ito (na mga kasinungalingan), hinuhusgahan ni Landau na ang seksyon ng Revelation of the Magi na nagpapakilala kay Apostol Tomas ay kahit papaano ay a "mamaya na account" (sa pamamagitan nito ay nangangahulugang "nasira"). Inuulit niya ang salitang "pakikialam," na wala siyang karapatan magtapos. Iyan ay panloloko. Nagsinungaling si Landau, at tila walang kakayahan ang lohika tungkol dito. Sa kanyang sariling pagsasalin, sinabi ng Mesiyas, dalawang beses, na gagawin niyang ipadala ang Kanyang mga disipulo sa Silangan upang makiisa sa kanila sa pagkakaisa (19:6, 21:5). Si Thomas ay nagpunta sa Silangan (kasama ang iba, siyempre), at iyon ay isang natural na pag-unlad para dito na account na kabilang sa tekstong ito.

Siya ay nagpatuloy sa isang konklusyon na ang may-akda ng Apocalipsis ng mga Magi ay dapat na "gumamit ng mga nakasulat na mapagkukunan" mula sa Bagong Tipan na hindi niya dapat gawin nagkaroon ng access. Sila, bilang mga Apostol, ay personal na nakilala si Jesus (Yahusha); pareho sa kweba, bago ang kanilang paglalakbay, at sa Bethlehem. Kinausap niya silang dalawa sa parehong panahon. Ang mga Apostol ay dumating, ngunit hindi malaman ni Landau kung paano malalaman ng mga Mago ang impormasyong ito mula sa Bagong Tipan. Ang tagasalin ay hindi nag-iisip ng malinaw. Ginawa ni Jesus (Yahusha)., hindi pa isinulat ang Kanyang mga salita, naalala ng mga Apostol ang mga ito, malinaw na binabanggit kung ano ang kanilang narinig noong sila ay sumulat. Direkta rin siyang nakipag-usap sa mga Mago sa parehong paraan, maging tungkol sa kaligtasan. Ang isang hinuha na pundasyon ng Magi ay "hindi ganoong matalino at tapat."na parang kailangan, para maniwala ang mambabasa Ang teorya ni Landau. Iyon ay mukhang racist at walang kakayahan. Oras na nating ibalik ito nang buo ang salaysay sa nararapat na lugar nito bilang kasaysayan ng Pilipinas. Na kung saan ito nabibilang. Walang makakapag hiwalay sa sinaunang Ophir at ang mga gawain nito sa pagsasamahan at pagtutulungan kasama ng Israel mula sa Bibliya.

Kabanata 10: Kailan Isinilang si Jesus (Yahusha)?

Si Jesus (Yahusha) ay ipinanganak noong huling bahagi ng tagsibol sa Israel. Walang niyebe dahil iyon ang kabaligtaran ng panahon ng taon. Ang Simbahang Katoliko ay hindi man malapit, at alam nila ito. AdobeStock.

Hindi ba't napakatindi at walang pakundangan para sa isang grupo na magpahayag na alam nila ang aktwal na petsa ng kapanganakan ng Mesiyas? Gamit ang wika mula sa scholarship, gagawin ng isa at talagang isipin na ito ay imposible. Gayunpaman, sundin ang pananaliksik na ito at subukan ito para sa iyong sarili. Kung wala pa, marami ang makakahanap nito na nakakahimok. Magsisimula tayo sa taon ng ating Ang kapanganakan ng Tagapagligtas at pagsulong sa buwan, kasama ang eksaktong araw. Kaya ba talaga natin ito? Ito ay hindi kapani-paniwala na hindi pa namin sinuri ang anumang bagay na magkakaugnay tungkol dito sa modernong mga iskolar. Lumilitaw na ang paradigm ay bumagsak sa isang butas ng kadiliman sa ang paksang ito, at mula sa aming nahanap, walang magandang dahilan para doon.

Ang Taon:

Lucas 2:1-4 KJV

At nangyari nang mga araw na yaon, na lumabas ang isang utos mula kay Cesar Augusto, na dapat buwisan ang buong mundo. (At ang pagbubuwis na ito ay unang ginawa noong si Cyrenius ay gobernador ng Siria.) At nagsiparoon ang lahat upang maitala, bawa't isa sa kaniyang sariling bayan. At si Joseph ay umahon din mula sa Galilea, mula sa lungsod ng Nazaret, sa Judea, sa bayan ni David, na ay tinatawag na Bethlehem; (sapagkat siya ay mula sa sambahayan at angkan ni David:)

Alam nating lahat na dinala ni Jose si Maria (na nagdadalang-tao), sa Bethlehem, dahil sa utos ng sensus mula kay Caesar Augustus. Hindi siya nakasakay sa isang asno sa ganoong paraan Hindi nagalit si Joseph sa pagsisikap niyang parusahan siya. Iyan ay hindi kailanman bahagi ng alinmang kuwento sa Bibliya ngunit higit na hindi kinakailangang pagpapaganda. Kailan ito sa mga tuntunin ng mga taon?

Kailan ang Census ng "Malawak na Imperyo" ni Cyrenius?

Ito ay medyo madali dahil ang mga Emperador ay hindi madalas kumuha ng sensus. Pansinin, hindi ito a lokal na sensus ngunit isang buong Imperyo at sinumang pupunta kay Josephus na Pariseo para sa kalituhan (nagsusulat siya ng isang lokal na pag-audit sa ibang pagkakataon noong 6 A.D.), ay sumusunod lamang sa bulag na umaakay sa bulag. Imposible na iyon at alam nila iyon. Ang mga Pariseo ay mayroon hindi kailanman naging motivated para sa amin na malaman ang aktwal na petsa ng kapanganakan. Ang manunulat ng Wikipedia at iba pang mga iskolar ay sumasalungat sa detalyeng ito, na nagdaragdag ng higit pang kalituhan, na wala sa salaysay na ito. Ang isang census ay karaniwang isinasagawa sa paglilipat ng kapangyarihan, para sa bagong hari o emperador na magkaroon ng buong accounting para sa kanyang kaharian. Yung nagtatangka upang ilipat ang kamatayan ni Herodes (kahit na magkasya sa isang masamang teorya), hindi napagtanto na walang ganoonng pagkuwenta noong 1 B.C., o saanman malapit dito. Ito ay mas mahusay na naidokumento kaysa sa maraming patnubay para maniwala tayo.

Una, ano ang titulong ito ni Cyrenius (Quirinius)? Sino ang kumukuha ng census? HINDI Gobernador! Sa KJV, ito ay nananatili sa panaklong, ibig sabihin ay ang mga tagapagsalin ay hindi sigurado sa eksaktong pamagat. Para sa isa na gampanan ang tungkuling ito para sa isang Gobernador (kapag ang binaybay ng tagasalin na ang pamagat ay kaduda-dudang, at nangangailangan ng karagdagang pagsubok) ay hindi scholarship. Si Cyrenius ay isang Konsul, ang tungkulin ng pamumuno sa pagkokonsidera, na nagpapatupad ng census. NAGING gobernador siya kasunod ng census. Sa Griyego, ang opisyal ay nagtataglay ng parehong titulo bilang Poncio Pilato (na noon din hindi kailanman Gobernador).

ἡγεμονεύω: *hēgemoneúō: maging gobernador (2x). upang maging pinuno, upang manguna sa daan. mamuno, mag-utos, ng isang lalawigan, upang maging gobernador ng isang lalawigan. sinabi ng isang proconsul, ng isang procurator (G2230).*

Pangkalahatan ang titulo na ito para sa pinuno, hindi kinakailangang Gobernador. Ito ay ginagamit sa parehong porma na isa lang pagkakataon para kay Pilato, na hindi kailanman Gobernador. Kahit sa iba pa nitong porma, ito ay isang pangkalahatang termino pa rin para sa pinuno. Sa Lucas 3:1, ang mga Gobernador ng isang Tetrarkiya (pangkat ng apat na pinuno) ay nakalista. Ang mga tunay na Gobernador ay tinatawag na Tetrarchs; Si Pilato ay nakalista kasama nila bilang isang pinuno na walang parehong titulo ng Gobernador/Tetrarch. Siya ay babanggitin bilang isang Tetrarch kung siya ay isang aktwal na Gobernador. Itong si Herodes ay hindi si Herodes na Dakila, kundi ang kanyang anak din.

Lucas 3:1 KJV
*Ngayon sa ikalabing limang taon ng paghahari ni Tiberius Caesar, si Poncio Pilato ay gobernador (***ἡγεμονεύω**: hēgemoneúō*) ng Judea, at si Herodes ay tetrarka (***τετραρχέω**: tetrarchéō*) ng Galilea, at ang kanyang kapatid na si Philip tetrarch (***τετραρχέω**: tetrarchéō*) ng Iturea at ng rehiyon ng Trachonitis, at Lisanias ang tetrarka (***τετραρχέω**: tetrarchéō*) ng Abilene...*
ἡγεμονεύω: *hēgemoneúō: ...sinabi tungkol sa isang proconsul, Lucas 2:2; ng isang procurador, Lucas 3:1.*[1]

---

[1] *Excerpt from Thayer's Greek Lexicon. G2230.* [2] *Josephus. Antiquities of the Jews 18.3.1.*
[3] *Cornelius Tacitus, The Annals 3.48. Complete Works of Tacitus. Alfred John Church. William Jackson Brodribb. Sara Bryant. edited for Perseus. New York. : Random House, Inc. Random House, Inc. reprinted 1942.* [4] *The Oxford Classical Dictionary (3 ed.). Edited by: Simon Hornblower and Antony Spawforth.* [5] *BibleVerseStudy.com.*

Anuman, ang isang prokurador ay mas higit pa sa isang treasurer o uri ng Consul pero hindi Gobernador. Tiyak, ang parehong lalaki ay nagkaroon kapangyarihan, ngunit mahalaga ang pamagat, dahil iyon ang ginamit ng hindi tumpak upang i-claim na nagkamali si Lucas. Hindi niya ginawa. Sa katunayan, sa mas maliit na probinsya ang mga posisyong ito ay may mas malaking responsibilidad. Walang mali sa titulo ng Gobernador, kung ang isa ay hindi pupunta pagkatapos ay tawagan ang Biblikal na may Akda, si Lucas, isang sinungaling. Kailangan marunong magbasa ang mga iskolar para maintindihan ang Luke. Hindi kailanman tinawag ni Lucas na Gobernador si Cyrenius o si Pilato. Iyan ay mahinang pagsasalin.

Si Quirinius ay Konsul ng Syria, ayon kay Tacitus, na sumulat nito noong mga 116 A.D. Sinimulan ni Quirinius ang kanyang posisyon noong 12 B.C., at natapos noong mga 4 B.C.. Ang posisyon ng konsul ay nagsagawa ng isang sensus, hindi ang Gobernador, kinakailangan. Dahil si Quirinius ay hindi naging Gobernador hanggang sa mga 6 A.D. (masyadong huli para sa timeline), ito dapat ang panahon kung saan ipinanganak si Jesus (Yahusha). Ipinapalagay ng ilang iskolar ang pangalawa na termino ay pinasiyahan ng kanyang anak, na hindi mahalaga, kahit na ito ang kanyang pangalawang termino (ngunit bilang Gobernador, o katulad sa oras na ito). Kung ang Mesiyas ay ipinanganak noong 6 A.D., lahat ng timeline ay mapanlinlang, lalo na ang tungkol sa Emperador (sinuman na isinasaalang-alang ang posibilidad na iyon ay hindi sumubok ng anumang kinalaman sa isyung ito). Ang mga iskolar ay may posibilidad na huwag pansinin na si Quirinius Sr. ay Konsul ng Syria bago ang kanyang Gobernador, at iyon ay Parehong may hawak na census ang Consul at naaangkop sa timeline. Iyan ay kasinungalingan.

"Sa parehong oras ay hiniling niya sa Senado na hayaan ang pagkamatay ni Sulpicius Quirinus ay ipagdiwang sa isang pampublikong libing. Kasama ang matandang patrician na pamilya ng Sulpicii nitong Quirinus, na ipinanganak sa bayan ng Lanuvium, ay medyo hindi konektado. Isang walang kapaguran na sundalo, sa pamamagitan ng kanyang masigasig na serbisyo siya ay nanalo sa pagka konsul sa ilalim ng Divine Augustus, at pagkatapos ng mga karangalan ng isang tagumpay sa paglusob sa ilang kuta ng mga Homonadenses sa Cilicia."[3]

"Sulpicius Quirinius, Publius: Consul 12 BC, isang novus homo mula sa Lanuvium (sa kanyang karera cf. Tacitus Annales 3.48)."[4]

"Mula 12 BC hanggang 4 BC, si Titius, Saturninus at Varus ay humalili sa pamamahala sa 'domestic' ng Syria. mga gawain habang si Quirinius ang namamahala sa 'panlabas' na mga gawain ng Syria, hindi lamang ang pagsisikap sa digmaan laban sa mga Homonadenses, dahil binanggit siya ni Lucas na "namamahala sa Siria" (Lucas 2:2) sa panahon ng sensus na ito sa Judea, na katabi at pinangangasiwaan mula sa Syria."[5]

Mayroon lamang isang pagpipilian para sa isang census sa buong Imperyo sa ilalim ni Caeser Augustus na maaaring magkasya sa takdang panahon ng Bibliya, at ang mga Ebanghelyo nina Mateo at Lucas ay hindi nagkamali. Nakadokumento

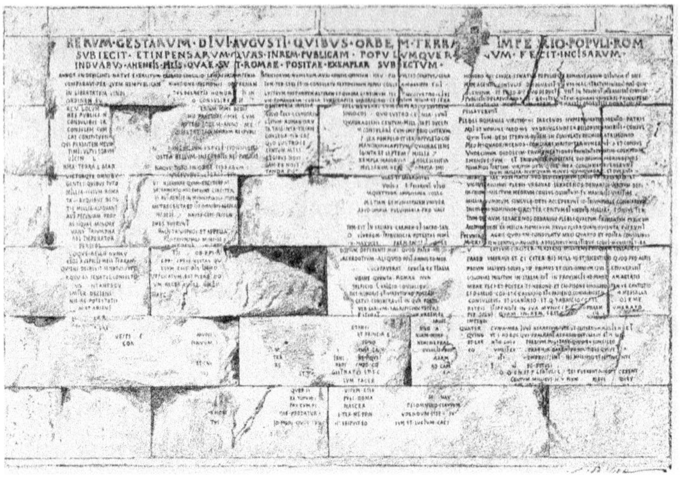

Pagguhit ng Res Gestae Inskripsyon ni Divi Augusti mula sa image "Kasaysayan ng Roma at ng Mga taong Romano, mula sa pinagmulan sa pagtatatag ng imperyong Kristiyano." Ni Victor Duruy. London. Nag-aambag Aklatan: Robarts - Unibersidad ng Toronto. Pag-digitize ng Sponsor: image Unibersidad ng Toronto. Wikimedia Commons. Patas na Kumilos. Patas na Paggamit Act. Public Domain.

ito hanggang 8 B.C., sa mga tuntunin ng paglabas ng mga resulta. Ang census ay gagawin una sa taon noong 9 B.C. Si Gaius Sentus Saturninus ay Gobernador ng Syria sa oras na iyon, na kung saan ay hindi labanan, bilang Quirinius ay Consul sa ilalim niya, at siya pa rin ang magpapatupad ng census. Hindi siya tinawag ni Luke na gobernador.

"Bilang konsul sa ikalimang pagkakataon [29 BC], sa pamamagitan ng utos ng mga tao at ng Senado ay dinagdagan ko ang bilang ng mga patrician. Tatlong beses kong binago ang listahan ng Senado. Sa aking ikaanim na konsul [28 BC], kasama si Marcus Agrippa bilang aking kasamahan, gumawa ako ng census ng mga tao. Ginawa ko ang lustrum pagkatapos ng pagitan ng apatnapu't isang taon. Sa pagpapakitang ito 4,063,000 mamamayang Romano ang pinasok sa census roll. Sa pangalawang pagkakataon, sa konsul ni Gaius Censorinus at Gaius Asinius, [8 BCE.] I muling nagsagawa ng lustrum nang mag-isa, kasama ang consular imperium. Sa lustrum na ito 4,233,000 Roman ang mga mamamayan ay ipinasok sa census roll. Sa ikatlong pagkakataon, kasama ang consular imperium, at kasama ang aking anak na si Tiberius Caesar bilang aking kasamahan, [14 AD] Ginawa ko ang lustrum sa consulship ng Sextus Pompeius at Sextus Apuleius. Sa liwanag na ito 4,937,000 mamamayang Romano ang pinasok sa census roll."[1]

Ito ay hindi lamang Romanong rekord; isinulat ito sa bato ni Augustus mismo o sa kanya tagasulat sa kanyang sariling talambuhay. Mayroon lamang tatlong kabuuang census na pipiliin mula sa, ayon sa mga salita ni Augustus. Sinumang tumatawag sa kanilang sarili bilang isang akademiko o iskolar na hindi nakakaalam nito ay nagsasalita sa kamangmangan. Ang unang sensus na nilahukan ni Augustus ay ang paglilipat ng kapangyarihan sa kanyang administrasyon. Yun ay mga 28 B.C. gaya ng gagawin bago siya kumuha ng kapangyarihan noong 27 B.C. ang isa ay maliwanag na hindi ang kapanganakan ni Jesus (Yahusha) hindi ito espesyal

---

[1] *Translation into English from: "The Deeds of the Divine Augustus (AD 13-14)." P. A. Brunt & J. M. Moore, Oxford, 1969.* [2] *Augustan Egypt: The Creation of a Roman Province." Studies in Classics, v. 13. Livia Capponi. First Published 2005. Routledge. New York.*

ngunit nakaugalian, at kung ito ay, lahat ng mga timeline ay magiging katawa-tawa na mali. Maging si Luke o Matthew ay kinikilala ang isang iyon para sigurado.

Ang ikatlong sensus ay isinagawa noong 14 A.D. para sa paglilipat ng kapangyarihan sa kanya anak na si Tiberius. Masyado ng huli ang isang iyon, hindi espesyal, at lahat ng kaukulang timeline ay mabibigo. Ang mga akademya na kumukuha sa alinman sa mga iyon ay hindi mga iskolar. Ang mga Ebanghelyo ni Matthew at Luke ay nag-aalis din. Huwag natin silang sisihin sa mga pagkukulang ng mga dunderheads(tanga).

Sa pamamagitan ng proseso ng pagtanggal, gamit ang pinakasimpleng lohika kung saan dapat ang isang iskolar ay may kakayahan , mayroon lamang isang census na maaaring magkasya. Ito ay isang espesyal na census, na kung saan ang mga resulta ay inilabas noong 8 B.C.. Alam ng mga iskolar ng Bibliya ang maagang petsa ng kapanganakan ni Jesus (Yahusha) sinisira ang kanilang mga hindi nakabatay na teorya. Sa halip na tanggapin ang katotohanan, sila ay Nagsinungaling at pinaikot ang salaysay. Ito ay hindi isang mahirap na konsepto; ang taon ni Jesus (Yahusha's) ang kapanganakan ay dapat na 9 B.C., habang nagsisimula ang sensus.

Ang mga lalaki lamang ang karaniwang binibilang sa isang sensus ng Roma, at ito ay makikita sa kabuuang bilang ng populasyon. Ang bilang ng apat na milyong mamamayan ay nananatiling pare-pareho; lahat ng Empire-wide. Ang 8 B.C. petsa ay ang Census ni Quirinius na Consol ng Syria na may Judea sa ilalim ng kanyang hurisdiksyon sa panahong iyon. Ang kanyang sensus ay dapat na bahagi ng mas malaki, walang tanong, ayon sa Ebanghelyo ni Lucas. Iniingatan ito ni Luke ng dobleng apirmasyon doon mismo sa text. Sinumang nagtangkang pumasok sa alinmang na direksyon ay mabibigo. Dapat nilang tasahin ang parehong pamantayan at magkasundo ang mga ito upang makuha ang tamang sagot sa pag-aakala na iyon ang kanilang layunin.

Isang Egyptian papyri, na pinamagatang Oxyrhychus Papyri,[2] ang nagpapatunay sa taong ito. Bilang isang malaking sentro ng populasyon sa ilalim ng kontrol ng Roma,Nagsasagawa ang Ehipto ng lokal na sensus tuwing ika-labing-apat na taon. Nagsimula ang pattern na ito noong mga 10-9 B.C. naaayon kay Augustus census sa buong imperyo.

Sinasabi sa atin ng Lucas 3:23, "Si Jesus mismo ay nagsimula nang mga tatlumpung taong gulang (KJV)." Alam namin na ang mga iskolar ay nagsasabing ang Mesiyas ay Tiyak na tatlumpung taong gulang sa talatang ito, nang sabihin ito ni Luke bilang isang pagtatantya ng "ballpark". Walang talata sa banal na kasulatan ang nagsasabing Siya nga ipinako sa krus sa sataniko, okultong bilang na "33" taong gulang. Maging ang mga Komentaryo sa Bibliya, gaya ng sinasabi ni Jamieson-Fausset-Brown na Siya "...ay mga tatlumpung taong gulang noong Siya ay nagsimula (Ang Kanyang ministeryo)...gumagawa ng mas mahusay na Griyego, at marahil ang tunay na kahulugan...".5 Siya ay hindi lamang naging 30-taong-gulang na walang paraan upang basahin iyon.

Kailan Namatay ang Tanyag na Herodes?

Kahit na ang isa sa aming mga paboritong iskolar, ang yumaong Dr. Michael Heiser, ay sinubukang ilipat ang timeline para sa taon ng kapanganakan ng Mesiyas sa pamamagitan ng paglipat ng kamatayan ni Herodes na Dakila. Ang ang problema, kahit anong himnastiko ang ilapat, hindi iyon magagawa. Si ay Herodes namatay noong 4 B.C. at ang Mesiyas ay kailangan ipinanganak dalawang taon bago iyon, hindi bababa sa. Kahit anong petsa para sa kapanganakan pagkatapos ng 6 B.C. bagsak agad sa bawat pagsubok. Dumating at nagkita ang mga Pantas. Una si Herodes sa Jerusalem. Samakatuwid, hindi maaaring mamatay si Herodes bago bago ng panahon na ito. Ang pagsasabi nito ay ang pag-angkin sa Bibliya ay mali. Tinutukoy ito ni Josephus nang may katumpakan at walang tanong. Tatalakayin natin kung paano nila piniling manipulahin ang kanyang mga salita.

Bersyon ng ToposText: 4 B.C.: [1]

§ 1.665 Kaya si Herodes, na nakaligtas sa pagpatay sa kanyang anak ng limang araw, ay namatay, na naghari ng tatlumpung apat na taon mula nang ipapatay niya si Antigonus, at makuha ang kanyang kaharian; ngunit tatlumpu't pitong taon mula nang gawin siyang hari ng mga Romano...

Petsa ng Kaganapan: -4 GR (B.C. or B.C.E.)[1]

Bersyon ng Harvard: 4 B.C.: [2]

Margin: "Pag-access at mga pangako ni Archelaus 4 b.c."

"Ang pangangailangan kung saan natagpuan ni Archelaus ang kanyang sarili na maglakbay patungo sa Roma ay ang hudyat para sa mga sariwang kaguluhan. Matapos panatilihin ang pitong araw na pagluluksa para sa kanyang ama at pagbibigay ng karaniwang salu-salo sa libing para sa mga tao sa marangyang sukat..."[2]

Gayunpaman, ang mga Rabbi (na talagang walang karapatang talakayin ang Mesiyas, na kanilang patayin), guluhin ang kwento, at sumunod ang mga hangal na iskolar. Pumasok sila sa "Fariseo Storytelling Mode," na sinasabing namatay si Herodes noong 1 B.C.. Bakit? Sinusubukan talaga nilang gumamit ng Josephus. Sinasabi nila na si Josephus ay malabo. Ang kanyang pagdedeklara noong 4 B.C. ay maliwanag na malabo sa kanila. Really? Kaya, sila ay nag-parse out ng mga

---

[1] Josephus, Of the War, 1.665 (ToposText Web Version 3.0. Aik Aterini Laskaridis Foundation. Josephus, The Jewish War, The Works of Flavius Josephus, translated by William Whiston (1667-17520, Auburn and Buffalo. John E. Beardsley. 1895, a text in the public domain, digitized by the Perseus Project) [2] Josephus, Of the War, 2.2.1, Josephus. The Jewish War, Volume I: Book 2. Translated by H. St. J. Thackeray. Loeb Classical Library 203. Cambridge, MA: Harvard University Press, 1927. [3] "Antigonus." Jewish Virtual Library. Died 37 B.C. Retrieved Oct. 2025. [4] "Antigonus Mattathias." Jewish Encyclopedia. Died 37 B.C. By Louis Ginzberg. Retrieved Oct. 2025. [5] Jamieson-Fausset-Brown Bible Commentary on Luke 3:23. [6] Josephus, Ant. 14.16.2-3. [7] Josephus, Antiq., 17.13.2. [8] Josephus, Antiq., 17.9.3-5.

fragment sa parehong paraan na sila bastardize na kasulatan, at sinasabing may sinabi si Josephus tungkol sa isang lunar eclipse, kung gayon, Namatay si Herodes at pagkatapos, Paskuwa na. Hindi nila papansinin ang ibinigay niya sa taon.

Halimbawa, ang dating tagapamahala ng Hasmoneano, si Antigonus, ay pinugutan ng ulo sa utos ni Herodes noong mga 37 B.C., ayon sa Jewish Encyclopedia at Jewish Virtual Library.[3,4] Isinulat lamang ni Josephus: "...na naghari ng tatlumpu't apat na taon mula noong syang dahilan para Patayin si Antigonus." Mukhang ilang pakikibaka sa simpleng matematika. Noong 14.16.2 at 3 ng Mga antigong bagay ng mga Hudio,[6] Itinatakda ni Josephus ang pangyayaring ito noong 37 B.C. Saan nga ba ang pagtatalo? Wala naman. Oo naman, ang isa ay maaaring makipagtalo sa isang taon na may potensyal, kahit na ang taong 37 B.C na nabibilang, tulad ng kanyang pinasiyahan sa taong iyon, masyadong. Tiyak, hindi iyon magiging katwiran sa tatlong taon upang makarating sa kamatayan ni Herodes noong 1 B.C. Inilagay nito ang pagkamatay ni Herodes noong 4 B.C. panahon. Ang Magi ay dumating bago iyon. Oops! Hindi ito mga iskolar. Sinusubukan nila para pilitin ang astronomical alignment na hindi man lang tumugma sa account. Kaya, gumawa sila ng pandaraya at pagbabago ng kasaysayan, na hindi matagumpay na magagawa. Ito ay ganap na nakalantad sa ***Revelation of the Magi (RotM).***

Pagkatapos, mayroon kaming sumusunod, dahil ang pagiging hari ay hindi nabakante nang matagal. Ang Tinalakay iyon ng Aklat ni Mateo, dahil hindi binawi ni Jose ang pamilya mula sa Ehipto pabalik sa Nazareth hanggang sa pagkamatay ni Herodes. Samakatuwid, mayroon isang panahon kung kailan sila ay nasa Ehipto, naghihintay sa kamatayan ni Herodes, at ang pagpapalagay noong 1 B.C. nagiging katawa-tawa. Tandaan, ang mga Wise Men ay hindi nagpapakita sa loob ng dalawang taon. Alam namin na ang kahalili ni Herodes, si Arquelao, ay inalis sa kaniyang posisyon sa kaniyang ikasampung taon noong 7 A.D. ayon kay Josephus.[7]

Huwag kalimutan na walang taon 0, upang ilagay ang simula ng kanyang paghahari noong 4 B.C. Para sa mga nahihirapan sa math na iyan, pumunta tayo sa mas malalim na sulat ni Josephus; mas tiyak siya. Si Archelaus ay naglayag din patungong Roma pagkamatay ng kanyang ama noong 4 B.C., at inakusahan ng kanyang kapatid na nagpanggap lumuha ng huwad na luha para sa pagkamatay ng kanyang ama; lahat noong 4 B.C., ayon kay Josephus.[8]

Walang iniwang silid si Josephus dito. Namatay si Herodes noong 4 B.C.. Kung namatay siya noong 1 B.C., at pagkatapos ay dumating din ang mga Magi, iyon ay dalawang taon pagkatapos ng kapanganakan ni Jesus (Yahusha), paglalagay ito noong 3 B.C., nang walang naganap na paghanay ng planeta. Hindi nila alam na sila na pala ay sinusubukang ilipat ang kamatayan ni Herodes sa 2 A.D., sa halip. Si Jesus (Yahusha) noon ay wala sa kanyang ika-tatlumpomg taon sa oras ng kamatayan. Siya, nasa timeline natin. Naiintindihan namin, na walang problema ang mga iskolar na ipagpalagay na parehong nagkamali sina Luke at Matthew, dahil SILA ang mas nakakaalam. Hindi nila alam.

Upang ilipat ang kamatayan ni Herodes, kailangan din nilang ilipat ang kamatayan ni Antigonus at maghari. Kailangan nilang muling isulat ang kasaysayan para sa pagsisimula at pag alis kay Archelaus. Ang kamatayan ni Herodes ay ililipat sa nakaraang taon ng Hebrew, upang bigyang- katwiran ang pagdating ng eklipse na malapit sa Paskuwa (mga buwan bago). Ang lahat ng ito ay ganap na kamangmangan.

Namatay si Herodes noong 4 B.C. at hindi iyon mapagtatalunan. Ang software ng Stellarium ay hindi alam kung kailan lumitaw ang Bituin ng Messiah, dahil hindi Siya nagpakita "sa kalawakan." Siya ay nagpakita sa Bundok ng Silangan at sa Yungib ng mga Kayamanan. Lumipat siya, at maraming beses na pagbabago ng direksyon, na hindi kayang gawin ng anumang bituin. Paghahayag ng mga Mago na ang Kanyang Bituin ay mas maliwanag kaysa sa araw, buwan, at mga bituin. Sa madaling salita, ito ay hindi ang tutukuyin natin bilang isang bituin. Ang buong hanay ng kaisipan na tumatalakay sa Jupiter at Venus sa tekstong ito ay occult Astrology, ipinagbabawal sa banal na kasulatan. Si Yahuah ay hindi kailanman nagsasalita ng gayong kalapastanganan.

Kailan Nangyari ang Eclipse Bago ang Paskuwa?

Alam mo na ito ay isang Pariseo taktika kapag ang isang grupo nakalimutan na Josephus direkta itinuro ang taon, 4 B.C., bilang kamatayan ni Herodes (sa ilang paraan), ngunit sa halip, nagkunwaring hindi niya ginawa. Sinusubukan nila na baguhin ang buong salaysay batay sa hindi malinaw na mga detalye sa lebadura, pabalik-balik. Bibigkas sila ng mga kaputol gaya ng ginagawa nila sa banal na kasulatan upang baguhin ito, na nagsasabi na binanggit ni Josephus ang isang eklipse, namatay si Herodes, at pagkatapos ay ipinagdiriwang ang Paskuwa. Ang paniwala ay nakabatay na sa isang kasinungalingan, ngunit tatalakayin natin iyon.

Noong 4 B.C., ayon sa NASA, nagkaroon ng lunar eclipse mga dalawang linggo bago ang Paskuwa noong Marso 23 sa 21:17:09.[1] Iyan ay isang eksaktong tugma, at dapat itong malabong wika ay konkretong paninindigan na Namatay si Herodes noong 4 B.C. Gayunpaman, kapag ang isa ay sumunod sa taon, nagsisinungaling ang mga akademya upang nararapat sa pag usli ng Stellarium software sa pagkakahanay ng planets ng (na hindi kailanman kahit sa salaysay), ito ay nagiging katawa-tawa bilang isang paninindigan. Noong 1 B.C., itinatala ng NASA ang lunar eclipse noong ika-20 ng Enero sa 14:48:33.[1] Iyan ay tatlong buwan bago ang Paskuwa at kahit sa nakaraang taon ng Hebreo. Kamangmangan yan. Ang petsa ay nananatiling 4 B.C. para sa pagkamatay ng Dakilang Herodes. Walang sinuman ang matagumpay na hinamon iyon. Tama na ang daldal.

---

[1] *Catalogue of Lunar Eclipses: -0099 to 0000 (100 BCE to 1 BCE)." N.A.S.A. eclipse.gsfc.nasa.gov/LEcat5/LE-0099-0000.html.*

Ang Buwan at Araw:

RotM 17:1 *"At nang dumating kami sa rehiyon ng Jerusalem, sa buwan ng mga bulaklak..."*

Sa ***Revelation of the Magi***, ang mga Magi ay dumating sa Jerusalem sa "buwan ng mga bulaklak." Ang mga wildflower sa Israel ay talagang nasa panahon mula sa huling bahagi ng Enero hanggang sa huling bahagi ng Abril. Gayunpaman, sinasabi lamang nito na dumating sila sa Jerusalem noong panahong iyon. Noong ipinagkasundo namin ito isa pang sipi sa ating teksto, nakita natin na ito ay huli na ng Abril. Makikita nila si Herodes at Tarry, naghihintay sa muling paglitaw ng Bituin, na gumabay sa kanila, Bago sila nagtungo sa Bethlehem. Sa madaling salita, ito ay pagkatapos ng mga Pista ng Paskuwa, ng Tinapay na Walang Lebadura, at ng Unang Handog na Prutas, nang dumating sila sa Jerusalem. Nangangahulugan na alinman sa mga petsa ng Kapistahan ay hindi angkop sa kapanganakan ng Mesiyas.

Sa katunayan, ang Paskua at Tinapay na Walang Lebadura ay nakapaloob sa Kanyang kamatayan at muling pagkabuhay, ngunit hindi ang Kanyang kapanganakan. Ang bahaging ito ay pinagtibay at sinipi pa sa Theodore bar Konai's Mimra 7.17 noong walong siglo. Ang huling bahagi ng Abril ay binanggit din bilang ang kapanganakan ng Mesiyas ni Clement ng Alexandria noong ikalawang siglo, na sinisipi ang Revelation of the Magi,, ngunit nakalilito ang petsa ng kapanganakan. Ginamit ni Clement ang buwan ng pagdating, at ipinagpalagay na ito ay ang buwan ng kapanganakan (na hindi ang kaso). Ang kanyang petsa ay nagkakasundo sa Romanong kalendaryo hanggang Abril 20-21 ayon sa Landau. Muli, iyon ay pagkatapos ng Paskuwa. Noong taong namatay si Herodes, at kailangan niyang mabuhay para dito, siya ay mamatay bago ang Paskua kaya; hindi siya namatay sa taong iyon.

Sinasabi ng isang sikat na Messianic Rabbi na ang "panahon ng lambing" ay tanda ng kapanganakan, ngunit nabigo siyang sabihin ang totoo. Ipinanganak ang mga tupa sa loob ng limang buwan sa Israel, hindi partikular sa Paskuwa (kahit hanggang ngayon). Walang sinasabi sa amin ang impormasyong iyon tungkol sa petsa ng kapanganakan, na halatang wala siyang kaalaman. Ang Rabbi na iyon ay sumusunod Talmudic na walang kapararakan sa kung ano ang naobserbahan ng siyentipiko. Nakikita natin ang gayong pagpapaganda sa kamangmangan mula sa mga Rabbi sa isang regular na batayan, dahil sila ay mga Pariseo.

Gayunpaman, tinukoy ng ***Revelation of the Magi*** kung kailan sila dumating, hindi tiyak ang buwan ng kapanganakan ng Mesiyas (bagaman ito ay nagpapaliit nito). Ang manuskrito ay kumpirmahin na napanatili ni Luke ang petsa ng kapanganakan, na nasa loob ng timeline na itinakda.

RotM 11:6 *"At tulad ng buwan na tumitingin sa araw sa mga araw ng Nisan, kapag ang araw ay sumisikat at ito ay hinihigop sa liwanag nito, gayundin ang araw ay tila sa atin nang ang bituin ay tumaas sa ating ibabaw."*

Ang pagsasaling ito ay hindi naman talaga "Nisan." Inamin ni Landau sa talababa na ito: "Gayunpaman, ang pariralang "sa mga araw ng Nisan" ay maaari ding isalin sa idiomatically gaya"sa tagsibol." Kaya, kung kukunin natin ang dalawang sanggunian na ito at magkapatong ang mga ito para sa pag-unawa sa totoong pagkakasundo, alam natin na ang buwan ng mga bulaklak para sa mga wildflower ay talagang buwan; mula huli ng Enero hanggang huli ng Abril. Ito ang petsa ng pagdating ng mga Mago sa Jerusalem, hindi ang kapanganakan ng Mesiyas. Muli, inilagay ni Clement ng Alexandria ang kaganapang iyon noong Abril 20-21. Ito ay Springtime, na nangyayari mula kalagitnaan ng Marso hanggang kalagitnaan ng Hunyo. Samakatuwid, kung dumating ang mga Magi noong huling bahagi ng Abril gaya ng tinukoy, nakipagkita sila kay Herodes habang naghihintay sila para muling lumitaw ang Bituin. Ang oras para sa kapanganakan ay nasa isang lugar sa Springtime, pagkatapos nun. Sa madaling salita, ito ay talagang nagpapaliit sa halos anim na linggong panahon, mula Mayo hanggang kalagitnaan ng Hunyo para sa kapanganakan. Nakikiisa ba iyon sa banal na kasulatan?

Ang sagot ay ganap at hindi mapag-alinlangan, oo. Ang Aklat ng Jubilees ay ang aklat-aralin ng Templo, na may mga petsa at detalye na hindi matatagpuan sa Genesis. Bilang pangalawang saksi, Pinagtitibay ng Jubilees ang Genesis nang maraming beses. Inilathala ng The God Culture ang "Little Genesis,", na may kumpletong pagsubok sa Torah na isinagawa, sa BookofJubilees.org. Ito ay sinipi ng mga may-akda ng Bibliya, kabilang sina Juan, Pablo, mga Apostol, at lalo na ang mismong Mesiyas,sa maraming pagkakataon. Ginamit nila ang Aklat ng Jubilees bilang Torah, lalo na para sa kalendaryo nito. Si Jesus (Yahusha) ang sumunod sa tipan, hindi ang Kordero ng Paskuwa, na walang tipan sa mga tuntuning ito. Siya ay ipinanganak sa pamamagitan ng tipan,pagsunod sa Patriarch Isaac's timeline. Mahirap paniwalaan na hindi sinaliksik ito ng mga iskolar. Pipintasan nila si Lucas sa pag-dabbling ng kanilang daliri sa tubig nang hindi nagkakasundo.

Jubileo 16:12-13 [Ang Conception ni Isaac: Ika-anim na Buwan ng Hebreo, Ika-15 Araw: Setyembre]

At sa kalagitnaan ng ika anim na buwan ay dinalaw ni Yahua si Sara, at ginawa sa kanya ang gaya ng kanyang sinulat, at siya ay naglilihi. At nanganak siya ng isang lalaki sa ikatlong buwan, at sa kalagitnaan ng buwan, sa panahon na sinabi ni Yahuah kay Abraham, sa kapistahan ng mga unang bunga ng pag-aani, Ipinanganak si Isaac.

Ang Pista ng mga Linggo at Mga Unang Bunga ng Pag-aani ay hindi ang Unang Handog na Prutas, na hindi pagdiriwang ng anihan. Shavuot ang festival na iyon, kaya naman mayroong a pagbibilang sa banal na kasulatan ng 50 araw mula sa unang pag-aalay ng Abib 26 hanggang sa aktwal na kapistahan. Ang mga ito ay hindi mga petsa na gumagalaw sa banal na kasulatan, kailanman, at wala silang gagawin kasama ang pag-aani ng barley sa modernong Israel. Ang Shavuot ay laging nasa ika-15 araw ng ikatlong buwan ng Hebreo, na halos unang linggo ng Hunyo sa ating kalendaryong Romano. Iyan ay noong ipinanganak si Jesus (Yahusha). Wow!!!

Ang precedence na ito ay nagpatuloy sa petsa para sa Israel sa mga araw ng Exodo. Moses ay unang umakyat sa Mt. Sinai sa Shavuot, ang ika-15 araw ng Ikatlong buwan ng Hebrew. Si Yahuah ay nagmungkahi ng tipan sa Israel, at ito ay pinagtibay sa araw na iyon. Pagkatapos, si Moses ay bumalik pagkatapos noon upang tumanggap ng bahagi ng Torah sa loob ng 40 araw (Jub. 1:1-3). Isang araw na si Shavuot, hindi kailanman ang 40 araw na sinasabi ng mga Rabbi ay kumakatawan sa pagbibigay ng Torah. Kahit na malapit na, nawala na nila ang kahulugan ng Shavuot na tungkol sa Covenant Renewal. Ito noon pa man, dahil ito ang sinaunang Pista na ginanap pa ni Noe, na naghintay ng halos dalawang linggo upang lumabas sa arka at mag-renew ng tipan sa ika-15 araw ng Ikatlong buwan ng Hebreo (Jub. 6:16-18). Ito ang parehong Kapistahan na ginanap ni Abraham kung saan si Yahuah Ay nangako ng isang anak sa araw na iyon at ito ay sa Shavuot, na si Sarah ay naglihi, at si Maria Naglihi din, ayon sa nararapat (Jub. 16:12-13).

Ito ay tipan; Nawala iyon ng mga iskolar ng Bibliya. Nagkahiwahiwalay kasi ang modernong simbahan (at maging ang mga Pariseo noong unang siglo) ay hindi pinapansin ang Templo aklat-aralin: Aklat ng Jubilees. Kahit na ang simpleng paggamit nito upang pagtibayin ang mga detalye ay isang wastong paggamit para sa dokumento, na ang kopya ay natagpuan noong mga 150 B.C. sa Dead Sea Scrolls. Sinusubukan namin ito nang lubusan at gumawa ng mas malalim na konklusyon batay sa ebidensya. Basahin ang aming eBook nang libre sa BookOfJubilees.org.

Ang Aklat ni Lucas ay hindi maaaring maging mas tumpak at tiyak tungkol sa buwang ito. Siya ay lumabas kaagad at direktang sinabi sa atin na ang Anghel Gabriel ay dumalaw kay Maria (na noong siya ay naglihi sa pamamagitan ng Banal na Espiritu), sa ika anim na buwan ng Hebreo, ganoon din si Sarah. Hindi ito isang

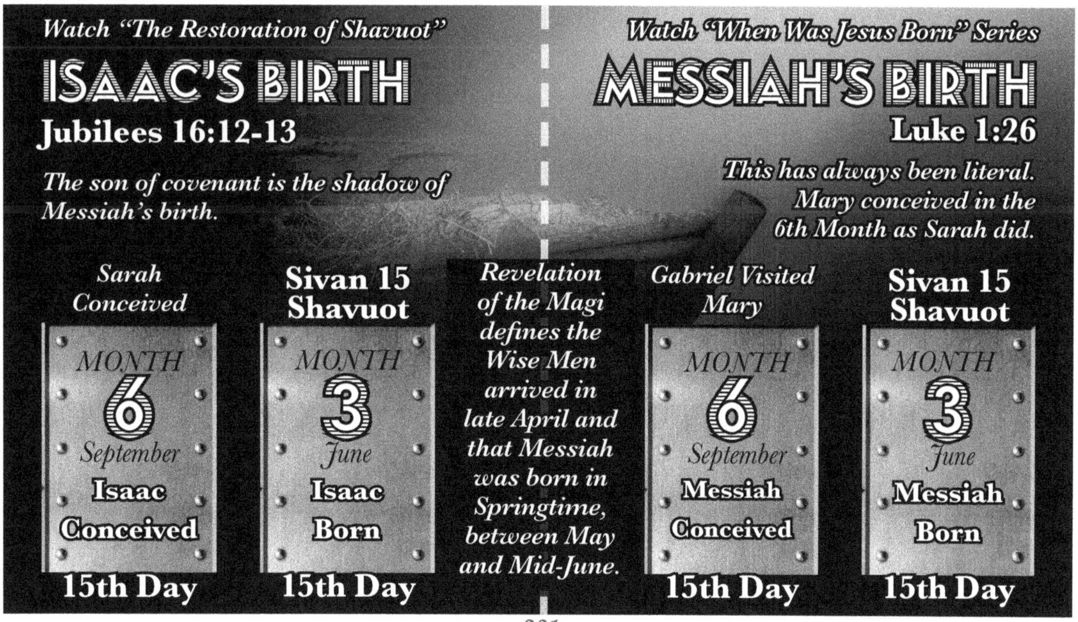

proseso na sinimulan ni Gabriel, dahil sinabi niyang mabubuntis siya, at nabuntis nga siya. Noong sinabi ng arkanghel, ito ay totoo, at hindi ito nagtatagal. GAnito ba talaga kasimple? Aasahan namin. Ang mga iskolar ay sangkot at nalilito Sa pag-aangking ito ay dapat basahin, gayunpaman ito ay hindi, bilang ang ika anim na buwan ng pagbubuntis ni Elizabeth. Hindi, binabasa nito ang ikaanim na buwan ng Hebreo. Ang naka-ligtaan nila ay si Elizabeth ay anim na buwan nang buntis sa ika anim na buwan ng Hebreo, na talagang pinatunayan nito.

Lucas 1:26-28 KJV [Ang Conception ni Jesus (Yahusha): Ika-anim na Buwan ng Hebreo: Setyembre]
At nang ikaanim na buwan, ang anghel na si Gabriel ay sinugo mula sa Dios sa isang bayan ng Galilea, na ang pangalan ay Nazareth, Sa isang birhen na naging asawa, sa isang lalaki na ang pangalan ay Jose, sa angkan ni David; at ang pangalan ng birhen ay si Maria. At ang anghel ay pumasok sa kaniya, at nagsabi, Magalak, ikaw na lubhang kinalulugdan, Panginoon ay kasama mo: pinagpala ka sa mga babae.

Lucas 1:39-40 KJV [Dumalaw si Maria kay Elizabeth]
At si Maria ay bumangon nang mga araw na yaon, at nagmadaling nagtungo sa kaburulan, sa isang bayan ng Juda; At pumasok sa bahay ni Zacarias, at bumati kay Elisabet.

Alam natin ito nang tiyak dahil sinunod ni Maria si Sarah sa tipan. Alam din natin Si Maria ay bumangon "sa mga araw na iyon" "na may pagmamadali" upang bisitahin si Elizabeth, ibig sabihin ito ay lahat sa parehong panahon. Pumunta siya sa kabundukan ng Judea, na kung saan ay isang paglalakbay sa paligid 80-100 milya (130-160 km, Logos Bible Software). Ito ay tungkol sa isang 3-to-7-araw na ekspedisyon sa probinsiya ng burol, at nang maglaon ay mula sa Judea patungo sa kanyang tahanan. Nanatili doon si Mary para sa "mga tatlong buwan (Lucas 1:56). Siya ay nanatili para sa pagtutuli ni Juan sa ikawalong araw (Lucas 1:59) sa kabuuang halos apat na buwan. Ito ay tungkol sa oras na iyon (sa pagtatapos ng Romanong taon, o simula ng susunod) na ipinag-utos ni Augustus ang isang espesyal na sensus, tungkol sa ikalimang buwan ng pagbubuntis ni Maria.

Ito ay humantong sa pagdiriwang ng Spring Feast, kung saan hindi ginawa nina Maria at Jose malamang na naglakbay patungong Bethlehem, dahil ito ang ikapitong buwan ni Maria sa termino. Gusto niyang ilagay kami sa timeline sa bandang Abril sa kalendaryong Romano. Ito ay akma sa banal na kasulatan sa Lucas 2:4-5, habang si Maria at Jose ay umalis patungong Bethlehem noong siya ay "dakila kasama ang anak." Sa katunayan, ang walong buwang pagbubuntis ay mahusay. Ang paglalakbay sa Bethlehem ay humigit-kumulang 5-7 araw na paglalakbay (93 milya/150 km, Logos Bible Software). Iyon ang maglalagay sa kanila sa pagpasok sa Bethlehem sa ikawalong buwan pa rin ng termino ni Maria. Ang lahat ng ito ay humahantong sa kapanganakan na tumutugma sa paghahatid ni Sarah kay Isaac noong ika-15 ng Ikatlong buwan ng Hebreo.

Ang mga iskolar ay tumpak na ilagay ang mga account na ito nang magkasama, ngunit binabasa nila ang mga ito ng mahina. Ang petsa ay pinili ni Yahuah sa pamamagitan ni Gabriel upang tumugma ng pinaglihi si Isaac sa ika anim na buwan ng Hebreo noong ika-15 araw. Bakit? Pagkalipas ng siyam na buwan ay Shavuot, ang Araw ng Pag-renew ng Tipan; ang buwan ay humahantong sa eksaktong araw. Kaya, si Isaac at si Jesus (Yahusha) ay pinaglihi sa ika anim na buwan ng Hebreo noong Setyembre noong kalendaryo natin ngayon. Dapat ipag kasundo iyon bawat taon, ngunit hindi iyon humahantong sa kapanganakan sa Disyembre, hindi ba? Oo naman, ang mga himala ay nangyayari sa Bibliya at nangangailangan ito ng kredito para sa kanila kapag ginawa nila. Ito ay hindi kailanman nakatalogo bilang ganoon. Ito ang kalendaryo ng Mesiyas kung saan ilalagay Niya ang Kanyang sarili sa mga Kapistahan ng Bibliya. Kaunti lang ang alam ng Vatican sa mga kapistahan na ito ay tinalikuran na nito mula pa noong 155 A.D., na nagpapakita na ito ay hindi Kanyang ekklesia kundi yaong mga "lumipat nang hindi nalalaman (Judas 1:4)."

Si Jesus (Yahusha) ay pumasok sa Jerusalem sa mga araw bago ang Kanyang pagbitay, na ay partikular na pinili ng parehong tipan sa mga petsa (Lucas 19:28-40). Nangyari ito noong ika-10 ng Abib nang ang Kordero ng Paskuwa ay pinili din na pumasok sa Jerusalem (Juan 12). Ang pagpili na iyon ay hindi isang tipan sa Kordero ng Paskuwa ngunit batay sa kasama ng mga tao ng Israel mula kay Moises. Siya ay mabibihag sa Paskuwa bilang ang malinaw na Siya ay "kumain" ng Paskuwa kasama ang labindalawa (Lucas 22:13-23) at mamatay kinabukasan sa Unang Araw ng Tinapay na Walang Lebadura. Ang Paskuwa ay nagtatapos sa pagsikat ng araw at ito ay isang kaganapan lamang sa gabi. Hindi siya ipinako sa krus sa gabi gaya ng araw sa labas, upang maitim. Ang pitong araw ng Tinapay na Walang Lebadura ay nagsisimula sa Paskuwa.

Ang ginagawa niya, gayunpaman, ay tumutugma muli sa timeline ni Isaac. kay Isaac naganap din ang paghahain sa Unang Araw ng Tinapay na Walang Lebadura, Abib 15. Sa Book of Jubilees, hindi ito maaaring maging mas malinaw. Noong ika-12 ng Abib, hinamon ni satanas Ang katapatan ni Abraham ay katulad ni Job (Jub. 17:15). Umalis si Abraham sa isang paglalakbay para sa tatlong araw (Jub. 18:3). Pagkatapos ng tatlong araw, Abib 15 na sa Unang Araw ng Walang Lebadura na Tinapay, at iyon ay kapag siya ay nagtayo ng isang altar upang ihandog si Isaac (Jub. 18:3-13). Iyon ay gayundin sa panahon ng araw kung saan ang timeline ni Jesus (Yahusha) ay sumang-ayon din sa kamatayan at muling pagkabuhay. Sinusundan niya si Isaac, hindi kailanman ang Kordero ng Paskuwa o anumang biglaan na pattern. Ito ay malinaw at perpekto, hindi nangangailangan ng haka-haka, walang astrolohiya, hindi maling agham na hindi maaaring magkasya pa rin, atbp. Ang rekord ay palaging naroon.

Pagkatapos, babangon siya mula sa mga patay sa Ikatlong Araw, na Weekly Sabbath pa din, sa panahon ng pitong araw ng Tinapay na Walang Lebadura. Ang kanyang kalendaryo ay kay Isaac at pareho silang naka-embed sa cycle ng Pista (na hindi maaaring balewalain). dati pagsikat ng araw, sa isang Romanong "Linggo" ay ang Sabado "Sabbath" pa rin sa Biblikal na kalendaryo. Sinasaklaw namin iyon nang buo ng mga chart sa REST: The Case For Sabbath na libre sa eBook sa RestSabbath.org.

Sinasabi sa atin ng Ebanghelyo ni Lucas na si Maria ay talagang isang birhen. Ang kanyang account ay hindi nagsasangkot ng mga relasyon, ngunit ang pagtatanim ng isang binhi ng Banal na Espiritu. Si Mary ay dapat igalang. Ang salitang Latin na venerate ay hindi angkop dito, dahil ito ay nagmula sa isang salita na nangangahulugan ng pagsamba. Pinapalitan ang termino, at sinasabi na HINDI namin ginagawa nasambahin siya, ngunit ang ibig sabihin ay sinasamba namin siya ay hindi eksaktong pahayag ng isang nagnanais mahuli sa paggawa. Hindi tayo maaaring manalangin kay Maria (na kapareho ng pagtatanong sa kanya/ nananalangin sa kanya, na ipagdasal kami). Kung ang isa ay manalangin sa kanya, at makatanggap ng sagot, ang sagot ay direktang nagmumula sa isang demonyong nilalang (tulad ng inilarawan sa Bibliya). Nagdarasal kami/ hilingin sa Anak na ipanalangin tayo, dahil Siya ang ating tagapamagitan (1 Tim. 2:5; Heb. 8:6, 9:15, 12:24) sa banal na kasulatan at ang tanging daan, katotohanan, at buhay (Juan 14:6).

Sa wakas, ang Langit ay walang Reyna sa alinmang kasulatan kahit saan lalo na ang Pahayag kung saan inilarawan ni Juan ang silid ng trono sa Langit ng detalyado at wala ang anumang pagbanggit ng isang reyna. May isang diyosa na nagsasabing siya ang "Reyna ng Langit" ngunit Sinaway siya ni Jeremias ng limang beses bilang mahalagang patutot ng Babilonia (Jer. 7:18, 44:1719, 25). Kapag ang isang simbahan ay kumuha ng isang kabaligtaran na posisyon sa mga pangunahing kaalaman, na nagsasabi sa amin na manalangin sa, sambahin, at tratuhin ang banal na babaeng ito bilang patutot ng Babylon (papalit sa Anak ni Yahuah), hindi nila kinatawan ang Bibliya. Sinasalakay nila ang diyos ng Mesiyas tulad ng ginawa nila sa pagsugpo sa salaysay na ito. Maging ang "Ina ng Diyos" ay medyo makatotohanan, dahil tiyak na ipinanganak at binuhay niya Siya. Gayunpaman, iyon ay isa ring sinaunang katawagan ng parehong patutot ng Babilonya. Mary ay naiinis na ma-misrepresented sa ganoong paraan at gayon pa man, iyon ay isa sa batayang doktrina ng Katolisismo. Iyan mismo ang uri ng teolohiya ang Isles of the Magi na tanggihan ayon sa maraming propesiya (Mat. 12:42, Luke 11:31, Is. 60:9; Ez. 38:13). Kaya, hindi siya kailanman tinatawag ng Bibliya na "Reyna ng Langit," ni "Ina ng Diyos"; mga kasinungalingan din yan. Hindi ito malabo sa banal na kasulatan; ito ay ang okultismo na natutunaw sa simbahang iyon tulad ng ginawa nila sa mga Magi.

Masusubok pa natin ito sa pamamagitan ng pag-alam kung kailan pinaglihi si Juan Bautista, na magdadala sa atin sa paglilihi ni Jesus (Yahusha) makalipas ang anim na buwan.

Lucas 1:5-9 KJV

Noong mga araw ni Herodes, ang hari ng Judea, may isang saserdote na nagngangalang Zacarias, ng pangkat ni Abia: at ang kanyang asawa ay sa mga anak ni Aaron, at ang kanyang pangalan ay Elisabet. At sila ay kapuwa matuwid sa harap ng Diyos, na lumalakad sa lahat ng mga utos at mga ordinansa ng Panginoon walang kapintasan. At sila'y walang anak, sapagka't si Elisabet ay baog, at sila'y kapuwa ngayon ay magaling na tinamaan sa mga taon. At nangyari, na habang isinasagawa niya ang tungkulin ng pagkasaserdote sa harap ng Diyos sa pagkakasunod-sunod ng kanilang kurso, Ayon sa kaugalian ng tungkulin ng mga pari, ang kanyang kapalaran ay magsunog ng insenso kapag pumasok siya sa templo ng Panginoon.

Si Juan ay anak ng isang saserdote ni Abia (Abijah), isa sa dalawampu't apat na saserdote. mga pamilya na naglingkod sa isang sirkito sa Templo dalawa o tatlong beses sa isang taon sa kanilang sarili, at pagkatapos, sa mga Araw ng Kapistahan pati na rin sa iba. Sa pamamagitan ng kanyang ina, siya rin ay isang anak ni Zadok, ang mismong pamunuan ng Templo mula noong itayo ni Haring Solomon ang Unang Templo. Si Zacarias ay naglilingkod sa kanyang siklo ng pagkasaserdote (na nagpapaliit nito hanggang sa dalawang beses sa isang taon, karaniwan). Alam natin na ang taon ng kapanganakan ni Jesus (Yahusha) ay 9 B.C. Samakatuwid, maaari nating masuri kung kailan maglilingkod ang pamilya ni Abia sa Templo sa magaspang na panahon. Bakit? Si John ay ipaglihi pagkatapos ng serbisyong ito. Mahalaga ito.

Pansinin, sinabi ni Lucas na ang kursong ito ay napanatili at sinunod, kahit noong unang siglo B.C. Ang sinumang iskolar na nagsasabing imposible at maaaring nahihirapang subaybayan ang kanilang sarili, ngunit hindi ginawa ng mga pari na ito. Ang ilan ay nagtataka kung si Zacarias ay naglingkod sa Templo ng Jerusalem o ang lugar sa Qumran/Bethabara kung saan ang aktwal na Temple Priest ang pamunuan ay ipinatapon. Iyan ay isang magandang tanong, at hindi tinutukoy ng account na ito.

Lucas 1:23-26 KJV

At nangyari, na, nang matapos ang mga araw ng kaniyang paglilingkod, siya'y yumaon sa sarili niyang bahay. At pagkatapos ng mga araw na yaon ay naglihi ang kaniyang asawang si Elisabet, at nagtago ng limang buwan, na nagsasabi, Ganito ang ginawa sa akin ng Panginoon sa mga araw na siya'y tumingin sa akin, upang kunin ang aking pagsisi sa mga tao. At sa ikaanim na buwan ang anghel Gabriel ay sinugo mula sa Diyos sa isang lungsod ng Galilea, na pinangalanang Nazareth...

Kaagad na sumunod sa time stamp na ito ng kurso ni Abia, pinaglihi ni Elizabeth siJohn. Siya ay buntis sa loob ng 5 buwan at pagkatapos, sa ika anim na buwan (na parehong ika anim na buwan ng kanyang pagbubuntis at ang ika anim na buwan ng Hebreo). Bumisita si Gabriel kay Maria sa Nazareth at siya ay naglihi sa pamamagitan ng Espiritu Santo. Tama ang mga iskolar dito, ang mga ito ay magkatugma (tulad ng verse 26 ay nagsisimula sa "At"). Ang mga posibleng kahulugan para sa conjunction, "De" sa Greek, ay "at, ngunit, ngayon, higit pa," ayon sa Strong's Konkordansi. Ang salitang ito sa Griyego ay maaaring isalin bilang "ngunit" na akma din sa parehong mga konsepto, na pareho. Ito ang ikaanim na buwan ng Hebreo. Ito ay susuriin bilang katotohanan.

Lucas 1:35-38 KJV
At sumagot ang anghel at sinabi sa kanya, Bababa sa iyo ang Espiritu Santo, at ang kapangyarihan ng lililiman ka ng Kataastaasan: kaya't ang banal na bagay na ipapanganak sa iyo ay matatawag na Anak ng Diyos. At, narito, ang iyong pinsan na si Elisabet, ay naglihi rin sa kanya ng isang lalaki sa kanyang katandaan: at ito ang ika anim na buwan sa kanya, na tinawag na baog. Sapagkat sa Diyos ay walang imposible. At sinabi ni Maria, Narito ang alipin ng Panginoon; maging sa akin ayon sa iyong salita. At ang anghel ay umalis sa kanya.

Ang Banal na Espiritu ang pinagmulan ng paglilihi dito nang walang anumang relasyon sa mag-asawa. Ang sinumang nagpasok ng isang paglusob ng anghel ay hindi sumusunod sa anumang kasulatan, at kumakatawan sa Mesiyas bilang isang Nefilim. Iyan ay kakilakilabot. Si Maria ay tunay na isang birhen sinabi ng propesiya na magiging siya. Sinabi niya, "...sige at gawin mo ito," at ito ay tapos na.

Walang debate na si Maria ay naglihi sa ika anim na buwan ng Hebreo; na noon din ay ang ika anim na buwan ng pagbubuntis ni Elizabeth. Isang Arkanghel at ang Espiritu Santo ay hindi makapangyarihan. Ito ay kaagad. Alam ni Maria na anim na buwan na buntis si Elizabeth (nang makita niya siya, sa ika anim na buwan ng Hebreo). Nangyari ito sa buwan ng Setyembre, sa kalendaryong Romano. Mangyaring gawin ang matematika tungkol sa isyung ito; inilagay ang kapanganakan ng Mesiyas noong 9 B.C., sa buwan ng Hunyo ng Romano.

Tinutukoy namin ang isang matalinong ginoo na nagngangalang Kurt Simmons, na nilalaman ng live website ang buong kalendaryo na nagbibigay detalye at impormasyon sa December 25th. Kung nahihirapan ka sa pag-access nito, mangyaring mag-email sa amin sa thegodculture @gmail.com. Tulad ng napatunayan na natin ngayon ang angkop na taon ng paglilihi ng Mesiyas (10 B.C.) gayundin ang Kanyang kapanganakan (9 B.C.), kailangan lang hanapin ang ikawalong landas ng pagkasaserdote: Abia.

Ang pagkakaroon ng pagsubok sa kalendaryong ito sa maraming mga punto, lumilitaw itong napakalapit sa tumpak. Marahil ito ay maaaring isang linggong bakasyon, o higit pa, ngunit ito ay sapat na malapit upang matukoy ang buwan (na ang kailangan lang nating pagtibayin). Alam na natin na susunod si Jesus (Yahusha). Sa timeline ni Isaac, ang anak ng tipan na isinilang sa Shavuot noong ikatlong buwan ng Hebrew sa ika-15 araw. Siyempre, dahil sa maling taon, sinubukan ni Simmons upang magawa ang ika-25 ng Disyembre. Kahit na ang konklusyon na iyon ay mali sa bawat antas, sa kanya solid ang math. Maling taon lang ang napili niya para subukan. Si Juan Bautista ay ipinaglihi noong Enero, 10 B.C., humigit-

[1] *Reconciliation of Priestly Courses. By Kurt Simmons. Dec25th.info.*

kumulang. Pinagtitibay nito ang paglilihi ni Maria at Sarah (asawa ni Abraham) sa ikaanim na buwan ng Hebreo, at ang kapanganakan ng Mesiyas sa ikatlong buwan ng Hebreo. Muli, mayroon tayong mga petsang iyon mula sa Jubilees na darating sa araw.

Pinagtitibay ni Pablo na ito ang itinakdang panahon para sa kapanganakan ng Mesiyas; hindi random kaganapan. Sa Hebrew iyon ay mo'edim (מועד) na siyang Bible Feasts. Sinabi sa amin ni Paul ang lahat kasama si Jesus (Yahusha) ay sa katunayan, ipinanganak sa isang Araw ng Kapistahan. Mayroon lamang pitong kapistahan bawat taon, at ang Pista ng Shavuot ay isang laban.

Galacia 4:1-5 KJV
Ngayon sinasabi ko, Na ang tagapagmana, habang siya ay bata, ay walang pagkakaiba sa alipin, bagama't siya ay panginoon ng lahat; Ngunit nasa ilalim ng mga tagapagturo at mga gobernador hanggang sa panahong itinakda ng ama. Kahit na kami, kapag tayo ay mga bata pa, ay nasa pagkaalipin sa ilalim ng mga elemento ng mundo: Ngunit nang dumating ang kaganapan ng panahon ay dumating, ipinadala ng Diyos ang kanyang Anak, na ginawa ng isang babae, ginawa sa ilalim ng batas, Upang tubusin sila na ay nasa ilalim ng kautusan, upang matanggap natin ang pag-aampon ng mga anak.

Alam ni Pablo ang oras na ito (na dapat malaman ng bawat iskolar sa Bibliya). Parang ganito ang kaalaman ay nawala at nakalimutan. Nagmula ito sa pangako mula kay Yahuah kay Abraham sa Shavuot, ang takdang panahon kung saan si Abraham ay pinangakuan ng isang anak sa isang Araw ng Kapistahan. Lumalabas na ang pangakong iyon ay naganap sa isang Araw ng Kapistahan, tulad nito ginawa kay Jesus (Yahusha) noong Shavuot, ang ikalabing limang araw ng ikatlong buwan ng Hebreo.

Genesis 18:14 KJV
Mayroon bang anumang bagay na napakahirap para sa Panginoon? Sa takdang panahon ay babalik ako sa iyo, ayon sa panahon ng buhay, at si Sara ay magkakaanak.

mô'ēḏ: מועד: *isang appointment, ibig sabihin, isang takdang oras o panahon; partikular, isang pagdiriwang; kumbensyonal nataon; sa pamamagitan ng implikasyon, isang pagpupulong (bilang convened para sa isang tiyak na layunin); teknikal na ang kongregasyon; sa pamamagitan ng extension, ang lugar ng pagpupulong; isa ring hudyat (gaya ng itinalaga noon pa man):–itinalaga (tanda, oras), (lugar ng, solemne) pagpupulong, kongregasyon, (itakda, solemne) kapistahan, (tinalaga, takdang) panahon, solemne(-ity), sinagoga, (itakda) oras (tinalaga) (H4150).*

Mayroong isang malaking bilang ng mga naghahanap ng katotohanan na gumagamit ng parehong impormasyon, at dinadala sa Pista ng mga Tabernakulo, na nakatuon sa isang talata sa Bibliya na nagsasabing Mesiyas Nanirahan sa atin. Kung wala ang anumang iba pang nauugnay na data at pagsubok, hindi iyon tumaas pa sa antas ng haka-haka. Maging ang layunin ng mga Tabernakulo ay kinabukasan kaganapan kung saan tumatanggap tayo ng mga bagong katawan at pumasok sa Bagong Jerusalem bilang ating permanenteng tirahan. Iyan ay matutupad pagkatapos ng Araw ng Paghuhukom at walang kaugnayan sa kapanganakan ng ating Tagapagligtas.

Ipinapalagay ng iba na ang Kanyang kapanganakan ay naaayon sa Pista ng Paskuwa, ngunit ang pista na ito ay may kinalaman sa Kanyang kamatayan at muling pagkabuhay; maging ang Kanyang pagpapako sa krus ay naganap sa araw pagkatapos ng Paskuwa, wala dito. Ang mga Pariseo ay naglagay ng mga balakid, gamit ang modernong mga Rabbi at mga iskolar ng Biblia upang itago ang tunay na petsa ng Kanyang paglilihi at Kanyang kapanganakan. Ayaw nila sa amin upang matuklasan ang mga katotohanang ito, at hindi kailanman. Hindi nila sila niyayakap; sa halip ay nangunguna ang simbahan sa okulto, satanic holidays; bilang kapalit ng mga banal na araw ni Yah.

Kapag maunawaan natin na ang Shavuot ay ang Araw ng Pagbabago ng Tipan, konti lang ang iniwan upang pag-usapan ang araw kung kailan darating sa katauhan ang Mesiyas. Ang ibig sabihin nito ay nawala ng mga Rabbi (mga Pariseo) gayundin ng simbahan sa modernong panahon. Nagkaroon sila ng maling petsa, pagkatapos ng isang sikat, maagang Rabbi na rambled sa publiko tungkol sa a maling petsa para sa Pista ng Shavuot; Sivan 6 (ito talaga ang ika-15, dating pampublikong kaalaman sa unang simbahan). Hindi nauunawaan ng mga iskolar ang halaga ng pag-aaral sa mga banal na Kapistahan, dahil walang itinuturo ang mga seminaryo kundi ang paghamak sa kanila.

Maraming mga teologo ang nagtutuligsa sa pananatili ng mga Kapistahan sa Bibliya, ngunit nananatili silang walang kakayahan, paganong okulto na mga kapalit, habang sinusubukan pa ring ipagdiwang ang Kanyang kapanganakan at kamatayan. Ang mga kaganapang ito ay palaging nangyayari sa mga Araw ng Kapistahan. Aangkinin nila na lumipas na ang mga ito ay malayo pa, ang ilan sa mga Kapistahan ay nagbabadya ng mga kaganapan sa hinaharap na hindi pa naganap. Ire-define nila ang mga salitang Ingles tulad ng "shadow," na nakakalimutan na kung ang Langit naghahagis ng anino na kinabibilangan ng mga Kapistahan, ang tanging paraan upang sila ay pumanaw, ay kung ang Langit aylumipas (Heb. 8:5, 9:23-28; Col. 2:17). Hindi iyon nangyari. Ang Pista (ang anino), dapat manatili.

Jubileo 6:21-22 (Kahulugan ng Shavuot)

Sapagka't ito ang kapistahan ng mga sanlinggo at ang kapistahan ng mga unang bunga: ang kapistahan na ito ay dalawa at may dobleng katangian: ayon sa nakasulat at nakaukit tungkol dito ipagdiwang ito. Sapagkat nakasulat ako sa aklat ng unang kautusan, sa aking isinulat para sa iyo, na iyong ipagdiwang sa kapanahunan nito, isang araw sa taon, at ipinaliwanag ko sa iyo ang mga hain nito na dapat alalahanin ng mga anak ni Israel at dapat itong ipagdiwang sa buong henerasyon nila sa buwang ito, isang araw bawat taon.

Si Jesus (Yahusha) ay ipinanganak sa Araw ng Kapistahan ng Shavuot, tulad ni Isaac. Pahayag ng Magi ay nagpapatunay ng karagdagang pagpapatibay ng timeline na ito, na umaayon sa isang tumpak na interpretasyon ni Clement ng Alexandria. Ang lahat ng mga detalye ng mga ebanghelyo ni Luke at Matthew ay ganap na sumasang-ayon at nakaayon, ayon sa nararapat. Ang mga modernong iskolar ay walang ideya dahil hindi sila nagkakasundo, sila ay umaatake mula sa upuan ng mga nanunuya. Patunayan ang lahat bagay para sa iyong sarili (1 Th. 5:21).

Isang Bagong Araw Ang Liwayway... Sa Pagsikat ng Araw!

7th Day **Sabbath** SUNRISE **1st day** Dawn

Ang Mesiyas ay bumangon bago magbukang-liwayway (sumikat) pa rin sa Sabbath (Sabado). Nangangahulugan ito na ang araw ng Bibliya ay nagsimula sa pagsikat ng araw at hindi paglubog ng araw. Ang mga madilim na oras ng umaga ay Sabbath (Sabado) pa hanggang sa sumikat ang araw. Siya ay bumangon sa Sabbath na Sabado lamang. Noong madaling araw ay 1st Day na.

Mateo 28:1, Marcus 16:1-2, Juan 20:1

Evening is Still the Same Day!

7th Day **Sabbath** SUNSET Still 7th Day **Sabbath**

Si Jose ng Arimatea ay isang Pariseo sa Lunar Calendar. Inilagay niya ang katawan sa libingan bago ang kanyang pangingilin sa Sabbath. Gayunpaman, hindi pinahiran ni Maria ang katawan sa parehong oras sa Sabbath dahil sa halip ay sinusunod na niya ang Sabbath sa Bibliya mula sa pagsikat ng araw.

Lucas 23:54-56, Marcos 15:42-43

Evening is Still the Same Day!

Dawn **1st Day** SUNSET Still **1st day** Evening

Nang maglaon sa araw na iyon, nang magsimula ang unang araw at natapos ang ika-7 araw sa pagsikat ng araw, ang gabi ay 1st day pa rin hindi bagong araw. Kung ito ay isang Lunar na Kalendaryo, ang araw ay kailangang magbago sa paglubog ng araw na magkakaroon ginawa itong ika-2 araw ngunit hindi ito ayon sa Bibliya.

Juan 20:19: Paglubog ng araw, ito pa ang unang araw.

Pag-chart ng Apat na Salaysay ng Ebanghelyo. Mga Detalye sa Rest: Ang Kaso Para sa Sabbath sa RestSabbath.org

First Day of Unleavened Bread: One of the 3 Most Important Feasts Requiring a Pilgrimage.

First Hebrew Month

Abib

Good Friday is Not Biblical! They can't count!

DIED ON FEAST SABBATH

Joseph of Arimathea On Pharisee Sabbath Not Bible One!

Jub. 17-18
John 20:1, 19

MIRRORS DATES OF ISAAC'S SACRIFICE

1 DAY IN GRAVE

6 am-6am	6 am-6am	6 am-6am
14	**15**	**16**
Tuesday	Wednesday	Thursday
Passover Evening	**ULB Feast Sabbath**	**ULB Feast**
Messiah Captured After Passover Meal	**9 am** Crucified **3 pm** Died **6pm** Tomb (Pharisee Sabbath)	Mary Waited for Sabbath to End **6 am** Anointed w/ Spices Counting Begins

Mary already keeping Sabbath before Dark

1 Day, 1 Night

LORD OF THE SABBATH

Mark 2:28
Matt. 12:8
Luke 6:5

TINIYAK SA KANYANG KAMATAYAN AT PAGKABUHAY

Pinapanatili ng Napakahusay na Katumpakan ng Bibliya ang Simula ng Araw ng Bibliya sa Pagsikat ng Araw!

Ang Mesiyas ay nakakabit sa Biblikal na Kalendaryo at walang makakapagpabago nito. Ang paglimot sa Sabbath ay paglimot sa Kanya Sakripisyo at Muling Pagkabuhay!

Ang Sabbath ay hindi Maaring lumipas! Ibinalik nya ito Magpakailanman! Ang Bibliya ay nakalagay Sa isang solar. Ang Kalendaryo ay HINDI Isang LUNAR!

Mary waited to purchase spices on the 3rd Day, because Sabbath ended at sunrise. One does not buy or sell on Sabbath. Messiah had already risen!
Matt. 28:1

He said He would rise after 3 Days & 3 Nights. That is exactly what happened. The 4th night did NOT complete, and is not counted. Enough scholarly gnat-straining accusing our Savior as a liar!

Easter Sunday is Not Biblical!
Sabbath is NEVER Sunday! The Roman Calendar is not the Biblical One!

ROSE ON WEEKLY SABBATH

2 DAYS IN GRAVE	3 DAYS IN GRAVE	EMPTY TOMB
6 am-6am	*6 am-6am*	*6 am-6am*
17	**18**	**19**
Friday	*Saturday*	*Sunday*
ULB Feast	**Weekly Sabbath**	**ULB Feast**
In Tomb	*Rose Just Before Sunrise at End of Sabbath*	*Rose Before 1st Bible Day Began Before Sunrise Starts First Day*
2 Days, 2 Nights	*3 Days, 3 Nights*	

Kabanata 11: Ang mga Pangalan ng Ama at Anak

Sa Pahayag ng mga Mago

Sino si Jesus (Yahusha) sa Revelation of the Magi? Para sa mga mag-aaral ng sagot, lahat ng Kanyang mga katangian ay pinag-aaralan ng banal na kasulatan. Ang stock image na ito ay hindi tumpak (dahil ang Mesiyas ay hindi puti, at hindi rin si David, Solomon, o Adan). Alinmang larawan na mula sa Catholic o Protestant na Simbahan ay Magparami ng isang puting Hebrew, ay karaniwang mali. Ito rin ay nagmula sa a kolonyal, racist mentality, hindi mula sa anumang aktwal na kasaysayan; lalo na hindi ang Bibliya. AdobeStock.

Walang alinlangan na ang iskolar na tono ng kawalang-interes ay mag-iniksyon mismo, hinggil sa ang ***Revelation of the Magi (RotM)***, na hindi matatagpuan sa ating modernong Canon. Gagawin ng mga iskolar na kumilos na parang mga diyos, na nag-aangkin ng isang payo ng banal na kasulatan na kinasihan ng tao, noong ito ang mga masasamang tao ang nag-alis ng maraming manuskrito mula sa tinatawag nating Bibliya ngayon. Ginulo nila ang salaysay, kahit noong 382 A.D., nang magtago si Jerome na Katoliko. nauugnay na mga aklat, na tinatawag silang "apokripa." Tulad ng ginagawa sa pagpapalaglag ng salita, kung saan ang fetus ay "Latin lamang para sa sanggol," ang mga iskolar ay naglalagay ng akusasyon sa sinumang hindi canon text, "apocrypha iyon."

Ito ay medyo simple upang makilala ang terminong ito sa Ingles, sa halip na sa Griyego. Simple lang na nangangahulugang "nakatago;" mula sa Griyegong "apo kryptein." Ito ay hindi masama, gaya ng ipinahihiwatig. Bakit hindi tapat ang mga iskolar kapag gumagamit sila ng ganoong termino, at kung ano ang tawag dito ito ay? Kahit na ang 1611 KJV ay kasama ang apokripal /nakatagong mga aklat. Hindi lahat ng pagsubok bilang banal na kasulatan, ngunit ginagawa ng karamihan, kung ang isa ay nagsasagawa ng pagsubok nang walang mga agenda. Bakit inisip ni Jerome na siya ay sinasamba, at sa gayon ay maaaring baguhin ang inspiradong Bibliyang Canon? Bakit gagawin ng sinumang Katolikong Tagapayo ay naniniwala na ang kanilang sarili ay mas mataas kaysa sa mga Pari sa Templo, sino na ang nagpasiya ng Bible Canon sa loob ng mahigit 2000 taon bago? Jacob at Moses ay nagpasya na ang mga aklat na ito ay kabilang sa mga tomo ng banal na pagsulat, anuman ang wika, at hindi ito nagbago, noong unang siglo. May nakita kaming kapsula ng oras na iyon arkeolohiya sa Qumran/Bethabara kung saan ipinatapon ang mga Pari ng Templo.

Gayunpaman, magsagawa tayo ng ilang pagsubok sa Pahayag ng mga Mago. Ang kwento ba ay may bisa? Natagpuan na natin ang mga pagtukoy kay Hesus (Yahusha) bilang Liwanag ng mundo ay talagang banal na kasulatan. Kahit alinmang doktrina ng simbahan ay naglalapat ng gayong kasulatan ay walang silbi. Ang pagiging makasaysayan ng pagkakaroon ng Revelation of the Magi ay patas at malapit sa panahon ng pagiging may-akda noong ikalawang siglo. Iyan ay napakabuti para sa mga sinaunang teksto. Sa kabanatang ito, susuriin din natin ito nang higit pa, para sa pag-catalog sa pagkakaugnay sa Luma at Bagong Tipan. Kapag ang isang pagsulat ay naaayon sa mga Aklat sa Bibliya, ito ay nagpapatunay na isinulat ng isang mananampalataya sa Mesiyas, hindi bababa sa. Ginagawa ng mga sinungaling ang okultismo hindi sumusunod sa Bibliya, binabago nila ito sa paglalagay ng kanilang mga doktrina tulad ng Simbahang Katoliko ay may account na ito at marami pang iba.

Magsimula tayo sa mga pangalan ng Ama at Anak sa Apocalipsis ng mga Mago. Ang pagpuna ba ay itinatag na ang teksto ay hindi gumagamit ng mga ito? Ang aming tagasalin ay may nagpakita ng kaunting kaalaman sa paksang ito. Ang mga resulta ng pagsusulit na ito ay hindi kapani-paniwala.

Ang Pangalan ng Anak sa Pahayag ng mga Mago:

Isa sa mga pinaka-hindi tamang pagpuna ni Brent Landau, tagasalin ng Revelation of ang Magi, ay ang kanyang akusasyon sa text na hindi binabanggit ang pangalan ni Jesus. Ito ay mahirap upang maniwala na ang isang iskolar ng Bibliya ay hindi alam na si Jesus ay hindi maaaring isalin bilang isang salita sa Sinaunang Hebreo, Griyego, Aramaic, o Latin. Ang mga wikang ito ay hindi naglalaman ng titik na "J' hanggang sa 1500's, at ang Bagong Tipan ay hindi talaga gamitin mo rin ang pangalang iyon. Mukhang hindi siya nag-abala na hanapin ang pangalang Hebreo ng Yahusha na ang ibig sabihin ay "Si Yah ay kaligtasan." Kaya, kung gusto nating malaman kung si Yahusha ay tinawag sa teksto, hahanapin lamang natin ang salitang "kaligtasan." Ang ganyang pagaaral sa salita ay nagpapatunay na ang pangalan ni Yahusha ay naroon nang ilang beses sa konteksto. Ang may-akda na ito ay isinalin ang pangalan sa Ingles, nakalimutan na iyon ang Kanyang pangalan.

Katunayan, sa ilang mga pagkakataon, ang teksto ay napakalinaw na gumagamit ng aktwal na pangalan ni Yahusha, na siyang kaligtasan, na para bang tayo ay maniniwala sa "kaligtasan," na mali sa aplikasyon. Dapat tayong maniwala kay Yahusha, na siyang kaligtasan. Iyan ang Kanyang pangalan. May nabasa ni Landau ang Bagong Tipan, o kahit ang sarili niyang pagsasalin? Isinalin ang Landau ang pangalang "Jesu-Kristo" ng maraming beses; minsan bago ang seksyong kinasasangkutan ni Apostol Tomas. Hindi lamang ito ang lugar kung saan binanggit si Jesu-Kristo. Humiwalay si Landau sa pagkakaugnay sa seksyong iyon, (na katawa-tawa), dahil ang pirasong ito ay kinakailangan para maging kumpleto ang manuskrito.

***RotM 29:6** At sinabi ni Judas, Mga kapatid ko, ako rin ay nagagalak, sapagka't dahil sa kaloob na ito ako ay isinugo sa kaligtasan (Yahusha!), dahil ang bawat isa na naniniwala sa kaligtasan at may pagmamahal ay tumatanggap ng tatak ng aking Panginoong Jesu-Kristo sa katotohanan, ang Kaaway ay hindi dapat Namamahala."*

Nang bumisita si Apostol Tomas sa Pilipinas sa kanyang misyon doon, siya ay ganap at hindi mapag-aalinlanganang binanggit ang pangalan ni Yahusha. Kahit sino ay makikita ang lantad na sinabi ni Thomas: "Ako ay ipinadala sa Yahusha" na hindi tumpak na sabihin na Siya ay "ipinadala sa kaligtasan." Sinabi ni Landau na "siya na naniniwala sa kaligtasan." Kahit si Satanas naniniwala sa kaligtasan, nanginginig, at alam na ito ay katotohanan. Dapat tayong maniwala sa Anak, gaya ng tinutukoy ng banal na kasulatan. Iisa lamang ang daan patungo sa kaligtasan, sa pamamagitan ng Anak. Isinalin din ni Landau ng maling pagsalin nang tanggapin ng mga Mago ang selyo ng "ang aking Panginoong Jesus Kristo." Dapat itong basahin ang Yahusha Messiah. Kahit na ito ay Syriac, isinalin sa Latin, pagkatapos ay sa English, alam ni Landau na si Jesus iyon, ngunit hindi niya makilala ang pangalan ni Yahusha. Hindi ito makikilala ng karamihan ng mga Iskolar ng Bibliya at karamihan sa mga nagsisimba ay hindi kikilalanin itong mahalagang dinamika ng teksto.

Ang ibig sabihin ng Yahusha ay kaligtasan, ngunit ang Kanyang pangalan ay naroon mismo sa teksto, isinalin sa English, nakalimutan sa Hebrew, at malapit sa Greek. Ito ay Kanyang pangalan, anuman ang transliterasyon. Isinilang ba ang kaligtasan, o ipinanganak ba si Yahusha? Ang Isang edukadong tagasalin ay dapat alam na ito. Ang mga paglalarawan sa ibaba ay magiging mas mahusay kaysa sa misteryo, liwanag, kapanganakan, anak, regalo, tinig ni Yahusha. Napakaraming hindi dapat pansinin.

RotM 31:2 *Masdan ang katuparan at pagtatatak ng iyong kapanganakan ng kaligtasan (Yahusha!). 18:4b ... kung saan isinilang ang misteryo at liwanag ng kaligtasan (Yahusha!). Awit ni Tomas 30:2-9: ...at binago mo ang katawan sa pagsilang ng kaligtasan (Yahusha!). ...At nawa'y ganap mong pabanalin sila sa pagsilang ng kaligtasan (Yahusha!). 23:1 ... at upang ipanganak ang anak ng kaligtasan ng walang hanggang salita, 23:2b ...ang dakilang kaloob ng kaligtasan na ibinigay ng iyong anak sa lahat ng mundo. 23:3 ... ang kayamanan ng kaligtasan... Itong dakilang kaloob at liwanag ng kaligtasan... 25:1 ... ng tinig ng kaligtasan..*

Napakalinaw din na ang mga bagong alagad (pagkatapos mangaral ni Apostol Tomas) ay ang mga alagad ng salita ni Yahusha, hindi ang isinaling "kaligtasan."

RotM 31:8 *"At sumagot ang lahat ng mga bagong alagad ng salita ng kaligtasan..."*

Makatuwiran ba na ang pananampalataya ng kaligtasan ay tumaas sa lupain ng Silangan, o iyon lumago ang pananampalataya ni Yahusha sa mga nakarinig? Parang self-explanatory yan at hindi mapag-alinlangan ng sinumang hindi na-brainwash ng akademya sa ganoong paraan.

RotM 28:6 *At ang pananampalataya ng kaligtasan ay lumago sa lupain ng Silangan sa mga nakarinig.*

Iisipin ng isang iskolar ng Bibliya sa Bagong Tipan na hindi iyon "mga utos ng kaligtasan" sa banal na kasulatan. Ang isa na naligtas ay talagang sumusunod sa mga utos ngunit ang pagsunod sa mga utos ay hindi kaligtasan. Gayunpaman, inilipat nya ang salitang ito sa Ingles, na ginagawang panunuya sa kanyang sarili. Ito ang mga utos ni Yahusha.

RotM 22:1a *"At nang tanggapin natin sa kaniya ang mga utos ng kaligtasan,"*

Tiyak na masasabi ng isa na ang kaligtasan ay isang pagpapala at kung minsan, ito ay gumagana, ngunit minsan, ito ay malinaw na pangalan ni Yahusha. Sa mga pagkakataong ito, ang pagsasalin ay maayos (bilang ang kaligtasan ay akma), ngunit si Yahusha ay ang Tagapagligtas na tinawag. Ito ay sa pamamagitan lamang Niya. Si Yahusha ay ang kayamanan ng kaligtasan; o dapat itong basahin, "ang kaligtasan ay ang kayamanan ni Yahusha?" Kaligtasan ang Kanyang pangalan, ngunit Siya ang nagtakda ng ganyan. Kahit na maaring maayos, humahatol ba ang kaligtasan o si Yahusha ba iyon? Anuman, upang angkinin ang Kanyang pangalan ay wala dito at walang batayan.

RotM 4:9 *At ihahandog ninyo sa kaniya ang inyong mga kaloob, at tanggapin ninyo mula sa kanya ang pagpapala ng kaligtasan...*
13:4 Para sa kapakanan ng kanilang kaligtasan... na nagsugo sa akin para sa kanilang kaligtasan.
13:13 ... ang kalooban ng Ama ay matutupad alang-alang sa kaligtasan ng buhay ng buong mundo.
15:1b ...narito, ikaw ay namangha, ay (lamang) isang patak ng kaligtasan mula sa bahay ng [kamahalan]
15:7 ...para sa kaligtasan ng mga tao upang hindi sila mapahamak.
18:7 At binuksan namin ang aming mga nakatagong kayamanan, at ng natatakpan ang mga iyon, kinuha namin ang mga iyon at lumapit sa kayamanan ng kaligtasan, na tinatakan ng makalangit na kamahalan. 18:8 At aming inilabas ang aming mga kayamanan sa harapan niya, na siyang kayamanan ng kaligtasan, upang matanggap natin sila mula sa kanya sa kaharian sa pamamagitan ng maraming beses sa harap ng kanyang sariling luklukan ng paghatol ng kaligtasan. Awit ni Tomas 30:2-9: O misteryo ng kaligtasan... sa pamamagitan ng biyaya para sa kaligtasan...
20:4 At sa iyo ang lugar ng kaligtasan, na iyong ibibigay sa iyong mga pinili.
23:4 ...siya ay isinugo ng kanyang kamahalan para sa kaligtasan at pagtubos ng bawat tao.
25:2 At dahil sa iyo, si Eva at ang kanyang mga supling ay magkakaroon ng pag-asa at kaligtasan...

Kapag ang ***Revelation of the Magi*** ay nagsasalita ng kumpletong kaloob ng kaligtasan bilang sila at ang mga patriarch ay maaaring makita bilang isang paningin, na malinaw na pagkilala sa pisikal na Mesiyas sa laman, hindi lang isang konsepto. Ito ay nagbabasa ng napaka-disjointed sa paraang ito ay isinalin na taliwas sa alam ng mga mananampalataya na totoo.

RotM 14:10 *At kami ay nasa malaking kagalakan at malaking kagalakan na inakala naming karapat dapat tingnan itong ganap na kaloob ng kaligtasan na para sa lahat ng mga hari, at mga matuwid, at mga propeta, at ang mga makapangyarihan ay nanalangin, at umasa, at naghintay, upang kanilang makita ang tanawing ito. Ngunit hindi nila ito nakita dahil hindi noon ang panahon ng pagdating ng bituin ng liwanag, na nagbibigay ng perpektong kaligtasan sa kanya mga mananampalataya.*

Ang parehong elemento ay umiiral sa pangungusap na ito na tinatawag si Yahusha bilang ang isa na kilala ang Ama. Walang ibang gumagawa. Siya ay Ang Salita ngunit ang salita ni Yahusha ay gayon din na isang mas mahusay na pagsasalin dito, sa aming opinyon.

RotM 15:2 *At walang nakakakilala sa Ama maliban sa tinig na nagdadala ng salita ng kaligtasan...*

Ang kaligtasan ba mismo ay may kalooban? Ito ay ginagawa lamang sa isang konteksto, kapag ito ay Yahusha at ang salita ay eksaktong iyon. Ito ay si Yahusha, panahon.

RotM 21:12b *"Amen! Ang kalooban ng ganap na kaligtasan, kagalakan at kapayapaan sa lahat ng mundo!"*

Sa katunayan, si Yahusha ay nagsalita ng kaligtasan ngunit Kanyang itinanim ang Salita ni Yahusha sa lugar ni Yahusha talaga. Anuman, ang alam natin ay si Yahusha ang paksa dito at sa sinasabing ang sipi ay hindi humihingi sa Kanya dahil ang isang tagasalin ay hindi maayos sa konteksto ay hindi mapapatawad.

RotM 27:6 *"At aming sinamba siya, ang Panginoon ng pagsamba, at binuksan niya ang kanyang maningning at maluwalhating bibig at nagsalita [kaligtasan] sa amin ayon sa aming kakayahan at sapat na marinig ito, at sa ganitong paraan siya itinanim sa atin ang salita ng kaligtasan. 27:7 At siya ay nagsalita at nagpahayag sa amin tungkol sa lugar ng Kaligtasan..."*

Sa bahagi ng ***Revelation of the Magi***, binanggit ni Apostol Tomas si "Jesus Christ" sa English translation halos dalawampung beses. Ipinagpapalagay ng Landau ang pangalan ng Mesiyas ay hindi binanggit (gaya ng kanyang sinasabi), at pagkatapos ay inamin na ito ay nabanggit, sa parehong oras. Ang paniwala ay isang oxymoron. Sinusubukan niya ang isang paraan ng pagbawas kung ano ang nasa harap mismo ng kanyang mga mata na kung tawagin ay kulam. Intindihin iyan ay "Isho M'shiha" sa Aramaic, na dapat ay ang Syriac na salin na isinalin niya mula sa o katulad. Sa Ingles, iyon ay isasalin bilang "Yahusha Messiah" nang tumpak (hindi "Jesus Christ," na hindi kailanman angkop na pangalan para kay Yahusha). Iyan ang Kanyang pangalan, Yahusha, ibig sabihin ay kaligtasan (halos dalawampung ulit). Ginagamit din ito bago itong seksyon, na hindi napapansin ng Landau. Ang punto ay hindi wasto.

Tinangka ni Landau na tanggalin ang bahaging kinabibilangan ni Apostol Thomas tulad ng isinulat ng ibang tao, at hindi ang parehong kwento. Ang mga iskolar ay kilala sa paggawa ng mga dahilan sa katulad na paraan, kapag sila ay may mga hindi marunong bumasa at sumulat na mga pagpapahalaga na itinakda sa maling paradigms. Hindi kataka-taka na ang mga Iskolar ng Bibliya ay hindi napapansin sa sinaunang heograpiya ng Bibliya. Kulang sila sa paksang ito, bilang napatunayan ng maraming beses. Aangkinin nila na ang Ang Magi ay hindi makasulat ng manuskrito sa loob ng isang siglo, na may higit sa isa may-akda. Iyan ay hindi kailanman isang problema para sa paradigma ng Bibliya (tulad ng madalas nating makikita sa kanonikal na teksto). Inamin ito ni Landau, at pagkatapos ay binabalewala ito, upang gumuhit ng maling konklusyon na hindi niya nakuha ang karapatang maghinuha.

Sa propesiya ng Magi, tungkol sa Star na lumitaw, sinabi sa kanila na sila ay bisitahin ng isang Apostol. Binigyan sila ng Dakilang Komisyon. Gayunpaman, nasisiyahan sa akayan ng mga Mapagkunwari,para ihiwalay ang natural na pagpapatuloy ng account (bilang katuparan ng propesiya nito), ay ang pinakamasamang scholarship na maiisip. Landau ay walang katibayan (kahit na data) kung saan makakagawa ng gayong mga konklusyon, at inaangkin namin dapat huwag pansinin ang mga kabanata na kinasasangkutan ni Thomas. Gayunpaman, sumasang-ayon ang bahaging iyon makasaysayang mga dokumento, at tiyak na natural na pag-unlad upang makumpleto itong account. Si Hesus (Yahusha) ang nangakong ipapadala ang Kanyang mga alagad sa Pilipinas dalawang beses (RotM 19:6, 21:5).

Abba sa Pahayag ng mga Mago:

Magellan's historian, Pigafetta, chronicled in his journal that Filipinos in the sixteenth century were still worshipping Abba. He was authorized by the King of Spain to record this and he did with obvious accuracy. There is no other true eyewitness account of Magellan's landing and experiences in the Philippines. Anyone that says otherwise, is not honest. When asked by Magellan about their God and their worship, this is what Filipinos answered according to the official Spanish government record.

"Pagkatapos ay tinanong niya kung sila ay mga Moro o mga Gentil, at kung ano ang kanilang pinaniniwalaan. Sinagot nila iyon athindi sila nagsagawa ng anumang iba pang pagsamba, ngunit pinagdikit lamang ang kanilang mga kamay, nakatingala sa langit, at na tinawag nilang Aba ang kanilang Diyos. Nang marinig ito, ang kapitan ay napakasaya, nang makita iyon, ang unang hari itinaas ang kanyang mga kamay sa langit at sinabi na sana ay posible na maipakita niya ang pagmamahal na naramdaman niya sa kanya." –Antonio Pigafetta[1]

Sa madaling salita, ang sagot nila kay Magellan ay ang pagsipi ng kasulatan. Oops! sila nakilala mismo si Jesus (Yahusha), na naranasan ang Kanyang liwanag at presensya sa kanila sariling Cave of Treasures muna. Pagkatapos, sinundan nila ang Kanyang Liwanag sa anyo ng isang Bituin sa Betlehem kung saan Siya ay ipinanganak dalawang taon na ang nakalilipas. Kinausap niya silang dalawa sa parehong mga okasyon. Hindi, wala Siya sa Ehipto hanggang sa dumating ang Magi, ayon sa Ebanghelyo ni Mateo.

Alam nating lahat kung sino si Abba. Ito ay isang pagtatalaga mula sa mga labi ng Anak sa Halamanan ng Getsemani at Paul inuulit ang pamagat ng dalawang beses. Hindi ito enigma. Alam ng Magi ang titulo ng ito at ginamit ito bago pa

---

[1] *"The First Voyage Round the World by Antonio Pigafetta." 1522. translated by Lord Stanley of Alderley. pp. 82, 103 and 104.* [2] *"FactChecker: Does 'Abba' Mean 'Daddy'?" By Glenn T. Stanton, Focus On The Family. The Gospel Coalition. May 13, 2013.*

ipinanganak si Jesus (Yahusha). Pagkatapos, inulit nila ito Makalipas ang 1,500 taon kay Magellan. Ang sobrang gravity nito ay napakalaki. Maaaring ng isa simulan upang maunawaan kung bakit ito ay tinakpan.

Abba: **Αββα**: *"Ang Ama, Aking Ama."* [2]

Marcus 14:36 KJV
At sinabi niya, Abba **(Αββα)**, *Ama, lahat ng bagay ay posible sa iyo; ilayo mo sa akin ang sarong ito: gayon ma'y hindi ang ibig ko, kundi ang ibig mo.*

Romans 8:15 KJV
Sapagka't hindi ninyo muling tinanggap ang espiritu ng pagkaalipin sa pagkatakot; datapuwa't tinanggap ninyo ang Espiritu ng pagkukupkop, na sa pamamagitan nito'y sumisigaw tayo, Abba **(Αββα)**, *Ama..*

Galacia 4:6 KJV
At sapagka't kayo'y mga anak, ay sinugo ng Dios ang Espiritu ng kaniyang Anak sa inyong mga puso, na sumisigaw, Abba **(Αββα)**, *Ama.*

Samakatuwid, hindi lamang ang ***Revelation of the Magi*** ay tumatawag sa pangalan ni Yahusha, ngunit ipapaliwanag din nito kung paano natutunan ng mga Mago ang Kanyang titulo para sa Ama direkta mula sa Mesiyas. Ang sinumang nagtangkang mag-claim na si Abba ay may pinagmulan na Muslim ay hindi kailanman nag-abala para saliksikin ang bagay. Ang Allah ay may 99 na pangalan. Kahit si Allah ay hindi isang pangalan kundi isang titulo ibig sabihin ay "Punong Diyos." Nawawala sa listahang ito ng 99 na pangalan ang salitang Abba, na hindi kailanman ginagamit (sa napakaraming listahan), para sa kanilang Diyos. Ang isa ay tiyak na mahihinuha ang kanilang diyos ay hindi Abba Yahuah, ngunit hindi alintana, hindi nila tinawag si Allah sa pamagat na Abba.

Ang ***Revelation of the Magi*** ay tumutukoy kay Yahuah bilang "Ang Ama" ng maraming beses. Iyan ay Abba sa Syriac/Aramaic tulad ng sa ating mga Bibliya. Tinawag Siya ng mga Mago na Abba at gayundin si Jesus (Yahusha) nang humigit-kumulang 57 beses na halos kalahati ay sinalita mismo ng Mesiyas. Sa katunayan, ito ang pangunahing paraan kung saan ang Yahuah ay ipinahayag sa buong teksto, na siyang pinagmulan ng parehong relihiyon/relasyon ng Pilipino noong 1521. Nakilala ni Magellan ang mga Magi (o hindi bababa sa kanilang mga tao), bilang ang titulong iyon ng Maginoo ay umiiral pa rin sa kanyang edad, at sinasamba pa rin nila ang parehong Abba. Hindi nakakagulat na kinakailangan ng Papa na lipulin ang lokal na kasaysayan. Dapat ay konektado ito ng Landau.

*"Banal at maluwalhating Ama (**Aββα**):" [1X] RotM 1:3.*
*"Ama (**Aββα**) ng Lahat:"" [1X] RotM 2:2.*
*"Ang Ama (**Aββα**):" [27X] RotM 3:5, 4:2, 4:4, 4:6, 6:3, 13:4 (dalawang beses),* 13:13,* 15:2 (3 beses, 15:4, 15:6, 19:7,* 20:4,* 21:3,* 21:6,* 21:8 (dalawang beses),* 21:10 (dalawang beses),* 21:11,* 23:3, 25:3,* 25:4,* 31:1.*
*"Ama (**Aββα**) ng (makalangit na) kamahalan:" [16X] RotM 5:7, 6:2, 6:4, 10:9, 11:7, 13:1,* 13:2,* 15:3, 15:4, 15:5, 19:1, 19:7,* 19:9,* 21:6,* 27:3, 27:7.**
*"Aking Ama (**Aββα**):" [10X] RotM 13:3,* 13:9,* 13:10 (twice),* 19:7,* 21:5,** 21:7,* 21:8 (dalawang beses),*25:4.**
*"Ang Kanyang Ama (**Aββα**):" [1X] RotM 24:2 (Maria).*
*"Dakilang Ama (**Aββα**):" [1X] RotM 31:5 (Thomas).*
** Mesiyas na nagsasalita ng Abba.*

Hindi natin nakikita ang Abba bilang bagong termino sa Bagong Tipan dahil ito ay ginamit na ng mga Mago bago pa ipinanganak ang Mesiyas. Ginagamit ng Mesiyas ang terminong "Abba" sa maraming okasyon, sa pakikipag-usap sa mga Mago. Ginamit ni Mary ang "Abba" kapag nakikipag-usap sa mga Magi. Parehong alam nina Thomas at Paul at ginamit ang "Abba" sa pagsulat. Kapag Pilipino ang nagpapaliwanag ng kanilang kaugnayan sa Bibliya kay Magellan, kinikilala nila ang mga gawi ng mismong tekstong ito bilang pagpapatuloy ng pagyakap ng mga Mago kay Hesus (Yahusha), kabilang ang mga direktang mensahe ng Bagong Tipan mula kay Apostol Tomas. Paano bang mawala ito ngayon? Isipin, isang komunidad ng Bagong Tipan ng mga iskolar ng ekklesia ay walang alam tungkol sa.

YHWH sa Revelation of the Magi:

Ang YHWH ay ginamit nang mahigit 6000 beses sa orihinal na Hebreong Lumang Tipan, ngunit mapanlinlang nilang isinalin ito bilang mas mababang titulong "Panginoon," na pinapalitan ang Kanyang pangalan; itinatago ito. Landau ay hindi naiiba; hindi maaaring balewalain ng isang tao na tinapakan niya ang buong pangalan ni Yahuah. Si Abraham at ang mga patriyarka ay nagsalita ng pangalang Yahuah, gaya ng sinabi ni Yahuah ang Kanyang sariling pangalan sa kanila.

Kinuha ni Landau ang salitang Syriac para sa "Panginoon," MārYā, at isinalin ito bilang "Panginoon" na tila angkop, ngunit ang gayong gawain ay hindi pa nangyari. Ito ang Syriac na expression ng Tetragramaton, YHWH, na ginamit sa Aramaic Peshitta Old Testament. Iyon ay madaling kumpirmahin, ngunit sa kanyang paradigma, sila ay nananatiling hindi edukado sa pagsasauli na ito sa orihinal na mga teksto ng Bibliya. Sa katunayan, ang ilang Aramaic na bersyon ay nagsalin pa nga ng pangalang ito sa Bagong Tipan kapag sinipi ang Luma.

Sa Aramaic Peshitta Old Testament, bawat lugar kung saan naroon ang Tetragramaton o, YHWH ay nakasulat/binibigkas, ang Aramaic na salitang MarYA ang ibinigay sa halip. Ang salitang ito ay naiintindihan ng mga taong nagsasalita ng Aramaic bilang ibig sabihin ay The Lord-Ya o, {The Lord-YHWH}, at sa The Eastern Aramaic Peshitta at Western Aramaic Peshitto New Testament Scriptures, ang parehong salitang MarYA ay matatagpuan sa lahat ng NT quotation ng OT passages na nagpapakita ng ganitong anyo ng YHWH. [1]

Ang isang halimbawa ay ang kaso ng pagsalin ng dapat ay "Yahuah ng Buhay." Nilito ni Landau ang kanyang sarili sa pagtatangka na angkinin ang titulong iyon ay Babylonian, dahil tila hindi niya namamalayan na pinaliit niya ang banal na pangalan ni Yahuah; isinasalin ito bilang "Panginoon." Walang Yahuah ng Buhay sa anumang okultong relihiyon. Kalokohan yan. Ito talagang nagpapakita kung gaano kalayo ang pagkalayo ng makabagong iskolar mula sa Salita.

Nakikita natin ang pamagat na "Panginoon ng Kamahalan" tulad ng nakita natin ang "Abba ng Kamahalan" na ginagamit dito. Iyan ay "Yahuah of Majesty." Ito ay nagiging lubhang maliwanag sa Apocalipsis ng Magi sa sanaysay kung saan tumawag si Seth "sa pangalan ng PANGINOON (3:2)." yun ay eksakto sa Genesis 4:26, at ginagamit pa nga ni Landau ang lahat ng takip, alam na alam niya na nagsasalin ng YHWH, יהוה, sa Hebreo. Oo, ang ating teksto ay hindi lamang gumagamit ng Abba at Yahusha, kundi pati si Yahuah, mga labindalawang beses. Iyan ay tanda ng inspirado na kasulatan.

*"**Panginoon (MārYā: YHWH, יהוה) ng Buhay:**" RotM 1:3, 8:8.*
*"**Panginoon (MārYā: YHWH, יהוה) ng Kamahalan:**" RotM 3:1, 3:8, 29:5.*
*"**Ang pangalan ng PANGINOON (MārYā: YHWH, יהוה):**" RotM 3:2.*
*"**Panginoon (MārYā: YHWH, יהוה) ng Bawat Kaluluwa:**" RotM 3:2.*
*"**Panginoon (MārYā: YHWH, יהוה) ng Lahat:**" RotM 17:5, 27:7, 32:1, 32:3.*
*"**Panginoon (MārYā: YHWH, יהוה) ng aking banal na pagkabirhen:**" RotM 24:4 (Maria).*

Ang mga iskolar ay hindi maaaring makatakas sa mga katotohanan. Ang pangalan ni Yahuah at ang Kanyang kaibig-ibig na titulo ng Abba ay nakabaon sa buong publikasyon na ito. Sinumang nagsisikap na pagdebatehan ang ilan sa mga ito ng hindi kinikilala na si Landau, ang tagapagsalin mismo, ay umamin na siya ay nagpapakahulugan sa YHWH, tulad ng Genesis, sa ulat ni Seth na tumatawag sa pangalan ni YHWH, ay hindi nag-aalok ng isang matapat na debate. Nagsisimula sila sa isang kasinungalingan. Ang aktwal na pangalan na Hebreo na Yahusha at katumbas ng Griyego ay ginagamit din. Iyan ay katibayan na ang ***Revelation of the Magi*** ay isang wastong teksto. Hindi nila ito sinusubok.

Karagdagan pa, ang gawaing ito ay may petsa ang kapareho ng Peshitta Aramaic Bible, at ang wikang Syriac ay nagpapatibay sa petsa ng pagkakaakda noong una o ikalawang siglo para sa ***Revelation of the Magi.*** Kapag ang isang teksto ay nagsuri nang tumpak at ito ay nag-date mismo, walang tanong kung kailan ito

[1] *" MarYA = YHWH." TheAramaicScriptures.co*

nilikha at kung sino ang sumulat nito. Ang mga iskolar na nagsimulang magsalin o magkomento sa isang teksto, na may batayan na ang orihinal na may-akda ay sinungaling, ay simple ang pag-iisip. Naglalapat sila ng kakaibang pamantayan (tulad ng pagwawalang-bahala sa isang tekstong isinulat ng utos ng Magi na may maraming may-akda, kapag alam nilang ang Bibliya ay may katulad na dinamika sa ilang aklat), na isang katibayan na hindi sila nag-aalok ng mapagkakatiwalaang kritisismo, at mga mapagkunwari.

Nilalaman Kumpara sa Luma at Bagong Tipan:

Sa wakas, paano maihahambing ang Pahayag ng mga Mago sa Luma at Bagong Tipan? Susuriin namin ito sa sumusunod na tsart at hikayatin ang lahat na subukan ito. Ito ay hindi isang maliit na halaga ng data, at ito ay nagpapakita ng pabor sa tekstong ito. Ito ay napakalaki.

Revelation of the Magi	***Old/New Testament***
1:5 gift of majesty	*Jn. 4:10; Acts 2:38, 8:20, 10:45, 11:17; Rom. 5:15-17; 2Cor. 9:15; Eph. 3:7, 4:7; Heb. 6:4, Jas. 1:17*
2:1 nothing exists outside His will	*Jn. 1:3, Col. 1:16*
2:4 land of Nod	*Gen. 4:16*
2:7 expulsion from Paradise	*Gen. 3:23-24*
3:1 Enos and Seth began to call upon YHWH	*Gen. 4:26*
3:4 Noah delivered from the Flood	*Gen. 7:1*
3:5 Noah took books with him on the ark	*1En. 39:2, 68:1, 82:1, Jub. 7:39, 12:27, 21:10-11*
3:8 Lord of Majesty	*Is. 2:10, 19- 21; 24:14, 26:10; Mi 5:4; 1 Pet 1:16*
4:1 hidden mysteries	*Job 11:7, 12:22; Ps 78:2; Dn 2:22; Rom 16:24-25; 1 Cor. 2:7; Eph 3:9; Col 1:26; Rev 1:20, 10:7*
4:4 voice/word of the Father; light of the ray of His glory by whose power and word all the worlds were set in order and established	*Jn 1:1-4; 1 Jn 2:14; Is. 55:11; Ho. 6:5 Gen 1; Ps 33:6; Jn 1:10; Heb 11:3; Col 1:16; 2 Pet 3:5; 2 Es 16:55*
4:8 God appearing in the bodily form of a human	*Is. 53:3; Jn 1:1-4; Phil 2:6-8; Col 2:9; 1 Tim 3:16*
4:9 His perfect riches that do not pass away, with His new world, with perfect salvation	*Is 59:19; Mt 16:27, 25:31; Mk 8:38; Lk 9:26; Jn 1:14*
6:2 the light of the star and about its glory, because he saw It in the Garden of Eden when it descended and came to rest over the Tree of Life	*Gen 2:9, 3:24; Rev 22:2, 14 1 En 32:3, Jub 4:23; 2 Es 8:52*
7:2 Every kingdom that will be divided against itself shall not stand.	*Mt 12:25-26; Mk 3:24-25; Lk 11:17-18*
7:3 the rib that was removed became a thorn	*Gen 2:21-23; Jub 3:5-7*
7:6 master made her a helper for me	*Gen 2:18; Jub 3:4*
7:8 filled with poison by the lie of the serpent	*Gen 3:1-5; 1 Tim 2:14*
8:1 among the holy watchers	*Dn 4:13, 17, 23; 1 En 1:5*
8:2 father whose mercy is mixed with discipline	*Dt 4:31; 1 Ch 7:13; Lk 6:36; 2 Cor 1:3*
8:5 the Evil One wanted to humiliate me with his fraud and be liberated from under my authority	*Mt 6:13, 13:19; 1 Jn 3:12; 1 En 32:6*
8:6 He shut his lying mouth and filled it with dust, and he tore off his feet so that he could not walk upon them	*Gen 3:14-15; Jub 3:23*
9:1 the reciters of the mystery of the majesty. And they will find great mercy and will pray, ask, and be heard	*Mt 6:6-7; Lk 12:3; Jn 16:24*
9:2 end times of that generation will be rebelling	*2 Es 15:6; 2 Tim 3:2-5*
9:2 they shall speak blasphemy unto the heavenly majesty	*2 Pt 2:10*

Revelation of the Magi	*Old/New Testament*
9:3 make painted idols and graven images, and shall even serve the sun and the moon, and they shall speak words of blasphemy	*Ex 20:4; Lev 26:1, 19:4; Ez 8:16; Jer 8:2; Dt 4:16, 5:8, 17:3, 27:15; Zep 1:5; Ho 2:18, 8:4, 13:2; Act 7:42*
9:5 (the deceiver) will make them desire the empty praise of great riches, pride, clothes, property, fornication, boastfulness, injustice greed, and various possessions	*Mt 5:19, 6:19; Mk 4:19; Rom 1:29; Col 3:5; 1 En 97:8*
10:2 nor could the clay be like the potter	*Is 29:16; Jer 18:6*
9:6 he will appear like a lover or a friend and entice them with reveling, drunkenness, impure and defiled feasts	*Dn 5:23, 23:2; Gal 5:19-21; Ep 5:18; 1 Pt 4:5; 1 En 69:27*
10:1 when you have eaten from the tree, you will become like your God	*Gen 3:1-5*
10:3 He will save me from destruction and raise me from the dust	*1 Sam 2:8; Ps 113:7*
10:4 descending to the darkness, He will strengthen me by His light He breathed into my nostrils	*Is 9:2, 51:14, 61:1; Mt 4:16; Lk 1:79; Jn 12:35 Gen 2:7; Is 2:22*
10:6 offering from your brother Abel...retribution for his blood from the hands of his brother who killed him	*Gen 4:3-12; 1 En 22:5-7*
10:7 Even to those who offend Him, he gives opportunity for repentance, and is gracious to them if they repent and seek it from Him	*Ex 20:6; Dt 5:10, 7:9; Pr 15:9; Is 30:18; Jr 9:24; Ps 33:18, 36:10, 119:132; Dn 9:4; Neh 1:5; Lk 1:50*
13:2 inhabitants of the world cannot bear to see the glory of the only Son of the Father of majesty	*Jn 1:14-18, 3:16-18, 5:19, 8:28; 1 Jn 4:9*
13:3 the sake of the redemption of the lives of human beings, because my Father has loved them, that they should not perish by the error in which they have persisted	*Jn 3:16; Ro 3:24, 8:23; Ep 1:7; Col 1:14; 1 Cor 1:30*
13:4 even unto the death of a cross	*Act 5:30, 10:39; Phil 2:8; Dn 12:2; Mt 19:29*
13:4 For the sake of their salvation I will descend to raise them up with me in love and indivisible peace if they shall believe in me without doubt	*Lk 18:30; Jn 3:16, 3:36, 5:24,6:40, 6:47*
13:5 I have loved them that they may not perish Unless they repent and believe in me	*2 Pt 3:9; Lk 13:3-5*
13:8 I will be born like a human	*Lk 2:11; Phil 2:7*
13:9 my Gospel has been proclaimed by angels	*Lk 2:8-15*
13:10 I am everywhere, because I am a ray of light, whose light has shone in this world from the majesty of my Father	*Mt 5:14; Jn 1:9, 3:19, 8:12, 9:5; Ep 3:9; 2 Cor 4:4*
14:5-8 many forms that appeared to us: an infant, a youth, humble, poor, unsightly, cross with person of light on it, went to Sheol and dead rose and worshiped Him, ascended in glory, opened the graves, raised the dead, ascended to the heavenly height and angels opened gates of heaven, angels and seraphs, Paraclete Spirit taking a crown	*Lk 2:12, 2:40, 1:79, 4:18; Jn 19:19; Ps 11:4; Is 9:2; Jn 20:17; Heb 4:14, 8:1; Mt 19:28, 26:64, 27:52*
15:1 a voice with much light and unspeakable kindness	*Ez 1:28; Act 22:9*
15:2 No one knows the Father except the voice bringing Forth the word of salvation	*Mt 11;27; Lk 10:22; Jn 1:18, 3:13, 14:6; 1 Jn 2:23*
15:3 By the same voice and word the heavenly worlds and the lower ones of the Father of majesty came into being and were ordered; the angels, powers, princes, authorities, even this world in which you exist	*Gen 1; Jub 2; 1 En 9:5, 14:3, 16:3; Ps 8:5; Jn 1:1-4; Act 14:15; Ro 1:20; Heb 1:2, 2:7-9; Col 1:16; Rev 14:7; 1 En 61:10*
15:4 nothing exists outside the will of the Father of majesty This is my beloved Son, sent of perfect love This is the revealer of the secrets of the Father for His loved Ones	*Jn 5:30, 8:28; Ro 4:17; Mt 3:17, 17:5; Mk 9:7; 1 Pt 1:17; Ps 25:14; Jn 14:21; Lk 10:21*
As they can receive by the gift of His Son	*Jn 6:27; Heb 2:10*
17:9 When you have seen Him, come and tell me, that I also may go to worship Him.	*Mt 2:7-8*
15:5 he who has told of new and perfect worlds to those who are persuaded and believe in Him	*Is 65:17, 66:22; 1 Cor 2:9 2 Pet 3:13; Rev 21:1-2, 3:12*
He is the image and form of the Father	*Mt 11:27; Lk 10:22*
15:6 this is the only begotten Son, perfecting all the will of His Father	*Mt 3:17; Mk 1:11; Lk 3:22; Jn 1:14, 1:18, 3:15-18; Heb 1:5; 1 Pt 1:17; 1 Jn 4:9, 4:34*
The world loves darkness more than Him	*Ps 45:7; Jn 3:19; Act 19:9; Heb 1:9; 2 Tim 3:4*

Revelation of the Magi	*Old/New Testament*
15:7 Humbled and became a human being for the salvation of human beings so that they would not perish	*Jn 3:16, 5:24, 6:40; Ro 4:24; Heb 5:9; 1 Th 4:14; 1 Jn 5:13; Heb 4:3; Gal 3:22*
He put on, by His will, a body, a humble form, that with it he might slay death and take away the dominion of death to give eternal life to those who love Him and believe in Him	
15:8 in whose name signs and portents take place through His believers	*Mk 16:17*
The perfect Son, doing the will of Him who sent Him	*Jn 4:34*
The way and the gate of light for those who enter by it	*Ps 27:1; Jn 8:12, 9:5, 10:7-9, 12:46, 14:6*
He is in everything and is named and spoken of above all	*Act 17:24; 1 Cor 15:27; Heb 2:8; Col 1:18*
The bread of life that comes down from Me for believers	*Jn 6:33-35, 48, 51*
The sower of the Word of life	*Mt 13:3-18; Mk 4:14; Lk 8:10-15; Jn 4:36*
The shepherd of truth who gives himself as ransom for the flock	*Is 40:11; Mt 20:28; Mk 10:45; Jn 10:11*
He is the great priest	*Heb 4:14, 5:10, 6:20, 7:1, 8:1; 9:11*
By His blood absolves the worlds	*Ro 3:25*
He is a drink of the vine of life	*Jn 15:5*
15:10 No one exists over Him or over His majesty to speak of how He is, except me, and I and he, we are one	*Mt 28:18; Jn 10:30-36, 14:10, 20, 17:21*
17:1 we arrived in the region of Jerusalem	*Mt 2:1*
17:2 its nobles and rulers were disturbed	*Mt 2:2-4*
17:6 Herod called and sent for the honorable elders	*Mt 2:3-4*
17:6 Where is it written that the king Messiah and savior and life giver of the worlds is to be born?	*Mt 2:5-6*
18:1 We went and entered Bethlehem in joy	*Mt 2:9-10*
18:2 All of us went to the homestead in which our guide was born	*Mt 2:11*
18:8 We brought forth our treasures before Him	*Mt 2:11*
19:5 I shall be with you even until the end, and I am not separated from you nor from all those who believe in me	*Ps 73:23; Mt 28:20; Jn 14:3 1 Enoch 71:15-17*
19:6 you will be witnesses for Me in the land of the East together with my disciples	*Is 43:10-12, 44:8; Heb 12:1; 1 Th 2:10*
19:7 when I have completed the will of my Father regarding everything that He commanded me, I will go up in the glory in which I was with Him.	*Mt 26:64; Jn 1:51,3:13, 8:21, 14:6; Act 7:56*
I am with Him and have not become separated from the Father	*Jn 8:16, 28, 38, 14:10, 20*
19:8 in the hour that you shall see the sun darkened in the daytime like night; and there is a great earthquake upon the earth, and the voice of the dead is heard from their graves	*1 En 51:1-2, 80:2-5; 2 Sam 22:8; Ps 18:7, 46:2; Is 13:10; Jl 2:10, 31, 3:15; Am 8:9; Nah 1:5; Zec 14:6-7; 2 Es 7:32-33; Mt 24:29; Mk 13:24; Act 2:20; Rev 16:18*
19:9 see the heavens opened in glory before Me, and I am ascending in praise fitting for Me, and sitting at the 19:9 right hand of the Father of majesty	*Ps 80:15-17; Mt 26:64; Mk 14:62; Lk 22:69; Jn 1:51; Ro 8:34; Ep 1:20; Col 3:1; Heb 8:1,10:12; Jn 3:17, 12:47; 1 Jn 4:14*
From whom I have been sent to save the world	
20:3 by your light and your word they were made perfect, and all the worlds seen and unseen were brought to completion	*Gen 1; Jn 1:3; Ro 1:20; 1 Cor 8:6; Heb 2:10; Col 1:16-17; Jub 2*
20:4 All the angles and powers worship You Yours is the place of salvation which you will give to Your chosen ones.	*Rev 7:11; Act 3:21, 13:39; Ep 1:11*
Yours is the ancient light	*Jn 1:1-14, 8:12, 12:36; 2 Cor 4:6*
You are the beloved fruit of the thought of the Father	*Jn 14:10; Heb 1:3; 1 Jn 2:14*
The revealer of hidden things	*Dt 29:29; Jb 12:22; Dn 2:22, 47; Mt 11:25, 13:35; Mk 4:22; Lk 8:17, 10:21; Ep 3:9; 1 Cor 4:5*
You are all, all is In you and nothing outside of your will	*Jn 5:30, 6:39; Ep 4:6; 1 Cor 15:28*
21:2 He comforted and said to us: ...do not be afraid	*Is 41:10, 44:8*
21:5 I shall send you some of my chosen ones who have been chosen by me for your land. They shall speak and witness the truth with you	*Is 66:19; Mt 28:19-20; Act 13:47*
21:6 I am never separated from you, nor from the presence of the Father	*Mt 28:20; Jn 6:39, 14:3*
I was sent to enlighten you	*Is 42:6; Lk 2:32; Ro 2:19*

Revelation of the Magi	*Old/New Testament*
21:8 Father does not have an image and form in this world	*Jn 1:18, 14:10-11; 1 Jn 5:10*
I am in my Father and my Father is in me	*Jn 10:38, 14:10-11; 1Jn 5:10*
21:9 Adam's sin, which became your downfall to Sheol,	*Ro 5:12-16; Tit 1:2*
death has had authority over you and error has reigned in deceit over your generations	
I have made known to you, your fathers, and even	*Jn 12:36; 1 Th 5:5-8;*
to that ancient race of yours, your freedom, because	*1 Pt 2:9; Jm 1:25*
you are from the race of light	*Col 1:12, 20 times in D.S.S., Lk 1:79*
All the worlds came into being for your sake	*Is 45:18; Heb 11:3; 2 Es 7:11*
21:10 I clothed myself in your form, that by it I	*Is 49:7; Phil 2:7-8;*
might bring to an end and destroy all those who	*1 Pt 1:20*
afflict you and your captors	*Mt 12:42; Lk 11:31*
I shall offer you to the Father, before Him as a pure and	*Is 66:20; Mal 1:11;*
perfect offering, since there are no blemishes of error on you.	*Ro 12:1; 1 Pt 1:18-21, 2:5*
I will set you free with love, truth, pure water,	*Ps 102:20, 146:7; Lk 4:18;*
and the birth of the Holy Spirit	*Jn 8:36; 1 Cor 7:22; Gal 4:5; Heb 9:15*
Brothers and believers, like infants in whom there	*Mt 18:3; 1 Cor 14:20; Phil 2:15; 1 Jn 3:1*
are no blemishes of evil	
21:11 Joy, redemption, fellowship of the Spirit, and	*Ps 27:1; Is 61:10; Lk 20:36;*
eternal Life shall be given to you through Me	*1 Th 2:7; 1 Jn 1:7; Rev 1:5*
Under the wings of the Father	*Ps 36:7, 57:1, 61:4; Rt 2:12, 2 Es 1:30*
22:2 Joseph and Mary, honored and blessed people	*Mt 2:11*
22:3 Mary will have a name, a memory and a blessing forever and ever	*Lk 1:28, 42*
23:1 O woman blessed among women	*Lk 1:28, 42*
23:3 this great gift and light of salvation is not yours alone,	*Is 58:8, 62:1; Ro 6:23;*
But is all for the heavenly and lower worlds	*2 Cor 4:6*
He is in the entire creation and enlightens it all	*Jn 1:9; Ep 3:9*
23:4 the forms with Him have been seen in every land,	*Ps 65:5; Is 49:6; Lk 3:6;*
Because He has been sent by His majesty for the	*Act 13:47; Ro 1:16; Ti 2:11*
Salvation and redemption of every human being	
24:1 Joseph and Mary turned back, rejoicing about all	*Lk 2:19*
these things that they had heard about the holy child	
24:4 O opener of my womb by your holy mercy, O	*Lk 2:23*
Lord of my holy virginity	
25:1 you were deemed worthy to be blessed among women	*Mt 2:11; Lk 1:28, 42*
25:2 Eve and her offspring will have hope and salvation,	*Gen 2:9, 3:17, 22, 24; Rev 2:7, 22:14, 19*
since by your person you have made her pass beyond	
the spear that fenced in the Tree of Life	*1 En 24:9, 25:5*
25:4 bring forth fruits of eternal salvation	*Is 45:17, 46:13; Mt 25:46; 2 Tim 2:10; Heb 5:9, 9:12-15*
26:3 I am everywhere	*Jer 23:23; 1 Cor 15:28*
I am Lord of the sun, and my light and word are more	*Ps 89:15; Job 25:5; Is 2:5, 60:1; Jer 31:35; Act 26:13;*
abundant by many times than the sun	*Ep 5:8; 1 En 14:20*
27:7 Kingdom of the Father of majesty	*Mat 13:43; 1 Cor 8:6, 19:12*
Sent Him for the healing of the worlds, to cure their	*Ek 34:4, 16; Mt 4:24-27, 9:35, 10:8, 14:14,*
sickness, because they could not be healed by one of	*Mk 1:34, 6:56, Lk 4:40, 9:2,11, 10:9;*
The ancient prophets, but only through the will	
Of the Son of perfect mercy	*Act 5:15-16, 10:38, 19:12; Jam 5:15*
27:10 He is the light that is all-sufficient and	*Ep 1:18, 3:9, 5:9; 1 Tm 6:16; 1 Jn 1:5, 9*
all-enlightening by His perfect love	
28:6 The faith of salvation increased in the land of	*Ps 40:10, 65:5, 69:13, 78:22, 103:17; Act 14:9;*
The East.	*Ro 1:16, 13:11; Ep 1:13; 2 Tim 3:15;*
	1 Th 5:8; 2 Th 2:13; 1 Pet 1:5, 9; Jude 1:3
29:1 Judas Thomas went down there by the will of	*Act 1:13*
Our Lord when He sent him	
The faith increased all the more in those who heard,	*Act 2:43, 5:12, 6:8, 15:12;*
through the many mighty works and signs that	*Ro 1:8, 15:19; 2 Cor 12:12;*
Judas Thomas, the apostle of our Lord, was doing there	*Heb 2:4*

Revelation of the Magi	***Old/New Testament***
29:4 Judas the Apostle recognized that the gift of our Lord had overflowed upon them	*Act 2:38; Ro 5:5, 15, 17, 20, 6:23; Ep 1:6, 3:7; 2; Tim 1:6*
The mighty works, the healings, the wonders, which He did in the sight of the Apostles	*Mk 8:6; Lk 19:37; Jn 2:11, 7:3, 20:30; Act 2:22; Ro 6:26*
29:6 Since everyone who believes in salvation and with love receives the seal of my Lord Jesus Christ in truth, the Enemy does not rule over	*Jl 2:32; Jn 10:29, 14:30; 1 Cor 15:2; Ro 6:9*
30:1 He went out to a spring of water and he took oil and gave praise over it	*Is 58:11; Mt 3:13; Mk 1:9, 26-28, 33, 3:23; Lk 3:16; Jn 4:14; Act 1:5, 11:16, 13:24*
30:2 Oil for salvation	*Ps 23:5, 92:10; Is 61:3; Heb 1:9*
30:4 The athletes of the contest defeat their enemies	*1 Cor 9:25-27; 1 Tim 2:5*
30:5 The victorious are crowned in the contest	*Is 62:3; 2 Ti 2:5, 4:8*
30:6 You fly over water like your twin, the Holy Spirit	*Gen 1:2; Lk 3:22, 4:1; 1 Cor 12:3*
30:7 Partner of the first born	*Neh 10:36; Rev 1:5*
30:9 Temples for your dwelling	*Act 17:24; 1 Cor 6:19*
31:1 He baptized them in the name of the Father, And the Son, and the Holy Spirit	*Mt 28:19; Jn 3:22, 4:2; Act 2:38*
31:2 Taking a whole loaf of bread, He gave praise, broke and gave first to the Apostle Judas and also to each of them	*Mt 14:19, 22, 15:36, 26:26; Mk 6:41, 8:6, 14:22, 16:19; Lk 9:16, 22:19, 24:30, 51; Act 20:11, 27:35; 1 Cor 11:23-26;*
Behold the consummation and sealing of your birth of salvation	*Ep 1:13*
31:3 They saw Him going up to heaven in glory	*Ps 139:8; Mk 16:19; Lk 9:51; Jn 3:13, 6:62, 20:17; Act 1:11; Ro 10:6; 1 Tim 3:16; Heb 4:14*
31:5 You alone have known your great name	*Mt 1:21; Jn 20:31; Act 3:16; 2 Th 1:12; 1 Jn 3:23; Rev 19:12*
31:6 You loved us with your great mercy that was for us, and everything the crucifiers brought upon You, you endured for our sake, being exalted above all sufferings and a kins-person of one who does not suffer	*Is 53:5; Mk 8:31; Act 3:13; Ro 5:3; Gal 1:4; 2 Tim 2:3; Heb 12:2-3; 1 Pet 2:21, 5:10; Rev 1:9*
31:6 we should have redemption by your grace	*Ro 3:24, 5:2, 15-17, 21; Ep 1:7, 2:5,8; Heb 9:12*
31:7 You are our advocate, and our guide, our Light, our Savior	*Jn 14:26; 2 Cor 4:6; Phil 3:20; Heb 12:2; 1 Th 2:19; 1 Jn 2:1*
31:8 You made us worthy in your mercy for your fellowship of everlasting life	*Dan 12:2; Jn 3:36; Act 13:46; Ro 6:23; Gal 6:8; Ep 4:1; Phil 1:27; Col 1:10; 1 Tim 1:16; 2 Th 1:11*
31:9 a multitude of brethren added to the faith day by day	*Act 2:47, 11:24*
31:10 Go out into the entire world and preach My gospel	*Mt 24:14, 26:13; Mk 13:10, 14:9, 6:15; Act 10:36,42; 1Col 1:23; 1 Th 1:8; 1 Pet 1:12, 4:6; Act 13:47, 26:23;*
Go out to every place and preach the gift of our light and our Savior	*2 Cor 2:14, 4:4-6; Col 1:6; Heb 6:4; Jam 1:17*
32:1 through the Holy Spirit that was poured out upon them	*Act 2:33, 38, 10:45; Ro 5:5; 1 Pet 1:12; 1 Jn 2:20, 27; Ti 3:6*
32:2 Flee from the darkness and come to the light that does not pass away, so that you may live	*Ps 27:1; Is 50:10; Act 26:16*
Have refuge under the wings of our Lord Jesus	*Ps 91:4; Ru 2:12*
Great refuge on the last day from the fearsome judgement of fire that will come suddenly to purify the entire earth	*Is 13:9; Zep 1:15, 18, 2:3, 3:8; Act 17:31; 1 Cor 4:5; 2 Pet 3:7, 2:9; Rev 6:17; 1 En 45:3-6*
32:3 You shall be delivered by faith from the heat of the fire and shall enter the rest that is prepared for all the chosen and the believers	*Is 57:2, 64:4; Zep 2:3; Mt 25: 34-41; Heb 4:3; 1 En 58:2-6, 69:27-29, 102:1*
All who have believed in the child of perfect light and in eternal life	*Jn 3:15-16, 5:24, 6:40, 47*
In the kingdom of my Lord Jesus Christ, the Son of the Lord of All, in His heavenly majesty, in His new world	*Mt 13:52; Jn 18:36; Act 8:12; 2 Tim 4:1; 2 Pet 1:11; Rev 12:10 2 Es 2:31; 1 En 103:1-4*
32:3 His heavenly and great and never-passing-away light	*Is 60:19-20; Dn 7:14; Mt 5:18, 24:35; Mk 13:31; Lk 21:33; 1 Jn 2:7-8; Rev 22:5*
You shall rest forever, amen and amen	*Is 14:3; Mt 11:28; 1 Th 4:17*

Pansinin ang masaganang kaugnayan sa banal na kasulatan sa ***Revelation of the Magi*** kumpara sa ang Luma at Bagong Tipan. Ang aklat na ito ay isinulat ng isang kilalang-kilala sa banal na kasulatan, bilang isang propeta o pari. Iyan ay hindi sinungaling, at walang okultista, dahil wala sa kanila ang magaling. Sa ginawang pag-aangkin ng ilan sa mga iskolars ay hindi nila mapatunayan na ang pag akda ay pang abala. Walang nangangailangan ng pangalan ng may-akda na wala sila para sa ilang bahagi ng ating modernong Canon kahit na. Iyon ay pagkukunwari. Ang akusasyon ay nagsisimula sa isang kasinungalingan. Ito ay naglalayong mag-iwan ng mga inspiradong teksto sa questionable zone hindi dahil napatunayan nilang uninspired ang libro. Walang makakakaya. Ang kamangmangan at kawalan ng kakayahan ng mga iskolar na magsagawa ng pananaliksik ay hindi katumbas ng isang posisyon sa anumang kahulugan. Panahon na para seryosohin ang Revelation of the Magi, at magsimula upang maunawaan ang maraming paghahayag, na sagana sa loob. Nabubuhay tayo sa mga araw ng pagtaas ng kaalaman. Kung ang isa ay hindi yayakapin ang ganyan, lalampasan lamang sila ng madami.

Ang Masaganang Sinaunang Pulo ng
Ginto, Frankincense, at Myrrh
Nagdala ng Higit pa sa Maliit na Kahon!

Handa nang magsimula sa halos dalawang taong iskursiyon, ang mga hari ng Maginoo, mga prinsipe, at mga Pantas na Lalaki ng panalangin (magdasal) at mapanimdim na katahimikan (magiammo), ihanda ang kanilang mga regalo sa mga bundok ng Ophir, Sheba, at Tarsis. Habang ang Reyna ng Sheba ay nagdala ng 4.5 toneladang ginto lamang pati na rin mas maraming tindahan ng kamangyan at mira kaysa sa lupain ng Templo makikita, labindalawang royal mula sa kanyang lupain ang magsasalamin sa kanyang alay. Ang paniwala na nagdala sila ng tatlong maliliit na kahon mula sa Land of Gold and Spices ay walang batayan. Malamang na bawat isa ay nagdala ng 4.5 tonelada na maaari nilang isagawa nang madali gaya ng ginawa ng kanilang Reyna isang libong taon na ang nakalilipas.

Konklusyon: Ang Pagpapanumbalik ng Kasaysayan at Propesiya ng Magi Isles

Napakagandang umaga noon sa Lupain ng mga Mago. Bago mag takipsilim noong 1982 sa Hinoba-an sa Negros Occidental, isang masayang sigaw ang narinig: "Anak Ng Kamote! (Son of a sweet potato!)." Isa sa mga magsasaka ng palay ng Negros ay naghahanda ng kanilang bukid para sa pagtatanim nang matuklasan nila kung ano ang hindi isang kamote, ngunit isang malaking tipak ng ginto. Ang mga alamat na ito ay dumarami mula sa lugar na iyon, gayundin sa mga lugar lalo na sa Mindanao, Sa mababaw na lupa? Wala siyang mabibigat na kagamitan, o kahit isang piko. Hindi ito malalim sa bundok ngunit natitirang ebidensya ng sinaunang Lupain ng mga alluvial na deposito ng ginto ay nasa ibaba lamang ng ibabaw.

Paano pa magmimina ng ginto ang mga sinaunang tao kung wala silang kagamitang kinakailangan upang tumagos sa mga bundok ng South Africa, at iba pang nangungunang mga rehiyon na gumagawa ng ginto ngayon? Ito ay natuklasan sa mababaw na lupa at hindi lamang sa kabundukan, humahantong sa isang gold rush, nagdadala sa mga pangunahing kumpanya ng pagmimina na nagdala ng kasing dami ng 7,000 sa kanilang peak.[1] Syempre, pinagsamantalahan nila ang lupain at mga tao, iniwan sa isang kaparangan; ngayon ay lumilitaw na parang disyerto, ang mga bahagi. Napuno ng polarizing kuwento ng pulitika at kasakiman, akademya ay overlooked ang bahagi ng kwentong pinakamahalaga. Napatunayang umiral ang alluvial gold deposits sa Pilipinas na nasa ibaba pa lang noong 1980's pa.

Sa isang kamakailang blog na pinamagatang "Dredging Under the Rice Paddies in the Philippines"[2] pag-uulat ng kanilang mga aktibidad sa pagkilala sa ginto, isang grupo na tinatawag na "The New 49'ers," sa Angeles City ay nagsusulat ng kanilang karanasan sa paghahanap ng ginto, sa pundasyon ng mga tabing ilog malapit sa Baguio. Sinasabi nila na natagpuan nila ang ilan sa buhangin ng ilang mga beach. Nag-ulat din tungkol sa mga dredging operation sa rehiyon ng Bicol. Kawili-wili, nagsusulat sila ng Rice Paddy Dredgers na nagpapatakbo gamit ang kanilang mga kamay. Ngayon, kailangan nilang pumunta kahit na mas malalim kaysa noong sinaunang panahon, ngunit nananatili ang pangunguna. Para sa transportasyon, ginamit nila kahoy na paragos na nakakabit sa kalabaw, ngunit hindi iyon nag-iwan ng arkeolohiya para sa sinuman ang nakahanap makalipas ang isang libong taon.

Ang lupang ito ay natatangi at natatangi, at ayon sa kasaysayan, maging sa nakasaksi at pangalawa account sa loob ng libu-libong taon. Alam ba nila ito noong unang siglo panahon ng mga Magi? Sa kabila ng halatang panunuya ng mga naka-uniporme, tulad ni Pliny the Elder (na nag-alinlangan sa katotohanang iyon, ngunit ginawa pa rin ang heograpiyang nagpapakilala sa Pilipinas), mga na naninirahan doon at bumisita ay alam na ito ay makasaysayang katotohanan, na nagdodokumento nito nang maraming beses.

---

[1] *"Mining in Negros: A Story of Plunder, Destruction and Dislocations." By Karl G. Ombion and Edgar A. Cadagat. Bulatlat.com/Cobra-Ans, Vol. 2, No. 29. Aug. 25, 2002.* [2] *"Dredging Under the Rice Paddies in the Philippines." Dave McCracken's Adventures. Gold Mining Adventures. The New 49'ers. Retrieved 2024.*

Noong 43 A.D., itinala ni Pomponius Mela ang Pilipinas bilang Land of Gold na ito, na naglalarawan ito bilang pagkakaroon ng "gintong lupa" at "pilak na lupa."[1] Ang Periplus ng Dagat Erythraean mga tala na noong 50 A.D., may mga minahan ng ginto sa Pilipinas (nagmamapa rin nito), at ang kanilang mga barya ay tinawag na "caltis," na tumutugma sa kasaysayang Pilipino ng kanilang sinaunang gintong barya na tinatawag na "piloncitos."[2] Noong 77 A.D., tinukoy ni Pliny the Elder ang Pilipinas bilang kanilang "lupa ay binubuo ng ginto at pilak."[3] Nagmapa rin siya ng ruta mula sa China South to the Philippines tungo sa Pilipinas maliwanag para sa mga nakakabasa. Hindi siya pumunta doon at ang kanyang panunuya (sa pag-iisip na ang ginintuang lupa ay hindi kapani-paniwala) ay walang pakundangan. Ang makasaysayang katotohanang ito ay inulit noong 300 A.D. ni Solinus na sumulat ng "...dalawang pulo, Chryse at Argyre. Napakayaman nila sa mga metal na naitala ng napakaraming tao na ang kanilang mga lupa ay puro ginto at pilak."[4] Ang lahat ng ito ay tumutukoy sa Pilipinas.

Sabay- sabay at sabay- sabay, ang mga historian at cartographer na ito ay ay naglalarawan sa Land of Gold na ito sa eksaktong parehong paraan tulad ng Magi, na sumulat din noong unang siglo. Hindi lamang nila ito ginawa sa mapa, ngunit gumamit sila ng katulad na wika, tulad "ng huling bahagi ng tinitirhan na daigdig patungo sa Silangan, sa kabila ng India, sa Timog-silangan ng China, sa ilalim ng Tropic of Cancer, lampas sa mainland Asia, mga isla, Hilaga ng Malay tip o Southern Headland, sa ilalim ng pagsikat ng araw." Ang mga isla ng Magi ay ang pareho at sila ay pinagtibay ng Awit 72:10-15.

Tinukoy ang First Century Geography, Tanging Hindi Natukoy sa Unacademic Scholarship:

43 A.D.: *"...ang tinaguriang Isla ng Araw, na hindi mabubuhay na ang presyon ng atmospera agad na sinisipsip ang buhay ng sinumang pumasok [ni Mela]."* [1]

50 A.D.: *"...ang huling bahagi ng tinatahanang mundo patungo sa silangan, sa ilalim ng sumisikat na araw mismo... Pagkatapos ang rehiyong ito sa ilalim ng pinaka hilaga, ang dagat sa labas na nagtatapos sa isang lupain na tinatawag na This... [Periplus of the Dagat ng Erythraean]"* [2]

77 A.D.: *"""Ang unang ilog na kilala sa kanilang teritoryo ay ang Psitharas, kasunod doon ang Cambari, at ang pangatlo ay ang Laros; pagkatapos ay dumating kami sa Promontory ng Chryse, ang Gulpo ng Cynaba, ang ilog Atianos, at ang bansa ng Attacori sa golpo ng pangalang iyon, isang taong protektado ng kanilang maaraw na mga burol mula sa lahat ng nakakalason na pagsabog, at*

---

[1] *"Pomponius Mela, Chorographia Bk II, from Pomponius Mela's Description of the World." Translated by Frank E. Romer. University of Michigan Press. 1998. Sections 3.67-3.71.* [2] *Periplus of the Erythraean Sea, ca. 50 C.E. § 63-64. This journey is detailed throughout sections 56-65!*
[3] *Pliny the Elder, Natural History 1-11, § 6.23.6 - ca. 77 C.E. & Pliny the Elder, Natural History 1-11, § 6.20.2 - ca. 77 CE* [4] *Solinus, Polyhistor, 52.17 -ca. 300 CE.* [5] *Dionysius of Alexandria, Guide to the Inhabited World, § 58 - ca. 125 C.E.* [6] *"Biblical Magi." Wikipedia.*

naninirahan sa isang klima na kapareho ng temperatura ng Hyperborei..." [Pliny the Elder, ruta mula sa Tsina Timog patungong Pilipinas] [3]
124 A.D.: *"...kung saan ang pagsikat ng maliwanag na araw mismo ay nakikita pa nga... lumiko ka pa patungo sa silangang dagat, ang iyong landas ay humahantong sa iyo sa isla ng Chryseia, kung saan ang pagsikat ng maliwanag na araw mismo ay nakikita. Pagliko mula doon (Kanluran papunta sa Indian Ocean) bago ang southern headland, mapupunta ka agad sa isla ng makapangyarihang Colias... (Malay Tip) [Dionysius Periegetes]"* [5]
Unang Siglo: RotM 2:4 *Ito ang mga hari, mga anak ng mga hari sa Silangan, sa lupain ng Shir, na siyang panlabas na bahagi ng buong Silangan ng mundong pinaninirahan ng mga tao, sa Karagatan, ang malaking dagat sa kabila ng daigdig, silangan ng lupain ng Nod, ang lugar kung saan naninirahan si Adan, pinuno at pinuno ng lahat ng mga pamilya sa mundo."*
(Pagpapatibay ng Awit 72:10-15)

Gayundin, unawain ang lupaing ito kung saan sumisikat ang araw ay nakadokumento sa 1 Enoch at malawak na kasaysayan bilang Pilipinas. Tinatawag pa nga ng maraming sinaunang tao ang rehiyon ng Pilipinas bilang "subsolanus" sa mga mapa, na siyang pinagmulan ng araw at hanging Silangan. Ang pariralang Griyego ay binibigyang kahulugan na "mula sa Silangan" ay isang literal na sanggunian "mula sa pagsikat ng araw." Ito ay isang sikat na rehiyon na hindi masusupil.

Ang pariralang "mula sa silangan" (ἀπὸ ἀνατολῶν, *apo anatolon), mas literal na "mula sa pagsikat [ng araw]", ang tanging impormasyong ibinigay ni Mateo tungkol sa rehiyon kung saan sila nanggaling.* [6]

Ang mga ito ay hindi kathang-isip, ngunit napatunayang siyentipiko, makasaysayang katotohanan. Halimbawa, Ang Hukbong-dagat ni Haring Solomon na may dalang mas maraming ginto sa kanilang unang paglalakbay sa Ophir (mga 15.75 tonelada, higit sa $500 milyon ang halaga), kaysa sa kakayahan ng pinuno ng produksyon ng ginto, May kakayahan ang Ehipto ng paggawa sa loob ng dalawampung taon (ayon sa mga tala ni Reyna Hatshepsut). Wala silang moderno at mabibigat na kagamitan sa pagmimina. Dumating ang Reyna ng Sheba kasama ang hukbong-dagat ni Solomon, na nag-aalok sa kanya ng karagdagang regalo (ang katumbas) na humigit-kumulang $168 milyong dolyar sa ginto lamang (na 4.5 tonelada). Nag-alok pa siya ng kamangyan at mira kaysa sa nakita ng bansang Templo dahil nagmula siya sa Pilipinas, ang Lupain ng Ginto at Spices.

Ang kanyang alay ay ang archetype at foreshadowing ng mga regalo ng Magi. Ang pattern mula kay Adan hanggang sa Reyna ng Sheba hanggang sa panahon ng Magi ay hindi mapag- aalinlanganan. Moderno na ipinapalagay ng mga iskolar na ang mga Haring ito ay nagdala ng maliliit na regalo, kasing laki ng kanilang mga kamay. Ito ay tulad ng isang minuto, maling pakahulugan kumpara sa katotohanan, at hindi nauuna, ngunit matinding kapabayaan. Kapag ang Land of Gold and

Spices ay nagdadala ng mga regalo, Ang mga ito ay pangkalahatang dami sa barrels at barrels na sinusukat sa karga ng barko. Ang bigat ay tonelada, hindi isang regalo sa Pasko, na isa pang panloloko na sinubukan nila.

Ang Tatlong Hari ay walang kinalaman sa mga regalo sa Pasko o isang holiday na hindi Biblikal na pinagmulan, at hindi nila ito iingatan. Ang pagbibigay ng regalo sa Disyembre ay ang kaugalian ni Zeus, hindi kailanman ang Bibliya. Si Jesus (Yahusha) ay ipinanganak sa Shavuot sa huling bahagi ng tagsibol sa Hunyo, hindi noong Disyembre. Walang nagdala sa Kanya ng mga regalo sa Kanyang kapanganakan. Siya ayhindi rin nagbibigay ng mga regalo sa Kanyang kaarawan, maliban sa Banal na Espiritu na dumating sa Pentecost, ang Griyego para sa Shavuot. Walang mga Christmas Tree; Sinaway ni Propeta Jeremias ang gawaing paganong iyon bilang idolatriya (10). Ang mga pastor at pinuno ay tuwirang pinayuhan ni Jeremias, sa pangalan, bilang "mangmang" (tanga) sa pagsunod dito sa pagsasanay at pag-akay sa kanilang mga tupa sa okulto. Alam na alam ni Mary kung sino ang Reyna ng Langit ay gaya ng patutot ng Babylon (na hindi kailanman naging si Maria), na si Jeremias ay limang beses na sinaway. Bakit nasa salaysay na ito ang mga ito?

Ang mga Griyego ay pumunta sa Magi Isles habang si Mela ay nagdodokumento ng 800-taong talaan ng maglakbay sa kanilang mga pulo ng ginto at pilak–Chryse (Ophir sa Hebrew) at Argyre (Tarshish sa Hebrew). Hindi ginawa ni Josephus. Hindi ginawa ni Ptolemy. Diretso pa silang itinuro ni Magellan sa pagsulat sa Pigafetta's Journal, gayunpaman, wala kaming nakitang isang akademiko o Bibliya iskolar na kahit alam niyan. Binago nila ang Isles of Gold sa isang Peninsula (sa pandaraya), na hindi pa rin maisip ng British, kolonyal na akademya, at maging ng mga iskolar hanggang ngayon.

Ang kanilang kamangmangan ay hindi isang posisyon. Ang mga mapa na ginamit niya at Columbus chart na sa Pilipinas din. Walang misteryo dito. Ang mga alluvial deposit na ito ay hindi maaaring i-dismiss, dahil ang mga ito ang tanging kondisyon na natagpuan ng masa sa sinaunang Ophir, Sheba, at Tarsis ay maaaring tipunin. Sinuman na umaasa sa isang archaeological signature para sa isang pagsasanay na nangangailangan ng wala na mag-iiwan ng ganyan, ay kasing hina na mag- isip gaya ng isang paradigm kumilos. Yung kamangmangan ay humantong sa maling pagkakalagay ng Lupain ng Ginto at Halamanan ng Eden sa nakaraang siglo. Ito ay kilala sa kasaysayan, heograpiya, agham, lingguwistika at Bibliya para sa libu-libong taon. Hindi nakakagulat na ayaw ng mga mananakop sa mundo alam nilang inatake nila ang sinaunang lupain ng mga mapagkukunan ng Templo at ng kayamanan ni Adan na inilaan para sa Mesiyas, na dinala ng Reyna ng Sheba at Tatlong Hari sa tipan. Iyon ay magiging isang bangungot sa relasyon sa publiko.

Si Adan ay hindi isang tagapagtayo o freemason, iyon ay si Cain the Evil at ang kanyang angkan na lumayo sa tinubuang lupa ni Adan. Ang paglalapat kay Cain, ang unang tagapagtayo ng mga lungsod, bilang litmus test upang mahanap ang kathang-isip na arkitektura na hindi kailanman naitala sa anumang makasaysayang account ng Ophir, sa matuwid na angkan ni Adan, ay ang pag-uugali ng tanga.

Binanggit pa ni Marco Polo noong ikalabintatlong siglo ang isang gintong palasyo sa Zipangu (Philippines) timog-silangan ng South China, bilang Chinese Isles of Gold ayon kay Kublai Khan.[1] Ang dami ng mga iskolar na hindi marunong magbasa ng kanyang simpleng heograpiya ay nakakabaliw. Walang gintong palasyong umiral sa Japan (kilala bilang Nippon o Nihon, hindi Japan lokal) sa panahong iyon, at isa na may napakanipis na gintong dahon (hindi angkop sa kanyang paglalarawan), ay hindi pa naitayo hanggang matapos ang kanyang panahon. Gayunpaman, mayroong isa sa Pilipinas sa nakasulat na kasaysayan [Pigafetta].[2] Binanggit ni Polo ang mga cannibal, na ang Japan ay hindi kilala na may ganitong mga alamat. Gayunpaman, marami ang Pilipinas, kahit na ang mga isinulat ng mga Intsik. Ang Japan ay hindi gumagawa ng claim na ito, ito ay ang British, sa pinanggalingan, na gumawa ng pandaraya na ito na pinalakas sa hindi marunong bumasa at sumulat na akademya.

Tinutukoy ng mga mapa ang Zipangu sa Pilipinas bago si Marco Polo [Al-Idrisi, 1154].[3] Ginagawa rin ito ng mga tsart ng kanyang paglalakbay [Bowen, 1744],[3] at ilang mapa para sa higit sa 500 na taon pagkatapos lumabas ang kanyang alamat [Fra Mauro, 1458; Toscanelli, 1474; Behaim, 1492; Manghuli Lenox, 1504; Jagiellonian, 1510; Schoener, 1520; Apianus, 1520; Ramusio, 1560].[3] Itinuwid niColumbus ang Dakilang Khan at Polo sa hindi paglalahad na ang kanilang Zipangu ay ang sinaunang Ophir ni Haring Solomon.[4] Ito ay kilala at ignorante lamang ang mga mangmang tila hindi nababasa ang mga salaysay at nakakalimutan ang maraming impormasyon na naroon pa rin sa accounts. Sinadya nilang ilagay ang gayong mga katotohanan sa mga bulwagan ng lihim na okultong mga lupon na makikinabang sa pananalapi mula sa naturang nakatagong kaalaman sa kolonyal panahon, na nagpapatuloy sa pag-iisip. Gayunpaman, ito ang mga Magi Isles.

Binanggit ni Antonio Pigafetta ang mga alluvial gold deposit na ito sa o sa ibaba lamang ng lumabas sa kanyang journal kahit dalawang beses.2 Binanggit din niya ang Hari ng Butuan ay nagkaroon ng palasyong ginto.2 Siyempre, hinihiling noon ng mga makabagong arkeologo na ang mga Espanyol at ang mga Amerikano ay aktibong umalis sa gintong palasyo bilang isang museo, kapag alam nila na inilalantad ng kasaysayan, ninakaw nila ang ginto. Sa katunayan, binura ng mga Espanyol ang lahat ng kasaysayan ng Pilipinas, dahil walang fragment ang nabubuhay–wala ni isa! Itinala ni Padre Chirino noong 15905 ang lahat ng

---

[1] *"The Travels of Marco Polo." By Hugh Murray, F.R.S.E. 2nd Edition. Edinburgh, 1844. p. 272-273.* [2] *"The First Voyage Round the World by Antonio Pigafetta." 1522, translated by Lord Stanley of Alderley. p. 40, 110, & 114. "Magellan's Voyage Around the World By Antonio Pigafetta" By James Alexander Robertson. Vol. 1. U.S. 1906. p. 117.* [3] *All maps in full color, high resolution in Garden of Eden Revealed: The Book of Maps. Schwab/Zamoranos. 2024. www.OphirInstitute.com.* [4] *"The Life and Voyages of Christopher Columbus." By Washington Irving. pp. 22, 210, 205 & 352.* [5] *a. "Baths in 16th Century Philippines." By Beth Ocampo. Philippine Daily Inquirer. July 30, 2013. b. "When Did Philippine History Begin?" American Historical Association.*

Pilipinong nakatagpo niya ay marunong bumasa at sumulat sa sariling wika. Nasaan ang mga dokumentong sinusulat at binabasa nila? Isa sa kanila ay ang ating teksto, Revelation of the Magi (RotM). Sila ay ninakaw at nananatiling nakatago, o nawasak. Anuman, walang mga natitirang makasaysayang dokumento ng Pilipinas hanggang ngayon. Kahit na ang talaan ng mga mananakop ay pagpapanatili nito bilang Lupain ng Ginto at Hardin ng Eden sa buong kasaysayan na may 6,000 taon ng mga mapa, ngunit ito ang nahanap pinagtibay ang lahat ng pananaliksik na iyon.

Ngayon alam natin, ang Magi ay nagbigay din ng parehong heograpiya at ito ay hindi mapag- alinlangan. Ang akademikong posisyon ay nananatiling ilang etimolohiya at paglalaro ng salita o mas kaunti. Tutol kami na nailalarawan bilang akademiko. Mayroong isang lokal na sinaunang tala sa Pilipinas hanggang ngayon, at marami itong sinasabi. Isang legal na kontrata na nakasulat sa Baybayin sa isang tapyas na tanso bago pa matatagpuan ang mga Espanyol at pinangalanang "Ang Laguna Copperplate." Iyon ang lipunang Magi at ang ***Revelation of the Magi*** ay nagpanumbalik nito pati na rin ang kasaysayan. Ang isang lipunan na maaaring magsulat ng isang legal na kontrata sa tanso ay hindi isang barbarian na kultura. Ang akusasyon na iyon ay hindi alam at simpleng hangal.

Ang ilan ay naghahanap ng katibayan ng mga minahan ng tanso ni Haring Solomon, na hindi naman talaga ang Salaysay sa Bibliya, ngunit kahit na ang mga hindi binabalewala na ang Pilipinas ay nananatiling #1 sa tanso lahat pati na rin sa lupa. Sa katunayan, ito ay #5 sa lahat ng mapag -kukunan sa buong Earth, sa bagay na iyon. Paano tatanggihan ng isang akademiko o iskolar ang lupang iyon mula sa pagsasaalang-alang? Gayunpaman, ginagawa nila. Hindi nagawang pabulaanan ang konklusyong ito sa nakalipas na dekada sa pagsasaliksik nito. Gayunpaman, binabalewala pa rin ito ng akademya.

Nang lumabas ang ***Revelation of the Magi*** sa eksena sa English noong 2010, napatunayan nito upang maging panunumbalik ng nakasulat na kasaysayan ng Pilipinas para sa panahon ng unang siglo B.C. hanggang unang siglo A.D. Pinatunayan ng dokumentaryong kasaysayan na ito ay isinulat bago ang ikalawang siglo. Dahil iyon ang parehong pamantayan at petsa na ginamit upang hatulan ang mga fragment ng Bagong Tipan, ***Revelation of the Magi*** ay pinatunayan na makasaysayang salaysay ng Filipino Magi at ang kanilang paglalakbay sa Bethlehem, ang kanilang pagbabalik, at ang maraming muling pagbabangon sa kanilang lupain, bilang isang resulta. Nagbibigay din ito ng talaan ni Apostol Tomas (na wala tayo dati), na sumasama sa mga tradisyonal na kasulatan na dumating siya sa India. Sa mga sinaunang termino, kabilang sa India ang Pilipinas at ang Indies, at kumakatawan sa isang mas malawak na rehiyon. Kapag ang ***Revelation of the Magi*** ay naglatag ng mga katotohanan (tulad ng salitang "Magi" ay hindi Griyego, ngunit nagmula sa Pilipinas), ito ay isang paghahabol, sa katunayan. Gayunpaman, pinatunayan ito. Ang sinaunang, maharlikang uri ng Pilipinas ay ang MAGInoo.

Kapag tayo natuklasan na ang salita ay may dalawang kahulugan mula sa mga wikang iyon, tulad ng Apocalipsis ng Magi ay nagsabi; madali nating natukoy na ang MAGdasal ay nangangahulugang "panalangin" at MAGIammo nangangahulugang "katahimikan." Mahirap isipin ang sinumang iskolar na magtatangka na makipagdebate tulad kongkretong koneksyon. Ito ay hindi maikakaila.

Kapag ang mga pangalan ng Magi at kanilang mga ama ay naitala at ilang vet bilang Tagalog at iba pang wikang Filipino, pumapasok ito sa larangan ng katotohanan. Kapag yun ay kasama ang mga pangalan ni Ophir, Sheba, Tarsis, at ilang mga kapatid ni Ophir, nakakabaliw na tumugon sa akademikong "nuh-uh." Gustung-gusto nilang sabihin iyon. Hindi mahalaga na ang mga akademiko at iskolar ay nabigo na seryosohin ito habang sila ay nakaupo sa upuan ng mga nanunuya, iniisip na ang kanilang "kamangmangan ay kaligayahan." Ang taong binubuo ang pariralang iyon ay malamang na walang pinag-aralan. Pinamamahalaan nila ang mga maling paradigma, pinalakas ng kusang kamangmangan, tulad ng ibinabala ng 2 Pedro 3 na tutukuyin ang edad na ito. Noong sumang-ayon ang mga gaggles ng mga iskolar na magtakda ng isang pundasyon na umaayon sa pagiging tanga, kahit papaano tumaas sa isang antas ng katalinuhan kung saan hindi kayang umakyat sa isang palapag ng katalinuhan subalit tinanggihan nilang yakapin. Panahon na upang ilantad ang katotohanan minsan at magpakailanman.

Kahit na ang karamihan sa mga iskolar ay hindi naisip na sila ay racist, ito ay humahantong sa pagsugpo sa isang grupo ng mga tao sa kolonyal na rasismo. Kasama diyan ang mga Filipino theologian. Ang kanilang kasaysayan ay nakakubli, at ang kanilang layunin sa propesiya ay nagiging maputik kahit kailan hindi dapat. Utang namin ito sa pinagmulan sa mga Pariseo at sa Vatican, na malamang ipagtanggol ang kanilang mga hindi marunong bumasa at sumulat na posisyon na may mas malalim na kamangmangan, tulad ng mayroon na tayong karanasan sa mga paksang ito. Sila ay rendering ang kanilang mga sarili impertinent at iyon ang problema nila, hindi sa iyo, o sa amin. Malalaman natin ang totoo.

Sa Pilipinas, sinasabi sa atin na ang sinaunang Pilipinas ay pagano, sumasamba sa maraming diyos, tulad ng Bathala, Anitos (demonyo), at Animismo. Marahil ang ilan sa mga ginawa ng mga tribo sa loob, ngunit ipagpalagay na ang buong bansa ng Pilipinas ay guilty ng kasalanang na walang batayan. Mga iskolar at pekeng mananaliksik na wala pang nabasa ang nakaraang kasaysayan sa paksa ay may posibilidad na maniwala sa salaysay ng Jesuit na nakatala, na ang mabigat na pagpapaganda at muling pagbibigay-kahulugan sa mga taong nasakop na bilang mga ganid ay dapat totoo. Hindi kailanman sa bagay na iyon dahil palagi silang naglalagay ng lebadura sa gayong mga account, na may layuning bigyang-katwiran ang kanilang pagnanakaw, pagpatay, at pagsira, na kung saan ay ang bunga ng kanilang ama, ang diyablo (Juan 10:10, Juan 8:44).

Paano natin malalaman na kilala ng Magi ang Diyos ng Bibliya? Muli, ito ay hindi kailanman naging isang misteryo; Ang paglalakbay ni Magellan ay nagpatunay na ito nga. Nang tanungin ni Magellan ang mga Pilipino tungkol sa kanilang relihiyon at Diyos, tumugon sila ng isang sagot na hindi binanggit sa modernong mga aklat-aralin (sa pandaraya). Sinabi nila na mayroon lamang silang isang Diyos at iyon ang kanilang ang tunay na pagsamba ay ang pagsamba kay ABBA. WHO? Paano natutunan ng mga Pilipino na Abba ay isang titulo para sa Maylikha ng Bibliya? Ayaw tayo ng Simbahang Katoliko upang malaman ito dahil ginahasa nila ang Magi, at ang taling iyon ay naroon sa tekstong ito. sila aynilapastangan sila at ninakaw ang mismong mga mapagkukunang ibinigay sa Mesiyas, ang Templo at kay Yahuah sa unang sakripisyo ni Adan. Hindi nila dinala si Hesus sa Pilipinas. Sinira nila ang Kanyang kaugnayan sa mga taga-Ofir gaya ng ginawa ng mga Pariseo Para siya ay ipapatay, o kaya naisip nila. Ang Abba ng Pilipinas ay Abba ng banal na kasulatan. Ito ay ang paraan na madalas na tinutukoy ng ***Revelation of the Magi*** si Yahuah.

Ito ay kinatawan ng sinaunang, tunay na pagsamba na hindi nangangailangan ng mga gusali at imprastraktura, o pagpapatibay ng una hanggang ikalawang siglo na petsa ng pagiging may-akda. Tulad ng mga Magi na nagkikita buwan-buwan sa Cave of Treasures kung saan si Adan minsang nanirahan, pinanatili nila ang tunay na pagsamba. Alam na sana nila ang titulong “Abba” mula kay Jesus (Yahusha) Mismo na gumamit nito sa Halamanan ng Getsemani at halos tatlumpung beses sa ***Revelation of the Magi.*** Kasama diyan Si Apostol Tomas, at si Paul ay dalawang beses din. Ito talaga ang dapat nating asahan sa Lupain ng mga Magi at ang kanilang kasaysayan na nagpapatunay nito. Gumawa ng ibang lupain sa buong lupa na maaaring malayuang hamunin ang mga patunay na ito. Hindi nila kaya.

Ang bawat representasyon ni Jesus (Yahusha) sa ***Revelation of the Magi*** ay magkatugma banal na kasulatan at naitala namin ang kaugnayan nito sa Bibliya sa kabuuan. Mga manunulat ng okultismo lumihis sa banal na kasulatan, binabago ang salaysay, at dapat itong malaman ng mga iskolar. Ang aming konklusyon ay: Ang Revelation of the Magi ay pumasa sa pagsubok ng inspiradong pagiging may-akda. Ito ay hindi kinakailangan upang bumuo ng isang tagapayo upang bumoto sa pagiging kanonikal nito. Bilang ito ay nagpapatunay na tumpak, ito ang karamihan tiyak na isang makapangyarihan, makasaysayang account. Ito ay talagang isinulat ng hindi bababa sa dalawang mga may-akda sa loob ng humigit-kumulang isang siglo at maaari itong pagtibayin sa iba pang mga sulatin, ang paggamit ng Syriac at lalo na ang paggamit nito ng pangalang YHWH, Abba, at Yahusha.

Mayroon na tayong isa pang saksi sa propesiya ni Jesus (Yahusha) sa Mateo 12:42. Ang talatang ito ay kumakatawan sa isang tao na may kaugnayan sa Kanya nang direkta. Ang Pilipinas minsan ay nagkaroon niyan, ngunit ibabalik ito sa darating na panahon. Walang sinuman ang makakapigil dito ng mas matagal. Bilang mga Pilipino o talagang, Magi ng Ophir, alamin ang kanilang pagkakakilanlan sa Kanya at ibalik ang kanyang mga paraan, ang muling pagbabangon ay sasabog na parang wala pang nakita sa mundo. Gayunpaman, ito ay mag-apoy at maglakbay sa buong mundo. Ayaw ito ng Santo Papa dahil ayaw nitong magkaisa sa ilalim niya ngunit laban sa lahat ng kanyang pinaninindigan sa maraming kasuklam-suklam ng kanyang tungkulin, titulo, at tungkulin.

Mateo 12:42 KJV (Lucas 11:31)
Ang reyna ng timugan ay babangon sa paghuhukom kasama ng lahing ito, at hahatulan ito: sapagka't siya'y nagmula sa kadulududuluhang bahagi ng lupa upang pakinggan ang karunungan ni Solomon; at, masdan, a mas dakila kay Solomon ang naririto.

Ezekiel 38:13 KJV
Sheba (Pilipinas), at Dedan (D-D-N orihinal na si Dodan, kapatid ni Tarsis), at ang mga mangangalakal ng Tarshish (Pilipinas), kasama ang lahat ng mga batang leon nito, ay magsasabi sa iyo, Ikaw ba ay dumating para manira? pinisan mo ba ang iyong pulutong upang kumuha ng huli? upang dalhin ang pilak at ginto, upang kunin ang mga baka at mga kalakal, upang kumuha ng malaking samsam?

Ang Pilipinas ay naghahayag na ng mga palatandaan ng pagbangon nito. Magkakaroon ito ng boses mundo ng entablado, na gagamitin nito upang manindigan laban sa katiwalian at sataniko kaayusan sa buong mundo. Bago si Mateo, ipinahayag ni Jesus (Yahusha) na Kanyang lilipulin yaong mga nagpapahirap sa mga Magi, gayundin ang mga bumihag sa kanila, bago pa man sila magkaroon ng ganoon. Hinulaan niya ang pananakop ng bansa at ang pagpapanumbalik nito sa tanawin ng daigdig. Ito ay ang pinagmulan ng Kanyang mga salita sa Mateo bilang Siya ay kumakatawan sa Kanyang malapit na ugnayan sa Magi at ang kanilang lupain ng kapanganakan. Wow!!!

Propesiya Mula sa Mesiyas hanggang sa Mago:
RotM 21:9 *"At muli, ipinaalam ko sa inyo, sa inyong mga ama, at maging sa iyong sinaunang lahi, ang iyong kalayaan, dahil ikaw ay mula sa lahi ng liwanag." 21:10 "... dinamitan ko ang aking sarili ng iyong anyo, upang sa pamamagitan nito ay aking wakasan at lipulin ang lahat ng pahirapan ka at ang mga bumihag sa iyo." "...At palalayain kita nang may pag-ibig, at ng katotohanan, ng dalisay na tubig, at ang pagsilang ng Banal Espiritu..."*

Habang ang mga Magi ay naibalik sa Ophir, sila rin ang magsisimula sa pagbabalik ng Nawawalang Tribo ng Israel, ayon kay Isaiah. Kahit sa kamakailang balita, ang Pilipinas ay pagtatayo muli ng sarili nitong hukbong-dagat at mga shipyard.[1] Para sa mga dunderhead na hindi basahin (tinatawag ang kanilang sarili na mga iskolar), ang Isaias 60 ay isang pangako sa Nawawalang Tribo, at ito ay isang konsepto ng End Times sa kabuuan (tulad ng natalakay na namin). Sinumang sumusubok

---

[1] *a. "Phl building own naval vessels." By Lade Jean Kabagani & Neil Alcober. Daily Tribute. Mar. 4, 2024. b. "PH to build new navy shipyards – Defense chief." By Priam Nepomuceno. Philippine News Agency. Nov. 6, 2024.*

sinasabing ang talatang ito ay nagsasalita ng kapanganakan ng Mesiyas ay hindi marunong bumasa at sumulat.

Isaias 60:9 KJV
Tunay na ang mga pulo ay maghihintay sa akin, at ang mga barko ng Tarsis muna, upang dalhin ang iyong mga anak mula sa malayo, ang kanilang pilak at ang kanilang ginto kasama nila, sa pangalan ng Panginoon mong Diyos, at sa Banal ng Israel, dahil ni lualhati ka niya.

Ang mga ito ay hindi mga mungkahi sa hula, at hindi namin ginawa ang mga ito. kailan Hinulaan nina Jesus (Yahusha), Isaiah, at Ezekiel ang pagbangon ng Isles of the Magi sa Mga Huling Araw, ito ay tiyak na mangyayari. Lahat ng pagdududa ay tinanggal, at walang modernong propeta ay kinakailangan upang matukoy ito. Hinihikayat namin ang lahat na panoorin ang Pilipinas sa darating na panahon ngunit gayundin, nawa'y ibalik nating lahat ang Kanyang mga paraan sa ating buhay. Siya ay higit pang mahalaga kaysa sa mga gawa-gawang holiday at kathang-isip ng mga tao na gustong manlinlang. Siya ay hindi nagtayo ng mga gusali o organisasyon ngunit tinukoy ang Kanyang ekklesia bilang isang pagtitipon ng dalawa o higit pa (Mat. 18:20). Ang buong Bibliya ay may isang pangunahing paksa, na nakalulugod sa Ama at ang Anak. Wala nang iba pang mas mahalaga. Ito ay isang relasyon kay Hesus (Yahusha) mahalaga iyan, tulad ng mga Magi.

Ito ay ganap na itinuro ng ating Tagapagligtas nang sabihin Niya sa atin na tatanggihan Niya ang mga Kristiyano sa Araw ng Paghuhukom dahil hindi Siya KILALA o hindi Niya sila kilala. Ang Vatican ay tumatayo sa daan ng kaligtasan, na personal.

Mateo 7:17-29 KJV
Kaya't sa kanilang mga bunga ay makikilala ninyo sila. Hindi lahat ng nagsasabi sa akin, Panginoon, Ang Panginoon, ay papasok sa kaharian ng langit; kundi ang gumagawa ng kalooban ng aking Ama na nasa langit. Marami ang magsasabi sa akin sa araw na yaon, Panginoon, Panginoon, hindi ba kami nanghula sa iyong pangalan? at sa iyong pangalan ay mayroon nagpapalayas ng mga demonyo? at sa iyong pangalan ay gumawa ng maraming kahanga-hangang gawa? At pagkatapos ay aaminin ko sa kanila, Kailanman ay hindi ko kayo kilala: lumayo kayo sa akin, kayong mga gumagawa ng kasamaan.

Ito ay isa sa mga pinakamalungkot na konsepto sa banal na kasulatan na maaaring talagang paniwalaan ng isang tao nasila ay naligtas, ngunit ayon sa Kanyang kahulugan ay hindi sila. Ang kaligtasan ay tinukoy sa Juan 15 sa pamamagitan ng ating Tagapagligtas Mismo.

Juan 15:1-26 KJV

Ako ang tunay na puno ng ubas, at ang aking Ama ang magsasaka. Bawat sanga sa akin na hindi namumunga ay kinuha at inilayo niya; at ang bawa't sanga na namumunga, ay nililinis niya, upang ito'y magbunga ng higit. Ngayon malinis na kayo sa pamamagitan ng salita na aking sinalita sa inyo. Manatili kayo sa akin, at ako sa inyo. Bilang ang sanga ay hindi makapag bunga mismo, maliban kung ito ay manatili sa puno ng ubas; hindi na ninyo magagawa, maliban kung kayo ay manatili sa akin. Ako ang puno ng ubas, kayo ang mga sanga: Siya na nananatili sa akin, at ako sa kanya, ay siyang nagbubunga ng marami: sapagka't kung wala ako ay wala kayong magagawa. Kung ang tao ay hindi nananatili sa akin, siya ay itinapon na parang sanga, at natuyo; at tinitipon sila ng mga tao, at inihagis sa apoy, at sila ay masusunog. Kung kayo'y mananatili sa akin, at ang aking mga salita ay nananatili sa inyo, hingin ninyo kung ano ang inyong ibigin, at iyon nga ang gagawin sa iyo. Dito'y niluluwalhati ang aking Ama, na kayo'y nagbubunga ng marami; kaya kayo ay maging aking mga alagad. Mahal ako ng Ama, at minahal ko din kayo: Kung susundin nyo ang aking mga kautusan ay mananatili kayo sa aking pag-ibig.; kung paanong ako ay tumupad sa mga utos ng aking Ama, at nananatili sa kanyang pag-ibig. Ang mga bagay na ito ay aking sinalita sa inyo, upang ang aking kagalakan ay manatili sa inyo, at ang inyong kagalakan ay malubos. Ito ang aking utos, Na kayo ay magmahalan, gaya ng pagmamahal ko sa inyo. Walang sinumang higit na dakilang pag-ibig kaysa rito, na ibigay ng isang tao ang kanyang buhay para dito kanyang mga kaibigan. Kayo ay aking mga kaibigan, kung gagawin ninyo ang anomang iniuutos ko sa inyo. Mula ngayon ay hindi ko na kayo tinatawag na mga alipin; para sa hindi nalalaman ng alipin kung ano ang ginagawa ng kanyang panginoon: nguni't tinawag ko kayong mga kaibigan; para sa lahat ng bagay na narinig ko sa aking Ama ay ipinaalam ko sa iyo. Hindi ninyo ako pinili, ngunit pinili ko kayo, at itinalaga kayo, upang kayo ay dapat humayo at magbunga, at upang mapanatili ang inyong bunga: upang ang anumang hingin ninyo sa Ama sa aking pangalan, maaaring ibigay niya ito sa iyo. Ang mga bagay na ito ay iniuutos ko sa inyo, na kayo'y mangag ibigan sa isa't isa. Kung galit sa iyo ang mundo, alam ninyo na kinapootan ako bago kayo kinapootan. Kung kayo'y taga sanglibutan, iibigin ng sanlibutan ang kanyang sarili: ngunit dahil kayo ay hindi sa sanglibutan, ngunit pinili Ko kayo mula sa sanglibutan, kaya't ang sanlibutan ay napopoot sa inyo. Tandaan ang salitang sinabi ko sa inyo, Ang alipin ay hindi dakila kaysa sa kanyang panginoon. Kung inusig nila ako, uusigin din nila kayo; kung tinupad nila ang aking salita, tutuparin din nila ang iyo. Ngunit ang lahat ng mga bagay na ito ay gagawin nila sa iyo alang-alang sa aking pangalan, sapagkat hindi nila nakikilala ang nagsugo sa akin. Kung hindi ako naparito at nakipag-usap sa kanila, hindi sila nagkasala: ngunit ngayon ay wala silang balabal para sa kanilang kasalanan. Ang napopoot sa akin ay napopoot din sa aking Ama. Kung hindi ko ginawa sa gitna nila ang mga gawa na hindi ginagawa ng sinuman, ay hindi sila nagkaroon ng kasalanan: datapuwa't ngayon ay kanilang nakita at kinapootan ako at ang aking Ama. Ngunit ito ay nangyari, upang matupad ang salita na nasusulat sa kanilang kautusan, Kinasusuklaman nila ako ng walang dahilan. Ngunit pagdating ng Mang-aaliw, na aking susuguin sa inyo mula sa Ama, maging ang Espiritu ng katotohanan, na nagmula sa Ama, ay siyang mag patotoo tungkol sa akin: At kayo rin ay pagpapatotoo, sapagka't kayo'y kasama ko sa simula pa.

Sa mga araw na ito ng dumaraming kaalaman (Dan. 12:4), nawa'y maibalik nating lahat angmensahe tinanggap at binantayan ng mga Mago nang napakatagal. Para sa Kaligtasan ay ang core; kaligtasan sa relasyon kay Hesus (Yahusha). Shalom at Yah Bless.

www.ingramcontent.com/pod-product-compliance
Lightning Source LLC
LaVergne TN
LVHW082031051026
849532LV00011B/3324
* 9 7 9 8 3 4 8 4 5 9 2 6 0 *